ഈ നിമിഷത്തിൽ ജീവിക

കെ എൽ എഫ്, കേരളസംസ്കാരം

1957-ൽ കോട്ടയത്ത് അഞ്ചുദിവസം നീണ്ടുനിന്ന സാഹിത്യ പരിഷത്ത് സമ്മേളനമാണ് കേരളത്തിലെ ആദ്യത്തെ സാഹിത്യോത്സവം. സ്വകാര്യ സാഹിത്യകൂട്ടായ്മകൾ മാത്രമാണ് അതുവരെ പരിചിതമായ മാതൃക. സാഹിത്യപരിഷത്ത് സമ്മേളനം അന്നുവരെ കേരളം കണ്ടതിൽവെച്ച് ഏറ്റവും വലിയ സാംസ്കാരി കോത്സവമായിരുന്നു. ആധുനികകേരളത്തിന്റെ സാംസ്കാരിക വളർച്ചയുടെ അടിത്തറ ഈ സമ്മേളനമാണ്.

സമ്പൂർണ്ണ സാക്ഷരത, സാംസ്കാരികവകുപ്പ്, പുസ്തക ങ്ങളുടെ വില്പനനികുതി ഒഴിവാക്കൽ, പേപ്പർബാക്ക് വിപ്ലവം എന്നീ ആശയങ്ങളുടെ ആവിഷ്കർത്താവായ ഡി സി കിഴക്കെ മുറിയായിരുന്നു സമ്മേളനത്തിന്റെ മുഖ്യസംഘാടകൻ. അദ്ദേഹ ത്തിന്റെ ദർശനങ്ങളുടെ വിശ്വോത്തര ആവിഷ്കാരമാണ് ഡി സി ബുക്സ് 2016-ൽ കോഴിക്കോട് ബീച്ചിൽ ആരംഭിച്ച, ഏഷ്യയിലെ ഏറ്റവും വലിയ സാഹിത്യോത്സവമായ കേരള ലിറ്ററേച്ചർ ഫെസ്റ്റിവൽ (കെ എൽ എഫ്). സാഹിത്യം, കല, ശാസ്ത്രം, ചരിത്രം തുടങ്ങി എല്ലാ മേഖലകളിലുമുള്ള തുറന്ന സംവാദമാണ് കെ എൽ എഫിന്റെ മുഖമുദ്ര. വായനസംസ്കാരത്തിന് ഊർജ്ജം പകർന്ന്, കേരള ത്തിന്റെ എല്ലായിടങ്ങളിലും നടക്കുന്ന സാഹിത്യോത്സവങ്ങൾക്ക് മാതൃകയായ കെ എൽ എഫ് എല്ലാവർഷവും ജനുവരി മാസത്തി ലാണ് നടക്കുന്നത്.

www.keralalitfest.com

എക്ഹാർട് ടൊളെ

ജർമ്മനിയിൽ ജനനം. ലണ്ടൻ സർവ്വകലാശാലയിൽനിന്നും ബിരുദം നേടിയ ശേഷം കേംബ്രിഡ്ജ് സർവ്വകലാശാലയിൽ ഗവേഷകവിദഗ്ദ്ധനും സൂപ്പർവൈസറും. 29-ാം മത്തെ വയസ്സിൽ ആത്മീയപരിവർത്തനം. ഇപ്പോൾ ലോകം മുഴുവൻ സഞ്ചരിച്ച് പ്രഭാഷണങ്ങൾ നടത്തുന്നു. *Stillness Speaks, Practicing the Power of Now* എന്നിവ മറ്റു കൃതികൾ.

അനിത ജയനാഥ്

പാലക്കാട് സ്വദേശം. ആംഗലേയസാഹിത്യത്തിലും ജേർണലിസത്തിലും ബിരുദാനന്തരബിരുദം.

ഈ നിമിഷത്തിൽ ജീവിക്കൂ

എക്ഹാർട് ടൊളെ

വിവർത്തനം
അനിത ജയനാഥ്

DC Life
An imprint of **D C Books**
DC Kizhakemuri Edam
Good Shepherd Street
KERALA, INDIA-686 001

ORIGINAL ENGLISH TITLE
The Power of Now

SELF HELP/SPIRITUALITY
by Eckhart Tolle

MALAYALAM TITLE
Ee Nimishathil Jeevikku
Translated by Anitha Jayanath

First India printing by Yogi Impressions Books Pvt. LTD. March 2001

Malayalam Language reprint edition by D C Books.

First Published June 2015
This edition -February 2026

P-ISBN: 978-81-264-6409-8

Distributors : D C Books-Current Books, INDIA

Printed in India: D C Press, Kottayam, INDIA.

D C BOOKS LIBRARY CATALOGUING IN PUBLICATION DATA
Tolle, Eckhart.
Ee nimishathil jeevikku/Eckhart Tolle;
Malayalam translation/Anitha Jayanath.
248 p., 21 cm.,
ISBN 978-81-264-6409-8.
Malayalam translation of 'The power of now'
1. Self help. 2. Malayalam translation I. Title.
II. Title-English III. Anitha Jayanath.
158.1-dc22.

: www.dcbooks.com : www.dcbookstore.com
: ebooks.dcbooks.com : customercare@dcbooks.com : 7290092216

D C BOOKS: THE FIRST INDIAN BOOK PUBLISHING HOUSE TO GET ISO CERTIFICATION

2057/25-26-Sl.No. 30126-dcb 6132 (15)-1000(F)-7145-02-26-spb 70-T1- e sr- d(t) sp

ഉള്ളടക്കം

പ്രപഞ്ചത്തിന്റെ അനാവരണം
ചെയ്യാനിരിക്കുന്ന ദൈവികലക്ഷ്യത്തെ
സാധൂകരിക്കാൻ വേണ്ടിയാണ്
നിങ്ങളിവിടെ വന്നിരിക്കുന്നത്.
അത്രയേറെ പ്രാധാന്യം നിങ്ങൾ അർഹിക്കുന്നുണ്ട്.

എക്ഹാർട് ടോളെ

അവതാരിക

കാനഡയ്ക്ക് തൊട്ടപ്പുറത്തുള്ള വാൻകൂവറിലെ കോർട്സ് ദ്വീപിൽ 2000 ത്തിലെ സെപ്റ്റംബറിൽ എക്ഹാർട് നടത്തിയ റിട്രീറ്റിൽ പങ്കെടുക്കുവാനുള്ള ഭാഗ്യം എനിക്കുണ്ടായി. നിങ്ങളുടെ കൈയിലുള്ള ഈ പുസ്തകം വായിച്ച്, പ്രചോദിതരായി, ലോകത്തിന്റെ വിവിധ ഭാഗങ്ങളിൽനിന്നുള്ള 120 ആളുകൾ റിട്രീറ്റിൽ പങ്കെടുക്കാനായി എത്തിയിരുന്നു. ഈ പുസ്തകം അവരെ അത്രമേൽ സ്വാധീനിച്ചിരുന്നതിനാലാണ്, മഹാനായ ഈ ആദ്ധ്യാത്മികാചാര്യന്റെ വാക്കുകൾ ശ്രവിക്കാനും അദ്ദേഹത്തിന്റെ സവിധത്തിലിരിക്കാനുമായി ഭൂഖണ്ഡങ്ങൾക്കു കുറുകെ ആയിരക്കണക്കിനു മൈലുകൾ താണ്ടി അവരെത്തിയത്.

എക്ഹാർട്ടിന്റെ പ്രബോധനങ്ങളെ ഒരൊറ്റ ഉപവാക്യത്തിലൊതുക്കാൻ പറഞ്ഞാൽ എന്നെ സംബന്ധിച്ചിടത്തോളം അതിങ്ങനെയായിരിക്കും. “വർത്തമാനനിമിഷത്തെക്കുറിച്ചുള്ള അവബോധം.'' 'ദി പവർ ഓഫ് നൗ' എന്ന പുസ്തകത്തിന്റെ കാതൽ അതാണ്. അദ്ദേഹത്തിന്റെ സാന്നിദ്ധ്യത്തിൽ നാം അനുഭവിക്കുന്നതും അതുതന്നെ. കഴിഞ്ഞ കാലത്തിൽ ജീവിക്കുകയും ഭാവിയെക്കുറിച്ചു വേവലാതിപ്പെടുകയും ചെയ്യുന്നതിനുപകരം വർത്തമാനത്തിൽ ശ്രദ്ധ കേന്ദ്രീകരിക്കാനുള്ള വഴി അദ്ദേഹം പറഞ്ഞുതരുന്നു. സമയത്തിന്റെ ഭാരത്തിൽനിന്നും തീർത്തും വിമുക്തമാണ് ഈ ബോധാവസ്ഥ. എക്ഹാർട് പറയുന്നതുപോലെ, “ഭൂതകാലത്ത് ഒരിക്കലും ഒന്നും സംഭവിച്ചിട്ടില്ല. എല്ലാം വർത്തമാനത്തിലാണ് സംഭവിച്ചിട്ടുള്ളത്. ഭാവിയിലും ഒന്നും സംഭവിക്കാൻ പോകുന്നില്ല. വർത്തമാനത്തിലാണ് എല്ലാം സംഭവിക്കുക.''

ഈ പുസ്തകത്തിൽ, ചോദ്യോത്തര രൂപത്തിലുള്ള വളരെ ലളിതമായ ഒരു രീതിയാണ് എക്ഹാർട് അവലംബിക്കുന്നത്. അതിലൂടെ നമ്മുടെ യഥാർത്ഥ പ്രകൃതം നമുക്കു ദൃശ്യമാകുന്നു. എക്ഹാർട്ടിന്റെ ഈ രീതി, പുസ്തകം അനായാസമായി വായിച്ചു കാര്യങ്ങൾ എളുപ്പത്തിൽ മനസ്സിലാക്കാൻ നമ്മെ സഹായിക്കുന്നു.

രക്ഷകനായ ഒരു മാലാഖയെപ്പോലെ എക്ഹാർട്, ദുരിതങ്ങളും ആകുലതകളുമില്ലാത്ത ഒരു ജീവിതത്തിലേക്ക് നിങ്ങളെ കൈപിടിച്ചു നടത്തുന്നു. നാം നമ്മുടെ വേദനകളെ എങ്ങനെ സൃഷ്ടിക്കുന്നുവെന്നും നിരന്തരം മനസ്സുമായി താദാത്മ്യപ്പെടുക എന്ന അബദ്ധത്തിലേക്കും നാം നമ്മുടെ മനസ്സാണ് എന്ന ധാരണയിലേക്കും എങ്ങനെ എത്തിച്ചേരുന്നുവെന്നും ഈ പുസ്തകം വിശദീകരിക്കുന്നുണ്ട്. ഓരോ തവണയും

ഒരു പ്രത്യേക ചോദ്യത്തിന്റെയോ ജീവിതാവസ്ഥയുടെയോ ഉത്തരം വായിച്ചറിയുമ്പോൾ വരികൾക്കിടയിൽ ഒരു പുതിയ അർത്ഥം കണ്ടെത്താൻ കഴിയുന്നതിലാണ് ഈ പുസ്തകത്തിന്റെ യഥാർത്ഥ സൗന്ദര്യം.

ഒരു മാന്ത്രികതയുണ്ട് ഈ പുസ്തകത്തിന്. വാക്കുകളെ ഉപയോഗിച്ച്, വാക്കുകൾക്കപ്പുറമുള്ള നിശ്ശബ്ദത നിറയുന്ന ഒരിടത്തിലേക്ക് എക്ഹാർട് നമ്മളെ കൊണ്ടുപോകുന്നു. ഈ നിശ്ശബ്ദതയിൽ ആ ആന്തരിക നിശ്ചലതയിൽ, വർത്തമാനനിമിഷത്തിലേക്കു നമുക്കു പ്രവേശിക്കാനാകും. ഇപ്പോൾ ഈ വർത്തമാനനിമിഷത്തിൽ, പ്രശ്നങ്ങളേയില്ല. നിലവിലുള്ളത് ഈ നിമിഷം മാത്രം. വാസ്തവത്തിൽ വ്യത്യസ്തമായ വാക്കുകളുപയോഗിച്ചു വിവിധ സമ്പ്രദായങ്ങളിലെ ആചാര്യന്മാർ പ്രത്യേകിച്ചും ഭാരതീയ തത്ത്വശാസ്ത്രത്തിൽ—നിശ്ശബ്ദതയെ ആദ്ധ്യാത്മിക മാനത്തിലേക്കുള്ള താക്കോലായി അംഗീകരിച്ചിട്ടുണ്ട്. തീർച്ചയായും അത് ഈ ജ്ഞാനത്തിന്റെ കാലാതിർവത്തിയായ മൂല്യത്തിന്റെ പ്രതിഫലനമാണ്. ശ്രീബുദ്ധനെക്കുറിച്ചുള്ള ഒരു പ്രഭാഷണത്തിനിടയിൽ ശ്രീ ശ്രീ രവിശങ്കർ ഇങ്ങനെ പറയുകയുണ്ടായി.'' വാക്കുകൾക്കു നിലനില്പിനെ വിശദീകരിക്കാനാവില്ല. പക്ഷേ, നിശ്ശബ്ദതയ്ക്ക് അതിനു കഴിയും.'' സമകാലികനും അറിയപ്പെടുന്ന അദ്വൈതാചാര്യനുമായ രമേഷ് എസ്. ബാൽശേഖർ നിശ്ശബ്ദതയെക്കുറിച്ച് ഇങ്ങനെ പറയുന്നു: "ചിന്തകൾക്കിടയിലുള്ള ഇടവേളകളിലാണ് നിശ്ശബ്ദതയുടെ ഊർജ്ജം കുടികൊള്ളുന്നത് എന്നതാണ് ആദ്ധ്യാത്മികതയുടെ സാരം. നമുക്ക് ഉദ്ബുദ്ധരാകണമെങ്കിൽ ചിന്തകളുടെ നിരന്തരമായ ചലനത്തെ നിരോധിക്കുക മാത്രം ചെയ്താൽ മതി.''

സ്വച്ഛമായ വായുവിന്റെ നിശ്വാസംപോലെ ശുദ്ധമാണ് എക്ഹാർട്ടിന്റെ സാന്നിദ്ധ്യം. ഒരു പ്രത്യേക ഉദ്ബോധനത്തോടോ ഗുരുവിനോടോ അദ്ദേഹത്തിനു ചായ്വില്ല. തന്റെ ആദ്യ കൃതികൊണ്ടുതന്നെ അനേകം ജീവിതങ്ങളെ അദ്ദേഹത്തിനു സ്പർശിക്കാനായി എന്നതാണ് ഏറ്റവും ശ്രദ്ധേയമായ കാര്യം. ഈ പുസ്തകത്തിലെ സന്ദേശത്തിന് സാർവ്വലൗകികമായ ഒരാകർഷണീയതയുണ്ട്. കാനഡയിൽ ആദ്യമായി പ്രസിദ്ധീകരിച്ചതിനുശേഷം പുസ്തകത്തിന്റെ രണ്ടു കോടി കോപ്പികൾ വിറ്റഴിഞ്ഞിട്ടുണ്ട്. ൩൦ ഭാഷകളിലേക്കാണ് അതു തർജ്ജമ ചെയ്യപ്പെട്ടിട്ടുള്ളത്. ഈ പുസ്തകം തങ്ങളുടെ ജീവിതത്തെയും മറ്റുള്ളവരോടും തങ്ങളോടു തന്നെയുമുള്ള ആത്മബന്ധത്തെയും മാറ്റിമറിച്ചിട്ടുണ്ടെന്ന് അവകാശപ്പെടുന്ന നിരവധി ആളുകളെ ഞാൻ കണ്ടിട്ടുണ്ട്. ഈ പുസ്തകം നിങ്ങൾക്കും അത്തരമൊരനുഭവം നല്കുമെന്നാണ് എന്റെ ആത്മാർത്ഥമായ പ്രതീക്ഷ.

ഈ നൂറ്റാണ്ടിന്റെ തിരിവിൽ, മനുഷ്യവംശം ഉത്കൃഷ്ടമായ ഒരു ബോധാവസ്ഥയിലേക്കു പ്രവേശിക്കുന്ന വേളയിൽ നമുക്ക് ഈ പുസ്തകം ലഭിച്ചത് വലിയൊരു അനുഗ്രഹമാണ് എന്നതാണ് ഏറ്റവും ഹൃദയംഗമായ കാര്യം. ആദ്ധ്യാത്മിക പാതയിലേക്കു പ്രവേശിച്ച്, തങ്ങ

ളുടെ ജീവിതത്തിന്റെ ഗുണനിലവാരം ഉയർത്തി, ഈ ലോകത്തെ കൂടുതൽ നല്ലൊരിടമാക്കാൻ പ്രയത്നിക്കുന്ന ആളുകളുടെ എണ്ണം വർദ്ധിച്ചുവരികയാണ്. സത്യത്തിൽ നാമെല്ലാവരും ആദ്ധ്യാത്മിക ചൈതന്യമുള്ളവരാണ്. ഈ പുസ്തകം ആ തിരിച്ചറിവിലേക്ക് എത്തിച്ചേരാൻ നമ്മെ സഹായിക്കുന്നു.

എക്ഹാർട്ടിന്റെ സ്വന്തം വാക്കുകൾ ശ്രദ്ധിക്കുക. "നിങ്ങളുടെ മനസ്സിന്റെ അഗാധതയിൽ, നിങ്ങൾക്കു നേരത്തെ അറിയാത്തതായ ഒരു ആദ്ധ്യാത്മിക സത്വവും എനിക്കു പറയാനില്ല. നിങ്ങൾ മറന്നുപോയ ചില കാര്യങ്ങൾ നിങ്ങളെ ഓർമ്മപ്പെടുത്താനേ എനിക്കു കഴിയൂ.''

റിട്രീറ്റിന്റെ അവസാന ദിനത്തിൽ, തിരിച്ചുപോകുന്നതിനായി ഞങ്ങൾ ബാഗുകൾ ഒതുക്കുന്ന സമയത്ത്, എക്ഹാർട്ടിന്റെ വിടവാങ്ങൽ മൊഴി ഇതായിരുന്നു. "ഓർമ്മിക്കുക. നിങ്ങൾ എവിടേക്കും പോകുന്നില്ല. എല്ലാ കാര്യങ്ങളും വരികയും പോവുകയും ചെയ്യും. പക്ഷേ, സംഭവിക്കുന്നതൊന്നും നിങ്ങളല്ല. എല്ലാ കാര്യങ്ങളും സംഭവിക്കുന്ന നിശ്ശബ്ദമായ ഒരിടമാണ് നിങ്ങൾ.'' അതുതന്നെയാണ് 'ദി പവർ ഓഫ് നൗ' എന്ന പുസ്തകത്തിന്റെ രത്നച്ചുരുക്കം. സത്യത്തെ ജീവിതത്തെക്കുറിച്ചുള്ള സത്യത്തെ, അതിങ്ങനെ വ്യക്തമാക്കുന്നു. ഇപ്പോൾ! ഈ നിമിഷം!

ഇതു വെറും ഒരു പുസ്തകമല്ല. ഒരു ജീവിതകാലത്തേക്കു മുഴുവനുമുള്ള സഹചാരിയാണ്.

ആഹ്ലാദത്തിലും ശാന്തിയിലും നിങ്ങളോടൊപ്പം

(ഇന്ത്യൻ പതിപ്പിന് എഴുതിയത്)

ഗൗതം സച്ച്ദേവ
മുബൈ, ഇന്ത്യ

ആമുഖം

'ദി പവർ പവർ ഓഫ് നൗ' പ്രസിദ്ധീകരിച്ച് ആറു വർഷങ്ങൾ കഴിഞ്ഞിരിക്കുന്നു. ഇപ്പോഴും, മനുഷ്യരാശിയുടെ ബോധതലത്തെ പരിവർത്തനപ്പെടുത്തുക എന്ന അടിയന്തര യത്നത്തിലുള്ള അതിന്റെ പങ്കാളിത്തം തുടരുകയാണ്. ഈ പുസ്തകത്തിന് ജന്മം നല്കുവാനുള്ള ഭാഗ്യം എനിക്ക് ഉണ്ടായെങ്കിലും സ്വന്തമായൊരു (ജീവനും) ജീവനും പ്രവേഗവും അതിപ്പോൾ ആർജ്ജിച്ചിരിക്കുന്നതായി എനിക്കു തോന്നുന്നു. ലോകത്തെമ്പാടുമുള്ള അനേകം കോടി ജനങ്ങളിലേക്ക് ഈ പുസ്തകം എത്തിച്ചേർന്നിട്ടുണ്ട്. തങ്ങളുടെ ജീവിതത്തെയാകെ രൂപാന്തരപ്പെടുത്തുന്ന ഒരു പ്രഭാവം ഈ പുസ്തകത്തിനുണ്ടെന്ന് അവരിൽ പലരും എനിക്കെഴുതിയിട്ടുണ്ട്. എനിക്കു ലഭിക്കുന്ന കത്തുകളുടെ ബാഹുല്യം മൂലം എല്ലാവർക്കും വ്യക്തിപരമായ മറുപടി അയയ്ക്കാൻ എനിക്കിപ്പോൾ കഴിയുന്നില്ല. പക്ഷേ, തങ്ങളുടെ അനുഭവങ്ങൾ പങ്കുവച്ചുകൊണ്ട് എനിക്ക് എഴുതിയിട്ടുള്ള എല്ലാവർക്കും നന്ദി പറയാൻ ഞാൻ ഈ അവസരം വിനിയോഗിക്കുന്നു. പല അനുഭവ വിവരണങ്ങളും എന്റെ കണ്ണുകളെ നനയിക്കുകയും എന്റെ ഹൃദയത്തെ ആഴത്തിൽ സ്പർശിക്കുകയും ചെയ്തിട്ടുണ്ട്. നമ്മുടെ ഈ ഭൂമിയിൽ മുമ്പൊന്നുമുണ്ടായിട്ടില്ലാത്ത വിധം ബോധത്തിന്റെ പരിണാമം നടക്കുന്നുണ്ടെന്ന് നിസ്സന്ദേഹം അവ എന്നെ ബോദ്ധ്യപ്പെടുത്തുന്നു.

1997-ൽ വാൻകൂവറിലെ നമസ്തെ പബ്ലിഷിങ് കമ്പനി ഈ പുസ്തകത്തിന്റെ ആദ്യ പതിപ്പിന്റെ 3000 കോപ്പികൾ ഇറക്കിയപ്പോൾ അത് ഇത്രയും ദ്രുതഗതിയിലുള്ള വളർച്ച കൈവരിക്കുമെന്ന് ആർക്കും പ്രവചിക്കാൻ കഴിഞ്ഞിരിക്കില്ല. പ്രസിദ്ധീകരിച്ച ആദ്യവർഷത്തിൽ വായിച്ചവർ പറഞ്ഞറിഞ്ഞു മാത്രമാണ് ഈ പുസ്തകം മറ്റു വായനക്കാരിലേക്കെത്തിയത്. അക്കാലത്ത് ഞാൻ എല്ലാ ആഴ്ചയിലും വാൻകൂവറിലെ ചെറിയ ബുക്ക്സ്റ്റാളുകളിൽ കയറിയിറങ്ങി പുസ്തകത്തിന്റെ ഏതാനും കോപ്പികൾ ഏല്പിക്കുമായിരുന്നു. വളരെ സംതൃപ്തിയേകുന്ന അനുഭവമായിരുന്നു അത്. കാരണം, ഞാൻ കൈമാറിയ ഓരോ പുസ്തകവും ഒരാളുടെ ജീവിതത്തെ മാറ്റിമറിക്കാൻ കെല്പുള്ള ശക്തിസ്രോതസ്സാണെന്ന എനിക്കറിയാമായിരുന്നു. അകലെയുള്ള ആദ്ധ്യാത്മിക പുസ്തകശാലയിൽ പുസ്തകത്തിന്റെ കോപ്പികൾ എത്തിക്കാൻ എന്റെ സുഹൃത്തുക്കളും സഹായിച്ചു. അങ്ങനെ ഈ പുസ്തകം കാൽഗരിയിലും സിയാറ്റിലിലും കാലിഫോർണിയയിലും ലണ്ടനിലുമെല്ലാം

എത്തിച്ചേർന്നു. ലണ്ടനിലുള്ള, ലോകത്തിലെ ഏറ്റവും പഴക്കംചെന്ന ആദ്ധ്യാത്മിക പുസ്തകശാലയയ വാറ്റ്കിൻസി(Watkins)ന്റെ മാനേജ രായ സ്റ്റീഫൻ ഗാവ്ട്രി (Stephen Gawtry) "ഈ പുസ്തകത്തിന് മഹത്താ യൊരു ഭാവി ഞാൻ കാണുന്നു'' എന്ന് അക്കാലത്ത് എഴുതുകയു ണ്ടായി. അദ്ദേഹം പറഞ്ഞതു ശരിയായിരുന്നു. പ്രസിദ്ധീകരിച്ച രണ്ടാം വർഷം തന്നെ 'ദി പവർ ഓഫ് നൗ' ഒരു നിരൂപകൻ പിന്നീട് അതിനു പേരിട്ടതുപോലെ ഒരു 'അന്തർ ഭൗമ ബെസ്റ്റ് സെല്ലർ ' ആയി വികാസം പ്രാപിച്ചു. പിന്നീട് ആനുകാലികങ്ങളിലും മാസികകളിലും അനുകൂല മായ അവലോകനങ്ങളുണ്ടായത് അതിന്റെ വളർച്ചയെ ത്വരിതപ്പെടുത്തി. ഒടുവിൽ ഈ പുസ്തകത്താൽ ആഴത്തിൽ സ്വാധീനിക്കപ്പെട്ട ശ്രീമതി ഓപ്റ വിൻഫ്രി (Oprah Winfrey) അതിനെക്കുറിച്ചു ലോകത്തെ അറി യിക്കുകകൂടി ചെയ്തപ്പോൾ, അതിന്റെ വളർച്ച സ്ഫോടനാത്മകമായി. പ്രസിദ്ധീകരിച്ചതിന്റെ 5-ാം വർഷം ന്യൂയോർക്ക് ടൈംസിന്റെ ബെസ്റ്റ് സെല്ലർ പട്ടികയിൽ 'ദി പവർ ഓഫ് നൗ' ഒന്നാമതായി. ഇപ്പോൾ 30 ഭാഷകളിൽ അതു ലഭ്യമാണ്. ലോകത്തെമ്പാടുമുള്ള വായനക്കാർ അതിനെ ഹൃദ്യമായിത്തന്നെ സ്വീകരിച്ചു. മനുഷ്യരാശിയിൽ ആത്മാ ന്വേഷണത്തിന്റെ ജന്മസ്ഥലിയായി കണക്കാക്കപ്പെടുന്ന ഇന്ത്യയിൽ പോലും ഈ പുസ്തകം നന്നായി വിറ്റഴിഞ്ഞു.

ലോകത്തിന്റെ വ്യത്യസ്ത ഭാഗങ്ങളിൽനിന്നും എനിക്കു ലഭിച്ചിട്ടുള്ള ആയിരക്കണക്കിനു കത്തുകളും ഇ-മെയിലുകളും അയച്ചിട്ടുള്ളത് സാധാരണക്കാരായ സ്ത്രീപുരുഷന്മാരാണ്. പക്ഷേ, അവരെക്കൂടാതെ ബുദ്ധസന്ന്യാസികൾ, ക്രൈസ്തവസഭകളിലെ സന്ന്യാസികൾ, തടവു കാർ, ആസന്നമായ മൃത്യുവിനെയോ മാരകമായ അസുഖത്തെയോ അഭിമുഖീകരിക്കുന്നവർ തുടങ്ങിയവരും എനിക്കു കത്തുകളയയ്ക്കാ റുണ്ട്. തങ്ങളെ സമീപിക്കുന്ന രോഗികൾക്ക് ഈ പുസ്തകം ശുപാർശ ചെയ്യാറുണ്ടെന്നും തങ്ങളുടെ ശുശ്രൂഷാ സമ്പ്രദായങ്ങളിൽ ഇതിലെ ഉദ്ബോധനങ്ങൾ ഉൾപ്പെടുത്താറുണ്ടെന്നും പറഞ്ഞ് മനഃശാസ്ത്രജ്ഞർ എനിക്കെഴുതാറുണ്ട്. 'ദി പവർ ഓഫ് നൗ' വായിക്കുന്നതിലൂടെയും അതിലെ പാഠങ്ങൾ നിത്യജീവിതത്തിൽ പകർത്തുന്നതിലൂടെയും ജീവിതത്തിലെ ദുരിതങ്ങളും വ്യക്തി നിർമ്മിതമായ പ്രശ്നങ്ങളും കുറ യുകയോ പൂർണ്ണമായും ഇല്ലാതാവുകയോ ചെയ്തിട്ടുണ്ടെന്ന് മേൽ പ്പറഞ്ഞ കത്തുകളിലും ഇ-മെയിലുകളിലും കുറിക്കപ്പെട്ടിട്ടുണ്ട്. ആന്ത രിക ശരീരാവബോധത്തിന്റ അത്ഭുതപ്പെടുത്തുന്നതും ഹിതകരവു മായ ഗുണങ്ങളെക്കുറിച്ച്, സ്വന്തം ജീവിതചരിത്രത്തോടും ജീവിതാ വസ്ഥയോടുമുള്ള താദാത്മ്യത്തെ ഉപേക്ഷിക്കുമ്പോഴുണ്ടാകുന്ന സ്വാത ന്ത്ര്യബോധത്തെക്കുറിച്ച്, വർത്തമാനനിമിഷത്തിന്റെ ഉണ്മയ്ക്കെതിരെ യുള്ള മാനസികവും വൈകാരികവുമായ ചെറുത്തുനില്പിനെ കൈ വിടാൻ പഠിക്കുമ്പോഴുണ്ടാകുന്ന നവീനമായ ആന്തരിക ശാന്തിയെ ക്കുറിച്ച് എല്ലാം ഇടയ്ക്കിടെ അവർ പരാമർശിക്കുന്നുണ്ട്. പലരും ഈ

പുസ്തകം ഒന്നിലധികം തവണ വായിച്ചിട്ടുണ്ട്. പുനർവായനയിൽ ഈ പുസ്തകത്തിന്റെ പുതുമ ഒട്ടും നഷ്ടപ്പെടുന്നില്ലെന്നും ആന്തരിക പരിണാമം സാദ്ധ്യമാക്കുന്ന ഈ പുസ്തകത്തിന്റെ സിദ്ധി പുനർവായനയിലൂടെ കുറയുകയല്ല, മറിച്ച് തീവ്രതരമാവുകയാണ് ചെയ്യുന്നതെന്നും അവർ സാദ്ധ്യപ്പെടുത്തുന്നു.

മനുഷ്യമനസ്സ് അതിന്റെ പ്രവർത്തനവൈകല്യത്തിന്റെ പരമകാഷ്ഠത്തിൽ, ലോകവേദിയിൽ നടനമാടുന്ന കാഴ്ചയാണ് ദിവസേനയുള്ള ടെലിവിഷൻ വാർത്തകളിലൂടെ വ്യക്തമായും നമുക്ക് ദൃശ്യമാകുന്നത്. ഇതിന് ആശ്വാസകരമായ ഒരു മറുവശമുണ്ട്. മനുഷ്യരാശി സ്വയം നശിക്കാതെയും ഈ ഭൂമിയെ നശിപ്പിക്കാതെയുമിരിക്കണമെങ്കിൽ മനുഷ്യബോധാവസ്ഥയ്ക്കു വിപ്ലവകരമായ ഒരു മാറ്റം അത്യന്താപേക്ഷിതമാണെന്നു മനസ്സിലാക്കുന്ന തിരിച്ചറിവുള്ള ഒരുപാടാളുകൾ ഇവിടെയുണ്ട് എന്നതാണത്. ഈ ആവശ്യവും ഒരു പുതിയ ബോധതലത്തിന്റെ ഉയിർത്തെഴുന്നേല്പിനുള്ള കോടിക്കണക്കിന് ആളുകളുടെ സന്നദ്ധതയുമാണ് 'ദി പവർ ഓഫ് നൗ' എന്ന പുസ്തകത്തിന്റെ വിജയത്തെ നിർണ്ണയിക്കുന്ന ഘടകങ്ങൾ. ഈ പുസ്തകം വായിച്ച എല്ലാവരും അതിനോട് അനുകൂലമായി പ്രതികരിച്ചു എന്നൊന്നും ഇതിനർത്ഥമില്ല. ഒരുപാടാളുകളിൽ, രാഷ്ട്രീയ സാമ്പത്തിക ഘടനകളിൽ, മാധ്യമങ്ങളുടെ ഒരു വലിയ വിഭാഗത്തിൽ ഒക്കെ പഴയ രീതിയിലുള്ള ബോധാവസ്ഥ ആഴത്തിൽ പതിഞ്ഞുകിടക്കുന്നുണ്ട്. തങ്ങളുടെ ശിരസ്സിനകത്തുള്ള ശബ്ദത്തോട് അല്ലെങ്കിൽ ഇച്ഛാപൂർവ്വമല്ലാത്തതും നിരന്തരവുമായ ചിന്തകളുടെ ഒഴുക്കിനോട്–ഇപ്പോൾ പൂർണ്ണമായി താദാത്മ്യം പ്രാപിച്ചിട്ടുള്ള ആളുകൾ 'ദി പവർ ഓഫ് നൗ' എന്തിനെക്കുറിച്ചുള്ളതാണെന്നു മനസ്സിലാക്കുന്നതിൽ അനിവാര്യമായി പരാജയപ്പെടും. പുസ്തകം വായിച്ച് ആവേശംകൊണ്ട ചിലർ സുഹൃത്തുക്കൾക്കും ബന്ധുക്കൾക്കുമൊക്കെ അതു വായിക്കാനായി നല്കി. പക്ഷേ, ഈ പുസ്തകം അർത്ഥരഹിതമാണെന്നും ആദ്യത്തെ കുറച്ചു പേജുകൾക്കപ്പുറം വായിക്കാൻ കഴിഞ്ഞില്ലെന്നും അവർ പറഞ്ഞപ്പോൾ പുസ്തകം നല്കിയവർക്ക് അത്ഭുതവും നിരാശയുമുണ്ടായി. ലോകത്തെമ്പാടുമുള്ള അസംഖ്യം ആളുകൾക്കു ജീവിതപരിവർത്തനമുണ്ടാക്കിയ ഈ പുസ്തകത്തെ വെറും നിരർത്ഥകമായ ഒന്നായിട്ടാണ് ടൈം മാഗസിൻ കണ്ടത്. സത്യത്തിൽ, അഹന്തയുടെ പ്രവർത്തനങ്ങളിൽ ശ്രദ്ധയുടെ പ്രകാശം കേന്ദ്രീകരിക്കുന്ന ഏത് ഉദ്ബോധനവും അഹന്തയുടേതായ പ്രതികരണത്തെയും ചെറുത്തുനില്പിനെയും ആക്രമണത്തെയും ഇളക്കിവിടും.

എങ്കിലും, കുറഞ്ഞ അളവിലുള്ള തെറ്റിദ്ധാരണകളും വിമർശനപരമായ ഭിന്നതകളും ഉണ്ടായിട്ടും, ആഗോളതലത്തിൽ ഈ പുസ്തകത്തിന് വളരെ നല്ല പ്രതികരണമാണ് ലഭിച്ചത്. വരും വർഷങ്ങളിലും കോടിക്കണക്കിനാളുകൾ ഈ പുസ്തകത്തിലേക്ക് ആകർഷിക്കപ്പെ

ടുമെന്ന ആത്മവിശ്വാസം എനിക്കുണ്ട്. ഒരു പുതിയ ബോധാവസ്ഥയുടെയും കൂടുതൽ ഉദ്ബുദ്ധമായ മനുഷ്യരാശിയുടെയും ഉദയത്തിന് സുപ്രധാനമായ സംഭാവന നല്കുക എന്ന യജ്ഞം ഈ കൃതി വീണ്ടും തുടരുമെന്നുതന്നെയാണ് എന്റെ വിശ്വാസം.

എക്ഹാർട് ടോളെ
വാൻകൂവർ ബി.സി.

കൃതജ്ഞത

ഈ കൃതിയുടെ കൈയെഴുത്തുപ്രതി പുസ്തകമാക്കി മാറ്റി, അതു ലോകസമക്ഷം കൊണ്ടുവരുന്നതിൽ പ്രധാന പങ്കുവഹിക്കുകയും സ്നേഹപൂർണ്ണമായ പിന്തുണ നല്കുകയും ചെയ്ത കോണീ കെല്ലോവിനോടുള്ള എന്റെ അഗാധമായ നന്ദി രേഖപ്പെടുത്തുന്നു. അവരോടൊപ്പം ജോലി ചെയ്യുന്നതുതന്നെ ആനന്ദദായകമാണ്.

ഈ പുസ്തകം എഴുതാനും എനിക്ക് ഞാനായിരിക്കാനും ഇടം നല്കിക്കൊണ്ട് (ഏറ്റവും മഹത്തായ സമ്മാനമാണല്ലോ അത്) ഈ പുസ്തകത്തിന്റെ പിറവിയിൽ പങ്കുവഹിച്ച കോറിയ ലാഡ്നർക്കും മറ്റെല്ലാ ഉത്കൃഷ്ട വ്യക്തികൾക്കും എന്റെ നന്ദി. വാൻകൂവറിലെ ആഡ്രിയൻ (ബ്രാഡ്ലി), ലണ്ടനിലെ മാർഗരറ്റ് മില്ലർ, ഇംഗ്ലണ്ടിലെ ഗ്ലാസ്റ്റൺബറിയിലെ ആഞ്ചി ഫ്രാൻസെസ്ക്കോ, മെർലോ പാർക്കിലെ റിച്ചാർഡ്, കാലിഫോർണിയയിലുള്ള സോസാലിറ്റോവിലെ റെന്നീ ഫ്രംകിൻ എന്നിവർക്കും നന്ദി.

കൈയെഴുത്തിപ്രതി നേരത്തെ അവലോകനം ചെയ്ത്, സഹായകരമായ നിർദ്ദേശങ്ങൾ നല്കിയ ഷെർലി സ്പാക്സ്മാൻ ഹൊവാർഡ് കെല്ലോ എന്നിവർക്കും അവസാനഘട്ടത്തിൽ കൈയെഴുത്തുപ്രതി അവലോകനം ചെയ്തു കൂടുതൽ നിർദ്ദേശങ്ങൾ തന്ന വ്യക്തികൾക്കും നന്ദി. തന്റെ സ്വതഃസിദ്ധമായ പ്രസന്നവും നിപുണവുമായ രീതിയിൽ കൈയെഴുത്തു പ്രതി എഡിറ്റ് ചെയ്ത് അച്ചടിച്ച റോസ് ഡെൻഡെവിച്ചിനും എന്റെ നന്ദി.

അവസാനമായി എന്റെ അച്ഛനും അമ്മയ്ക്കും എന്റെ നിറഞ്ഞ സ്നേഹവും നന്ദിയും രേഖപ്പെടുത്താൻ ഞാനാഗ്രഹിക്കുന്നു. അവരെക്കൂടാതെ ഈ പുസ്തകം പിറക്കുമായിരുന്നില്ലല്ലോ. നന്ദി. എന്റെ എല്ലാ ആദ്ധ്യാത്മിക ഗുരുക്കന്മാർക്കും പിന്നെ, ഏറ്റവും വലിയ ഗുരുവായ ജീവിതത്തിനും നന്ദി.

തുടക്കം

ഈ പുസ്തകത്തിന്റെ ഉദ്ഭവം

എന്നെ സംബന്ധിച്ചിടത്തോളം കഴിഞ്ഞകാലം ഉപയോഗശൂന്യമാണ്. അപൂർവ്വമായേ ഞാൻ അതിനെക്കുറിച്ചു ചിന്തിക്കാറുള്ളൂ. എങ്കിലും ഞാനെങ്ങനെ ഒരു ആത്മീയാചാര്യനായെന്നും എങ്ങനെ ഈ പുസ്തകം നിലവിൽവന്നു എന്നും ഹ്രസ്വമായി നിങ്ങളോടു പറയാൻ ഞാനാഗ്രഹിക്കുന്നു.

എന്റെ മുപ്പതാമത്തെ വയസ്സുവരെ ഏകദേശം നിരന്തരമായ ഉത്കണ്ഠയും ആത്മഹത്യാപരമായ വിഷാദത്തിന്റെ വേളകളും ഇടകലർന്ന ഒരവസ്ഥയിലാണ് ഞാൻ ജീവിച്ചിരുന്നത്. ഇപ്പോൾ എനിക്കു തോന്നുന്നു, ഞാൻ ഏതോ പൂർവ്വജന്മകാലത്തെക്കുറിച്ചോ, വേറേ ആരുടെയോ ജീവിതത്തെക്കുറിച്ചോ ആണു സംസാരിക്കുന്നത് എന്ന്.

എന്റെ ഇരുപത്തിയൊമ്പതാമത്തെ പിറന്നാൾ കഴിഞ്ഞു വളരെ നാളുകളൊന്നുമായിരുന്നില്ല. ഒരു രാത്രി, സമ്പൂർണ്ണമായ ഭീതിയുടെ വൈകാരിക അനുഭവത്തോടെ നേരം പുലരുന്നതിനുമുമ്പുള്ള സമയത്തു ഞാനുണർന്നു. ഇതേ ഭീതിയോടെ എത്രയോ പ്രാവശ്യം ഞാനുണർന്നിരിക്കുന്നു. പക്ഷേ, മുമ്പൊന്നുമുണ്ടായിട്ടില്ലാത്തവിധം ആ അനുഭവം വളരെ തീവ്രമായിരുന്നു. രാത്രിയുടെ നിശ്ശബ്ദതയും ഇരുണ്ട മുറിക്കകത്തെ വീട്ടുസാമാനങ്ങളുടെ അവ്യക്തമായ രൂപരേഖകളും അകന്നുപോയിക്കൊണ്ടിരിക്കുന്ന ഒരു തീവണ്ടിയുടെ വിദൂരശബ്ദവും എല്ലാം വളരെ അന്യവും ശത്രുതാപരവും തികച്ചും അർത്ഥരഹിതവുമായി എനിക്ക് അനുഭവപ്പെട്ടതിനാൽ, അത് ഈ ലോകത്തോടുതന്നെ ആഴത്തിലുള്ള ഒരു വെറുപ്പ് എന്റെയുള്ളിൽ സൃഷ്ടിച്ചു. പക്ഷേ, എന്റെ തന്നെ അസ്തിത്വമായിരുന്നു ഏറ്റവും വെറുപ്പുളവാക്കുന്ന കാര്യം. ദുരിതങ്ങളുടെ ഈ ഭാണ്ഡവും പേറി ജീവിക്കുന്നതുകൊണ്ടെന്തു കാര്യം? നിരന്തരമായ ഈ പോരാട്ടം തുടരുന്നതെന്തിന്? ഉന്മൂലനം ചെയ്യപ്പെടുവാനോ, ഇല്ലാതാകുവാനോ ഉള്ള തീവ്രമായ ഒരാഗ്രഹം എനിക്കനുഭവപ്പെട്ടു. അതു ജീവിക്കുവാനുള്ള സഹജമായ ആഗ്രഹത്തെക്കാൾ ശക്തമാകാനും തുടങ്ങി.

"എനിക്കിനി എന്നോടൊപ്പം ജീവിക്കാൻ കഴിയില്ല." ഈ ചിന്തയായിരുന്നു എന്റെ മനസ്സിൽ വീണ്ടും വീണ്ടും സ്വയം ആവർത്തിക്കപ്പെട്ടുകൊണ്ടിരുന്നത്. പെട്ടെന്ന് ആ ചിന്ത എത്രമാത്രം വിചിത്രമാണെന്ന

ബോധം എനിക്കുണ്ടായി. "ഞാൻ ഒന്നാണോ അതോ രണ്ടോ? എനിക്ക് എന്നോടൊപ്പം ജീവിക്കാൻ കഴിയുന്നില്ലെങ്കിൽ ഞാൻ രണ്ടായിരിക്കും. 'ഞാനും' എനിക്ക് ഒപ്പം ജീവിക്കാൻ കഴിയാത്ത 'വ്യക്തിത്വ'വും." "ഒരു പക്ഷേ, ഇതിലേതെങ്കിലും ഒന്നുമാത്രമായിരിക്കും സത്യം"–എന്നു ഞാൻ ചിന്തിച്ചു.

അസാധാരണമായ ഈ അറിവുകൊണ്ടു ഞാൻ സ്തബ്ധനായിപ്പോയതിനാൽ, എന്റെ മനസ്സ് പൊടുന്നനേ നിശ്ചലമായി. ഞാൻ പൂർണ്ണമായും ബോധവാനായിരുന്നു. പക്ഷേ, ചിന്തകൾ ഒടുങ്ങിയിരുന്നു. പിന്നെ, ഊർജ്ജത്തിന്റെ ഒരു ചുഴിയുടെ ഉള്ളിലേക്കു ഞാൻ വലിച്ചെടുക്കപ്പെട്ടു. ആദ്യം ആ ചലനം സാവധാനത്തിലായിരുന്നു. പിന്നെ അതു ത്വരിതഗതിയിലായി. ഞാൻ തീവ്രമായ ഒരു ഭയത്തിന്റെ പിടിയിലാവുകയും എന്റെ ശരീരം വിറയ്ക്കാൻ തുടങ്ങുകയും ചെയ്തു. "ഒന്നിനെയും ചെറുക്കാതിരിക്കൂ", എന്ന വാക്കുകൾ എന്റെ നെഞ്ചിനുള്ളിലെന്നതുപോലെ ഞാൻ കേട്ടു. ഒരു ശൂന്യതയിലേക്കു വലിച്ചെടുക്കപ്പെടുന്നതായി എനിക്ക് അനുഭവപ്പെട്ടു. ആ ശൂന്യത എനിക്കു പുറത്തല്ലെന്നും എന്റെ ഉള്ളിലാണെന്നും എനിക്കു തോന്നി. പെട്ടെന്നു ഭീതിയെല്ലാമൊഴിഞ്ഞ് ആ ശൂന്യതയിലേക്കു വീഴുവാൻ ഞാൻ സ്വയം അനുവദിച്ചു. അതിനുശേഷം എന്താണുണ്ടായതെന്ന് എനിക്കോർമ്മയില്ല.

ജനാലയ്ക്കു പുറത്തുള്ള ഒരു പക്ഷിയുടെ കൂജനമാണ് എന്നെ ഉണർത്തിയത്. അത്തരമൊരു ശബ്ദം ഞാനതിനുമുമ്പ് ഒരിക്കലും കേട്ടിട്ടുണ്ടായിരുന്നില്ല. അപ്പോഴും അടഞ്ഞിരിക്കുകയായിരുന്ന എന്റെ കണ്ണുകൾക്കുള്ളിൽ അമൂല്യമായ ഒരു വജ്രത്തിന്റെ പ്രതിരൂപം ഞാൻ കണ്ടു. അതെ, വജ്രത്തിനു ശബ്ദിക്കാനാവുമെങ്കിൽ, അത് ആ പക്ഷിയുടെ ശബ്ദംപോലെ ആയിരിക്കും. ഞാനെന്റെ കണ്ണുകൾ തുറന്നു. പുലരിയുടെ ആദ്യപ്രകാശം തിരശ്ശീലയിലൂടെ അകത്തേക്ക് അരിച്ചിറങ്ങുന്നുണ്ടായിരുന്നു. ചിന്തകളൊന്നും ഇല്ലാതെതന്നെ എനിക്ക് അനുഭവപ്പെട്ടു, അല്ല, ഞാനറിഞ്ഞു—നമ്മൾ തിരിച്ചറിയുന്നതിനെക്കാൾ അനന്തമായ മഹത്ത്വമുള്ളതാണ് പ്രകാശമെന്ന്. തിരശ്ശീലയിലൂടെ അരിച്ചിറങ്ങുന്ന സൗമ്യമായ ആ പ്രകാശം സ്നേഹംതന്നെയായിരുന്നു. എന്റെ കണ്ണുകളിൽ കണ്ണീർ പൊടിഞ്ഞു. ഞാനെഴുന്നേറ്റു മുറിക്കുള്ളിൽ ചുറ്റിനടന്നു. ഞാൻ ആ മുറി തിരിച്ചറിഞ്ഞു. പക്ഷേ, ഞാൻ ആ മുറി അതിനുമുമ്പ് യഥാർത്ഥത്തിൽ കണ്ടിട്ടില്ലായിരുന്നുവെന്നു ഞാൻ മനസ്സിലാക്കി. അപ്പോൾ നിലവിൽ വന്നതുപോലെ എല്ലാം ശുദ്ധവും നൂതനവുമായിരുന്നു. പല വസ്തുക്കളും ഞാൻ കൈയിലെടുത്തു. ഒരു പെൻസിലോ അല്ലെങ്കിൽ ഒഴിഞ്ഞ ഒരു കുപ്പിയോ ഒക്കെ— അവയുടെയെല്ലാം സൗന്ദര്യത്തിലും ചൈതന്യത്തിലും ആശ്ചര്യപ്പെട്ടുകൊണ്ട്.

ഭൂമിയിലെ ജീവനെന്ന അദ്ഭുതത്തെക്കുറിച്ചു വിസ്മയം പൂണ്ട് ഭൂമിയിൽ അപ്പോൾ പിറന്നു വീണതുപോലെ, ആ ദിവസം മുഴുവൻ ഞാൻ നഗരത്തിലാകെ ചുറ്റിനടന്നു.

അടുത്ത അഞ്ചു മാസങ്ങൾ ഇടമുറിയാത്ത, ആഴത്തിലുള്ള ശാന്തിയും ആനന്ദവും നിറഞ്ഞ അവസ്ഥയിലാണ് ഞാൻ ജീവിച്ചത്. അതിനുശേഷം അതിന്റെ തീവ്രത ഒരല്പം കുറഞ്ഞു. അല്ലെങ്കിൽ ആ അവസ്ഥ എന്റെ സ്വാഭാവികമായ അവസ്ഥയായി മാറിക്കഴിഞ്ഞിരുന്നതിനാൽ എനിക്ക് അങ്ങനെ തോന്നിയതാകാം. സാധാരണ ലോകത്തു പ്രവർത്തിക്കുവാൻ എനിക്കു കഴിഞ്ഞിരുന്നു. പക്ഷേ, അന്നേവരെ ഞാൻ ചെയ്തതോ, മേലിൽ ചെയ്യാൻ പോകുന്നതോ ആയ ഒരു കാര്യവും എനിക്ക് അപ്പോഴേ കരഗതമായതിന്റെ മൂല്യം സ്വല്പംപോലും കൂട്ടുകയില്ലെന്നു ഞാൻ മനസ്സിലാക്കി.

തീർച്ചയായും അഗാധമായ പ്രാധാന്യമുള്ള എന്തോ ഒന്ന് എനിക്കു സംഭവിച്ചിരിക്കുന്നു എന്നെനിക്കറിയാമായിരുന്നു. പക്ഷേ, അതെന്താണെന്ന് എനിക്കു മനസ്സിലായിരുന്നില്ല. കുറെ വർഷങ്ങൾക്കുശേഷം ആദ്ധ്യാത്മിക പുസ്തകങ്ങൾ വായിക്കുകയും ആത്മീയ ഗുരുക്കന്മാരോടൊപ്പം സമയം ചെലവഴിക്കുകയും ചെയ്തതിനുശേഷം മാത്രമാണ്, എല്ലാവരും അന്വേഷിക്കുന്ന അനുഭവം എനിക്കുണ്ടായിക്കഴിഞ്ഞിരിക്കുന്നു എന്ന് ഞാൻ മനസ്സിലാക്കിയത്. ആ രാത്രിയിൽ ഞാനനുഭവിച്ച വേദനയുടെ തീവ്രമായ സമ്മർദ്ദം, അന്തിമമായി മനസ്സിന്റെ ഒരു സങ്കല്പം മാത്രമായ, അസന്തുഷ്ടവും അങ്ങേയറ്റം ഭീതി നിറഞ്ഞതുമായ എന്റെ വ്യക്തിത്വത്തിൽനിന്നു പിൻവാങ്ങാൻ, എന്റെ ബോധാവസ്ഥയെ പ്രേരിപ്പിച്ചിരിക്കാം എന്നു ഞാൻ മനസ്സിലാക്കി. ഈ പിൻവാങ്ങൽ അങ്ങേയറ്റം പൂർണ്ണമായിരുന്നിരിക്കണം. കാരണം ഊതിവീർപ്പിക്കാവുന്ന ഒരു കളിപ്പാട്ടത്തിന്റെ പ്ലഗ് വലിച്ചൂരിയാൽ സംഭവിക്കുന്നതുപോലെ, യാതനയനുഭവിക്കുന്ന എന്റെ വ്യക്തിത്വം പെട്ടെന്നു തകർന്നടിഞ്ഞു. അപ്പോൾപിന്നെ ബാക്കിയായത് സദാ നിലനില്ക്കുന്ന, 'ഞാൻ ഉണ്ട്' എന്ന ഭാവത്തിലുള്ള എന്റെ യഥാർത്ഥ പ്രകൃതിയും: രൂപവുമായി ഏകീഭവിക്കുന്നതിനു മുമ്പുള്ള, ശുദ്ധമായ അവസ്ഥയിലുള്ള ബോധം. പിന്നീട് ഞാൻ ആരംഭത്തിൽ ശൂന്യതയായി കണക്കാക്കിയിരുന്ന സമയരഹിതവും അനശ്വരവുമായ ആ ആന്തരികമണ്ഡലത്തിന്റെ ഉള്ളിലേക്കു പ്രവേശിക്കാനും പൂർണ്ണബോധത്തോടെ നിലകൊള്ളാനും ഞാൻ പഠിച്ചു. ഞാൻ ഇപ്പോൾ വിവരിച്ച പ്രഥമാനുഭവംപോലും നിഷ്പ്രഭമാകുന്ന രീതിയിൽ വിവരണാതീതമായ ആനന്ദത്തിന്റെയും പരിശുദ്ധിയുടെയും അവസ്ഥകളിൽ ഞാൻ വസിച്ചു. ഭൗതികതലത്തിൽ കുറച്ചു കാലത്തേക്ക് എനിക്കു ഒന്നുംതന്നെ സ്വന്തമായില്ലാത്ത ഒരു സമയം വന്നുചേർന്നു. എനിക്ക് ബന്ധങ്ങളോ ജോലിയോ വീടോ സാമൂഹികമായി നിർവ്വചിക്കാവുന്ന ഒരു വ്യക്തിത്വമോ ഇല്ലാതായി. അങ്ങേയറ്റം തീവ്രമായ ആനന്ദം അനുഭവിച്ചുകൊണ്ട് ഉദ്യാനങ്ങളിലെ ബെഞ്ചുകളിൽ ഇരുന്നു രണ്ടു വർഷത്തോളം ഞാൻ ചെലവഴിച്ചു.

പക്ഷേ, ഏറ്റവും മനോഹരമായ അനുഭവങ്ങൾപോലും വരികയും പോവുകയും ചെയ്യും. ഒരുപക്ഷേ, ഏതനുഭവത്തെക്കാളും അടിസ്ഥാന

പരമായുള്ളത് അന്നുതൊട്ട് എന്നെ വിട്ടുപോകാത്ത ശാന്തിയുടെ അടിയൊഴുക്കാണ്. ചിലസമയത്ത് അതു വളരെ ശക്തമാണ്. ഏകദേശം സുതാര്യവുമാണ്. മറ്റുള്ളവർക്കുപോലും അത് അനുഭവിക്കാൻ കഴിയാറുണ്ട്. മറ്റു ചിലപ്പോൾ വിദൂരമായ ഒരു മധുരഗീതംപോലെ പശ്ചാത്തലത്തിലെവിടെയോ അതുണ്ട്.

പിന്നീടു ചിലപ്പോഴൊക്കെ ആളുകൾ എന്റെയടുത്തു വന്നു പറയും: "താങ്കളുടെ കൈവശമുള്ളത് എനിക്കും വേണം. അതെനിക്കു തരുമോ? അല്ലെങ്കിൽ അതെങ്ങനെ ലഭിക്കുമെന്നു പറഞ്ഞുതരുമോ?" എന്ന്. ഞാൻ പറയും: "നിങ്ങളുടെ കൈയിൽ ഇപ്പോൾത്തന്നെ അതുണ്ട്. നിങ്ങളുടെ മനസ്സ് വളരെയധികം ശബ്ദമുണ്ടാക്കുന്നതുകൊണ്ടു നിങ്ങൾക്കത് അറിയാനാകുന്നില്ലെന്നേയുള്ളൂ."

ആ ഉത്തരമാണ് പിന്നീടു നിങ്ങളിപ്പോൾ കൈയിലേന്തിയിരിക്കുന്ന ഈ പുസ്തകമായി വളർന്നത്.

ഞാനറിയുന്നതിനുമുമ്പ് എനിക്കു ബാഹ്യമായ ഒരു വ്യക്തിത്വം വീണ്ടുമുണ്ടായിക്കഴിഞ്ഞിരുന്നു. ഞാനൊരു ആത്മീയ ഗുരുവായി മാറിയിരുന്നു.

നിങ്ങളുടെയുള്ളിലെ സത്യം

യൂറോപ്പിലും വടക്കേ അമേരിക്കയിലും കഴിഞ്ഞ പത്തുവർഷങ്ങളായി വ്യക്തികളോടും ആത്മീയാന്വേഷകരുടെ ചെറിയ വൃന്ദങ്ങളോടുമൊത്തുള്ള എന്റെ പ്രവർത്തനങ്ങളുടെ സാരാംശത്തെയാണ് വാക്കുകളാൽ അതു പറഞ്ഞറിയിക്കാവുന്നിടത്തോളം ഈ പുസ്തകം പ്രതിനിധീകരിക്കുന്നത്. ആ വ്യക്തികളുടെ ധൈര്യം, ആന്തരികമായ മാറ്റത്തെ സ്വീകരിക്കുവാനുള്ള സന്നദ്ധത, വെല്ലുവിളിയുയർത്തുന്ന അവരുടെ ചോദ്യങ്ങൾ, ശ്രദ്ധിക്കാനുള്ള അവരുടെ മനസ്സൊരുക്കം ഇവയ്ക്കൊക്കെ ആഴത്തിലുള്ള സ്നേഹത്തോടും മതിപ്പോടും കൂടി നന്ദി പറയാൻ ഞാനാഗ്രഹിക്കുന്നു. അവരില്ലാതെ, ഈ പുസ്തകം നിലവിൽ വരുമായിരുന്നില്ല. ഇപ്പോഴും ചെറുതെങ്കിലും ഭാഗ്യവശാൽ വളർന്നുകൊണ്ടിരിക്കുന്ന ആദ്ധ്യാത്മിക മാർഗ്ഗദർശികളുടെ ന്യൂനപക്ഷത്തിൽപ്പെട്ടവരാണ് അവരെല്ലാം. യുഗങ്ങളായി മനുഷ്യരെ യാതനയുടെ ബന്ധനത്തിൽ വച്ചുകൊണ്ടിരിക്കുന്ന, പാരമ്പര്യമായി ലഭിച്ച കൂട്ടായ മാനസിക സമ്പ്രദായങ്ങളിൽനിന്നു രക്ഷപ്പെടാൻ പ്രാപ്തി നേടുന്ന ഒരവസ്ഥയിലേക്ക് ഈ വ്യക്തികൾ എത്തിച്ചേർന്നുകൊണ്ടിരിക്കുന്നു.

ഈ പുസ്തകം, അതുപോലുള്ള മൗലികമായ ആന്തരികമാറ്റത്തിനു തയ്യാറായിട്ടുള്ള ആളുകളുടെ കൈകളിൽ എത്തുമെന്നും ആന്തരിക പരിവർത്തനത്തിനുള്ള രാസത്വരകമായി പ്രവർത്തിക്കുമെന്നും ഞാൻ വിശ്വസിക്കുന്നു. ഈ പുസ്തകത്തിന്റെ ഉള്ളടക്കം തങ്ങളുടെ പരിഗണനയ്ക്ക് അർഹമാണെന്നു കണ്ടെത്തുന്ന മറ്റനേകം പേരുടെ കൈകളിലും ഇത് എത്തിച്ചേരുമെന്ന് ഞാൻ പ്രതീക്ഷിക്കുന്നു— ഇതിന്റെ

ഉള്ളടക്കത്തിനനുസരിച്ചു പൂർണ്ണമായി ജീവിക്കാനോ ഇതിൽപ്പറഞ്ഞ കാര്യങ്ങൾ പരിശീലിക്കാനോ അവർ സന്നദ്ധരായിട്ടില്ലെങ്കിൽക്കൂടി. ഈ പുസ്തകം വായിക്കുമ്പോൾ വിതയ്ക്കപ്പെടുന്ന വിത്ത്, ഓരോ മനുഷ്യനും തന്റെയുള്ളിൽ കൊണ്ടുനടക്കുന്ന പ്രബുദ്ധതയുടെ വിത്തുമായി ലയിച്ച്, പെട്ടെന്നൊരുനാൾ മുളയ്ക്കുകയും അവരുടെയുള്ളിൽ സജീവമാകുകയും ചെയ്തുകൂടെന്നില്ല. സെമിനാറുകളിലും ധ്യാന ക്ലാസ്സുകളിലും സ്വകാര്യ ഉപദേശയോഗങ്ങളിലും ആളുകൾ ചോദിക്കുന്ന ചോദ്യങ്ങൾക്കുള്ള മറുപടിയായിട്ട്, നൈസർഗ്ഗികമായിട്ടാണ് ഈ പുസ്തകം അതിന്റെ ഇന്നത്തെ രൂപത്തിൽ ഉദ്ഭവിച്ചത്. അതുകൊണ്ടു ചോദ്യോത്തരഘടനതന്നെ ഞാനിതിൽ അവലംബിച്ചിരിക്കുന്നു. ആ ക്ലാസ്സുകളിലും യോഗങ്ങളിലും ചോദ്യകർത്താക്കൾ എത്രമാത്രം കാര്യങ്ങൾ മനസ്സിലാക്കുകയും സ്വീകരിക്കുകയും ചെയ്തുവോ, അത്രയുംതന്നെ ഞാനും മനസ്സിലാക്കുകയും സ്വീകരിക്കുകയും ചെയ്തു. ചില ചോദ്യങ്ങളും ഉത്തരങ്ങളും അതേപടിതന്നെ ഞാൻ എഴുതിയെടുത്തു. മറ്റു ചോദ്യങ്ങൾ പൊതുവായുള്ളവയാണ്. അതായത് എപ്പോഴും ചോദിക്കപ്പെടുന്ന ചില പ്രത്യേകതരം ചോദ്യങ്ങളെ യോജിപ്പിച്ച് ഒന്നാക്കുകയും വ്യത്യസ്ത ഉത്തരങ്ങളുടെ സാരാംശമെടുത്ത് ഒരു പൊതുവായ ഉത്തരമാക്കുകയും ചെയ്തിട്ടുണ്ട്. ചിലപ്പോൾ എഴുതുന്ന സമയത്തു ഞാനതുവരെ പറഞ്ഞിട്ടുള്ളതിനെക്കാളൊക്കെ ആഴമുള്ളതും ഉൾക്കാഴ്ചയുള്ളതുമായ തികച്ചും പുതിയൊരുത്തരം പൊന്തിവരികയും ചെയ്യും. ചില വിഷയങ്ങളിൽ കൂടുതൽ വിശദീകരണം ലഭ്യമാകുന്നതിനായി എഡിറ്റർ അനുബന്ധമായി കുറച്ചു ചോദ്യങ്ങൾ ചോദിക്കുകയും ചെയ്തു.

പുസ്തകത്തിന്റെ ആദ്യപേജ് മുതൽ അവസാന പേജുവരെ സംഭാഷണങ്ങൾ നിരന്തരമായി രണ്ടു വ്യത്യസ്ത തലങ്ങൾക്കിടയിൽ മാറി മാറി വരുന്നതു നിങ്ങൾക്കു കാണാം. അതിലെ ഒരു തലത്തിൽ, നിങ്ങളിൽ അവാസ്തവമായി എന്താണോ ഉള്ളത് അതിലേക്കു ഞാൻ നിങ്ങളുടെ ശ്രദ്ധ ക്ഷണിക്കുന്നു. മനുഷ്യന്റെ അബോധാവസ്ഥയുടെ പ്രകൃതിയെക്കുറിച്ചും, അതിന്റെ പ്രവർത്തന വൈകല്യത്തെക്കുറിച്ചും സാധാരണയായുള്ള പെരുമാറ്റരീതികളിലെ അതിന്റെ ആവിഷ്കാരങ്ങളെക്കുറിച്ചും ബന്ധങ്ങൾക്കുള്ളിലെ സംഘർഷങ്ങളെക്കുറിച്ചും തുടങ്ങി, ഗോത്രങ്ങളും രാജ്യങ്ങളും തമ്മിലുള്ള പോരാട്ടങ്ങളെക്കുറിച്ചു വരെയുള്ള കാര്യങ്ങൾ ഞാൻ സംസാരിക്കുന്നുണ്ട്. അത്തരം ജ്ഞാനം വളരെ പ്രധാനമാണ്. കാരണം, അവാസ്തവമായതിനെ—അതായത് നിങ്ങളല്ലാത്തതിനെ, അവാസ്തവമായിത്തന്നെ തിരിച്ചറിയാൻ നിങ്ങൾ പഠിച്ചില്ലെങ്കിൽ ശാശ്വതമായ പരിവർത്തനം ഉണ്ടാവുകയില്ല. വീണ്ടും മിഥ്യാബോധത്തിലേക്കും ഏതെങ്കിലും തരത്തിലുള്ള വേദനയിലേക്കും നിങ്ങൾ വലിച്ചിഴയ്ക്കപ്പെടും. ഈ തലത്തിൽ, നിങ്ങളിൽ അവാസ്ത

വമായുള്ളതിനെ നിങ്ങളുടെ വ്യക്തിത്വമായും വ്യക്തിപരമായ പ്രശ്ന മായും മാറ്റാതിരിക്കുന്നതെങ്ങനെയെന്നു ഞാൻ നിങ്ങൾക്കു കാണിച്ചു തരുന്നു. കാരണം അങ്ങനെയാണ് അവാസ്തവമായതു സ്വയം നില നിർത്തിപ്പോരുന്നത്.

മറ്റൊരു തലത്തിൽ, മനുഷ്യബോധത്തിന്റെ മഹത്തായ പരിവർത്ത നത്തെക്കുറിച്ചു ഞാൻ സംസാരിക്കുന്നു. വിദൂരഭാവിയിലുള്ള ഒരു സാദ്ധ്യതയായല്ല—ഇപ്പോൾ ഇവിടെ ലഭ്യമായ ഒരു കാര്യമായി. നിങ്ങൾ ആരോ എവിടെയോ ആയിക്കൊള്ളട്ടെ. മനസ്സിനോടുള്ള അടിമത്ത ത്തിൽനിന്ന് എങ്ങനെ സ്വയം സ്വതന്ത്രരാകണമെന്നും ബോധത്തിന്റെ പ്രബുദ്ധമായ അവസ്ഥയിലേക്ക് എങ്ങനെ പ്രവേശിക്കണമെന്നും നിത്യ ജീവിതത്തിൽ എങ്ങനെ അതു നിലനിർത്തണമെന്നും നിങ്ങൾക്ക് ഈ പുസ്തകം കാണിച്ചുതരുന്നു.

പുസ്തകത്തിന്റെ ഈ തലത്തിൽ വാക്കുകൾ വെറും അറിവു പക രാനല്ല, മറിച്ചു നിങ്ങൾ വായിച്ചുകൊണ്ടിരിക്കുമ്പോൾത്തന്നെ നിങ്ങളെ ഈ പുതിയ ബോധാവസ്ഥയിലേക്ക് ആവാഹിക്കുവാൻ വേണ്ടിയാണു പലപ്പോഴും രൂപകല്പന ചെയ്തിട്ടുള്ളത്. വീണ്ടും വീണ്ടും എന്നോ ടൊപ്പം വർത്തമാന നിമിഷത്തിലെ തീവ്രവും ബോധപൂർവ്വവുമായ സാന്നിദ്ധ്യത്തിന്റെ സമയരഹിതമായ അവസ്ഥയിലേക്കു നിങ്ങളെ കൊണ്ടുപോകാൻ ഞാൻ പരിശ്രമം ചെയ്യുന്നു. നിങ്ങൾക്കു പ്രബുദ്ധ തയുടെ പ്രഥമാസ്വാദനം നല്കുവാനായി, ഞാൻ പറയുന്ന അവസ്ഥ അനുഭവിക്കന്നതുവരെ ആ വാക്യങ്ങളെല്ലാം ആവർത്തന വിരസമാ ണെന്നു നിങ്ങൾക്കു തോന്നിയേക്കാം. പക്ഷേ, ആ അനുഭവം നിങ്ങൾ ക്കുണ്ടാകുമ്പോൾ, ആ വാക്യങ്ങളിൽ നിറയെ ആദ്ധ്യാത്മികശക്തി അടങ്ങിയിട്ടുണ്ടെന്നു നിങ്ങൾ തിരിച്ചറിയുമെന്നും നിങ്ങളെ സംബ ന്ധിച്ചിടത്തോളം ഈ പുസ്തകത്തിലെ ഏറ്റവും തൃപ്തികരമായ ഭാഗ മായി ആ വാക്യങ്ങൾ മാറുമെന്നും ഞാൻ വിശ്വസിക്കുന്നു. കൂടാതെ, ഓരോ വ്യക്തിയും പ്രബുദ്ധതയുടെ വിത്ത് ഉള്ളിൽ കൊണ്ടുനടക്കു ന്നതുകൊണ്ട്, നിങ്ങളുടെ ഉള്ളിലെ ചിന്തകനു പിറകിൽ വസിക്കുന്ന ജ്ഞാനിയെയാണ് ഞാൻ പലപ്പോഴും അഭിസംബോധന ചെയ്യുന്നത്. ആദ്ധ്യാത്മിക സത്യത്തെ പെട്ടെന്നു തിരിച്ചറിയുകയും അതിനെ പ്രതി ദ്ധ്വനിപ്പിക്കുകയും അതിൽനിന്നു ശക്തിയാർജ്ജിക്കുകയും ചെയ്യുന്ന നിങ്ങളുടെ അന്തരാത്മാവിനെ.

ചില ഖണ്ഡികകൾ കഴിഞ്ഞുള്ള വിരാമചിഹ്നം ꩜ നിങ്ങൾക്ക് ഒരു നിമിഷനേരത്തേക്കു വായന നിർത്താനും നിശ്ചലമായിരുന്ന് അതു വരെ പറഞ്ഞിട്ടുള്ള കാര്യങ്ങളുടെ സത്യത്തെ അറിയാനും അനുഭവി ക്കാനുമുള്ള ഒരു സൂചനയാണ്. പുസ്തകത്തിലെ മറ്റു ചിലയിടങ്ങളിൽ ഇതു നിങ്ങൾ സ്വാഭാവികവും നൈസ്സർഗ്ഗികവും ആയിട്ടായിരിക്കും ചെയ്യുന്നത്.

നിങ്ങൾ ഈ പുസ്തകം വായിക്കാൻ തുടങ്ങുമ്പോൾ, 'ഉണ്മ', 'സാന്നിദ്ധ്യം' തുടങ്ങിയ ചില പദങ്ങളുടെ അർത്ഥം ആദ്യം നിങ്ങൾക്കു വ്യക്തമായിരിക്കുകയില്ല. വായന തുടരുകമാത്രം ചെയ്യുക. നിങ്ങൾ വായിക്കുമ്പോൾ ചോദ്യങ്ങളും എതിർപ്പുകളുമൊക്കെ ഇടയ്ക്കിടെ മനസ്സിൽ ഉയർന്നെന്നിരിക്കും. അതിനുള്ള ഉത്തരം പുസ്തകത്തിലെ പിന്നീടുള്ള ഭാഗങ്ങളിൽനിന്നു ലഭിക്കും. അതല്ലെങ്കിൽ, നിങ്ങൾ ഈ ബോധനരീതിയിലേക്കും നിങ്ങളുടെ ഉള്ളിലേക്കും ആഴത്തിൽ പോകുന്തോറും നിങ്ങളുടെ ചോദ്യങ്ങൾ അപ്രസക്തമായി മാറും.

മനസ്സുകൊണ്ടുമാത്രമല്ല നിങ്ങൾ വായിക്കേണ്ടത്. നിങ്ങൾ വായിക്കുമ്പോൾ 'വൈകാരികമായ പ്രതികരണ'ത്തെയോ നിങ്ങളുടെ ഉള്ളിൽ നിന്നു വരുന്ന തിരിച്ചറിവിന്റെ ബോധത്തെയോ ശ്രദ്ധിക്കുക. നിങ്ങളുടെയുള്ളിൽ ആഴത്തിൽ, നിങ്ങൾക്കു നേരത്തേ അറിയാവുന്നതിൽ പരം ആദ്ധ്യാത്മിക സത്യങ്ങളൊന്നുംതന്നെ എനിക്കും പറയാനില്ല. നിങ്ങൾ മറന്നുപോയതിനെ ഓർമ്മിപ്പിക്കാൻ മാത്രമേ എനിക്കു കഴിയൂ. പുരാതനവും എന്നാൽ എപ്പോഴും നവീനവുമായ ജീവിതജ്ഞാനം അപ്പോൾ പ്രവർത്തനക്ഷമമാവുകയും ശരീരത്തിലെ ഓരോ കോശത്തിൽനിന്നും സ്വതന്ത്രമാക്കപ്പെടുകയും ചെയ്യും.

മനസ്സ് എപ്പോഴും തരംതിരിക്കാനും താരതമ്യം ചെയ്യാനും ആഗ്രഹിക്കുന്നു. പക്ഷേ, ഈ പുസ്തകത്തിലെ സാങ്കേതികഭാഷയെ മറ്റു ബോധനരീതികളിലെ ഭാഷയുമായി നിങ്ങൾ താരതമ്യം ചെയ്യാൻ ശ്രമിക്കാതിരിക്കുകയാണെങ്കിൽ, നിങ്ങൾക്കീ പുസ്തകം കൂടുതൽ ഉപകാരപ്രദമാവും. അതല്ലെങ്കിൽ നിങ്ങൾ മിക്കവാറും ആശയക്കുഴപ്പത്തിലാവും.

മറ്റു ബോധനരീതികളോടു സാമ്യതയുള്ള രീതിയിലാവണമെന്നില്ല 'മനസ്സ്", 'സന്തോഷം', 'ബോധം' തുടങ്ങിയ പദങ്ങൾ ഞാനുപയോഗിക്കുന്നത്. പദങ്ങളുമായി ബന്ധനത്തിലാവാതിരിക്കുക. എത്രയും പെട്ടെന്നു നമ്മൾ പിന്നിടേണ്ട ചവിട്ടുപടികൾ മാത്രമാണവ.

എ കോഴ്സ് ഇൻ മിറക്കിൾസ് എന്ന പുസ്തകത്തിൽനിന്നോ മറ്റു ബോധനരീതികളിൽനിന്നോ യേശുവിന്റെയോ ബുദ്ധന്റെയോ വാക്കുകൾ ഇടയ്ക്കൊക്കെ ഞാൻ ഉദ്ധരിക്കുന്നത് താരതമ്യം ചെയ്യാനല്ല. മറിച്ച്, പല രൂപങ്ങളിൽ വന്നാലും നാളിതുവരെയും ഇപ്പോഴും ഒരു ആദ്ധ്യാത്മിക ബോധനരീതിയേയുള്ളൂ എന്ന വസ്തുതയിലേക്കു നിങ്ങളുടെ ശ്രദ്ധ ക്ഷണിക്കാനാണ്. ഇവയിൽ പുരാതനമതങ്ങൾ പോലെയുള്ളവ അപ്രസക്തമായ കാര്യങ്ങളാൽ വളരെയധികം പൊതിയപ്പെട്ടിട്ടുള്ളതിനാൽ അവയുടെ ആത്മീയസാരാംശം പൂർണ്ണമായും മറയ്ക്കപ്പെട്ടിരിക്കുന്നു. അതുകൊണ്ട്, വലിയൊരളവിൽ ഈ മതങ്ങളുടെ ആഴത്തിലുള്ള അർത്ഥം ഇപ്പോൾ തിരിച്ചറിയപ്പെടുന്നില്ല. മാത്രമല്ല, അവയുടെ പരിവർത്തനശക്തി നഷ്ടമായിരിക്കുന്നു. പുരാതന മതങ്ങളിൽനിന്നോ മറ്റു ബോധനരീതികളിൽനിന്നോ ഞാനുദ്ധരിക്കുമ്പോൾ,

അവയുടെ ആഴത്തിലുള്ള അർത്ഥം വെളിവാക്കാനും അങ്ങനെ അവയുടെ പരിവർത്തനശക്തിയെ പൂർവ്വാവസ്ഥയിലേക്കാക്കാനും വേണ്ടിയാണ് അതു ചെയ്യുന്നത്— പ്രത്യേകിച്ചും ഈ മതങ്ങളുടെയോ ബോധനരീതികളുടെയോ അനുയായികളായ വായനക്കാർക്കുവേണ്ടി ഞാനവരോടു പറയുന്നു: സത്യത്തിനായി നിങ്ങൾ മറ്റെവിടെയും പോകേണ്ടതില്ല. ഇപ്പോൾത്തന്നെ നിങ്ങളുടെ കൈവശമുള്ളതിലേക്കു കൂടുതൽ ആഴത്തിൽ പോകേണ്ടതെങ്ങനെയെന്നു കാണിച്ചുതരാൻ എന്നെ അനുവദിക്കുക. എന്നാലും ഒരുപാട് വ്യക്തികളിലേക്കെത്തുവാനായി വളരെയധികം നിഷ്പക്ഷമായ സാങ്കേതികഭാഷ ഉപയോഗിക്കാനാണ്, മിക്കവാറും ഞാൻ പരിശ്രമിച്ചിട്ടുള്ളത്. എല്ലാ മതങ്ങളുടെയും സാരാംശമായ ഒരിക്കലും കാലഹരണപ്പെടാത്ത ആ ഒരു ആദ്ധ്യാത്മിക ബോധനരീതിയുടെ നമ്മുടെ കാലത്തിനുവേണ്ടിയുള്ള പുനഃപ്രസ്താവനയായി ഈ പുസ്തകത്തെ കാണാം. ബാഹ്യമായ ഉറവിടങ്ങളിൽ നിന്നല്ല അതു ലഭിച്ചിരിക്കുന്നത്; മറിച്ച് ഉള്ളിലെ യഥാർത്ഥ ഉത്ഭവസ്ഥാനത്തുനിന്നാണ്. അതുകൊണ്ടുതന്നെ അതിൽ സിദ്ധാന്തമോ അഭ്യൂഹമോ ഒന്നുംതന്നെ അടങ്ങിയിട്ടില്ല. എന്റെ ആന്തരികാനുഭവത്തിൽ നിന്നാണ് ഞാൻ സംസാരിക്കുന്നത്. ചില സമയത്ത് ഞാൻ ശക്തമായ ഭാഷ ഉപയോഗിക്കുന്നുണ്ടെങ്കിൽ, അതു മാനസികപ്രതിരോധത്തിന്റെ കട്ടിയായ പാളികളിലൂടെ മുറിച്ചുകടക്കാനാണ്. അങ്ങനെ, നിങ്ങളുടെയുള്ളിൽ ഞാൻ 'അറിയുന്ന'തുപോലെ നിങ്ങളും ഇപ്പോഴേ 'അറിയുന്ന്' സത്യം ശ്രവിക്കുമ്പോൾ മനസ്സിലാക്കാൻ കഴിയുന്ന ആ ഇടത്തിലേക്ക് എത്തിച്ചേരാനാണ്. അപ്പോൾ അതിയായ ആനന്ദത്തിന്റെയും ഉയർന്ന ചേതനയുടെയും അനുഭവമുണ്ടാകുന്നു.

നിങ്ങളുടെയുള്ളിൽ എന്തോ ഒന്ന് ഇങ്ങനെ പറയുന്നതു പോലെയാണത്. "അതെ. ഇതു സത്യമാണെന്ന് എനിക്കറിയാം."

നിങ്ങളെന്നാൽ നിങ്ങളുടെ മനസ്സല്ല

പ്രബുദ്ധതയ്ക്കുള്ള ഏറ്റവും വലിയ തടസ്സം

പ്രബുദ്ധത— എന്താണത്?

ഒരു യാചകൻ മുപ്പതു വർഷത്തിലേറെയായി വഴിയരികിൽ ഇരിക്കുകയായിരുന്നു. ഒരു ദിവസം ഒരപരിചിതൻ അയാളുടെ അരികിലൂടെ നടന്നുപോയി. യാന്ത്രികമായി തന്റെ പഴയ ബേസ്ബോൾ തൊപ്പി നീട്ടിക്കൊണ്ടു യാചകൻ മന്ത്രിച്ചു: "ചില്ലറ തരാനുണ്ടോ?" "നിങ്ങൾക്കു തരാൻ എന്റെ കൈയിൽ ഒന്നുമില്ല," അപരിചിതൻ പറഞ്ഞു. പിന്നെ അദ്ദേഹം ചോദിച്ചു: "താങ്കൾ എന്തിന്റെ പുറത്താണ് ഇരിക്കുന്നത്?" "ഏയ് ഒന്നുമില്ല," യാചകൻ മറുപടി പറഞ്ഞു. "അതു വെറുമൊരു പഴയ പെട്ടിയാണ്. എനിക്ക് ഓർമ്മയുള്ളിടത്തോളം കാലമായി ഞാൻ ഇതിനു മുകളിലാണ് ഇരിക്കുന്നത്." "താങ്കൾ എപ്പോഴെങ്കിലും അതിനകത്തേക്കു നോക്കിയിട്ടുണ്ടോ?" അപരിചിതൻ ചോദിച്ചു: "ഇല്ല," യാചകൻ പറഞ്ഞു: "നോക്കിയിട്ടെന്താ കാര്യം? അതിനകത്ത് ഒന്നുമില്ല." "അതൊന്നു തുറന്നു നോക്കൂ." അപരിചിതൻ നിർബന്ധിച്ചു. യാചകൻ ആ പെട്ടിയുടെ അടപ്പ് ബലം പ്രയോഗിച്ചു തുറക്കുന്നതിൽ വിജയിച്ചു. അതിശയത്തോടെ, അവിശ്വാസത്തോടെ, ആഹ്ലാദത്തോടെ അയാൾ കണ്ടു— ആ പെട്ടിയിൽ സ്വർണ്ണം നിറഞ്ഞിരിക്കുന്നത്!

നിങ്ങൾക്ക് ഒന്നും തരാനില്ലാത്ത, നിങ്ങളോട് ഉള്ളിലേക്കു നോക്കാൻ പറയുന്ന ആ അപരിചിതനാണ് ഞാൻ. ആ സരോപദേശ കഥയിലേതുപോലെ ഏതെങ്കിലും പെട്ടിയുടെ അകത്തേക്കല്ല ഞാൻ നോക്കാൻ പറയുന്നത്— മറിച്ച് ഏറ്റവും അരികത്തു നിങ്ങളുടെ ഉള്ളിലേക്കുതന്നെ. "പക്ഷേ, ഞാനൊരു യാചകനല്ലല്ലോ"— നിങ്ങൾ പറയുന്നത് എനിക്കു കേൾക്കാം. എത്രയേറെ ഭൗതികസമ്പത്തുണ്ടെങ്കിലും തങ്ങളുടെ യഥാർത്ഥ സമ്പത്തായ ഉണ്മയുടെ ദീപ്തമായ ആനന്ദവും അതോടൊപ്പം ലഭിക്കുന്ന അഗാധവും അചഞ്ചലവുമായ ശാന്തിയും കണ്ടെത്താത്തവർ യാചകർതന്നെയാണ്. ഉറപ്പിനോ സുരക്ഷയ്ക്കോ സ്നേഹത്തിനോവേണ്ടി, സുഖത്തിന്റേയോ സംതൃപ്തിയുടെയോ നുറുങ്ങുകൾക്കായി അവർ പുറത്തേക്കാണു നോക്കുന്നത്— മേൽപ്പറഞ്ഞ എല്ലാ

കാര്യങ്ങളും അടങ്ങുന്നതെന്നു മാത്രമല്ല, ഈ ലോകത്തിനു നല്കാൻ കഴിയുന്ന എന്തിനെക്കാളും അപരിമേയമായ മഹത്ത്വം കൂടിയുള്ള ഒരു നിധി അവരുടെ ഉള്ളിലുള്ളപ്പോൾ. പ്രബുദ്ധത എന്ന വാക്ക് അമാനുഷമായ ഏതോ സിദ്ധിവിശേഷമെന്ന ആശയത്തെ ക്ഷണിച്ചു വരുത്തുന്നു. അഹന്തയ്ക്കാകട്ടെ, ആ ആശയം അങ്ങനെതന്നെ നിലനില്ക്കണമെന്നാണ് ആഗ്രഹം. പക്ഷേ, ലളിതമായി പറഞ്ഞാൽ, പ്രബുദ്ധത, ഉണ്മയുമായുള്ള നിങ്ങളുടെ ഒന്നുചേരലിന്റെ അനുഭവമെന്ന സ്വാഭാവികമായ അവസ്ഥയാണ്. അമേയവും അനശ്വരവുമായ ഏതോ ഒന്നുമായി ബന്ധപ്പെടുന്ന അവസ്ഥയാണത്. വിപരീതമായി പറയുകയാണെങ്കിൽ, ആ ഒന്ന് അടിസ്ഥാനപരമായി നിങ്ങളാണെങ്കിലും നിങ്ങളെക്കാൾ എത്രയോ മഹത്ത്വമുള്ളതുമാണ്. നാമത്തിനും രൂപത്തിനും ഉപരിയായി നിങ്ങളുടെ യഥാർത്ഥ പ്രകൃതിയെ കണ്ടെത്തലാണത്. ഈ പരസ്പര ബന്ധം അനുഭവിക്കാനുള്ള പ്രാപ്തിയില്ലായ്മയാണ് നിങ്ങളിൽനിന്നും നിങ്ങൾക്കു ചുറ്റുമുള്ള ലോകത്തിൽനിന്നുമുള്ള വേർതിരിവിന്റെ മിഥ്യാബോധം ഉണ്ടാക്കുന്നത്. പിന്നെ നിങ്ങൾ ബോധപൂർവ്വമോ അബോധപൂർവ്വമോ ഒറ്റപ്പെട്ട ഒരു ശകലമാണെന്നു സ്വയം ഗ്രഹിക്കുന്നു. ഭീതി ഉദയം ചെയ്യുകയും പുറത്തും അകത്തുമുള്ള സംഘർഷം ജീവിത രീതിയാവുകയും ചെയ്യുന്നു.

'ദുരിതത്തിന്റെ അറുതി'യെന്ന, പ്രബുദ്ധതയെക്കുറിച്ചുള്ള ബുദ്ധന്റെ ലളിതമായ നിർവ്വചനം എനിക്കിഷ്ടമാണ്. അതിൽ അമാനുഷമായി ഒന്നുമില്ല. ഉവ്വോ? തീർച്ചയായും ഒരു നിർവ്വചനമെന്നനിലയ്ക്ക് അതു അപൂർണ്ണമാണ്. പ്രബുദ്ധത എന്തല്ല എന്നുമാത്രമാണ് അതു നിങ്ങൾക്കു പറഞ്ഞുതരുന്നത്— ദുരിതമില്ലായ്മ. പക്ഷേ, യാതനകൾ അവസാനിക്കുമ്പോൾ ബാക്കിയുള്ളത് എന്താണ്? ബുദ്ധൻ ഇവിടെ നിശ്ശബ്ദനാവുന്നു. അദ്ദേഹത്തിന്റെ നിശ്ശബ്ദത സൂചിപ്പിക്കുന്നതു നിങ്ങൾതന്നെ അതു കണ്ടെത്തണമെന്നാണ്. മനസ്സ് അതിനെ ഒരു വിശ്വാസമായോ അമാനുഷമായ വൈഭവമായോ നിങ്ങൾക്ക് ഒരിക്കലും നേടാനാവാത്ത ഒരു ലക്ഷ്യമായോ മാറ്റാതിരിക്കാനാണ് നിഷേധാത്മകമായ ഒരു നിർവ്വചനം പ്രബുദ്ധതയ്ക്കു ബുദ്ധൻ നല്കിയത്. ഈ മുൻകരുതലുണ്ടായിട്ടും പ്രബുദ്ധത ബുദ്ധനു മാത്രമുള്ളതാണെന്നും, ഈ ജന്മത്തിലെങ്കിലും തങ്ങൾക്കുള്ളതല്ലെന്നും ഭൂരിപക്ഷം ബുദ്ധമതാനുയായികളും വിശ്വസിക്കുന്നു.

'ഉണ്മ'യെന്ന പദം താങ്കൾ ഉപയോഗിച്ചുവല്ലോ. അതുകൊണ്ടു താങ്കൾ എന്താണുദ്ദേശിക്കുന്നത് എന്നു വിശദീകരിക്കാമോ?

ജനനമരണങ്ങൾക്ക് അധീനരായ, ജീവന്റെ അസംഖ്യം രൂപങ്ങൾക്കപ്പുറമുള്ള അനന്തവും ശാശ്വതവുമായ ഏകജീവനാണ് ഉണ്മ. പക്ഷേ, ഈ ഉണ്മ പുറത്തു മാത്രമല്ല, ഓരോ ജീവരൂപത്തിന്റെയും ഏറ്റവും

ഉള്ളിൽ അതിന്റെ അദൃശ്യവും അനശ്വരവുമായ സത്തയായി, വളരെ ആഴത്തിലും സ്ഥിതിചെയ്യുന്നു. അതിന്റെ അർത്ഥം നിങ്ങളുടെ യഥാർത്ഥ പ്രകൃതിയായി, ഏറ്റവും അഗാധമായ അന്തഃസത്തയായി അതു നിങ്ങൾക്കിപ്പോൾത്തന്നെ പ്രാപ്യമാമെന്നാണ്. പക്ഷേ, മനസ്സുകൊണ്ട് അതിനെ മുറുകെപ്പിടിക്കാൻ ശ്രമിക്കരുത്. അതിനെ മനസ്സിലാക്കാനേ ശ്രമിക്കരുത്. മനസ്സ് നിശ്ചലമായാലേ അതിനെ അറിയാനാവൂ. നിങ്ങൾ സന്നിഹിതനായാൽ, നിങ്ങളുടെ ശ്രദ്ധ പൂർണ്ണമായും തീവ്രമായും ഈ നിമിഷത്തിലായാൽ ഉണ്മയെ അനുഭവിക്കാൻ കഴിയും. പക്ഷേ, ഒരിക്കലും മനസ്സുകൊണ്ട് അതിനെ മനസ്സിലാക്കാൻ കഴിയില്ല. ഉണ്മയെക്കുറിച്ചുള്ള അവബോധം വീണ്ടെടുക്കുകയും ബോധോദയത്തിന്റെ അനുഭവമെന്ന അവസ്ഥയിൽ സ്ഥായിയായി തുടരുകയും ചെയ്യുന്നതിനെയാണ് 'പ്രബുദ്ധത'യെന്നു വിളിക്കുന്നത്.

ഉണ്മയെന്നു പറയുമ്പോൾ താങ്കൾ ഈശ്വരനെക്കുറിച്ചാണോ സംസാരിക്കുന്നത്? അങ്ങനെയാണെങ്കിൽ ഈശ്വരനെക്കുറിച്ചു താങ്കൾ പറയാത്തതെന്തുകൊണ്ട്?

ആയിരക്കണക്കിനു വർഷങ്ങളായുള്ള ദുരുപയോഗംകൊണ്ട് ഈശ്വരൻ എന്ന പദം അർത്ഥശൂന്യമായിരിക്കുന്നു. ആ പദം ഞാനിടയ്ക്ക് ഉപയോഗിക്കാറുണ്ട്. പക്ഷേ, വളരെ അപൂർവ്വമായിട്ടുമാത്രം. പവിത്രതയുടെ മണ്ഡലത്തിന്റെയോ ഈശ്വരൻ എന്ന പദത്തിനു പിറകിലുള്ള അനന്തമായ വിശാലതയുടെയോ ക്ഷണികദർശനംപോലും ലഭിക്കാത്തവർ, തങ്ങൾ സംസാരിക്കുന്നത് എന്തിനെക്കുറിച്ചാണെന്ന് അറിയാവുന്നതുപോലെ ദൃഢവിശ്വാസത്തോടെയാണ് ആ പദം ഉപയോഗിക്കുന്നത്. ഇതാണ് 'ദുരുപയോഗം' എന്ന വാക്കുകൊണ്ടു ഞാനുദ്ദേശിക്കുന്നത്. അതല്ലെങ്കിൽ, തങ്ങൾ നിഷേധിക്കുന്നത് എന്തിനെയാണെന്ന് അറിവുള്ളതുപോലെ അവർ അതിനെതിരേ വാദിക്കുകയും ചെയ്യുന്നു. ഈ ദുരുപയോഗം "എന്റെയോ, ഞങ്ങളുടെയോ ദൈവം മാത്രമാണ് യഥാർത്ഥത്തിലുള്ള ദൈവം. നിങ്ങളുടെ ദൈവം അവാസ്തവമാണ്." എന്നോ അല്ലെങ്കിൽ "ഈശ്വരൻ മരിച്ചിരിക്കുന്നുന്നു, എന്ന നീഷേയുടെ വിഖ്യാതമായ പ്രസ്താവനപോലെയോ അസംബന്ധമായ വിശ്വാസങ്ങളും അവകാശവാദങ്ങളും അഹന്താപരമായ മിഥ്യാബോധവും ഉണ്ടാക്കുന്നു.

'ഈശ്വരൻ' എന്ന പദം ഒരടഞ്ഞ സങ്കല്പമായിത്തീർന്നിരിക്കുന്നു. ആ പദം ഉച്ചരിക്കുന്ന നിമിഷത്തിൽ മാനസികമായ ഒരു പ്രതിരൂപം സൃഷ്ടിക്കപ്പെടുന്നു. ഇപ്പോൾ ഒരുപക്ഷേ, ആ പ്രതിരൂപം വെളുത്ത താടിയുള്ള ഒരു വൃദ്ധനായിരിക്കില്ല. പക്ഷേ, അതു നിങ്ങൾക്കു പുറത്തുള്ള ആരുടെയോ അല്ലെങ്കിൽ എന്തിന്റെയോ മാനസിക പ്രാതിനിധ്യമായിരിക്കും. അതേ, പൗരുഷമുള്ള എന്തോ അല്ലെങ്കിൽ ആരോ

ആയിരിക്കും. 'ഈശ്വരനോ', 'ഉണ്മ'യ്ക്കോ, മറ്റേതെങ്കിലും പദത്തിനോ ആ വാക്കിനു പിറകിലുള്ള അവാച്യമായ യാഥാർത്ഥ്യത്തെ നിർവ്വചിക്കാനോ വിശദീകരിക്കാനോ ആവില്ല. അതുകൊണ്ട് ആ പദം അതു ചൂണ്ടിക്കാണിക്കുന്നതെന്തോ അതിനെ അനുഭവിക്കാൻ നിങ്ങളെ പ്രാപ്തരാക്കുന്നതിൽ സഹായിക്കുന്നുണ്ടോ അതോ പ്രതിബന്ധമുണ്ടാക്കുന്നുണ്ടോ എന്നതാണ് ആകെയുള്ള പ്രധാനപ്പെട്ട ചോദ്യം. ആ പദം അതിന്റെ അപ്പുറത്തേക്ക്, അതിന്ദ്രീയമായ ആ യാഥാർത്ഥ്യത്തിലേക്കു വിരൽ ചൂണ്ടുന്നുണ്ടോ അതോ നിങ്ങളുടെ തലയ്ക്കകത്തു വെറുമൊരു ആശയമായി അല്ലെങ്കിൽ മാനസികബിംബമായി മാത്രം വളരെ എളുപ്പത്തിൽ മാറിത്തീരുന്നുണ്ടോ?

'ഉണ്മ' എന്ന വാക്ക് ഒന്നും വിശദീകരിക്കുന്നില്ല. അതുപോലെതന്നെ 'ഈശ്വരൻ' എന്ന വാക്കും. പക്ഷേ, 'ഉണ്മ'യ്ക്ക് അതൊരു തുറന്ന സങ്കല്പമാണെന്ന മേന്മയുണ്ട്. അനന്തമായ അപ്രത്യക്ഷതയെ ഒരു പരിമേയമായ അസ്തിത്വമായി അതു കുറച്ചു കാണിക്കുന്നില്ല. അതിന്റെ ഒരു മാനസിക പ്രതിരൂപമുണ്ടാക്കുക എന്നത് അസാദ്ധ്യമാണ്. ആർക്കും 'ഉണ്മ'യെ കേവലമായി അധീനപ്പെടുത്തിയെന്ന് അവകാശപ്പെടാനാവില്ല. അതു നിങ്ങളുടെതന്നെ അന്തഃസത്തയാണ്. നിങ്ങളുടെ സ്വന്തം സാന്നിദ്ധ്യത്തിന്റെ അനുഭവമായി അതു നിങ്ങൾക്ക് ഉടൻ പ്രാപ്യമാണ്. 'ഞാനുണ്ട്' എന്ന അനുഭവം 'ഞാനിതാ'ണെന്നോ 'ഞാനതാ'ണെന്നോ ഉള്ള അനുഭവങ്ങളെക്കാൾ മുമ്പു സാക്ഷാത്കരിക്കുന്നതാണ്. അതുകൊണ്ട് 'ഉണ്മ' എന്ന പദത്തിൽനിന്ന് ഉണ്മ എന്ന അനുഭവത്തിലേക്ക് ഒരു ചെറിയ ചുവടു മാത്രമേ ഉള്ളൂ.

ഈ യാഥാർത്ഥ്യത്തെ അനുഭവിക്കുന്നതിനുള്ള ഏറ്റവും വലിയ പ്രതിബന്ധം എന്താണ്?

നിങ്ങൾക്കു നിങ്ങളുടെ മനസ്സുമായുള്ള താദാത്മ്യഭാവം—അതു ചിന്തകളെ നിർബന്ധിതമാക്കാൻ കാരണമാവുന്നു. ചിന്തകളെ നിർത്താൻ കഴിയാതിരിക്കുന്നതു ഭീതിജനകമായ ഒരസുഖമാണ്. പക്ഷേ, ഏകദേശം എല്ലാവരും ഈ അസുഖത്തിന്റെ ദുരിതം അനുഭവിക്കുന്നതുകൊണ്ട് ഇതു നമ്മൾ അറിയുന്നില്ല. അതുകൊണ്ട് ഈ അവസ്ഥ വളരെ സാധാരണമാണെന്ന് കണക്കാക്കപ്പെടുന്നു. ഉണ്മയിൽനിന്ന് അടർത്തിമാറ്റാനാവാത്ത ആന്തരികനിശ്ചലതയുടെ മണ്ഡലത്തെ കണ്ടെത്തുന്നതിൽനിന്ന്, ഇടതടവില്ലാത്ത ഈ മാനസികാരവം നിങ്ങളെ തടയുന്നു. ഭീതിയുടെയും യാതനയുടെയും നിഴൽ പരത്തുന്ന കപടവും മനോനിർമ്മിതവുമായ ഒരസ്തിത്വത്തെ അതു സൃഷ്ടിക്കുകയും ചെയ്യുന്നു. ഇക്കാര്യങ്ങളെല്ലാം വളരെ വിശദമായി നമുക്കു പിന്നീടു നോക്കാം."ഞാൻ

ചിന്തിക്കുന്നു. അതുകൊണ്ട് ഞാൻ നിലനില്ക്കുന്നു" എന്ന തന്റെ വിഖ്യാതമായ പ്രസ്താവനയുണ്ടാക്കുമ്പോൾ, ഏറ്റവും അടിസ്ഥാന പരമായ സത്യം താൻ കണ്ടെത്തിയിരിക്കുന്നു എന്നാണ് തത്ത്വജ്ഞാനിയായ ഡെക്കാർട്ടെ വിശ്വസിച്ചിരുന്നത്. വാസ്തവത്തിൽ, ചിന്തയെ ഉണ്മയോടും വ്യക്തിത്വത്തെ ചിന്തയോടും തുലനപ്പെടുത്തുക എന്ന ഏറ്റവും അടിസ്ഥാനപരമായ തെറ്റിനു വാഗ്രൂപം നല്കുകയായിരുന്നു അദ്ദേഹം. നിരന്തരമായ പ്രശ്നങ്ങളും സംഘർഷങ്ങളും നിറഞ്ഞ, ഭ്രാന്തൻ സങ്കീർണ്ണതകളുള്ള ഒരു ലോകമാണിത്. മനസ്സിന്റെ സദാ വർദ്ധിച്ചുവരുന്ന ശിഥിലീകരണത്തെ പ്രതിഫലിപ്പിക്കുന്ന ഈ ലോകത്തിൽ, ഓരോ നിർബന്ധിത ചിന്തകനും അതായത് ഏകദേശം എല്ലാവരും കാഴ്ചയിൽ വേറിട്ട ഒരവസ്ഥയിലാണു ജീവിക്കുന്നത്.

പ്രബുദ്ധതയെന്നാൽ പൂർണ്ണതയുടെ അവസ്ഥയാണ്. 'ഒന്നായിത്തീരൽ' കൊണ്ടു ശാന്തിനിറഞ്ഞ അവസ്ഥ. ദുരിതത്തിന്റെയും അകത്തും പുറത്തുമുള്ള അനസ്യൂതമായ സംഘർഷങ്ങളുടെയും അവസാനം മാത്രമല്ല പ്രബുദ്ധത. ഒടുങ്ങാത്ത ചിന്തകളോടുള്ള ഭയാനകമായ അടിമത്തത്തിന്റെ അവസാനം കൂടിയാണത്. എന്തൊരു അതിശയകരമായ സ്വാതന്ത്ര്യമാണത്!

മനസ്സുമായുള്ള താദാത്മ്യഭാവം, എല്ലാ യഥാർത്ഥ ബന്ധങ്ങളെയും തടസ്സപ്പെടുത്തുന്ന, സങ്കല്പങ്ങളുടെയും ലേബലുകളുടെയും പ്രതീകങ്ങളുടെയും വാക്കുകളുടെയും തീർപ്പുകളുടെയും നിർവ്വചനങ്ങളുടെയും അവ്യക്തമായ ഒരു മറ സൃഷ്ടിക്കുന്നു. ഇതു നിങ്ങൾക്കും നിങ്ങളുടെ അസ്തിത്വത്തിനുമിടയിൽ, നിങ്ങൾക്കും നിങ്ങളുടെ സഹചാരിയായ സ്ത്രീക്കും പുരുഷനുമിടയിൽ നിങ്ങൾക്കും പ്രകൃതിക്കും ഇടയിൽ, നിങ്ങൾക്കും ഈശ്വരനും ഇടയിൽ കടന്നുവരുന്നു. ചിന്തയുടെ ഈ മറയാണ് വേർതിരിവിന്റെ മിഥ്യാബോധം സൃഷ്ടിക്കുന്നത്— നിങ്ങളും നിങ്ങളിൽനിന്നു തികച്ചും അന്യമായ 'മറ്റൊന്നും' ഉണ്ടെന്ന മിഥ്യാബോധം ഭൗതികമായ പുറംകാഴ്ചകളുടെയും വ്യത്യസ്ത രൂപങ്ങളുടെയും തലത്തിനു താഴെയായി, ലോകത്തു നിലനില്ക്കുന്ന സകലതുമായും നിങ്ങൾ ഒന്നാണെന്ന സർവ്വപ്രധാനമായ വസ്തുത നിങ്ങളപ്പോൾ മറന്നുപോകുന്നു. 'മറക്കുക' എന്നതുകൊണ്ട് ഞാനർത്ഥമാക്കുന്നത്, നിങ്ങൾക്കു സ്വയം സ്പഷ്ടമായ യാഥാർത്ഥ്യമായി ഈ ഒരുമയെ ഇപ്പോൾ അറിയാനാകുന്നില്ല എന്നാണ്. അതു സത്യമാണെന്നു നിങ്ങൾ വിശ്വസിക്കുന്നുണ്ടാകാം. പക്ഷേ, അതു സത്യമാണെന്ന അനുഭവത്തിലൂടെയുള്ള അറിവ് ഇപ്പോൾ നിങ്ങൾക്കില്ല. വിശ്വാസം സാന്ത്വനമേകിയേക്കാം. പക്ഷേ, നിങ്ങളുടെ സ്വന്തം അനുഭവത്തിലൂടെ മാത്രമേ അതു മുക്തിദായകമാവൂ.

ചിന്തിക്കുന്നത് ഒരു രോഗമായി മാറിയിരിക്കുന്നു. വസ്തുക്കളുടെ സന്തുലനം നഷ്ടപ്പെടുമ്പോഴാണ് രോഗം ഉണ്ടാകുന്നത്. ഉദാഹരണ

ത്തിന്, നമ്മുടെ ശരീരത്തിനുള്ളിൽ കോശങ്ങൾ വിഭജിക്കുകയും പെരുകുകയും ചെയ്യുന്നതിൽ അപാകതയൊന്നുമില്ല. പക്ഷേ, ആകെയുള്ള സജീവശരീരത്തെ അവഗണിച്ചുകൊണ്ട് ഈ പ്രക്രിയ തുടർന്നാൽ, കോശങ്ങൾ ക്രമാതീതമായി പെരുകുകയും നമുക്ക് അസുഖങ്ങൾ ഉണ്ടാവുകയും ചെയ്യും.

കുറിപ്പ്: ശരിയായി ഉപയോഗിച്ചാൽ മനസ്സ് അതിവിശിഷ്ടമായ ഒരു പകരണമാണ്. തെറ്റായി ഉപയോഗിച്ചാലോ, അതു വളരെ വിനാശകരവുമാണ്. വളരെ കൃത്യമായി പറയുകയാണെങ്കിൽ നിങ്ങൾ നിങ്ങളുടെ മനസ്സിനെ തെറ്റായി ഉപയോഗിക്കുന്നതല്ല പ്രശ്നം. സാധാരണയായി നിങ്ങൾ അതിനെ ഉപയോഗിക്കുന്നതേയില്ല. മറിച്ച്, അതു നിങ്ങളെയാണ് ഉപയോഗിക്കുന്നത്. ഇതുതന്നെയാണ് രോഗം. നിങ്ങളുടെ മനസ്സാണ് നിങ്ങൾ എന്നു നിങ്ങൾ വിശ്വസിക്കുന്നു. ഇതുതന്നെയാണ് ഞാൻ പറയുന്ന മിഥ്യാബോധം. മനസ്സെന്ന ഉപകരണം നിങ്ങളെ ഏറ്റെടുത്തിരിക്കുന്നു.

ചോദ്യം: ഞാനതിനോടു യോജിക്കുന്നില്ല. ഞാൻ ലക്ഷ്യബോധമില്ലാതെ ഒരുപാടു ചിന്തിക്കാറുണ്ടെന്നുള്ളതു സത്യമാണ്. പക്ഷേ, ഒരുപാടു കാര്യങ്ങൾ നേടാനും പൂർത്തിയാക്കാനും മനസ്സിനെ ഉപയോഗിക്കുന്ന കാര്യം എനിക്കുതന്നെ തിരഞ്ഞെടുക്കാമല്ലോ. ഞാനതെപ്പോഴും ചെയ്തുകൊണ്ടിരിക്കുന്നു.

നിങ്ങൾക്ക് ഒരു പദപ്രശ്നം പൂരിപ്പിക്കാൻ കഴിയുമെന്നതുകൊണ്ടോ, ആറ്റംബോംബ് നിർമ്മിക്കാനാവുമെന്നതുകൊണ്ടോ നിങ്ങൾ നിങ്ങളുടെ മനസ്സിനെ ഉപയോഗിക്കുന്നു എന്ന് അർത്ഥമില്ല. പട്ടി എല്ലു ചവയ്ക്കാനിഷ്ടപ്പെടുന്നതുപോലെ , മനസ്സ് പ്രശ്നങ്ങൾ പരിഹരിക്കാനിഷ്ടപ്പെടുന്നു. അതുകൊണ്ടാണ് അതു പദപ്രശ്നോത്തരികൾ പൂരിപ്പിക്കുകയും ആറ്റംബോംബ് നിർമ്മിക്കുകയും ചെയ്യുന്നത്. യഥാർത്ഥത്തിൽ നിങ്ങൾക്ക് ഇവ രണ്ടിലും താത്പര്യമില്ല. ഞാൻ നിങ്ങളോടു ചോദിക്കട്ടെ—ആവശ്യമുള്ളപ്പോൾ മനസ്സിൽനിന്നു സ്വതന്ത്രനാവാൻ നിങ്ങൾക്കു കഴിയുന്നുണ്ടോ? മനസ്സിന്റെ 'ഓഫ്' ബട്ടൺ നിങ്ങൾ കണ്ടെത്തിയിട്ടുണ്ടോ?

ചിന്തിക്കുന്നതു മുഴുവനായും നിർത്തുക എന്നാണോ താങ്കൾ അർത്ഥമാക്കുന്നത്? ഇല്ല. എനിക്കതു സാധിക്കില്ല. ഒരുപക്ഷേ, ഒന്നോ രണ്ടോ നിമിഷത്തേക്കൊഴികെ.

അപ്പോൾ മനസ്സ് നിങ്ങളെ ഉപയോഗിക്കുന്നുണ്ട് എന്നാണർത്ഥം. അബോധതലത്തിൽ നിങ്ങൾ അതിനോടു താദാത്മ്യപ്പെട്ടിരിക്കുന്നതിനാൽ, അതിന്റെ അടിമയാണെന്നുപോലും നിങ്ങൾ അറിയുന്നില്ല.

നിങ്ങളറിയാതെ നിങ്ങളെ എന്തോ ആവേശിച്ചിരിക്കുന്നതുപോലെയാണത്. നിങ്ങളെ ഗ്രസിച്ചിരിക്കുന്ന അസ്തിത്വം നിങ്ങൾതന്നെയാണെന്നു നിങ്ങൾ വിശ്വസിക്കുന്നു. നിങ്ങളിൽ ആവേശിച്ചിരിക്കുന്ന അസ്തിത്വം — ചിന്തകൻ. നിങ്ങളല്ലെന്ന തിരിച്ചറിയലാണ് സ്വാതന്ത്ര്യത്തിന്റെ ആരംഭം. ആ അസ്തിത്വത്തെ നിരീക്ഷിക്കാൻ ഈ അറിവ് നിങ്ങളെ സഹായിക്കുന്നു. നിങ്ങൾ നിങ്ങളുടെ ഉള്ളിലെ ചിന്തകനെ നിരീക്ഷിക്കാൻ തുടങ്ങുന്ന മാത്രയിൽ, ഒരുയർന്ന തലത്തിലുള്ള ബോധാവസ്ഥ പ്രവർത്തനക്ഷമമാവുന്നു. ചിന്തയ്ക്കുമപ്പുറത്ത്, ധിഷണയുടെ ഒരു വിശാലമായ മണ്ഡലമുണ്ടെന്നും 'ചിന്ത്'യെന്നത് ആ ധിഷണയുടെ ഒരു ചെറിയ അംശം മാത്രമാണെന്നും നിങ്ങൾ തിരിച്ചറിയാൻ തുടങ്ങുന്നു. പ്രാധാന്യമുള്ള കാര്യങ്ങളെല്ലാം തന്നെ—അതായത് സൗന്ദര്യം, സ്നേഹം, ക്രിയാത്മകത, ആനന്ദം, ആന്തരികമായ ശാന്തി—ഇവയെല്ലാം മനസ്സിനപ്പുറത്തുനിന്നാണ് ഉദയം ചെയ്യുന്നതെന്നും നിങ്ങൾ മനസ്സിലാക്കുന്നു. നിങ്ങൾ ഉണരാൻ തുടങ്ങുന്നു.

നിങ്ങളെ നിങ്ങളുടെ മനസ്സിൽനിന്നു സ്വതന്ത്രമാക്കൽ

ചിന്തകനെ നിരീക്ഷിക്കൽ എന്നതുകൊണ്ടു താങ്കൾ കൃത്യമായി എന്താണർത്ഥമാക്കുന്നത്?

ആരെങ്കിലും ഡോക്ടറുടെയടുത്തു ചെന്ന്, "ഞാനെന്റെ തലയ്ക്കകത്ത് ഒരു ശബ്ദം കേൾക്കുന്നു" എന്നു പറഞ്ഞാൽ, അവനെ അല്ലെങ്കിൽ അവളെ ഒരു മനോരോഗ ചികിത്സകന്റെ അടുത്തേക്ക് അയയ്ക്കാനാണ് കൂടുതൽ സാദ്ധ്യത. ഇതിനോടു വളരെയധികം സമാനമായ രീതിയിൽ, ഫലത്തിൽ എല്ലാവരും ഒന്നോ അല്ലെങ്കിൽ അനേകമോ ശബ്ദങ്ങൾ തങ്ങളുടെ തലയ്ക്കകത്തു സദാ കേട്ടുകൊണ്ടിരിക്കുന്നു എന്നതാണു വസ്തുത. നിങ്ങൾക്കു തടയാൻ കഴിവുണ്ടെന്നു നിങ്ങൾ തിരിച്ചറിയാത്ത, ഇച്ഛാപൂർവ്വമല്ലാത്ത ചിന്താപ്രക്രിയകളാണ് അവ. നിരന്തരമായ ആത്മഗതങ്ങളോ അല്ലെങ്കിൽ സംഭാഷണങ്ങളോ നിറഞ്ഞതായിരിക്കും ഈ ചിന്താപ്രക്രിയകൾ.

തങ്ങളോടുതന്നെ നിർത്താതെ സംസാരിക്കുകയോ, പിറുപിറുക്കുകയോ ചെയ്യുന്ന ഭ്രാന്തന്മാരെ നിങ്ങൾ തെരുവിൽ കണ്ടുമുട്ടിയിട്ടുണ്ടാകും. നിങ്ങളും 'സാധാരണ' സ്വഭാവമുള്ള എല്ലാ ആളുകളും ചെയ്യുന്നതും മേൽപ്പറഞ്ഞതിൽനിന്ന് ഒട്ടും വ്യത്യസ്തമല്ല. നിങ്ങൾ അത് ഉറക്കെ ചെയ്യുന്നില്ലെന്നുമാത്രം. നിങ്ങളുടെ തലയ്ക്കകത്തെ ശബ്ദം വിമർശിക്കുകയും ഊഹാപോഹങ്ങൾ നടത്തുകയും വിധി പറയു

കയും താരതമ്യപ്പെടുത്തുകയും പരാതി പറയുകയും ഇഷ്ടപ്പെടുകയും ഇഷ്ടപ്പെടാതിരിക്കുകയും ഒക്കെ ചെയ്തുകൊണ്ടിരിക്കും. ഈ ശബ്ദമാകട്ടെ, ഏതെങ്കിലും സമയത്തുള്ള നിങ്ങളുടെ അവസ്ഥയിൽ പ്രസക്തമായിരിക്കണമെന്നില്ല. സമീപകാലത്ത് ഉണ്ടായതോ വളരെ പണ്ടു നടന്നതോ ആയ കാര്യങ്ങളെ പുനരുജ്ജീവിപ്പിക്കുകയോ ഭാവിയിലുണ്ടാകാൻ സാദ്ധ്യതയുള്ള അവസ്ഥാവിശേഷങ്ങളെ പരിശീലിക്കുകയോ ഭാവനയിൽ കാണുകയോ ആയിരിക്കും അത്. മിക്കപ്പോഴും കാര്യങ്ങൾ തകിടം മറിയുന്നതായും പ്രതികൂലമായ അനന്തരഫലങ്ങളുണ്ടാകുന്നതായും അതു ഭാവന ചെയ്യും. ഇതിനെയാണ്, വേവലാതി (worry) എന്നു പറയുന്നത്. ചിലപ്പോൾ ദൃശ്യബിംബങ്ങളും 'മാനസികമായ ചലച്ചിത്രങ്ങളും' ഈ ശബ്ദരേഖയ്ക്ക് അകമ്പടി സേവിക്കും. നിലവിലുള്ള നിങ്ങളുടെ അവസ്ഥയിൽ ഈ ശബ്ദം പ്രസക്തമാണെങ്കിൽക്കൂടി, ഭൂതകാലത്തെ അടിസ്ഥാനമാക്കിയാണ് അതു നിങ്ങളുടെ അവസ്ഥയെ വ്യാഖ്യാനിക്കുക. അതിനു കാരണം സാഹചര്യങ്ങൾ പരുവപ്പെടുത്തിയ നിങ്ങളുടെ മനസ്സിന്റേതാണ് ഈ ശബ്ദമെന്നതാണ്. നിങ്ങളുടെ മനസ്സാകട്ടെ, നിങ്ങളുടെ ഭൂതകാല ചരിത്രത്തിന്റെയും നിങ്ങൾക്കു പാരമ്പര്യമായി ലഭിച്ച ആകെയുള്ള സാംസ്കാരിക കാഴ്ചപ്പാടിന്റെയും അനന്തരഫലമാണ്. നിങ്ങൾ വർത്തമാനകാലത്തെ ഭൂതകാലത്തിന്റെ കണ്ണുകൾകൊണ്ടാണു കാണുന്നതും വിലയിരുത്തുന്നതും. അങ്ങനെ നിങ്ങൾക്കു വർത്തമാനകാലത്തെക്കുറിച്ചു വികലമായ ഒരു വീക്ഷണമാണു ലഭിക്കുന്നത്. ഈ ശബ്ദം ഒരു വ്യക്തിയുടെ ഏറ്റവും വലിയ ശത്രുവായി മാറുന്നതും അപൂർവ്വമല്ല. മിക്ക ആളുകളും തങ്ങളുടെ തലയ്ക്കകത്തിരുന്നു തങ്ങളെ തുടർച്ചയായി ആക്രമിക്കുകയും ശിക്ഷിക്കുകയും തങ്ങളുടെ പ്രാണശക്തിയെ ഊറ്റിയെടുക്കുകയും ചെയ്യുന്ന ഒരു പീഡകനുമൊത്താണ് ജീവിക്കുന്നത്. അതാകട്ടെ, വിവരിക്കാനാവാത്ത ദുരിതത്തിനും അസന്തുഷ്ടിക്കും കൂടാതെ അനാരോഗ്യത്തിനും കാരണമാകുന്നു.

നിങ്ങൾക്ക് നിങ്ങളുടെ മനസ്സിൽനിന്നു സ്വതന്ത്രനാകാം എന്നതാണ് സന്തോഷകരമായ വാർത്ത. അതു മാത്രമാണ് യഥാർത്ഥത്തിലുള്ള വിമോചനം. അതിന്റെ ആദ്യചുവട് നിങ്ങൾക്ക് ഇപ്പോൾത്തന്നെ വയ്ക്കാം. നിങ്ങൾക്കു സാധിക്കുമ്പോഴൊക്കെ നിങ്ങളുടെ തലയ്ക്കകത്തെ ശബ്ദം ശ്രവിക്കുക. ആവർത്തിച്ചുവരുന്ന ഏതെങ്കിലും ചിന്താക്രമങ്ങളുണ്ടെങ്കിൽ, അവയ്ക്കു പ്രത്യേകമായ ശ്രദ്ധ കൊടുക്കുക. വർഷങ്ങളായി നിങ്ങളുടെ തലയ്ക്കകത്തു പാടിക്കൊണ്ടിരിക്കുന്ന ഗ്രാമഫോൺ റെക്കോർഡുകൾപോലെയാണവ. 'ചിന്തകനെ നിരീക്ഷിക്കൽ' എന്നതുകൊണ്ടു ഞാനുദ്ദേശിച്ചത് ഇതാണ്. മറ്റൊരുതരത്തിൽ പറഞ്ഞാൽ, നിങ്ങളുടെ തലയ്ക്കുള്ളിലെ ശബ്ദത്തെ ശ്രദ്ധിക്കുക. സാക്ഷിയായ സാന്നിദ്ധ്യമായി അവിടെ ഉണ്ടായിരിക്കുക.

നിങ്ങൾ ആ ശബ്ദത്തെ ശ്രദ്ധിക്കുമ്പോൾ, നിഷ്പക്ഷതയോടെ തന്നെ ശ്രദ്ധിക്കണം. അതായത്, നിങ്ങൾ വിധി പറയരുത്. നിങ്ങൾ കേൾക്കുന്നതിനെ നിങ്ങൾ വിലയിരുത്തുകയോ അപലപിക്കുകയോ ചെയ്യരുത്. അങ്ങനെ ചെയ്താൽ അതേ ശബ്ദം പിൻവാതിലിലൂടെ വീണ്ടും അകത്തു കടന്നു എന്നാണർത്ഥം. ഇങ്ങനെ കുറച്ചുകഴിയുമ്പോൾ നിങ്ങൾ മനസ്സിലാക്കും— അതാ ആ ശബ്ദം—ഞാനിതാ ഇവിടെ അതിനെ ശ്രദ്ധിക്കുകയും നിരീക്ഷിക്കുകയും ചെയ്തുകൊണ്ടിരിക്കുന്നു. 'ഞാൻ ഉണ്ട്' എന്ന ഈ സത്യഗ്രഹണം, നിങ്ങളുടെതന്നെ സാന്നിദ്ധ്യത്തെക്കുറിച്ചുള്ള ബോധം, ഒരു വെറും ചിന്തയല്ല. മനസ്സിനപ്പുറത്തുനിന്നാണ് അത് ഉദയം ചെയ്യുന്നത്.

❦

നിങ്ങൾ ഒരു ചിന്തയെ ശ്രദ്ധിക്കുമ്പോൾ, ആ ചിന്തയെക്കുറിച്ചു മാത്രമല്ല, അതിനു സാക്ഷിയായിരിക്കുന്ന നിങ്ങളെക്കുറിച്ചുകൂടി നിങ്ങൾക്കു അവബോധമുണ്ടാകുന്നു. ബോധത്തിന് ഒരു പുതിയ മാനം കൈവരുന്നു. നിങ്ങൾ ഒരു ചിന്തയെ ശ്രദ്ധിക്കുമ്പോൾ അതിനു പിറകിലോ, താഴെയോ ഒരു സാന്നിദ്ധ്യത്തെ—അതായതു നിങ്ങളുടെതന്നെ അന്തരാത്മാവിനെ—നിങ്ങൾ അനുഭവിക്കുന്നു. അപ്പോൾ ആ ചിന്തയ്ക്കു നിങ്ങളുടെ മേലുള്ള അധീശത്വം നഷ്ടപ്പെട്ട് അതു പെട്ടെന്നുതന്നെ അടങ്ങുന്നു. കാരണം ഇപ്പോൾ ആ ചിന്തയുമായി താദാത്മ്യപ്പെട്ടു നിങ്ങൾ മനസ്സിന് ഊർജ്ജം പകരുന്നില്ലല്ലോ. ഇച്ഛാപൂർവ്വമല്ലാത്തതും നിർബന്ധിതവുമായ ചിന്തകൾ ഒടുങ്ങുന്നതിന്റെ ആരംഭമാണിത്.

ഒരു ചിന്ത ഒടുങ്ങുമ്പോൾ, നിരന്തരമായ മാനസികപ്രവാഹത്തിന് ഒരു തടസ്സം അനുഭവവേദ്യമാകുന്നു. 'മനസ്സില്ലായ്മ'യുടെ ഒരു ചെറിയ ഇടവേള. ആദ്യമാദ്യം ഈ ഇടവേള ചെറുതായിരിക്കും. ഒരുപക്ഷേ, ഏതാനും നിമിഷങ്ങൾ മാത്രം നീണ്ടുനില്ക്കുന്നത്. പക്ഷേ, സാവധാനത്തിൽ ഈ ഇടവേളകൾ ദൈർഘ്യമുള്ളതായി മാറും. മനസ്സ് നിലയ്ക്കുന്ന ഈ ഇടവേളകൾ സംഭവിക്കുമ്പോൾ, നിങ്ങൾ നിങ്ങളുടെയുള്ളിൽ ഒരു പ്രത്യേകതരം നിശ്ചലതയും ശാന്തിയും അനുഭവിക്കും. ഉണ്മയുമായി ഒന്നാകുന്ന അനുഭവമെന്ന നിങ്ങളുടെ സ്വാഭാവികമായ അവസ്ഥയുടെ തുടക്കമാണിത്. ഈ അവസ്ഥ സാധാരണയായി മനസ്സിനാൽ മറയ്ക്കപ്പെടുന്നു. പരിശീലനംകൊണ്ട്, നിശ്ചലതയുടെയും ശാന്തിയുടെയും അനുഭവം ആഴമേറിയതാകും. യഥാർത്ഥത്തിൽ അനന്തമായി ആഴമുള്ളതാണ് അത്. നിങ്ങളുടെ ഉള്ളിൽ വളരെ ആഴത്തിൽനിന്നു സൂക്ഷ്മമായ ആനന്ദം പ്രസരിക്കുന്നതും നിങ്ങൾക്ക് അനുഭവിക്കാനാകും. അതാണ് ഉണ്മയുടെ ആനന്ദം.

മോഹാലസ്യത്തിന്റെ അവസ്ഥയല്ല അത്. തീർച്ചയായും അല്ല. ഇവിടെ ബോധം നഷ്ടപ്പെടുന്നില്ല. കാര്യം നേരേ മറിച്ചാണ്. ശാന്തിക്കു

വേണ്ടി നിങ്ങളുടെ ബോധതലം താഴ്ത്തേണ്ടി വരികയാണെങ്കിൽ, നിശ്ചലതയ്ക്കുവേണ്ടി ചൈതന്യവും ഉണർവ്വും ഇല്ലാതാക്കേണ്ടിവരികയാണെങ്കിൽ, അവ രണ്ടും മൂല്യമില്ലാത്തതാകും. അന്തരാത്മാവുമായി ബന്ധപ്പെടുന്ന ഈ അവസ്ഥയിൽ നിങ്ങൾക്കു കൂടുതൽ ജാഗ്രതയുണ്ടാകുന്നു. മനസ്സുമായി താദാത്മ്യപ്പെടുന്ന അവസ്ഥയിലുള്ളതിനെക്കാൾ ഉണർവ്വുണ്ടാകുന്നു. നിങ്ങൾ പൂർണ്ണമായും സന്നിഹിതനാവുന്നു. അതു നിങ്ങളുടെ ഭൗതിക ശരീരത്തിനു ജീവൻ നല്കുന്ന ഊർജ്ജക്ഷേത്രത്തിന്റെ കമ്പനാവൃത്തി ഉയർത്തുകയും ചെയ്യുന്നു. 'മനസ്സില്ലായ്മ'യുടെ ഈ മണ്ഡലത്തിലേക്കു കൂടുതൽ ആഴത്തിൽ ചെല്ലുമ്പോൾ ശുദ്ധബോധത്തിന്റെ അവസ്ഥ നിങ്ങൾ സാക്ഷാത്കരിക്കുന്നു. ആ അവസ്ഥയിൽ, നിങ്ങളുടെ സ്വന്തം സാന്നിദ്ധ്യം അതിയായ തീവ്രതയോടെയും ആനന്ദത്തോടെയും നിങ്ങൾ അനുഭവിക്കുന്നു. അതിനാൽ, എല്ലാ ചിന്തകളും എല്ലാ വികാരങ്ങളും നിങ്ങളുടെ ഭൗതിക ശരീരവും മുഴുവൻ ബാഹ്യലോകവും അതിനോടു താരതമ്യപ്പെടുത്തുമ്പോൾ കേവലം നിസ്സാരമായിത്തീരുന്നു. എന്നാലും ഇതൊരു സ്വാർത്ഥപരമായ അവസ്ഥയല്ല. മറിച്ചു നിസ്വാർത്ഥമായ അവസ്ഥയാണ്. നിങ്ങൾ സ്വന്തം വ്യക്തിത്വമെന്നു നേരത്തെ ധരിച്ചുവച്ചിരിക്കുന്നതിനപ്പുറത്തേക്ക് അതു നിങ്ങളെ കൊണ്ടുപോകുന്നു. ആ സാന്നിദ്ധ്യം അടിസ്ഥാനപരമായി നിങ്ങളാണെങ്കിലും അതേസമയം, സങ്കല്പാതീതമായ തരത്തിൽ നിങ്ങളേക്കാൾ മഹത്ത്വമുള്ളതുമാണ്. ഞാൻ ഇവിടെ പറയാൻ ഉദ്ദേശിക്കുന്നത് വിരോധാഭാസമോ അല്ലെങ്കിൽ യുക്തിക്കു നിരക്കാത്തതോ ആണെന്നു തോന്നിയേക്കാം. പക്ഷേ, വേറൊരു തരത്തിലും എനിക്കതു പ്രകടിപ്പിക്കാനാവില്ല.

'ചിന്തകനെ നിരീക്ഷി'ക്കുന്നതിനുപകരം, കേവലം വർത്തമാന നിമിഷത്തിലേക്കു ശ്രദ്ധ കേന്ദ്രീകരിച്ചും നിങ്ങളുടെ മാനസികപ്രവാഹത്തിൽ ഒരു വിടവ് സൃഷ്ടിക്കാൻ കഴിയും. വർത്തമാന നിമിഷത്തക്കുറിച്ചു തീവ്രമായി അവബോധമുള്ളവരാകുക. ഇത് ആഴത്തിൽ തൃപ്തി നല്കുന്ന ഒരു കാര്യമാണ്. അങ്ങനെ നിങ്ങൾ ബോധത്തെ മാനസികവൃത്തികളിൽനിന്ന് അകറ്റുകയും മനസ്സില്ലായ്മയുടെ ഒരു വിടവ് സൃഷ്ടിക്കുകയും ചെയ്യുന്നു. മനസ്സില്ലായ്മയുടെ ഈ അവസ്ഥയിൽ നിങ്ങൾ അത്യന്തം ജാഗ്രതയുള്ളവരും അവബോധമുള്ളവരുമായിരിക്കും. പക്ഷേ, നിങ്ങൾ ചിന്തിക്കുന്നുണ്ടാകില്ല. ഇതാണു ധ്യാനത്തിന്റെ കാതൽ.

നിങ്ങളുടെ ദൈനംദിന ജീവിതത്തിൽ നിങ്ങൾക്കിത് അഭ്യസിക്കാം. സാധാരണയായി, യാതൊരു താത്പര്യവുമില്ലാതെ ലക്ഷ്യത്തിനു മാർഗ്ഗമായിമാത്രം നിങ്ങൾ കാണുന്ന ഏതെങ്കിലും ഒരു ദിനചര്യയ്ക്കു

നിങ്ങളുടെ പരിപൂർണ്ണ ശ്രദ്ധ കൊടുക്കുക. അങ്ങനെ അതുതന്നെ ഒരു ലക്ഷ്യമായി മാറുന്നതിനുവേണ്ടി. ഉദാഹരണത്തിന്, ഓരോ പ്രാവശ്യവും നിങ്ങളുടെ വീട്ടിലേയോ ജോലിസ്ഥലത്തെയോ കോണിപ്പടികൾ കയറുമ്പോഴും ഇറങ്ങുമ്പോഴും നിങ്ങളുടെ ഓരോ ചുവടിനും ഓരോ ചലനത്തിനും നിങ്ങളുടെ ശ്വാസോച്ഛ്വാസത്തിനുപോലും സൂക്ഷ്മമായ ശ്രദ്ധ കൊടുക്കുക. മുഴുവനായും വർത്തമാനകാലത്തിലാവുക. അല്ലെങ്കിൽ നിങ്ങൾ കൈ കഴുകുമ്പോൾ ആ പ്രവർത്തനത്തിനോടനുബന്ധിച്ച എല്ലാ ഇന്ദ്രിയ സംവേദനങ്ങൾക്കും ശ്രദ്ധ കൊടുക്കുക. വെള്ളത്തിന്റെ ശബ്ദം, സ്പർശം, നിങ്ങളുടെ കൈകളുടെ ചലനം, നിങ്ങളുപയോഗിക്കുന്ന സോപ്പിന്റെ സുഗന്ധം മുതലായവയ്ക്ക്. അല്ലെങ്കിൽ, നിങ്ങൾ കാറിൽ കയറുന്ന സമയത്ത്, വാതിൽ അടച്ചതിനുശേഷം ഏതാനും നിമിഷത്തേക്ക് എല്ലാം നിർത്തിവച്ചു നിങ്ങളുടെ ശ്വാസത്തിന്റെ ഒഴുക്കിനെ നിരീക്ഷിക്കുക. നിശ്ശബ്ദവും എന്നാൽ ശക്തിമത്തായതുമായ ഒരു സാന്നിദ്ധ്യത്തിന്റെ അനുഭവത്തെക്കുറിച്ച് അവബോധമുള്ളവരാകുക. ഈ അഭ്യാസത്തിന്റെ വിജയം അളക്കാൻ സുനിശ്ചിതമായ ഒരു മാനദണ്ഡമുണ്ട്—നിങ്ങൾ നിങ്ങളുടെയുള്ളിൽ എത്രത്തോളം ശാന്തി അനുഭവിക്കുന്നു എന്നത്.

അതുകൊണ്ട്, പ്രബുദ്ധതയിലേക്കുള്ള നിങ്ങളുടെ യാത്രയിലെ ഏറ്റവും പ്രധാനപ്പെട്ട, ഏക ചുവടുവയ്പ് ഇതാണ്— നിങ്ങളുടെ മനസ്സുമായുള്ള താദാത്മ്യത്തെ ഇല്ലാതാക്കാൻ പഠിക്കൽ. ഓരോ പ്രാവശ്യവും മാനസികപ്രവാഹത്തിൽ നിങ്ങൾ വിടവുണ്ടാക്കുമ്പോൾ നിങ്ങളുടെ ബോധത്തിന്റെ പ്രകാശം സുശക്തമായിത്തീരുന്നു.

ഒരു ദിവസം, നിങ്ങളുടെ തലയ്ക്കകത്തെ ശബ്ദം കേട്ട്, ഒരു കുട്ടിയുടെ കുസൃതികൾ കണ്ട് നിങ്ങൾ എങ്ങനെ പുഞ്ചിരിക്കുമോ, അങ്ങനെ പുഞ്ചിരിക്കാൻ നിങ്ങൾക്കാവും. നിങ്ങളുടെ മനസ്സിന്റെ ഉള്ളടക്കത്തെ നിങ്ങളപ്പോൾ ഗൗരവപൂർവ്വം കാണുന്നില്ലെന്നാണ് അതിനർത്ഥം. കാരണം നിങ്ങളുടെ ആത്മബോധം അപ്പോൾ മനസ്സിനെ ആശ്രയിച്ചല്ല ഇരിക്കുന്നത്.

പ്രബുദ്ധത: ചിന്തയ്ക്കു മീതേ ഉയരൽ

ഈ ലോകത്തു നിലനില്ക്കണമെങ്കിൽ ചിന്ത അത്യന്താപേക്ഷിതമല്ലേ?

നിങ്ങളുടെ മനസ്സ് ഒരു ഉപകരണമാണ്. ഒരു പണിക്കോപ്പ്. ഒരു പ്രത്യേക പ്രവൃത്തി ചെയ്യാൻ ഉപയോഗിക്കപ്പെടേണ്ടതാണത്. ആ പ്രവൃത്തി കഴിഞ്ഞാലോ, ഉപകരണത്തെ നമ്മൾ താഴെ വയ്ക്കണം. ശരിക്കു

പറഞ്ഞാൽ, എൺപതു മുതൽ തൊണ്ണൂറു ശതമാനംവരെ ആളുകളുടെ ചിന്തകൾ ആവർത്തിക്കപ്പെടുന്നതും ഉപയോഗശൂന്യവുമാണെന്നു ഞാൻ പറയും. പക്ഷേ, ചിന്തകളുടെ പ്രവർത്തനവൈകല്യമുള്ള, നിഷേധാത്മകമായ പ്രകൃതികൊണ്ട്, വലിയൊരളവിൽ അവ ദോഷകരവുമാണ്. നിങ്ങളുടെ മനസ്സിനെ നിരീക്ഷിക്കൂ. ഈ പറഞ്ഞതു സത്യമാണെന്നു കാണാം. ചിന്ത പ്രാണശക്തിയുടെ ഗണ്യമായ ചോർച്ചയ്ക്കു കാരണമാവുന്നു. ഇങ്ങനെയുള്ള നിർബന്ധിതചിന്ത വാസ്തവത്തിൽ ഒരു തരത്തിലുള്ള ആസക്തിയാണ്. ഒരാസക്തിയെ പ്രത്യേകം എടുത്തു കാണിക്കുന്നതെന്താണ്? വളരെ ലളിതമായി പറഞ്ഞാൽ ഇതാണ്: നിങ്ങൾക്ക് ഏതെങ്കിലും ദുഃസ്വഭാവം നിർത്താനുള്ള സ്വാതന്ത്ര്യമുണ്ട് എന്നു നിങ്ങൾക്കു തോന്നാതാകുന്നു. ആ ദുഃസ്വഭാവം നിങ്ങളെക്കാൾ ശക്തമാണെന്ന തോന്നലുളവാക്കുന്നു. അതു നിങ്ങൾക്ക് അവാസ്തവമായ ഒരു ആനന്ദാനുഭവം തരുന്നു. ഈ ആനന്ദം എപ്പോഴും ദുഃഖമായിമാറുകയും ചെയ്യുന്നു.

ചിന്തയോടുള്ള ആസക്തി നമുക്കുണ്ടാകുന്നതെങ്ങനെ?

നിങ്ങൾ ചിന്തയുമായി താദാത്മ്യം പ്രാപിച്ചിരിക്കുന്നതുകൊണ്ട് അതിന്റെ അർത്ഥം, നിങ്ങളുടെ മനസ്സിന്റെ ഉള്ളടക്കത്തിൽനിന്നും പ്രവൃത്തികളിൽനിന്നുമാണ് നിങ്ങളുടെ വ്യക്തിത്വബോധം ഉണ്ടാകുന്നത് എന്നാണ്. കാരണം, ചിന്തിക്കുന്നത് നിർത്തിയാൽപ്പിന്നെ നിങ്ങളുണ്ടാവില്ലെന്നു നിങ്ങൾ വിശ്വസിക്കുന്നു. വളർന്നു വലുതാവുമ്പോൾ, നിങ്ങളാരാണെന്നതിനെക്കുറിച്ചുള്ള ഒരു മാനസികബിംബം നിങ്ങളുണ്ടാക്കുന്നു. നിങ്ങളുടെ വ്യക്തിപരവും സാംസ്കാരികവുമായ സ്വാധീനങ്ങളുടെ അടിസ്ഥാനത്തിലായിരിക്കും അത്. അതിനെ നമുക്ക് അഹന്തയുടെ മായാവ്യക്തിത്വം എന്നു വേണമെങ്കിൽ വിളിക്കാം. ചിത്തവൃത്തികൾ ഘടകമായിട്ടുള്ള ഈ മായാവ്യക്തിത്വത്തിനെ നിരന്തരമായ ചിന്തകളിലൂടെ മാത്രമേ നിലനിർത്താനാവൂ. 'അഹന്ത' എന്ന പദത്തിന്റെ അർത്ഥം ആളുകൾ വ്യത്യസ്ത രീതിയിലാണ് ഗ്രഹിക്കുന്നത്. പക്ഷേ, ഞാനിവിടെ ആ പദം ഉപയോഗിക്കുമ്പോൾ മനസ്സുമായുള്ള ബോധപൂർവ്വമല്ലാത്ത താദാത്മ്യത്തിലൂടെ സൃഷ്ടിക്കപ്പെടുന്ന അവാസ്തവമായ വ്യക്തിത്വമെന്നാണ് അർത്ഥമാക്കുന്നത്.

അഹന്തയെ സംബന്ധിച്ചിടത്തോളം വർത്തമാനകാലം നിലനില്ക്കുന്നേയില്ല. ഭൂതകാലമോ അല്ലെങ്കിൽ ഭാവിയോ മാത്രമാണു പ്രാധാന്യമുള്ളതായി കണക്കാക്കപ്പെടുന്നത്. സത്യാവസ്ഥയുടെ പരിപൂർണ്ണമായ ഈ തകിടംമറിച്ചിലാണ് അഹന്താസമ്പ്രദായത്തിൽ മനസ്സ് ഇത്രയും പ്രവർത്തന വൈകല്യമുള്ളതാവാൻ കാരണം. മനസ്സ് എപ്പോഴും ഭൂതകാലത്തെ സജീവമാക്കി നിലനിർത്താനാണ് താത്പര്യപ്പെടുന്നത്. കാരണം, ഭൂതകാലമില്ലെങ്കിൽപ്പിന്നെ നിങ്ങളാരാണ്? അതുപോലെ

മനസ്സ് സദാ ഭാവിയിലേക്കു സ്വയം പ്രക്ഷേപണം ചെയ്യുന്നു. മനസ്സിന്റെ തുടർച്ചയായ നിലനില്പ് ഉറപ്പാക്കുന്നതിനും ഭാവിയിൽ ഏതെങ്കിലും തരത്തിലുള്ള മോചനമോ സംതൃപ്തിയോ തേടുന്നതിനും വേണ്ടിയാണിത്. മനസ്സു പറയുന്നു, "ഒരു ദിവസം, ഇതോ അല്ലെങ്കിൽ അതോ അല്ലെങ്കിൽ മറ്റേതോ സംഭവിക്കുമ്പോൾ എല്ലാം ശരിയാകും. ഞാൻ സന്തുഷ്ടനും ശാന്തിയുള്ളവനുമാകും." വർത്തമാനകാലത്തിൽ താത്പര്യപ്പെടുന്നു എന്നു തോന്നിപ്പിക്കുമ്പോൾപോലും, മനസ്സ് വർത്തമാനകാലത്തെയല്ല കാണുന്നത്. ഭൂതകാലത്തിന്റെ കണ്ണുകൾകൊണ്ടു നോക്കുന്നതിനാൽ മനസ്സ് വർത്തമാനകാലത്തെ പൂർണ്ണമായും തെറ്റായി ഗ്രഹിക്കുന്നു. അതല്ലെങ്കിൽ മനസ്സ് വർത്തമാനകാലത്തെ ലക്ഷ്യത്തിലേക്കുള്ള മാർഗ്ഗമായി ചുരുക്കുന്നു. ആ ലക്ഷ്യമാകട്ടെ എപ്പോഴും മനസ്സിനാൽ പ്രക്ഷേപണം ചെയ്യപ്പെടുന്ന ഭാവിയിലാണുള്ളത്. നിങ്ങളുടെ മനസ്സിനെ നിരീക്ഷിച്ചാൽ ഇതെങ്ങനെ പ്രവർത്തിക്കുന്നു എന്നു കാണാനാകും.

വിമോചനത്തിനുള്ള താക്കോൽ വർത്തമാന നിമിഷത്തിലാണുള്ളത്. പക്ഷേ, നിങ്ങൾ നിങ്ങളുടെ മനസ്സായിരിക്കുന്നിടത്തോളം കാലം നിങ്ങൾക്കു 'വർത്തമാന നിമിഷ'ത്തെ കണ്ടെത്താനാവില്ല.

അപഗ്രഥിക്കുവാനും വിവേചിക്കുവാനുമുള്ള എന്റെ കഴിവ് എനിക്കു നഷ്ടപ്പെടരുത്. കുറച്ചുകൂടി കേന്ദ്രീകൃതമായി വ്യക്തമായി ചിന്തിക്കാൻ പഠിക്കുന്നതിൽ എനിക്കു വിരോധമില്ല. പക്ഷേ, എനിക്ക് എന്റെ മനസ്സ് നഷ്ടപ്പെടണമെന്നില്ല. നമുക്കുള്ളതിൽവച്ച് ഏറ്റവും അമൂല്യമാണ് ചിന്തിക്കാനുള്ള കഴിവ്. അതില്ലെങ്കിൽ നമ്മൾ വേറൊരുതരം ജന്തുവർഗ്ഗമായി മാറിയേനേ.

ബോധത്തിന്റെ പരിണാമത്തിന്റെ ഒരു ഘട്ടം മാത്രമാണു മനസ്സിന്റെ മേധാവിത്വം. അടിയന്തിരമായി നമ്മൾ അടുത്ത ഘട്ടത്തിലേക്കു കടന്നേ മതിയാവൂ. അതല്ലെങ്കിൽ ഒരു ഭീകരനായി വളർന്നുകഴിഞ്ഞിരിക്കുന്ന മനസ്സിനാൽ നമ്മൾ നശിപ്പിക്കപ്പെടും. ഇതേക്കുറിച്ച് ഞാൻ പിന്നീടു വിശദമായി സംസാരിക്കാം. ചിന്തയും ബോധവും സമാനാർത്ഥപദങ്ങളല്ല. ബോധത്തിന്റെ ചെറിയ ഒരുവശം മാത്രമാണ് ചിന്ത. ബോധമില്ലാതെ ചിന്തയ്ക്കു നിലനില്ക്കാനാവില്ല. എന്നാൽ ബോധത്തിനു നിലനില്ക്കാൻ ചിന്തയുടെ ആവശ്യമില്ല.

പ്രബുദ്ധത എന്നാൽ ചിന്തയ്ക്കു മീതേ ഉയരലാണ്. ഒരു മൃഗത്തിന്റെയോ സസ്യത്തിന്റെയോ തലത്തിലേക്ക്, ചിന്തയ്ക്കു താഴെയുള്ള ഒരു തലത്തിലേക്കുള്ള അധഃപതനമല്ല. പ്രബുദ്ധതയുടെ അവസ്ഥയിലും ആവശ്യമുള്ളപ്പോഴൊക്കെ നിങ്ങൾ നിങ്ങളുടെ ചിന്തിക്കുന്ന മനസ്സിനെ ഉപയോഗിക്കും. പക്ഷേ, അതു മുമ്പത്തെക്കാളും കൂടുതൽ കേന്ദ്രീകൃതവും ഫലപ്രദവുമായ രീതിയിലായിരിക്കും. അധികവും പ്രായോഗി

കമായ ആവശ്യങ്ങൾക്കായിരിക്കും നിങ്ങൾ മനസ്സിനെ ഉപയോഗിക്കുക. പക്ഷേ, നിങ്ങൾ ഇച്ഛാപൂർവ്വമല്ലാത്ത ആന്തരിക സംഭാഷണങ്ങളിൽ നിന്നു മുക്തനായിരിക്കുകയും ആന്തരികമായ ഒരു നിശ്ചലത അനുഭവിക്കുകയും ചെയ്യും. നിങ്ങൾ മനസ്സിനെ ഉപയോഗിക്കുമ്പോൾ, പ്രത്യേകിച്ചും ഒരു ക്രിയാത്മകമായ പരിഹാരം ആവശ്യമുള്ളപ്പോൾ, ഇടയ്ക്കിടെ നിങ്ങൾ ചിന്തയ്ക്കും നിശ്ചലതയ്ക്കും ഇടയിൽ, മനസ്സിനും മനസ്സില്ലായ്മയ്ക്കും ഇടയിൽ ചാഞ്ചാടിക്കൊണ്ടിരിക്കും. ചിന്തകളില്ലാത്ത ബോധത്തിനെയാണു മനസ്സില്ലായ്മ എന്നു വിളിക്കുന്നത്. അങ്ങനെ മാത്രമേ ക്രിയാത്മകമായി ചിന്തിക്കാൻ കഴിയുകയുള്ളൂ. കാരണം ആ രീതിയിൽ മാത്രമേ ചിന്തയ്ക്കു യഥാർത്ഥശക്തി ഉണ്ടാകുന്നുള്ളൂ. വിശാലമായ ബോധത്തിന്റെ മണ്ഡലവുമായി ബന്ധമില്ലാതെയാകുമ്പോൾ, ഏകമായി നില്ക്കുമ്പോൾ, ചിന്ത വന്ധ്യവും മതിഭ്രമമുള്ളതും വിനാശകരവുമാകുന്നു.

മനസ്സ് മുഖ്യമായും നിലനില്പിനുള്ള ഒരു യന്ത്രമാണ്. മറ്റുള്ള മനസ്സുകളെ ആക്രമിക്കുകയും സ്വയം പ്രതിരോധിക്കുകയും ചെയ്യുക, വിവരങ്ങൾ ശേഖരിക്കുകയും സൂക്ഷിക്കുകയും അപഗ്രഥിക്കുകയും ചെയ്യുക—ഇതിലൊക്കെ മനസ്സിനു നല്ല സാമർത്ഥ്യമുണ്ട്. പക്ഷേ, അതൊട്ടും ക്രിയാത്മകമല്ല. എല്ലാ യഥാർത്ഥ കലാകാരന്മാരും അവരറിഞ്ഞോ അറിയാതെയോ മനസ്സില്ലായ്മയുടെ ഒരിടത്തിൽനിന്ന്, ആന്തരിക നിശ്ചലതയിൽനിന്നാണു സൃഷ്ടി നടത്തുന്നത്. ക്രിയാത്മകമായ ആ ഉൾപ്രേരണയ്ക്കോ ഉൾക്കാഴ്ചയ്ക്കോ പിന്നീടു രൂപം നല്കുക മാത്രമാണ് മനസ്സ് ചെയ്യുന്നത്. മാനസികമായ വിശ്രാന്തിയുടെ സമയത്താണ് തങ്ങളുടെ ക്രിയാത്മകമായ കണ്ടുപിടിത്തങ്ങൾ ഉണ്ടായിട്ടുള്ളതെന്നു മഹാന്മാരായ ശാസ്ത്രജ്ഞന്മാർപോലും പ്രസ്താവിച്ചിട്ടുണ്ട്.

ഐൻസ്റ്റൈൻ ഉൾപ്പെടെ അമേരിക്കയിലെ ഏറ്റവും പ്രമുഖരായ ശാസ്ത്രജ്ഞരുടെ ഇടയിൽ, അവരുടെ പ്രവർത്തനരീതികൾ കണ്ടുപിടിക്കുന്നതിനായി രാജ്യവ്യാപകമായി നടത്തിയ അന്വേഷണത്തിൽ കണ്ടെത്തിയ അത്ഭുതകരമായ കാര്യമെന്താണെന്നോ? "ക്രിയാത്മക പ്രവർത്തനത്തിന്റെ ഏറ്റവും ഹ്രസ്വവും നിർണ്ണായകവുമായ ഘട്ടത്തിൽ ചിന്തയ്ക്ക് അപ്രധാനമായ സ്ഥാനമേയുള്ളൂ" എന്ന്. അപ്പോൾ ഞാൻ പറയും, ഭൂരിഭാഗം ശാസ്ത്രജ്ഞന്മാരും സൃഷ്ടിപരമായ കഴിവുകൾ ഇല്ലാത്തവരായിരിക്കാനുള്ള ഏറ്റവും ലളിതമായ കാരണം അവർക്കു ചിന്തിക്കാനറിയാത്തതുകൊണ്ടല്ല, മറിച്ചു ചിന്തകളെ എങ്ങനെ തടയണമെന്ന് അറിയാത്തതുകൊണ്ടാണ് എന്ന്.

ഭൂമിയിൽ, ജീവനെന്ന അദ്ഭുതവും അല്ലെങ്കിൽ നിങ്ങളുടെ ശരീരവുമൊക്കെ സൃഷ്ടിക്കപ്പെട്ടതും പരിപാലിക്കപ്പെടുന്നതും മനസ്സിലൂടെയോ ചിന്തയിലൂടെയോ അല്ല. നമ്മുടെ മനസ്സിനെക്കാൾ എത്രയോ മഹത്ത്വമുള്ള ഒരു ധിഷണ ഇവിടെ വ്യക്തമായും പ്രവർത്തിക്കുന്നുണ്ട്. ഒരിഞ്ചിന്റെ ആയിരത്തിൽ ഒരു ഭാഗംമാത്രം അളവുള്ള ഒരു മനുഷ്യ

കോശത്തിന് അറുനൂറു പേജുകൾ വീതമുള്ള ആയിരം പുസ്തകങ്ങൾ നിറയ്ക്കാൻ തക്കവണ്ണമുള്ള നിർദ്ദേശങ്ങൾ അതിന്റെ ഡി.എൻ.എ. (കോശത്തിലെ ജനിതക വിവരങ്ങൾ അടങ്ങിയ ഭാഗം)യിൽ ഉൾക്കൊള്ളാൻ കഴിയുന്നതെങ്ങനെ? നമ്മുടെ ശരീരത്തിന്റെ പ്രവർത്തനരീതികൾ കൂടുതൽ മനസ്സിലാക്കുംതോറും, അതിനുള്ളിൽ പ്രവർത്തിക്കുന്ന ധിഷണ എത്രമാത്രം വിശാലതയുള്ളതാണെന്നും നമ്മുടെ അറിവ് എത്രമാത്രം പരിമിതമാണെന്നും നമ്മൾ മനസ്സിലാക്കുന്നു. ആ ധിഷണയുമായി വീണ്ടും ഒന്നിക്കുമ്പോൾ, മനസ്സ് അങ്ങേയറ്റം അതിശയിപ്പിക്കുന്ന ഒരുപകരണമായി മാറുന്നു. പിന്നെ, മനസ്സ് അതിനെക്കാൾ മഹത്ത്വമുള്ള ഒന്നിനെ സേവിക്കാൻ തുടങ്ങുന്നു.

വികാരം: നിങ്ങളുടെ മനസ്സിനോടുള്ള ശരീരത്തിന്റെ പ്രതികരണം

വികാരങ്ങളെക്കുറിച്ച് എന്താണു പറയാനുള്ളത്? ഞാനെന്റെ മനസ്സിലെന്നതിനെക്കാൾ വികാരങ്ങളിലാണ് ഉൾപ്പെട്ടുപോകുന്നത്.

മനസ്സ് എന്ന പദംകൊണ്ടു ഞാനുദ്ദേശിക്കുന്നതു വെറും ചിന്തയല്ല. അതിൽ നിങ്ങളുടെ വികാരങ്ങളും അബോധപൂർവ്വമായ എല്ലാ മാനസിക വൈകാരിക പ്രതികരണരീതികളും ഉൾപ്പെടുന്നു. മനസ്സും ശരീരവും സന്ധിക്കുന്ന ഒരിടത്തുനിന്നാണു വികാരങ്ങൾ ഉദയം ചെയ്യുന്നത്. നിങ്ങളുടെ മനസ്സിനോടുള്ള ശരീരത്തിന്റെ പ്രതികരണമാണ് വികാരങ്ങൾ അല്ലെങ്കിൽ ശരീരത്തിനുള്ളിലെ നിങ്ങളുടെ മനസ്സിന്റെ പ്രതിഫലനം എന്നും പറയാം. ഉദാഹരണത്തിന്, ഒരു ആക്രമണ ചിന്തയോ അല്ലെങ്കിൽ വിദ്വേഷം നിറഞ്ഞ ചിന്തയോ ശരീരത്തിൽ ഊർജ്ജത്തിന്റെ വർദ്ധനയുണ്ടാക്കുന്നു. അതിനെയാണ് നമ്മൾ ദ്വേഷ്യം എന്നു വിളിക്കുന്നത്. അപ്പോൾ ശരീരം യുദ്ധം ചെയ്യുവാനായി സന്നദ്ധമാവുകയാണ്. നിങ്ങൾക്കു ശാരീരികമായോ മാനസികമായോ ഭീഷണിയുണ്ടെന്നുള്ള ചിന്ത ശരീരം സങ്കോചിക്കുവാൻ ഇടയാക്കുന്നു. ഇതാണ് നമ്മൾ ഭീതി എന്നു വിളിക്കുന്ന വികാരത്തിന്റെ ശാരീരിക വശം. ശക്തമായ വികാരങ്ങൾ നമ്മുടെ ശരീരത്തിന്റെ ജീവരസതന്ത്രത്തിനുപോലും മാറ്റങ്ങൾ ഉണ്ടാക്കുന്നുണ്ടെന്നാണ് ഗവേഷണങ്ങൾ കാണിച്ചുതരുന്നത്. വികാരത്തിന്റെ ശാരീരികമോ ഭൗതികമോ ആയ വശത്തെയാണ് ഈ ജീവരസതന്ത്രമാറ്റങ്ങൾ പ്രതിനിധാനം ചെയ്യുന്നത്. തീർച്ചയായും നിങ്ങളുടെ എല്ലാ ചിന്താരീതികളെയും കുറിച്ചു നിങ്ങൾ സാധാരണ ബോധവാന്മാരല്ല. പലപ്പോഴും നിങ്ങളുടെ വികാരങ്ങളെ നിരീക്ഷിക്കുന്നതിലൂടെയാണ് നിങ്ങൾക്ക് ഈ ചിന്താശ്രമങ്ങളെ അവബോധത്തിലേക്ക് കൊണ്ടുവരാൻ കഴിയുന്നത്.

നിങ്ങളുടെ ചിന്തകളോടും ഇഷ്ടാനിഷ്ടങ്ങളോടും തീർപ്പുകളോടും വ്യാഖ്യാനങ്ങളോടും നിങ്ങളെത്രമാത്രം താദാത്മ്യപ്പെട്ടിരിക്കുന്നുവോ, അതായത് നിരീക്ഷിച്ചുകൊണ്ടിരിക്കുന്ന ശുദ്ധബോധം എന്ന നിലയ്ക്ക് നിങ്ങൾ എത്രത്തോളം കുറച്ചു സന്നിഹിതനാണോ, നിങ്ങളുടെ വികാരങ്ങളിൽ നിന്നുണ്ടാകുന്ന ഊർജ്ജത്തിന്റെ അളവ് അത്രത്തോളം ശക്തമായിരിക്കും. നിങ്ങളതിനെക്കുറിച്ചു ബോധവാനാണെങ്കിലും അല്ലെങ്കിലും നിങ്ങൾക്കു നിങ്ങളുടെ വികാരങ്ങളെ അനുഭവിക്കാൻ കഴിയുന്നില്ലെങ്കിൽ നിങ്ങൾ അവയിൽനിന്നു മുറിച്ചുമാറ്റപ്പെട്ടിരിക്കുന്നുവെങ്കിൽ തികച്ചും ശാരീരികമായ ഒരു തലത്തിൽ ഒരു ശാരീരിക പ്രശ്നമായോ ലക്ഷണമായോ അവയെ നിങ്ങൾ ഒടുവിൽ അനുഭവിക്കാനിടയാകും. ഇക്കാര്യത്തെക്കുറിച്ചെല്ലാം അടുത്തകാലത്ത് ഒരുപാട് എഴുതപ്പെട്ടിട്ടുള്ളതിനാൽ, അതിനെക്കുറിച്ച് ഇവിടെ പ്രതിപാദിക്കേണ്ടതില്ല. നിങ്ങൾക്കുമാത്രം ഉണ്ടാകുന്നതായി നിങ്ങൾക്കു തോന്നുന്ന തരത്തിൽ, ശക്തവും അബോധപൂർവ്വവുമായ ഒരു വികാരസമ്പ്രദായം ഒരു ബാഹ്യസംഭവമായി പ്രകടമായേക്കാം. ഉദാഹരണത്തിന്, മനസ്സിനുള്ളിൽ ഒരുപാടു ദ്വേഷ്യം കൊണ്ടുനടക്കുന്നവരുണ്ട്. അവരതിനെക്കുറിച്ചു ബോധവാന്മാരല്ല. ദ്വേഷ്യം പ്രകടിപ്പിക്കാറുമില്ല. യാതൊരു കാരണവുമില്ലാതെ, ഉള്ളിൽ ദ്വേഷ്യം കൊണ്ടുനടക്കുന്ന മറ്റ് ആളുകൾ ഇവരെ വാക്കുകൾകൊണ്ടും ചിലപ്പോൾ ശാരീരികമായിപ്പോലും ആക്രമിക്കാൻ സാദ്ധ്യത കൂടുതലാണെന്ന് ഞാൻ നിരീക്ഷിച്ചിട്ടുണ്ട്. കാരണം, അവരുടെയുള്ളിൽനിന്നു ദേഷ്യം ശക്തമായി പ്രസരിക്കുന്നുണ്ട്. ചില ആളുകൾ അബോധപൂർവ്വം ഇതു സ്വീകരിക്കുകയും അവരുടെയുള്ളിൽ ഉറങ്ങിക്കിടക്കുന്ന ദ്വേഷത്തെ അത് ഉത്തേജിപ്പിക്കുകയും ചെയ്യുന്നു.

നിങ്ങൾക്കു നിങ്ങളുടെ വികാരങ്ങളെ അനുഭവിക്കാൻ ബുദ്ധിമുട്ടുണ്ടെങ്കിൽ നിങ്ങളുടെ ശരീരത്തിലെ ആന്തരിക ഊർജ്ജക്ഷേത്രത്തിലേക്കു നിങ്ങളുടെ ശ്രദ്ധ കേന്ദ്രീകരിച്ചുകൊണ്ടു തുടങ്ങാം. നിങ്ങളുടെ ശരീരത്തെ ഉള്ളിൽനിന്ന് അനുഭവിക്കാൻ ശ്രമിക്കുക. ഇത് നിങ്ങളെ നിങ്ങളുടെ വികാരങ്ങളുമായി ബന്ധിപ്പിക്കും. മറ്റൊരവസരത്തിൽ നമുക്കിതു വിശദമായി പര്യവേഷണം ചെയ്യാം.

അങ്ങ് പറയുന്നു, ശരീരത്തിനുള്ളിലെ മനസ്സിന്റെ പ്രതിഫലനമാണ് വികാരമെന്ന്. പക്ഷേ, ചിലപ്പോൾ ശരീരവും മനസ്സും തമ്മിൽ സംഘർഷമുണ്ടാകാറുണ്ട്. ശരീരം 'വേണ്ട്'എന്നു പറയുമ്പോൾ മനസ്സ് 'വേണം' എന്നു പറയും. ചിലപ്പോൾ നേരേ തിരിച്ചും.

നിങ്ങൾക്കു നിങ്ങളുടെ മനസ്സിനെ ശരിക്കും അറിയണമെന്നുണ്ടെങ്കിൽ ശരീരം എപ്പോഴും നിങ്ങൾക്കു സത്യസന്ധമായ പ്രതിഫലനംതന്നെ നല്കും. അതുകൊണ്ടു വികാരത്തെ നോക്കിക്കാണുകയോ നിങ്ങളുടെ ശരീരത്തിൽ അതിനെ അനുഭവിക്കുകയോ ചെയ്യുക. ശരീരവും

മനസ്സുമായി പ്രകടമായ സംഘർഷമുണ്ടെങ്കിൽ, ആ സമയത്തെ ചിന്ത അസത്യവും വികാരം സത്യവുമായിരിക്കും. നിങ്ങളാരാണെന്ന പരമാർത്ഥമായ സത്യമല്ല, മറിച്ച് ആ സമയത്തെ നിങ്ങളുടെ മാനസികാവസ്ഥയെ സംബന്ധിച്ച ആപേക്ഷിക സത്യം.

മനസ്സിന്റെ ഉപരിതലത്തിലെ ചിന്തകളും അബോധതലത്തിലുള്ള മാനസികപ്രക്രിയകളും തമ്മിലുള്ള സംഘർഷം തീർച്ചയായും സാധാരണമാണ്. അബോധതലത്തിലെ ചിത്തവൃത്തികളെ ചിന്തകളായി നിങ്ങളുടെ ബോധതലത്തിലേക്കു കൊണ്ടുവരാൻ നിങ്ങൾക്കു കഴിഞ്ഞെന്നുവരില്ല. പക്ഷേ, ഇത് എപ്പോഴും ഒരു വികാരമായി നിങ്ങളുടെ ശരീരത്തിൽ പ്രതിഫലിപ്പിക്കപ്പെടും. ഇതേക്കുറിച്ചു നിങ്ങൾക്കു ബോധവാനാകാം. ഈ തരത്തിൽ വികാരത്തെ നിരീക്ഷിക്കുന്നത്, അടിസ്ഥാനപരമായി, നേരത്തേ ഞാൻ വിശദീകരിച്ചതുപോലെ, ഒരു ചിന്തയെ ശ്രദ്ധിക്കുകയോ നിരീക്ഷിക്കുകയോ ചെയ്യുന്നതുപോലെതന്നെയാണ്. ഈ നിരീക്ഷണങ്ങൾ തമ്മിലുള്ള ഏക വ്യത്യാസം ഇതാണ്. ഒരു ചിന്ത നിങ്ങളുടെ ശിരസ്സിനകത്താണ്. പക്ഷേ, വികാരത്തിനു ശക്തമായ ഒരു ശാരീരിക ഘടകമുള്ളതിനാൽ അതു പ്രഥമമായി നിങ്ങളുടെ ശരീരത്തിലാണ് അനുഭവപ്പെടുന്നത്. ഇപ്രകാരം നിരീക്ഷിക്കുന്നതിലൂടെ, വികാരത്താൽ നിയന്ത്രിക്കപ്പെടാതെ, അതിനെ അവിടെ തുടരാൻ നിങ്ങൾക്ക് അനുവദിക്കാനാവും. ഇപ്പോൾ നിങ്ങൾ വികാരമല്ല. നിങ്ങൾ നിരീക്ഷകനാണ്. എല്ലാം വീക്ഷിക്കുന്ന സാന്നിദ്ധ്യമാണ്. ഇതു നിങ്ങൾ അഭ്യസിക്കുകയാണെങ്കിൽ, നിങ്ങളുടെയുള്ളിലെ അബോധപൂർവ്വമായതെല്ലാം ബോധത്തിന്റെ പ്രകാശത്തിലേക്ക് ആനയിക്കപ്പെടും.

അപ്പോൾ നമ്മുടെ ചിന്തകളെ നിരീക്ഷിക്കുന്നതുപോലെ പ്രധാനമാണു വികാരങ്ങളെ നിരീക്ഷിക്കുന്നതും?

അതെ. “ഈ നിമിഷത്തിൽ എന്റെയുള്ളിൽ എന്താണു നടക്കുന്നത്?” എന്നു ചോദിക്കുന്നതു ശീലമാക്കുക. ആ ചോദ്യം നിങ്ങളെ ശരിയായ ദിശയിലേക്കു നയിക്കും. പക്ഷേ, ഒന്നും അപഗ്രഥിക്കരുത്. വെറുതെ നിരീക്ഷിക്കുക. നിങ്ങളുടെ ശ്രദ്ധ ഉള്ളിലേക്കു കേന്ദ്രീകരിക്കുക. വികാരത്തിന്റെ ഊർജ്ജം അനുഭവിക്കുക. വികാരങ്ങളുടെ സാന്നിദ്ധ്യമില്ലെങ്കിൽ, നിങ്ങളുടെ ശ്രദ്ധയെ കൂടുതൽ ആഴത്തിലേക്ക്, നിങ്ങളുടെ ശരീരത്തിലെ ആന്തരികമായ ഊർജ്ജക്ഷേത്രത്തിലേക്ക് കൊണ്ടുപോവുക. ഈ ഊർജ്ജക്ഷേത്രമാണ് ഉണ്മയിലേക്കുള്ള വാതിൽ.

സാധാരണയായി, ഒരു വികാരം വിപുലീകരിക്കപ്പെട്ടതും ഊർജ്ജം നിറയ്ക്കപ്പെട്ടതുമായ ഒരു ചിന്താക്രമത്തെയാണ് പ്രതിനിധീകരിക്കുന്നത്. അതിന്റെ മിക്കപ്പോഴുമുള്ള അതിശക്തമായ ഊർജ്ജം കാരണം

ആദ്യമൊക്കെ അതിനെ നിരീക്ഷിക്കുവാനായി വർത്തമാനകാലത്തിൽ സന്നിഹിതനാവുന്നത് എളുപ്പമായിരിക്കില്ല. അതിനു നിങ്ങളെ ഭരിക്കണം. നിങ്ങളിൽ ആവശ്യത്തിനു സാന്നിദ്ധ്യമില്ലെങ്കിൽ, സാധാരണയായി അത് ഇക്കാര്യത്തിൽ വിജയിക്കുകയും ചെയ്യും. സാന്നിദ്ധ്യത്തിന്റെ അഭാവംകൊണ്ടു നിങ്ങൾ വികാരവുമായി അബോധപൂർവ്വമായി താദാത്മ്യപ്പെട്ടിട്ടുണ്ടെങ്കിൽ (അത് വളരെ സാധാരണമാണ്) താത്കാലികമായി ആ വികാരം 'നിങ്ങളാ'യിത്തീരുന്നു. നിങ്ങളുടെ ചിന്തകൾക്കും വികാരങ്ങൾക്കും ഇടയിൽ ക്രമേണ ഒരു ദൂഷിത വലയം ഉണ്ടാകുന്നു. ചിന്തയും വികാരവും പരസ്പരം പോഷിപ്പിക്കുന്നു. ഒരു ചിന്താക്രമം അതിന്റെതന്നെ സ്ഥൂലീകരിക്കപ്പെട്ട പ്രതിഫലനം വികാരത്തിന്റെ രൂപത്തിൽ സൃഷ്ടിക്കുന്നു. ആ വികാരത്തിന്റെ കമ്പനാവൃത്തി ആദ്യം പറഞ്ഞ ചിന്താക്രമത്തെ പോഷിപ്പിച്ചുകൊണ്ടിരിക്കുകയും ചെയ്യുന്നു. ഒരു വികാരത്തിന്റെ മൂലകാരണമെന്നു ഗ്രഹിക്കപ്പെടുന്ന ഒരു സന്ദർഭത്തിലോ സംഭവത്തിലോ വ്യക്തിയിലോ മാനസികശ്രദ്ധ പതിപ്പിച്ചുകൊണ്ട്, ചിന്ത ആ വികാരത്തിന് ഊർജ്ജം പകരുന്നു. ആ വികാരമാകട്ടെ, തിരിച്ച് ചിന്താക്രമത്തിനും ഊർജ്ജം പകരുന്നു. അതങ്ങനെ തുടരുന്നു.

അടിസ്ഥാനപരമായി, എല്ലാ വികാരങ്ങളും വേർതിരിക്കപ്പെടാത്ത ഒരു ആദിവികാരത്തിന്റെ രൂപാന്തരങ്ങളാണ്. നാമത്തിനും രൂപത്തിനും അപ്പുറത്ത് നിങ്ങളാരാണെന്നുള്ള അവബോധത്തിന്റെ നഷ്ടത്തിൽ നിന്നാണ് ആ ആദിവികാരത്തിന്റെ ഉത്ഭവം. വേർതിരിക്കപ്പെടാത്ത അതിന്റെ സ്വഭാവം കാരണം, ആ വികാരത്തെ കൃത്യമായി വിശദീകരിക്കുന്ന ഒരു നാമം കണ്ടുപിടിക്കാൻ ബുദ്ധിമുട്ടാണ്. 'ഭീതി' എന്ന പദം അതിനോടു വളരെ അടുത്തുവരുന്നു. പക്ഷേ, നിരന്തരമായ അപായസൂചനയ്ക്കുപുറമേ, വളരെ ആഴത്തിലുള്ള പരിത്യാഗത്തിന്റെയും അപൂർണ്ണതയുടെയും ബോധംകൂടി അതുൾക്കൊള്ളുന്നു. അടിസ്ഥാനപരമായ ആ വികാരത്തെപ്പോലെതന്നെ, ഒട്ടും വേർതിരിക്കപ്പെടാത്ത ഒരു പദംതന്നെ ഉപയോഗിക്കുകയാണ് നല്ലതെന്നു തോന്നുന്നു. ലളിതമായി നമുക്കതിനെ 'വേദന' എന്നു വിളിക്കാം. ആ വൈകാരികമായ വേദനയ്ക്കെതിരേ പൊരുതുകയും അതിനെ നീക്കം ചെയ്യുകയുമാണു മനസ്സിന്റെ പ്രധാനപ്പെട്ട ജോലികളിലൊന്ന്. അതാണു മനസ്സിന്റെ നിരന്തരമായ പ്രവർത്തനങ്ങൾക്കു പിന്നിലുള്ള ഒരു കാരണം. പക്ഷേ, താൽക്കാലികമായി ആ വേദന ഒന്നു മൂടിവയ്ക്കാനോ മനസ്സിനു കഴിയൂ. വാസ്തവത്തിൽ മനസ്സ് ആ വേദനയെ ഇല്ലാതാക്കാൻ എത്രമാത്രം യത്നിക്കുന്നുവോ, അത്രത്തോളം അത് അധികമാകുന്നു. ആ വേദനയ്ക്കുള്ള പ്രതിവിധി മനസ്സിന് ഒരിക്കലും കണ്ടെത്താനാവില്ല. ആ പ്രതിവിധി കണ്ടെത്താൻ നിങ്ങളെ അനുവദിക്കാനും മനസ്സിനാവില്ല. കാരണം, മനസ്സുതന്നെ, ആ പ്രശ്നത്തിന്റെ സഹജമായ ഒരു ഭാഗമാണ്. ഒരു പോലീസ് മുഖ്യൻ ഒരു കൊള്ളിവയ്പുകാരനെ തിരയുകയാണെന്നു

ഭാവന ചെയ്യുക. ആ പോലീസ്മുഖ്യൻ തന്നെയാണ് ആ കൊള്ളിവയ്പുകാരനെങ്കിലോ? മനസ്സുമായുള്ള താദാത്മ്യഭാവത്തിൽനിന്ന്, അതായത് അഹന്തയിൽനിന്ന്, നിങ്ങളുടെ വ്യക്തിത്വബോധം ഉദ്ഭൂതമാകുന്നത് ഇല്ലാതാകുന്നതുവരെ ആ വേദനയിൽനിന്നു നിങ്ങൾ മുക്തരാകില്ല. അതു സംഭവിച്ചാൽ, മനസ്സ് അതിന്റെ അധികാരസ്ഥാനത്തുനിന്നു മറിച്ചിടപ്പെടും. ഉണ്മ നിങ്ങളുടെ യഥാർത്ഥ പ്രകൃതിയായി സ്വയം വെളിപ്പെടുത്തുകയും ചെയ്യും.

അതെ, എനിക്കറിയാം നിങ്ങളെന്താണു ചോദിക്കാൻ പോകുന്നതെന്ന്.

ഞാൻ ചോദിക്കാൻ തുടങ്ങുകയായിരുന്നു. അപ്പോൾ സ്നേഹം, സന്തോഷം തുടങ്ങിയ നല്ല വികാരങ്ങളോ?

ഉണ്മയുമായുള്ള ആന്തരികബന്ധമെന്ന നിങ്ങളുടെ സ്വാഭാവികമായ അവസ്ഥയിൽനിന്നു വേർതിരിക്കാനാവാത്തതാണ് മേൽപ്പറഞ്ഞ വികാരങ്ങൾ. ചിന്താപ്രവാഹത്തിൽ വിടവു സംഭവിക്കുമ്പോഴൊക്കെയും സ്നേഹത്തിന്റെയും ആനന്ദത്തിന്റെയും ക്ഷണികദർശനങ്ങളോ ആഴമുള്ള ശാന്തിയുടെ ഹ്രസ്വമുഹൂർത്തങ്ങളോ സാദ്ധ്യമാണ്. മിക്ക ആളുകൾക്കും അത്തരം ഇടവേളകൾ വിരളമായോ അപ്രതീക്ഷിതമായോ ആണു സംഭവിക്കുന്നത്. മനസ്സ് സംസാരശൂന്യമാവുന്ന ചില മുഹൂർത്തങ്ങളുണ്ട്. മഹത്തായ സൗന്ദര്യമോ അങ്ങേയറ്റത്തെ കായികാധ്വാനമോ, ചിലപ്പോൾ ഭയങ്കരമായ ആപത്തോപോലും അതിന് ഇടയാക്കിയേക്കാം. പെട്ടെന്ന് ആന്തരികമായ നിശ്ചലതയുണ്ടാകുന്നു. ആ നിശ്ചലതയ്ക്കകത്തു സൂക്ഷ്മവും എന്നാൽ തീവ്രവുമായ ആനന്ദമുണ്ടാകുന്നു. സ്നേഹമുണ്ടാകുന്നു. ശാന്തിയുണ്ടാകുന്നു.

സാധാരണയായി, അത്തരം മുഹൂർത്തങ്ങൾ ക്ഷണികമാണ്. കാരണം മനസ്സ് അതിവേഗം ചിന്തയെന്നു നമ്മൾ വിളിക്കുന്ന, അതിന്റെ ശബ്ദമുഖരിതമായ പ്രവർത്തനങ്ങൾ പുനരാരംഭിക്കുന്നു. മനസ്സിന്റെ ആധിപത്യത്തിൽനിന്നു നിങ്ങൾ നിങ്ങളെത്തന്നെ സ്വതന്ത്രരാക്കാതെ സ്നേഹത്തിനും ആനന്ദത്തിനും ശാന്തിക്കും വളരാനാവില്ല. പക്ഷേ, അവയെ ഞാൻ 'വികാരങ്ങൾ' എന്നു വിളിക്കില്ല. വികാരങ്ങൾക്കും അപ്പുറത്ത്, വളരെ ആഴമുള്ള തലത്തിലാണ് അവ നിലകൊള്ളുന്നത്. വികാരങ്ങൾക്കപ്പുറത്തു സ്ഥിതി ചെയ്യുന്നതിനെ അനുഭവിക്കുന്നതിനുമുമ്പു നിങ്ങൾ നിങ്ങളുടെ വികാരങ്ങളെക്കുറിച്ചു പൂർണ്ണമായി അവബോധമുള്ളവരും അവ അനുഭവിക്കാൻ പ്രാപ്തിയുള്ളവരും ആകണം. വികാരം (emotion) എന്ന പദത്തിന്റെ ശരിയായ അർത്ഥം 'ശല്യം' എന്നാണ്. ലാറ്റിൻ ഭാഷയിലെ emovere– ശല്യപ്പെടുത്തുക എന്ന പദത്തിൽനിന്നാണ് ഇംഗ്ലിഷിലെ emotion(വികാരം) എന്ന വാക്കുണ്ടായത്.

സ്നേഹം, ആനന്ദം, ശാന്തി എന്നിവ ഉണ്മയുടെ ആഴമുള്ള അവസ്ഥകളാണ്. അല്ലെങ്കിൽ ഉണ്മയുമായുള്ള ആന്തരികബന്ധമെന്ന അവസ്ഥയുടെ മൂന്നു ഘടകങ്ങളാണ്. വാസ്തവത്തിൽ, അവയ്ക്കു വിപരീതങ്ങളില്ല. മനസ്സിനപ്പുറത്തുനിന്നാണ് അവ ഉദയം ചെയ്യുന്നത് എന്നതാണ് ഇതിനു കാരണം. മറിച്ച്, ദ്വൈതഭാവമുള്ള മനസ്സിന്റെ ഭാഗമായ വികാരങ്ങൾ വിപരീതങ്ങളുടെ നിയമത്തിന് അധീനമാകുന്നു. മോശമായതില്ലാതെ നല്ലതു നേടാനാകില്ലെന്നു മാത്രമാണ് ഇതിന്റെ അർത്ഥം. അപ്പോൾ, പ്രബുദ്ധമല്ലാത്ത മനസ്സുമായി താദാത്മ്യപ്പെട്ട അവസ്ഥയിൽ, പലപ്പോഴും നാം ആനന്ദം എന്നു തെറ്റായി വിളിക്കുന്നത്, നിരന്തരമായി മാറിമറിഞ്ഞു വരുന്ന സുഖദുഃഖ ചക്രത്തിലെ, സാധാരണഗതിയിൽ അല്പായുസ്സായ സന്തോഷത്തിന്റെ വശത്തെയാണ്. സന്തോഷം എപ്പോഴും നിങ്ങൾക്കു പുറത്തുള്ള എന്തോ ഒന്നിൽ നിന്നാണു ലഭിക്കുന്നത്. ആനന്ദമാകട്ടെ, ഉള്ളിൽനിന്നാണ് ഉയർന്നു വരുന്നതും. ഇന്നു നിങ്ങൾക്കു സന്തോഷംതരുന്ന അതേ വസ്തു നാളെ നിങ്ങൾക്കു വേദന സമ്മാനിക്കുകയോ അല്ലെങ്കിൽ നിങ്ങളെ ഉപേക്ഷിച്ചു പോവുകയോ ചെയ്യും. അങ്ങനെ അതിന്റെ അസാന്നിദ്ധ്യം നിങ്ങൾക്കു വേദന ഉണ്ടാക്കും. നമ്മൾ 'പ്രേമം' എന്നു വിളിക്കുന്നതു കുറച്ചുകാലത്തേക്കു സന്തോഷവും ആവേശവും പകരുന്നുണ്ട്. പക്ഷേ, ആസക്തി നിറഞ്ഞ ഒരു പറ്റിപ്പിടിക്കലാണ് അത്. അങ്ങേയറ്റത്തെ ആവശ്യങ്ങൾ നിറഞ്ഞ ഈ അവസ്ഥ ഒരു സ്വിച്ചിടുന്ന വേഗത്തിൽ അതിന്റെ വിപരീതാവസ്ഥയിലേക്കു മാറിയേക്കാം. പല 'പ്രേമബന്ധ'ങ്ങളും ആദ്യത്തെ അമിതമായ ആവേശം കഴിയുമ്പോൾ, പ്രേമത്തിനും വെറുപ്പിനും ആകർഷണത്തിനും ആക്രമണത്തിനും ഇടയിൽ ചാഞ്ചാടിക്കൊണ്ടിരിക്കുന്നതായി കാണാം.

ശരിക്കുള്ള പ്രേമം നിങ്ങൾക്കു യാതന ഉണ്ടാക്കുകയില്ല. പ്രേമത്തിന് അതെങ്ങനെ കഴിയും? അതു പെട്ടെന്നു വെറുപ്പായി മാറുകയില്ല. യഥാർത്ഥ ആനന്ദം വേദനയായും മാറുകയില്ല. ഞാൻ പറഞ്ഞതുപോലെ, നിങ്ങൾ പ്രബുദ്ധനാകുന്നതിനുമുമ്പുതന്നെ, അതായതു നിങ്ങൾ നിങ്ങളുടെ മനസ്സിൽനിന്നു സ്വതന്ത്രനാകുന്നതിനുമുമ്പുതന്നെ, നിങ്ങൾക്ക് യഥാർത്ഥ ആനന്ദത്തിന്റെയും സ്നേഹത്തിന്റെയും അല്ലെങ്കിൽ ആഴമുള്ളതും നിശ്ചലവും എന്നാൽ ജീവൻ തുടിക്കുന്നതുമായ ശാന്തിയുടെയും ക്ഷണികദർശനങ്ങൾ ലഭിച്ചേക്കാം.

സാധാരണയായി മനസ്സിനാൽ മറയ്ക്കപ്പെടുന്ന നിങ്ങളുടെ യഥാർത്ഥ പ്രകൃതിയുടെ സവിശേഷതകളാണവ. സാധാരണമായ ആസക്തി നിറഞ്ഞ ഒരു ബന്ധത്തിൽപ്പോലും ചില നിമിഷങ്ങളിൽ കൂടുതൽ നിർവ്യാജവും കളങ്കരഹിതവുമായ എന്തിന്റെയോ സാന്നിദ്ധ്യം അനുഭവിക്കാനാവും. മനസ്സിന്റെ ഇടപെടൽകൊണ്ട് എത്രയും പെട്ടെന്നു മറയ്ക്കപ്പെടുന്ന ക്ഷണിക ദർശനങ്ങൾ മാത്രമാണവ. വിലമതിക്കാനാവാത്തതെന്തോ നിങ്ങൾക്കു ലഭിക്കുകയും നഷ്ടപ്പെടുകയും ചെയ്തെന്ന്

അപ്പോൾ നിങ്ങൾക്കു തോന്നും. അല്ലെങ്കിൽ അതെല്ലാം ഒരു മായക്കാഴ്ചയായിരുന്നുവെന്ന്. എന്തായാലും മനസ്സ് നിങ്ങളെ വിശ്വസിപ്പിക്കും. സത്യത്തിൽ അതൊരു മായക്കാഴ്ചയായിരുന്നില്ല. നിങ്ങൾക്കതു നഷ്ടപ്പെടുകയുമില്ല. നിങ്ങളുടെ സ്വാഭാവികമായ അവസ്ഥയുടെ ഭാഗമാണ് അത്. മനസ്സിന് അതിനെ മറയ്ക്കാനാകുമെങ്കിലും ഒരിക്കലും നശിപ്പിക്കാനാകില്ല. ആകാശം മേഘാവൃതമാണെങ്കിലും സൂര്യൻ അപ്രത്യക്ഷമായിട്ടില്ല. മേഘങ്ങളുടെ മറുഭാഗത്തു സൂര്യൻ ഇപ്പോഴും ഉണ്ട്.

ആഗ്രഹങ്ങളിൽനിന്നോ ആസക്തികളിൽനിന്നോ ആണ് വേദനയും ദുഃഖവുമുണ്ടാകുന്നതെന്നും വേദനയിൽനിന്നു വിമുക്തരാകാൻ, ആഗ്രഹങ്ങളുടെ ബന്ധനങ്ങളെ അറുക്കേണ്ടതുണ്ടെന്നും ബുദ്ധൻ പറയുന്നു.

ഉണ്മയുടെ ആനന്ദത്തിനു പകരമായി, ബാഹ്യവസ്തുക്കളിലും ഭാവിയിലും മനസ്സ് അന്വേഷിക്കുന്ന മുക്തിയോ സാഫല്യമോ ആണ് എല്ലാ ആസക്തികളും. ഞാനെന്റെ മനസ്സായിരിക്കുന്നിടത്തോളം കാലം, ആ ആസക്തികളും ആവശ്യങ്ങളും അഭിലാഷങ്ങളും ബന്ധനങ്ങളുമെല്ലാം ഞാനാണ്. അവയിൽനിന്നു വേറിട്ട ഒരു ഞാനില്ല— വെറും ഒരു സാദ്ധ്യതയായി, സഫലീകൃതമാകാത്ത കഴിവായി, ഇനിയും പൊട്ടിമുളയ്ക്കാത്ത ഒരു വിത്തായല്ലാതെ. ഞാനെന്റെ മനസ്സായിരിക്കുന്ന അവസ്ഥയിൽ, സ്വതന്ത്രനാകാനോ പ്രബുദ്ധനാകാനോ ഉള്ള എന്റെ ആഗ്രഹംപോലും ഭാവിജീവിതത്തിലെ സാഫല്യത്തിനോ പൂർത്തീകരണത്തിനോ ഉള്ള മറ്റൊരു ആസക്തിമാത്രമാണ്. അതുകൊണ്ട് ആഗ്രഹങ്ങളിൽനിന്നു സ്വതന്ത്രനാകാനോ, പ്രബുദ്ധത 'നേടിയെടുക്കാ'നോ ശ്രമിക്കാതിരിക്കുക. വർത്തമാനകാലത്തിൽ സന്നിഹിതനാവുക. മനസ്സിന്റെ നിരീക്ഷകനായി അവിടെ ഉണ്ടായിരിക്കുക. 'ബുദ്ധ'ന്റെ വാക്കുകൾ ഉദ്ധരിക്കുന്നതിനുപകരം ബുദ്ധനാവുക. ഉണർന്നിരിക്കുന്നവനാകുക. 'ബുദ്ധൻ' എന്ന പദത്തിന്റെ അർത്ഥം 'ഉണർന്നിരിക്കുന്നവൻ' എന്നാണ്.

യുഗങ്ങളായി മനുഷ്യർ വേദനയുടെ പിടിയിലാണ്. അതായത്, ദൈവാനുഗ്രഹത്തിന്റെ അവസ്ഥയിൽനിന്ന് താഴെ വീഴുകയും സമയത്തിന്റെയും മനസ്സിന്റെയും മണ്ഡലത്തിലേക്കു പ്രവേശിക്കുകയും ഉണ്മയെക്കുറിച്ചുള്ള അവബോധം നഷ്ടപ്പെടുകയും ചെയ്തതു മുതൽക്ക്. അപ്പോൾ മുതൽ അവർ തങ്ങളുടെ ഉറവിടത്തിനോടും പരസ്പരവും ബന്ധമില്ലാത്ത അന്യമായ ഒരു പ്രപഞ്ചത്തിലെ അർത്ഥശൂന്യമായ ശകലങ്ങളായി സ്വയം കണക്കാക്കാൻ തുടങ്ങി.

നിങ്ങൾ നിങ്ങളുടെ മനസ്സിനോടു താദാത്മ്യപ്പെട്ടിരിക്കുന്നിടത്തോളം കാലം വേദന ഒഴിച്ചുകൂടാനാവാത്തതാണ്. അതായത്, ആത്മീയമായി

പറയുകയാണെങ്കിൽ, നിങ്ങൾ ബോധശൂന്യനായിരിക്കുന്നിടത്തോളം കാലം.

ഇവിടെ ഞാൻ പ്രഥമമായി വൈകാരിക വേദനയെക്കുറിച്ചാണു സംസാരിക്കുന്നത്. ശാരീരികമായ വേദനയുടെയും ശാരീരികമായ രോഗങ്ങളുടെയും മുഖ്യകാരണവും ഇതുതന്നെയാണ്. വിദ്വേഷം, വെറുപ്പ്, തന്നോടുതന്നെ തോന്നുന്ന സഹതാപം, അപരാധബോധം, ദ്വേഷ്യം, വിഷാദം, അസൂയ തുടങ്ങി ഏറ്റവും ചെറിയ തോതിലുള്ള പ്രകോപനംവരെ എല്ലാം വേദനയുടെ വിവിധരൂപങ്ങളാണ്. ഓരോ സുഖവും വൈകാരികമായ ഉത്കർഷവും അതിനുള്ളിൽത്തന്നെ വേദനയുടെ വിത്തു പേറുന്നുണ്ട്. സന്തുഷ്ടിയുടെ വേർതിരിക്കാനാവാത്ത വിപരീതമായ വേദന കാലക്രമത്തിൽ പ്രകടമാകും.

'ഉയർച്ച്' അനുഭവിക്കാനായി മയക്കുമരുന്നുപയോഗിച്ചിട്ടുള്ള ഏതൊരാൾക്കും അറിയും, ഈ ഉയർച്ച ഒടുവിൽ ഒരു താഴ്ചയായി മാറുമെന്ന്. സുഖം ഏതെങ്കിലും തരത്തിലുള്ള ദുഃഖമായി മാറുമെന്ന്. തങ്ങളുടെ അനുഭവത്തിൽനിന്നുതന്നെ മിക്ക ആളുകൾക്കും അറിയാം, വളരെ അടുപ്പമുള്ള ഒരു ബന്ധം, സന്തുഷ്ടിയുടെ ഉറവിടം എന്ന അവസ്ഥയിൽനിന്ന് എത്ര എളുപ്പത്തിലും പൊട്ടെന്നുമാണ് ദുഃഖത്തിന്റെ ഉറവിടമായി മാറുന്നതെന്ന്. ഉയർന്ന ഒരു വീക്ഷണകോണിൽനിന്നു നോക്കുമ്പോൾ നിഷേധാനിഷേധങ്ങളുടെ ധ്രുവങ്ങൾ ഒരേ നാണയത്തിന്റെ ഇരുവശങ്ങളാണ്. ബോധത്തിന്റെ അഹന്താത്മകവും മനസ്സുമായി താദാത്മ്യപ്പെട്ടതുമായ അവസ്ഥയിൽനിന്നും വേർതിരിക്കാനാവാത്ത അന്തർലീനമായ വേദനയുടെ ഭാഗമാണ് അവ രണ്ടും.

നിങ്ങളുടെ വേദനയ്ക്കു രണ്ടു തലങ്ങളുണ്ട് – ഇപ്പോൾ നിങ്ങൾ സൃഷ്ടിക്കുന്ന വേദനയും നിങ്ങളുടെ മനസ്സിലും ശരീരത്തിലും ഇപ്പോഴും ജീവിക്കുന്ന ഭൂതകാലത്തിൽനിന്നുള്ള വേദനയും. വർത്തമാനകാലത്തു വേദന സൃഷ്ടിക്കുന്നത് അവസാനിപ്പിക്കുകയും ഭൂതകാലത്തുനിന്നുള്ള വേദനയെ ഇല്ലാതാക്കുകയും ചെയ്യുക—അതിനെക്കുറിച്ചാണ് എനിക്കിപ്പോൾ സംസാരിക്കാനുള്ളത്.

അവബോധം: വേദനയിൽനിന്ന് പുറത്തുകടക്കാനുള്ള വഴി

വർത്തമാനകാലത്തിൽ കൂടുതൽ വേദന സൃഷ്ടിക്കാതിരിക്കുക

ആരുടെ ജീവിതവും വേദനയിൽനിന്നും ദുഃഖത്തിൽനിന്നും പൂർണ്ണമായി മുക്തമല്ല. അവയെ ഒഴിവാക്കുന്നതിനുപകരം അവയോടൊപ്പം ജീവിക്കാൻ പഠിക്കുകയല്ലേ വേണ്ടത്?

മനുഷ്യന്റെ വേദനയുടെ സിംഹഭാഗവും അനാവശ്യമാണ്. നിരീക്ഷിക്കപ്പെടാത്ത മനസ്സ് നിങ്ങളുടെ ജീവിതം നിയന്ത്രിക്കുന്നിടത്തോളം കാലം അതു സ്വയംകൃതമാണ്.

വർത്തമാനകാലത്തിൽ നിങ്ങൾ സൃഷ്ടിക്കുന്ന വേദന ഒരു തരത്തിലുള്ള തിരസ്കാരമാണ്. നിലവിലുള്ളതിനെതിരെ ഏതോ തരത്തിലുള്ള അബോധപൂർവ്വമായ പ്രതിരോധമാണ്. ചിന്തയുടെ തലത്തിൽ, ഈ പ്രതിരോധം ഒരുതരം വിലയിരുത്തലാണ്. വൈകാരികമായ തലത്തിൽ ഇതൊരു നിഷേധഭാവമാണ്. ഈ വേദനയുടെ തീവ്രത, വർത്തമാനകാലത്തെ നിങ്ങൾ എത്രമാത്രം പ്രതിരോധിക്കുന്നു എന്നതിനെ ആശ്രയിച്ചാണ് ഇരിക്കുന്നത്. ഈ പ്രതിരോധമാകട്ടെ നിങ്ങൾ എത്രമാത്രം ശക്തമായ മനസ്സുമായി താദാത്മ്യപ്പെട്ടിരിക്കുന്നു എന്നതിനെ ആശ്രയിച്ചുമാണ് ഇരിക്കുന്നത്. വർത്തമാനകാലത്തെ നിഷേധിക്കാനും അതിൽനിന്നു രക്ഷപ്പെടാനുമാണ് മനസ്സ് എപ്പോഴും ശ്രമിക്കുന്നത്. വേറൊരു തരത്തിൽ പറഞ്ഞാൽ, നിങ്ങൾ മനസ്സുമായി എത്രയധികം താദാത്മ്യപ്പെട്ടിരിക്കുന്നുവോ, അത്രയധികം വേദന നിങ്ങൾ അനുഭവിക്കുന്നു. അതല്ലെങ്കിൽ നിങ്ങൾക്കിങ്ങനെ പറയാം: വർത്തമാനകാലത്തെ നിങ്ങൾ എത്രമാത്രം ആദരിക്കുകയും അംഗീകരിക്കുകയും ചെയ്യുന്നുവോ അത്രയുമധികം നിങ്ങൾ വേദനയിൽനിന്നും ദുഃഖത്തിൽനിന്നും വിമുക്തരായിരിക്കും. അഹന്ത നിറഞ്ഞ മനസ്സിൽനിന്നും സ്വതന്ത്രരായിരിക്കും.

എന്തുകൊണ്ടാണ് മനസ്സ് പതിവായി വർത്തമാനകാലത്തെ നിഷേധിക്കുകയോ പ്രതിരോധിക്കുകയോ ചെയ്യുന്നത്? കാരണം, ഭൂതകാലവും ഭാവിയും ചേർന്ന സമയത്തെ കൂടാതെ, മനസ്സിനു പ്രവർ

ത്തിക്കുവാനോ എല്ലാം അതിന്റെ നിയന്ത്രണത്തിലാക്കാനോ കഴിയില്ല. അതുകൊണ്ട് സമയരഹിതമായ വർത്തമാനകാലത്തെ മനസ്സ് ഒരു ഭീഷണിയായി കണക്കാക്കുന്നു. സമയവും മനസ്സും വാസ്തവത്തിൽ അഭിന്നമാണ്.

ഈ ഭൂമിയെ, മനുഷ്യജീവനില്ലാതെ, സസ്യങ്ങളും മൃഗങ്ങളും മാത്രം അധിവസിക്കുന്ന ഒരു സ്ഥലമായി സങ്കല്പിക്കുക. അപ്പോഴും ഭൂമിക്കു ഭൂതകാലവും ഭാവിയുമുണ്ടാകുമോ? സമയത്തെക്കുറിച്ചു നമുക്ക് അർത്ഥപൂർണ്ണമായി സംസാരിക്കാൻ കഴിയുമോ? "സമയമെത്രയായി" എന്നോ "ഇന്നെത്രയാ തീയതി" എന്നോ ഉള്ള ചോദ്യങ്ങൾ ഇവിടെ ആരെങ്കിലും ചോദിക്കാനുണ്ടായിരുന്നെങ്കിൽ തീർത്തും അർത്ഥരഹിതമായിരിക്കും. അത്തരം ഒരു ചോദ്യം കേട്ടാൽ ഓക്ക്മരമോ അല്ലെങ്കിൽ പരുന്തോ ഒക്കെ അന്ധാളിച്ചുപോകും. "എന്തു സമയം?" അവർ ചോദിക്കും. "തീർച്ചയായും അത് ഇപ്പോഴാണ്. സമയം എന്നാൽ ഈ നിമിഷമാണ്. അതല്ലാതെ എന്താണുള്ളത്?"

അതെ. ഈ ലോകത്തു പ്രവർത്തിക്കണമെങ്കിൽ നമുക്കു മനസ്സിന്റെയും സമയത്തിന്റെയും ആവശ്യമുണ്ട്. പക്ഷേ, ഏതോ ഒരു ഘട്ടത്തിൽ അവ നമ്മുടെ ജീവിതം കൈയേറുന്നു. ഇവിടെയാണ് മനസ്സിന്റെ പ്രവർത്തനവൈകല്യവും വേദനയും ദുഃഖവുമെല്ലാം ഉദയം ചെയ്യുന്നത്.

മനസ്സ്, എല്ലാം അതിന്റെ നിയന്ത്രണത്തിലാണെന്ന് ഉറപ്പാക്കുവാനായി വർത്തമാനനിമിഷത്തെ ഭൂതകാലത്തെയും ഭാവിയെയുംകൊണ്ടു മറച്ചുവയ്ക്കാൻ നിരന്തരം ശ്രമിക്കുന്നു. അങ്ങനെ, വർത്തമാനനിമിഷത്തിൽനിന്നു വേർതിരിക്കാനാവാത്ത ഉണ്മയുടെ ചൈതന്യവും അനന്തമായ സൃഷ്ടിപരതയും സമയത്താൽ മറയ്ക്കപ്പെടുമ്പോൾ, നിങ്ങളുടെ യഥാർത്ഥ പ്രകൃതി മനസ്സിനാൽ ദുരൂഹമാക്കപ്പെടുന്നു. അധികമധികമായി എടുത്താൽ പൊങ്ങാത്ത രീതിയിൽ സമയത്തിന്റെ ഭാരം മനുഷ്യമനസ്സിൽ കുമിഞ്ഞുകൂടിക്കൊണ്ടിരിക്കുന്നു. എല്ലാ വ്യക്തികളും ഈ ചുമടിനു കീഴിൽ യാതന അനുഭവിക്കുന്നു. പക്ഷേ, അമൂല്യമായ വർത്തമാനനിമിഷത്തെ അവഗണിക്കുകയും നിഷേധിക്കുകയും ചെയ്യുമ്പോൾ അല്ലെങ്കിൽ മനസ്സിൽമാത്രം നിലനില്ക്കുന്ന, അവാസ്തവമായ ഭാവിയിലെ ഏതോ നിമിഷത്തിലേക്കെത്താനുള്ള മാർഗ്ഗമായിമാത്രം വർത്തമാനനിമിഷത്തെ തരംതാഴ്ത്തുമ്പോൾ, സമയമാകുന്ന ചുമടിലേക്ക് അവർ കൂട്ടിച്ചേർത്തുകൊണ്ടിരിക്കുകയാണ്. സമഷ്ടിയുടെയും വ്യക്തിയുടെയും മനസ്സിലുള്ള സമയത്തിന്റെ ഈ കുമിഞ്ഞുകൂടലിൽ, ഭൂതകാലത്തുനിന്നുള്ള വേദനയുടെ അവശിഷ്ടവും വലിയൊരളവിൽ അടങ്ങിയിട്ടുണ്ട്.

നിങ്ങൾക്കും മറ്റുള്ളവർക്കുംവേണ്ടി ഇനിയും വേദന സൃഷ്ടിക്കരുതെന്ന് ആഗ്രഹിക്കുന്നുണ്ടെങ്കിൽ നിങ്ങളുടെ ഉള്ളിൽ ഇപ്പോഴും നിലനില്ക്കുന്ന ഭൂതകാലത്തെ വേദനയുടെ അവശിഷ്ടത്തിലേക്ക് ഇനിയും കൂട്ടിച്ചേർക്കണമെന്ന് ആഗ്രഹമില്ലെങ്കിൽ, ഇനിയും സമയത്തെ

സൃഷ്ടിക്കാതിരിക്കുക. നിങ്ങളുടെ ജീവിതത്തിലെ പ്രായോഗികവശങ്ങളെ കൈകാര്യം ചെയ്യാൻ ആവശ്യമായതിൽ കൂടുതൽ സമയത്തെ സൃഷ്ടിക്കാതിരിക്കുകയെങ്കിലും ചെയ്യുക. സമയത്തെ സൃഷ്ടിക്കുന്നത് എങ്ങനെ അവസാനിപ്പിക്കും? വർത്തമാനനിമിഷം മാത്രമാണ് നിങ്ങൾക്കുള്ളതെന്നു വളരെ ആഴത്തിൽ തിരിച്ചറിയുക. മുമ്പു നിങ്ങൾ സമയത്തിൽ നിലനില്ക്കുകയും വർത്തമാനകാലത്തിലേക്കു ഹ്രസ്വ സന്ദർശനങ്ങൾ നടത്തുകയുമാണ് ചെയ്തിട്ടുള്ളതെങ്കിൽ, ഇപ്പോൾ വർത്തമാന നിമിഷത്തെ നിങ്ങളുടെ വാസസ്ഥലമാക്കുക. നിങ്ങളുടെ ജീവിതാവസ്ഥയിലെ പ്രായോഗികവശങ്ങളെ കൈകാര്യം ചെയ്യാനുള്ള ആവശ്യത്തിനായിമാത്രം ഭൂതകാലത്തേക്കോ ഭാവിയിലേക്കോ ഹ്രസ്വ സന്ദർശനങ്ങൾ നടത്തുക. എപ്പോഴും വർത്തമാന നിമിഷത്തിനോട് 'ശരി' എന്നു പറയുക. ഇപ്പോൾ നിലവിലുള്ളതിനെതിരേ ആന്തരികമായ പ്രതിരോധം സൃഷ്ടിക്കുന്നതിലുപരി വ്യർത്ഥവും ഭ്രാന്തവുമായി മറ്റെന്താണുള്ളത്? ഇപ്പോഴെന്നല്ല എപ്പോഴും വർത്തമാനകാലത്തിൽ മാത്രം നിലനില്ക്കുന്ന ജീവിതത്തെ എതിർക്കുന്നതിലുപരി ഭ്രമാത്മകമായി എന്താണുള്ളത്? ഇപ്പോൾ 'ഉള്ള'തിനു സ്വയം സമർപ്പിക്കുക. ജീവിതത്തോടു 'ശരി' എന്നു പറയുക. പെട്ടെന്നു ജീവിതം നിങ്ങൾക്കെതിരെയല്ലാതെ നിങ്ങൾക്കുവേണ്ടി പ്രവർത്തിക്കാൻ തുടങ്ങുന്നതെങ്ങനെയെന്നു കാണാനാവും.

വർത്തമാനനിമിഷം ചിലപ്പോൾ അസ്വീകാര്യവും അനിഷ്ടകരവും ഭയാവഹവുമാണ്.

വർത്തമാനനിമിഷം അതുപോലെതന്നെയാണ്. മനസ്സ് അതിന് എങ്ങനെ ഒരു പേരു നല്കുന്നുവെന്നും ആ പ്രക്രിയ, അതായത് നിരന്തരമായ തീർപ്പുകല്പിക്കൽ വേദനയും അസന്തുഷ്ടിയും എങ്ങനെ സൃഷ്ടിക്കുന്നുവെന്നും നിരീക്ഷിക്കുക. മനസ്സിന്റെ പ്രവർത്തനരീതികളെ വീക്ഷിക്കുന്നതിലൂടെ നിങ്ങളതിന്റെ പ്രതിരോധരീതികൾക്കു പുറത്തുകടക്കുന്നു. പിന്നെ നിങ്ങൾക്കു വർത്തമാനനിമിഷത്തെ അതായിരിക്കാൻ അനുവദിക്കാം. ഇതു ബാഹ്യാവസ്ഥകളിൽനിന്നുള്ള ആന്തരികസ്വാതന്ത്ര്യത്തിന്റെ, യഥാർത്ഥമായ ആന്തരികശാന്തിയുടെ പ്രഥമാസ്വാദനം നിങ്ങൾക്കു നല്കുന്നു. അപ്പോൾ എന്താണു സംഭവിക്കുന്നതെന്നു കാണുക. ആവശ്യമുണ്ടെങ്കിൽ, അല്ലെങ്കിൽ സാദ്ധ്യമാണെങ്കിൽ മാത്രം നടപടിയെടുക്കുക.

അംഗീകരിക്കുക— എന്നിട്ടു പ്രവർത്തിക്കുക. വർത്തമാന നിമിഷത്തിലുള്ളത് എന്തുമായിക്കൊള്ളട്ടെ. നിങ്ങളതു സ്വയം തിരഞ്ഞെടുത്തതുപോലെ അതിനെ സ്വീകരിക്കുക. അതിനെതിരേയല്ലാതെ

അതിന്റെകൂടെ പ്രവർത്തിക്കുക. അതിനെ നിങ്ങളുടെ ശത്രുവാക്കുന്നതിനുപകരം സുഹൃത്തും സഹകാരിയുമാക്കുക. ഇതു നിങ്ങളുടെ മുഴുവൻ ജീവിതത്തെയും അത്ഭുതകരമായി രൂപാന്തരപ്പെടുത്തും.

ഭൂതകാലത്തെ വേദന: വേദനാശരീരത്തെ അലിയിക്കൽ

വർത്തമാനനിമിഷത്തിന്റെ ശക്തിയെ ഉപയോഗിക്കാൻ നിങ്ങൾ പ്രാപ്തരല്ലാതിരിക്കുന്നിടത്തോളം കാലം, നിങ്ങൾ അനുഭവിക്കുന്ന ഓരോ വൈകാരികവേദനയും നിങ്ങളുടെയുള്ളിൽ തുടർന്നും ജീവിക്കുന്ന അതിന്റെ ഒരംശത്തെ അവശേഷിപ്പിക്കും. അതു നിങ്ങളുടെയുള്ളിൽ നേരത്തെയുള്ള കഴിഞ്ഞകാല വേദനയുമായി ഒന്നാവുകയും നിങ്ങളുടെ മനസ്സിലും ശരീരത്തിലും ഉറയ്ക്കുകയും ചെയ്യും. തീർച്ചയായും നിങ്ങൾ പിറന്നുവീണ ലോകത്തിന്റെ ബോധശൂന്യമായ അവസ്ഥമൂലം കുട്ടിക്കാലത്തു നിങ്ങളനുഭവിച്ച വേദനയും ഇതുൾക്കൊള്ളുന്നു.

നിങ്ങളുടെ ശരീരത്തിലും മനസ്സിലും അധിവസിക്കുന്ന നിഷേധപരമായ ഒരു ഊർജ്ജക്ഷേത്രമാണ് കുമിഞ്ഞുകൂടിയ ഈ വേദന. അതിനെ അതിന്റേതായ രീതിയിൽ ഒരു അദൃശ്യമായ അസ്തിത്വമായി നിങ്ങൾ കാണുകയാണെങ്കിൽ, സത്യത്തോടു നിങ്ങൾ വളരെ അടുത്തിരിക്കുന്നു എന്നാണർത്ഥം. അതാണ് വികാരാധിഷ്ഠിതമായ വേദനാശരീരം. അതിന്റെ അസ്തിത്വത്തിനു രണ്ട് അവസ്ഥകളുണ്ട്. സുഷുപ്താവസ്ഥയും സജീവാവസ്ഥയും. തൊണ്ണൂറു ശതമാനം സമയത്തും വേദനാശരീരം സുഷുപ്താവസ്ഥയിലാണ്. എന്നാൽ ആഴത്തിൽ അസന്തുഷ്ടിയുള്ള ഒരാളിൽ അതു നൂറുശതമാനം സമയത്തും സജീവമായിരിക്കും. ചില ആളുകൾ അവരുടെ വേദനാശരീരത്തിലൂടെ മാത്രമാണു ജീവിക്കുന്നത്. മറ്റുചിലർ ചില പ്രത്യേക സന്ദർഭങ്ങളിൽ മാത്രമാണു വേദനാശരീരത്തെ അനുഭവിക്കുന്നത്. ഗാഢമായ ബന്ധങ്ങളിൽ അല്ലെങ്കിൽ ഭൂതകാലത്തെ നഷ്ടം, പരിത്യാഗം, ശാരീരികവും മാനസികവുമായ ക്ഷതം എന്നിവയുമായി ബന്ധമുള്ള സന്ദർഭങ്ങളിൽ ഒക്കെ. എന്തും അതിനെ ഉത്തേജിപ്പിക്കാം. പ്രത്യേകിച്ചും നിങ്ങളുടെ കഴിഞ്ഞകാലത്തെ ഏതെങ്കിലും വേദനാക്രമവുമായി അത് അനുനാദമുണർത്തുന്നുവെങ്കിൽ. വേദനാശരീരത്തിന്റെ സുഷുപ്താവസ്ഥയിൽ നിന്ന് ഉണരുവാൻ അതു തയ്യാറെടുത്തിട്ടുണ്ടെങ്കിൽ, നിങ്ങളോട് അടുപ്പമുള്ള ആരുടെയെങ്കിലും ഒരു ചിന്തയോ നിഷ്കളങ്കമായ ഒരഭിപ്രായമോപോലും അതിനെ പ്രവർത്തനക്ഷമമാക്കും.

ചില വേദനാശരീരങ്ങൾ അസഹ്യതയുളവാക്കുമെങ്കിലും നിർത്താതെ കരയുന്ന ഒരു കുഞ്ഞിനെപ്പോലെ നിരുപദ്രവങ്ങളാണ്. മറ്റു ചില വേദനാശരീരങ്ങൾ ക്രൂരതനിറഞ്ഞ വിനാശകാരികളായ ഭീമാകാരന്മാരാണ്. യഥാർത്ഥ രാക്ഷസന്മാർ. ചിലതു ശാരീരികമായും കുറച്ചധികം വൈകാരികമായും ആക്രമണോത്സുകതയുള്ളവയാണ്. ചിലതു നിങ്ങൾക്കു

ചുറ്റുമുള്ളവരെയും നിങ്ങളോടു അടുപ്പമുള്ളവരെയും ആക്രമിക്കും. മറ്റു ചിലത് ആതിഥേയനായ നിങ്ങളെത്തന്നെ ആക്രമിക്കും. നിങ്ങൾക്കു നിങ്ങളുടെ ജീവിതത്തെക്കുറിച്ചുണ്ടാകുന്ന ചിന്തകളും വികാരങ്ങളുമെല്ലാം ആഴത്തിൽ നിഷേധപരവും ആത്മനാശകവുമായിത്തീരും. ഈ രീതിയിലാണ് അസുഖങ്ങളും അപകടങ്ങളും പലപ്പോഴും സൃഷ്ടിക്കപ്പെടുന്നത്. ചില വേദനാശരീരങ്ങൾ അവയുടെ ആതിഥേയരെ ആത്മഹത്യയിലേക്കുവരെ നയിക്കും.

നിങ്ങൾക്കൊരാളെ അറിയാമെന്നു നിങ്ങൾ വിചാരിക്കുന്നു. പെട്ടെന്നൊരുനാൾ അയാളുടെയുള്ളിലെ അപരിചിതമായ വഷളൻ സ്വഭാവമുള്ള ഒരു ജന്തുവിനെ നിങ്ങൾ അഭിമുഖീകരിക്കുമ്പോൾ നിങ്ങൾക്കു വലിയ ആഘാതമുണ്ടാകുന്നു. പക്ഷേ, അതിനെ മറ്റുള്ളവരുടെയുള്ളിലെന്നതിനെക്കാൾ നിങ്ങളുടെയുള്ളിൽത്തന്നെ നിരീക്ഷിക്കുന്നതാണു കൂടുതൽ പ്രധാനം. നിങ്ങളുടെയുള്ളിൽ അസന്തുഷ്ടിയുടെ എന്തെങ്കിലും സൂചന—അതേതു രൂപത്തിലായാലും ഉണ്ടോ എന്നു ശ്രദ്ധിക്കുക. വേദനാശരീരം പല രൂപത്തിൽ പ്രത്യക്ഷപ്പെടാം. ശുണ്ഠിയായോ, അക്ഷമയായോ, ദുഃഖം നിറഞ്ഞ മാനസികാവസ്ഥയായോ, വ്രണപ്പെടുത്തുവാനുള്ള ആഗ്രഹമായോ, ദ്വേഷമായോ ക്രോധമായോ വിഷാദമായോ നിങ്ങളുടെ ബന്ധങ്ങളിൽ കുറച്ചു നാടകം വേണമെന്ന ആഗ്രഹമായോ ഒക്കെ. അത് അതിന്റെ സുഷുപ്താവസ്ഥയിൽനിന്ന് ഉണരുന്ന നിമിഷത്തിൽത്തന്നെ അതിനെ പിടികൂടുക.

നിലവിലുള്ള എല്ലാ അസ്തിത്വങ്ങളെയുംപോലെ വേദനാശരീരവും നിലനില്ക്കാനാഗ്രഹിക്കുന്നു. അബോധപൂർവ്വമായി നിങ്ങളെ അതിനോടു താദാത്മ്യപ്പെടുത്തിയെടുത്താൽ മാത്രമേ അതിനു നിലനില്ക്കാനാവൂ. അപ്പോൾ അതിന് ഉണർന്നു നിങ്ങളെ കീഴടക്കി, 'നിങ്ങളായി മാറി', നിങ്ങളിൽക്കൂടെ ജീവിക്കാം. അതിന് നിങ്ങളിലൂടെ അതിന്റെ 'ആഹാരം' ലഭിക്കണം. അതിന്റെ സ്വന്തമായ ഊർജ്ജത്തിനൊടൊപ്പം കമ്പനം ചെയ്യുന്ന ഏതെങ്കിലും അനുഭവത്തിൽനിന്ന് അതിന് അതിന്റെ ആഹാരം ലഭിക്കുന്നു. ഏതു രൂപത്തിലായാലും കൂടുതൽ വേദന സൃഷ്ടിക്കുന്ന എന്തും വേദനാശരീരത്തെ പുഷ്ടിപ്പെടുത്തുന്നു. ദ്വേഷവും നശീകരണമനോഭാവവും വെറുപ്പും സങ്കടവും വൈകാരികമായ നാടകങ്ങളും അക്രമവും അസുഖങ്ങളും എല്ലാം. അതുകൊണ്ട് വേദനാശരീരം ഒരിക്കൽ നിങ്ങളെ കീഴടക്കിക്കഴിഞ്ഞാൽ അതിന്റെ ഊർജ്ജത്തിന്റെ കമ്പനാവൃത്തിയെ തിരിച്ചു പ്രതിഫലിപ്പിക്കുന്ന അവസ്ഥ നിങ്ങളുടെ ജീവിതത്തിൽ സൃഷ്ടിക്കും. അതിൽനിന്ന് ആഹരിക്കുവാനായി. വേദന വേദനയെമാത്രം ആഹരിക്കുന്നു. അതിന് ആനന്ദത്തെ ഭക്ഷിക്കാനാവില്ല. ആനന്ദം അതിനു ദഹിക്കാൻ ബുദ്ധിമുട്ടുള്ളതായി അനുഭവപ്പെടും.

വേദനാശരീരം നിങ്ങളെ ഏറ്റെടുത്താൽപ്പിന്നെ നിങ്ങൾ കൂടുതൽ വേദനയ്ക്കായി ആഗ്രഹിക്കും. നിങ്ങൾ ഒരു ഇരയോ അല്ലെങ്കിൽ ഒരു

അതിക്രമിയോ ആയിമാറും. വേദനിപ്പിക്കാനോ സ്വയം വേദനിക്കാനോ അല്ലെങ്കിൽ അതു രണ്ടിനുമോ നിങ്ങൾ ആഗ്രഹിക്കുന്നു. വാസ്തവത്തിൽ ഇവ രണ്ടും തമ്മിൽ വലിയ വ്യത്യാസമില്ല. തീർച്ചയായും നിങ്ങൾ ഇതിനെക്കുറിച്ചു ബോധവാനല്ല. അതുകൊണ്ടു നിങ്ങൾക്കു വേദന ആവശ്യമില്ലെന്നു നിങ്ങൾ വീറോടെ വാദിക്കും. പക്ഷേ, സൂക്ഷ്മമായി നിരീക്ഷിച്ചാൽ നിങ്ങളുടെ ചിന്തയും പെരുമാറ്റവും ആ വേദന തുടർന്നുകൊണ്ടേയിരിക്കുന്നതിനുവേണ്ടി ഉദ്ദേശിച്ചിട്ടുള്ളതാണെന്നു മനസ്സിലാവും — നിങ്ങൾക്കും മറ്റുള്ളവർക്കുംവേണ്ടി. യഥാർത്ഥത്തിൽ നിങ്ങളതിനെക്കുറിച്ചു ബോധവാനാണെങ്കിൽ ചിന്തയുടെയും പെരുമാറ്റത്തിന്റെയും മേൽപ്പറഞ്ഞ രീതികൾ ഇല്ലാതാകും. കാരണം, കൂടുതൽ വേദനയുണ്ടാകാൻ ആഗ്രഹിക്കുന്നതു മതിഭ്രമമാണ്. ആരും ബോധപൂർവ്വമായ മതിഭ്രമമുള്ളവരല്ലല്ലോ.

നിങ്ങളുടെ അഹന്തയുടെ കറുത്ത നിഴലായ വേദനാശരീരം, നിങ്ങളുടെ ബോധത്തിന്റെ വെളിച്ചത്തെ യഥാർത്ഥത്തിൽ ഭയപ്പെടുന്നു. കണ്ടുപിടിക്കപ്പെടുമോ എന്നതാണ് അതിന്റെ ഭയം. അതുമായുള്ള നിങ്ങളുടെ അബോധപൂർവ്വമായ താദാത്മ്യപ്പെടലിനെയും നിങ്ങളുടെയുള്ളിൽ ജീവിക്കുന്ന വേദനയെ നേരിടാൻ നിങ്ങൾക്കുള്ള അബോധപൂർവ്വമായ ഭീതിയെയും ആശ്രയിച്ചാണ് അതിന്റെ നിലനില്പ്. പക്ഷേ, നിങ്ങൾ അതിനെ നേരിട്ടില്ലെങ്കിൽ, ആ വേദനയിലേക്കു നിങ്ങൾ നിങ്ങളുടെ ബോധത്തിന്റെ പ്രകാശത്തെ കൊണ്ടുവന്നില്ലെങ്കിൽ, ആ വേദന നിങ്ങൾ വീണ്ടും വീണ്ടും അനുഭവിക്കാനിടയാകും. നിങ്ങൾ ഒന്നു നോക്കാൻപോലും ഭയക്കുന്ന അപകടകാരിയായ ഒരു ഭീകരനാണു നിങ്ങളുടെ വേദനാശരീരമെന്നു നിങ്ങൾക്കു തോന്നിയേക്കാം. പക്ഷേ, നിങ്ങളുടെ സാന്നിദ്ധ്യത്തിന്റെ ശക്തിയെ എതിരിടാനാവാത്ത കഴമ്പില്ലാത്ത ഒരു മായാരൂപം മാത്രമാണതെന്നു ഞാൻ നിങ്ങൾക്കു ഉറപ്പു തരുന്നു.

എല്ലാ വേദനയും അന്തിമമായി ഒരു മിഥ്യയാണെന്നു ചില ആദ്ധ്യാത്മിക ബോധനരീതികൾ പ്രസ്താവിക്കുന്നു. ഇതു സത്യമാണുതാനും. ചോദ്യമിതാണ്: അതു നിങ്ങളെ സംബന്ധിച്ചിടത്തോളം സത്യമാണോ? വെറും വിശ്വാസം അതിനെ സത്യമാക്കുന്നില്ല. നിങ്ങൾക്കു നിങ്ങളുടെ ശിഷ്ടജീവിതം മുഴുവൻ വേദന അനുഭവിക്കുകയും അതൊരു മിഥ്യ മാത്രമാണെന്നു പറഞ്ഞുകൊണ്ടിരിക്കുകയും ചെയ്യണമെന്നുണ്ടോ? അങ്ങനെ പറയുന്നതു നിങ്ങളെ വേദനയിൽനിന്നു മുക്തമാക്കുമോ? മേൽപ്പറഞ്ഞ സത്യത്തെ എങ്ങനെ തിരിച്ചറിയണമെന്ന് അതായത് എങ്ങനെ അതിനെ നിങ്ങളുടെ അനുഭവത്തിൽ യാഥാർത്ഥ്യമാക്കണമെന്നുള്ളതിനെക്കുറിച്ചാണ് നാം ഇവിടെ ചിന്തിക്കുന്നത്.

അപ്പോൾ, വേദനാശരീരത്തിനു നിങ്ങളതിനെ നേരിട്ടു നിരീക്ഷിക്കണമെന്നോ, അത് യഥാർത്ഥത്തിൽ എന്താണെന്നു മനസ്സിലാക്കണമെന്നോ ആഗ്രഹമില്ല. നിങ്ങളതിനെ നിരീക്ഷിക്കുകയും നിങ്ങളുടെ

ഉള്ളിലുള്ള അതിന്റെ ഊർജ്ജക്ഷേത്രത്തെ അനുഭവിക്കുകയും നിങ്ങളുടെ ശ്രദ്ധ അതിലേക്കു കേന്ദ്രീകരിക്കുകയും ചെയ്യുന്ന നിമിഷത്തിൽ അതുമായുള്ള നിങ്ങളുടെ താദാത്മ്യം മുറിഞ്ഞുപോകുന്നു. ബോധത്തിന്റെ ഒരുയർന്ന മാനം നിലവിൽവരുന്നു. അതിനെ ഞാൻ സാന്നിദ്ധ്യം എന്നു വിളിക്കുന്നു. ഇപ്പോൾ നിങ്ങൾ വേദനാശരീരത്തിന്റെ സാക്ഷിയോ നിരീക്ഷകനോ ആണ്. അതിന്റെ അർത്ഥം നിങ്ങളായി അഭിനയിച്ച് ഇനിയൊരിക്കലും അതിനു നിങ്ങളെ ഉപയോഗപ്പെടുത്താനാവില്ലെന്നും നിങ്ങളിലൂടെ അതിന് ഇനിയൊരിക്കലും സ്വയം പുഷ്ടിപ്പെടുത്താനാവുകയില്ലെന്നുമാണ്. നിങ്ങളുടെതന്നെ ഏറ്റവും ആഴത്തിലുള്ള ശക്തിയെ നിങ്ങൾ കണ്ടെത്തിയിരിക്കുന്നു. വർത്തമാനകാലത്തിന്റെ ശക്തി നിങ്ങൾക്കു പ്രാപ്യമായിരിക്കുന്നു.

വേദനാശരീരവുമായുള്ള താദാത്മ്യത്തെ മുറിക്കുവാൻ തക്കവണ്ണമുള്ള അവബോധം നമുക്കുണ്ടായാൽ വേദനാശരീരത്തിന് എന്തു സംഭവിക്കും?

ബോധശൂന്യതയാണ് അതിനെ സൃഷ്ടിക്കുന്നത്. ബോധം അതിനെ വീണ്ടും പൂർവ്വാവസ്ഥയിലേക്കു രൂപാന്തരപ്പെടുത്തുന്നു. ഈ പ്രാപഞ്ചിക തത്ത്വത്തെ വിശുദ്ധ പൗലോസ് മനോഹരമായി ഇങ്ങനെ വിവരിക്കുന്നു: "വെളിച്ചത്തിലേക്കു തുറന്നുവയ്ക്കപ്പെടുന്നതിനാൽ എല്ലാം അനാവൃതമാകുന്നു. വെളിച്ചത്തിലേക്കു തുറന്നുവയ്ക്കപ്പെടുന്നതെല്ലാം വെളിച്ചംതന്നെയായിത്തീരുന്നു." ഇരുട്ടിനോടു നിങ്ങൾക്കു യുദ്ധം ചെയ്യാൻ കഴിയാത്തതുപോലെ വേദനാശരീരത്തോടും നിങ്ങൾക്കു പൊരുതാനാവില്ല. അങ്ങനെ ചെയ്യാൻ ശ്രമിക്കുന്നത് ആന്തരികമായ സംഘർഷവും തന്മൂലം കൂടുതൽ വേദനയും സൃഷ്ടിക്കും. വേദനാശരീരത്തെ നിരീക്ഷിക്കുന്നതുതന്നെ ധാരാളമാണ്. ആ നിമിഷത്തിൽ ഉള്ളതിന്റെ ഭാഗമായി അതിനെ അംഗീകരിക്കുന്നു എന്നാണ് വേദനാശരീരത്തെ നിരീക്ഷിക്കുന്നതിലൂടെ പരോക്ഷമായി സൂചിപ്പിക്കപ്പെടുന്നത്.

നിങ്ങളുടെ മൊത്തം ഊർജ്ജക്ഷേത്രത്തിൽനിന്നു വേറിട്ടുപോവുകയും മനസ്സുമായുള്ള താദാത്മ്യമെന്ന അസ്വാഭാവിക പ്രക്രിയയിലൂടെ താൽക്കാലികമായി സ്വാശ്രയത്വം നേടുകയും ചെയ്ത കുടുങ്ങിക്കിടക്കുന്ന ജീവോർജ്ജമാണ് വേദനാശരീരത്തിലുള്ളത്. സ്വന്തം വാലിനെ വിഴുങ്ങാൻ ശ്രമിക്കുന്ന ഒരു മൃഗത്തെപ്പോലെ അത് അതിനോടുതന്നെ എതിരിടുകയും അങ്ങനെ ജീവിതവിരുദ്ധമാവുകയും ചെയ്തിരിക്കുന്നു. നമ്മുടെ സംസ്കാരം ജീവിതത്തിന് ഇത്രയും വിനാശകരമായിത്തീർന്നിരിക്കുന്നത് എന്തുകൊണ്ടാണെന്നാണ് നിങ്ങൾ വിചാരിക്കുന്നത്? ജീവിതത്തിനു ഹാനികരമായിത്തീർന്നിരിക്കുന്ന ശക്തികൾ പോലും പക്ഷേ, ജീവോർജ്ജമാണ്.

വേദനാശരീരവുമായുള്ള താദാത്മ്യത്തിൽനിന്നും നിങ്ങൾ മോചിതനാവാൻ തുടങ്ങുകയും നിരീക്ഷകനായിത്തീരുകയും ചെയ്യുമ്പോഴും, കുറച്ചുകാലത്തേക്കു വേദനാശരീരം പ്രവർത്തിച്ചുകൊണ്ടിരിക്കും. നിങ്ങളെ വീണ്ടും അതുമായി താദാത്മ്യപ്പെടുത്തുവാനായി തന്ത്രങ്ങൾ ഉപയോഗിക്കാൻ ശ്രമിക്കുകയും ചെയ്യും. വേദനാശരീരവുമായുള്ള താദാത്മ്യത്തിലൂടെ നിങ്ങളതിനിപ്പോൾ ഊർജ്ജം പകരുന്നില്ലെങ്കിലും ചലിപ്പിക്കുന്നത് നിർത്തുമ്പോഴും കുറച്ചുനേരത്തേക്കു തിരിഞ്ഞുകൊണ്ടിരിക്കുന്ന ചർക്കയെപ്പോലെ, അതിന് ഒരു ആക്കമുണ്ട്. ഈ സമയത്ത്, ശരീരത്തിന്റെ വിവിധഭാഗങ്ങളിൽ അതു നോവുകളും വേദനകളുമെല്ലാം സൃഷ്ടിക്കും. പക്ഷേ, അത് അധികകാലം നീണ്ടുനില്ക്കുകയില്ല. ആ സമയത്ത്, സന്നിഹിതനാവുക. ബോധപൂർവ്വം നിലകൊള്ളുക. നിങ്ങളുടെ മനോമണ്ഡലത്തിന്റെ സദാ ജാഗ്രതയുള്ള കാവലാളാവുക. വേദനാശരീരത്തെ നേരിട്ടു നോക്കിക്കാണാനും അതിന്റെ ഊർജ്ജം അറിയുവാനും നിങ്ങൾ വേണ്ടവിധത്തിൽ സന്നിഹിതനാവണം. അപ്പോൾ അതിനു നിങ്ങളുടെ ചിന്തയെ നിയന്ത്രിക്കാനാവില്ല. എന്നാൽ വേദനാശരീരത്തിന്റെ ഊർജ്ജക്ഷേത്രവുമായി നിങ്ങളുടെ ചിന്ത പൊരുത്തപ്പെടുന്ന ആ നിമിഷത്തിൽ വീണ്ടും നിങ്ങളതുമായി താദാത്മ്യപ്പെടുകയും നിങ്ങളുടെ ചിന്തകൾകൊണ്ട് അതിനെ ഊട്ടുകയും ചെയ്യും.

ഉദാഹരണത്തിന്, നിങ്ങളുടെ വേദനാശരീരത്തിന്റെ പ്രബലമായ ഊർജ്ജകമ്പനം ദ്വേഷമാണെന്നിരിക്കട്ടെ. നിങ്ങൾ ക്രോധത്തോടെ ചിന്തിക്കുകയും ആരെങ്കിലും നിങ്ങളോടു ചെയ്തതോ, അല്ലെങ്കിൽ നിങ്ങൾ അവനോടോ അവളോടോ ചെയ്യാൻ പോകുന്നതോ ആയ കാര്യങ്ങളെക്കുറിച്ചുതന്നെ ആലോചിക്കുകയുമാണെങ്കിൽ, നിങ്ങൾ 'അബോധാവസ്ഥ'യിൽ ആയിക്കഴിഞ്ഞു. വേദനാശരീരം 'നിങ്ങളാ'യി മാറിക്കഴിഞ്ഞു. ദ്വേഷത്തിനു താഴെയായി എപ്പോഴും വേദനയുമുണ്ടാകും. പെട്ടെന്നു നിങ്ങളൊരു ഇരുണ്ട മാനസികാവസ്ഥയിലാവുകയും നിഷേധപരമായ ഒരു മാനസികക്രമത്തിലെത്തിച്ചേരുകയും നിങ്ങളുടെ ജീവിതം എത്ര ഭയാനകമാണെന്നു ചിന്തിക്കുകയും ചെയ്യുമ്പോൾ, നിങ്ങളുടെ ചിന്ത വേദനാശരീരവുമായി ഒന്നായി എന്നാണർത്ഥം. നിങ്ങൾ 'അബോധാവസ്ഥ'യിലാവുകയും വേദനാശരീരത്തിന്റെ ആക്രമണത്തിനു വിധേയനാവുകയും ചെയ്യുന്നു. 'അബോധാവസ്ഥ' എന്നതുകൊണ്ട് ഞാനർത്ഥമാക്കുന്നത്, ഏതെങ്കിലും മാനസികക്രമത്തോടോ വൈകാരികക്രമത്തോടോ ഉള്ള താദാത്മ്യമാണ്. നിരീക്ഷകന്റെ പൂർണ്ണമായ അസാന്നിദ്ധ്യത്തെയാണ് അതു സൂചിപ്പിക്കുന്നത്.

തുടർച്ചയായ ബോധപൂർവ്വമുള്ള ശ്രദ്ധ, വേദനാശരീരവും നിങ്ങളുടെ ചിന്താപ്രക്രിയകളും തമ്മിലുള്ള ബന്ധത്തെ അറുക്കുകയും മാറ്റത്തിന്റെ പ്രക്രിയയ്ക്കു തുടക്കമിടുകയും ചെയ്യുന്നു. നിങ്ങളുടെ ബോധമാകുന്ന തീനാളത്തിന് ആ വേദന ഇന്ധനമാകുന്നതുപോലെ

യാണത്. അപ്പോൾ നിങ്ങളുടെ ബോധം കൂടുതൽ പ്രകാശത്തോടെ ജ്വലിക്കുന്നു. പുരാതന കലയായ രസവാദവിദ്യയുടെ(alchemy) ഗൂഢമായ അർത്ഥമിതാണ്. താണതരം ലോഹത്തെ സ്വർണ്ണമായി രൂപാന്തരപ്പെടുത്തൽ, യാതനയെ ശുദ്ധബോധമാക്കി മാറ്റൽ. നിങ്ങളുടെ ഉള്ളിലെ വിള്ളൽ സുഖപ്പെടുകയും നിങ്ങൾ വീണ്ടും മുഴുവനാവുകയും ചെയ്യുന്നു. കൂടുതൽ വേദന സൃഷ്ടിക്കാതിരിക്കുകയാണ് പിന്നെ നിങ്ങളുടെ ചുമതല.

ഈ പ്രക്രിയയെ ഞാൻ ഇങ്ങനെ സംഗ്രഹിക്കട്ടെ. നിങ്ങളുടെ ഉള്ളിലെ വികാരത്തിൽ ശ്രദ്ധ കേന്ദ്രീകരിക്കുക. അതു വേദനാശരീരമാണെന്നു മനസ്സിലാക്കുക. അതവിടെയുണ്ടെന്ന് അംഗീകരിക്കുക. അതിനെക്കുറിച്ചു ചിന്തിക്കാതിരിക്കുക. വികാരത്തെ ചിന്തയായി മാറാൻ അനുവദിക്കാതിരിക്കുക. തീർപ്പു കല്പിക്കുകയോ അപഗ്രഥിക്കുകയോ ചെയ്യാതിരിക്കുക. വേദനാശരീരത്തിൽനിന്നും നിങ്ങൾക്കായൊരു വ്യക്തിത്വം നിർമ്മിക്കാതിരിക്കുക. വർത്തമാനകാലത്തിൽ സന്നിഹിതനാവുക. നിങ്ങളുടെയുള്ളിൽ സംഭവിക്കുന്നതിന്റെ നിരീക്ഷകനായി തുടരുക. വൈകാരികമായ വേദനയെക്കുറിച്ചു മാത്രമല്ല, നിശ്ശബ്ദനായ നിരീക്ഷകനെക്കുറിച്ചും അവബോധമുള്ളവനാകുക. ഇതാണു വർത്തമാനനിമിഷത്തിന്റെ ശക്തി— നിങ്ങളുടെ സ്വന്തം ബോധപൂർവ്വമായ സാന്നിദ്ധ്യത്തിന്റെ ശക്തി. പിന്നെ എന്തു സംഭവിക്കുന്നു എന്നു കാണുക.

വളരെയധികം സ്ത്രീകൾക്ക്, ആർത്തവകാലത്തിനുമുമ്പുള്ള സമയത്താണു വേദനാശരീരം ഉണരുന്നത്. ഇതിനെക്കുറിച്ചും ഇതിന്റെ കാരണത്തെക്കുറിച്ചും കൂടുതൽ വിശദമായി ഞാൻ പിന്നീടു സംസാരിക്കാം. ഇപ്പോൾ ഇത്രയും പറയട്ടെ: ആ സമയത്തു നിങ്ങൾക്കു ജാഗ്രതയോടെയും പൂർണ്ണ സാന്നിദ്ധ്യത്തോടെയും ഇരിക്കാനും, നിങ്ങളുടെയുള്ളിലെ വികാരങ്ങൾക്ക് അടിമപ്പെടാതെ അവയെ നോക്കിക്കാണാനും കഴിയുമെങ്കിൽ അത് ഏറ്റവും ശക്തമായ ഒരു ആത്മീയ അഭ്യാസത്തിനുള്ള അവസരം നിങ്ങൾക്കു തരുന്നു. കഴിഞ്ഞകാലത്തെ എല്ലാ വേദനകളുടെയും ദ്രുതഗതിയിലുള്ള പരിവർത്തനം സാദ്ധ്യമാകുന്നു.

വേദനാശരീരവുമായുള്ള അഹന്തയുടെ താദാത്മ്യപ്പെടൽ

ഞാനിപ്പോൾ വിവരിച്ച പ്രക്രിയ അത്യന്തം ശക്തിയുള്ളതും എന്നാൽ ലളിതവുമാണ്. ഒരു കുഞ്ഞിനെപ്പോലും അതു പഠിപ്പിക്കാം. ഭാവിയിൽ, കുട്ടികൾ വിദ്യാലയങ്ങളിൽ പഠിക്കുന്ന ആദ്യത്തെ കാര്യങ്ങളിൽ ഒന്ന് ഇതായിരിക്കുമെന്നു പ്രതീക്ഷിക്കാം. നിങ്ങളുടെയുള്ളിൽ സംഭവിക്കു

ന്നതിന്റെ നിരീക്ഷകനായി സന്നിഹിതനാവുന്നതിന്റെ അടിസ്ഥാനതത്ത്വം നിങ്ങൾ മനസ്സിലാക്കിക്കഴിഞ്ഞാൽ— അനുഭവത്തിലൂടെയാണ് നിങ്ങൾ അതു മനസ്സിലാക്കുന്നത്. പരിവർത്തനത്തിനുള്ള ഏറ്റവും ശക്തമായ ഉപകരണം നിങ്ങളുടെ കൈയിലായിക്കഴിഞ്ഞു.

വേദനയുമായുള്ള താദാത്മ്യത്തിൽനിന്നു മോചിതനാകുമ്പോൾ, തീവ്രമായ ആന്തരികപ്രതിരോധത്തെ നിങ്ങൾ നേരിടേണ്ടിവരുമെന്ന തിനെ ഇതിനാൽ നിഷേധിക്കുന്നില്ല. പ്രത്യേകിച്ചും നിങ്ങളുടെ ജീവിതത്തിന്റെ സിംഹഭാഗവും നിങ്ങൾ വൈകാരികമായ വേദനാശരീരവുമായി ഗാഢമായി താദാത്മ്യപ്പെട്ടാണ് ജീവിച്ചുപോന്നിട്ടുള്ളതെങ്കിൽ, നിങ്ങളുടെ വ്യക്തിത്വബോധം മുഴുവനായോ അല്ലെങ്കിൽ അതിന്റെ വലിയൊരു ഭാഗമോ നിങ്ങളതിൽ നിക്ഷേപിച്ചിട്ടുണ്ടെങ്കിൽ, ഇങ്ങനെ സംഭവിക്കും. നിങ്ങളുടെ വേദനാശരീരത്തിൽനിന്നും അസന്തുഷ്ടമായ ഒരു വ്യക്തിത്വത്തെ നിങ്ങൾ ഉണ്ടാക്കിയെടുത്തിട്ടുണ്ടെന്നും, മനോനിർമ്മിതമായ ഈ കെട്ടുകഥ നിങ്ങളാണെന്നു നിങ്ങൾ വിശ്വസിക്കുന്നു എന്നുമാണ് ഇതിനർത്ഥം. അങ്ങനെയാണെങ്കിൽ, നിങ്ങളുടെ വ്യക്തിത്വം നഷ്ടപ്പെടുമെന്ന അബോധപൂർവ്വമായ ഭയം ഏതെങ്കിലും തരത്തിലുള്ള താദാത്മ്യവിമുക്തിക്ക് (disidentification) ശക്തമായ പ്രതിരോധം സൃഷ്ടിക്കും. മറ്റൊരുതരത്തിൽ പറഞ്ഞാൽ, അജ്ഞാതമായതിലേക്ക് എടുത്തുചാടി, നിങ്ങൾക്കു പരിചിതമായ അസന്തുഷ്ടമായ വ്യക്തിത്വത്തെ നഷ്ടപ്പെടുത്തുന്നതിനെക്കാൾ വേദനയിൽത്തന്നെ മുഴുകാനും വേദനാശരീരമായിരിക്കാനുമാണു നിങ്ങൾ ഇഷ്ടപ്പെടുക.

മേൽപ്പറഞ്ഞത് നിങ്ങൾക്കു ബാധകമാണെങ്കിൽ നിങ്ങളുടെയുള്ളിലെ പ്രതിരോധത്തെ നിരീക്ഷിക്കുക. വേദനയോടുള്ള നിങ്ങളുടെ മമതയെയും നിരീക്ഷിക്കുക. വളരെ ജാഗ്രതയോടെ ഇരിക്കുക. അസന്തുഷ്ടിയോടെ ഇരിക്കുന്നതിൽനിന്നും നിങ്ങൾക്കു ലഭിക്കുന്ന പ്രത്യേകതരം സുഖത്തെയും നിരീക്ഷിക്കുക. അസന്തുഷ്ടിയെക്കുറിച്ചു ചിന്തിക്കാനോ സംസാരിക്കാനോ ഉള്ള പ്രേരണയെയും നിരീക്ഷിക്കുക. പ്രതിരോധത്തെ നിങ്ങൾ ബോധതലത്തിലേക്കു കൊണ്ടുവന്നാൽ അതില്ലാതാകും. പിന്നെ നിങ്ങൾക്കു നിങ്ങളുടെ വേദനാശരീരത്തിലേക്കു ശ്രദ്ധ കൊണ്ടുപോകാം. സാക്ഷിയായി സന്നിഹിതനാവുകയും പരിവർത്തനത്തിനു തുടക്കം കുറിക്കുകയും ചെയ്യാം.

ഇത് 'നിങ്ങൾക്ക്' മാത്രമേ ചെയ്യാനാകൂ. വേറൊരാൾക്കും നിങ്ങൾക്കുവേണ്ടി ഇതു ചെയ്യാനാകില്ല. പക്ഷേ, തീവ്രമായി അവബോധമുള്ള ഒരാളെ കണ്ടെത്താനുള്ള ഭാഗ്യം നിങ്ങൾക്കുണ്ടാകുമെങ്കിൽ, അവരോടൊപ്പം ഇരിക്കാനും സാന്നിദ്ധ്യത്തിന്റെ അവസ്ഥയിൽ പങ്കുചേരാനും കഴിയുമെങ്കിൽ അതു സഹായകമാവുകയും, കാര്യങ്ങൾ ത്വരിതപ്പെടുത്തുകയും ചെയ്യും. ഇങ്ങനെ നിങ്ങളുടെ സ്വന്തം പ്രകാശം പെട്ടെന്നു ശക്തമായിത്തീരും. ഇപ്പോൾമാത്രം കത്താൻ തുടങ്ങിയ ഒരു മരക്കഷണത്തെ തീവ്രമായി ജ്വലിക്കുന്ന ഒരു മരക്കഷണത്തിന്റെയടുത്തു

വച്ച്, അവയെ പിന്നീടു വേർപെടുത്തിയാൽ, ആദ്യത്തെ മരക്കഷണം കൂടുതൽ പ്രകാശത്തോടെ ജ്വലിക്കാൻ തുടങ്ങും. എന്തൊക്കെയായാലും ഒരേ അഗ്നിതന്നെയാണല്ലോ അവയെ ജ്വലിപ്പിക്കുന്നത്. ഒരു ആദ്ധ്യാത്മികാചാര്യന്റെ ധർമ്മങ്ങളിലൊന്ന് അങ്ങനെയുള്ള അഗ്നിയാകുക എന്നതാണ്. ചില ചികിത്സകർക്കും (therapists) ഈ ധർമ്മം നിർവ്വഹിക്കാനാവും. മനസ്സിന്റെ തലത്തിന് അപ്പുറം കടന്നവരും നിങ്ങളോടൊപ്പം പ്രവർത്തിക്കുമ്പോൾ തീവ്രമായ ബോധത്തിന്റെ സാന്നിദ്ധ്യം സൃഷ്ടിക്കാനും നിലനിർത്താനും കഴിയുന്നവരുമായിരിക്കണം അവർ എന്നുമാത്രം.

ഭീതിയുടെ ഉദ്ഭവം

അടിസ്ഥാനപരവും താഴെ വർത്തിക്കുന്നതുമായ വൈകാരിക വേദനയുടെ ഭാഗമാണു ഭീതിയെന്ന് അങ്ങു പറഞ്ഞുവല്ലോ. എങ്ങനെയാണു ഭീതി ഉദയം ചെയ്യുന്നത്? ആളുകളുടെ ജീവിതത്തിൽ ഇത്രയധികം ഭീതി എന്തുകൊണ്ടാണുണ്ടാകുന്നത്? ചെറിയൊരളവിലുള്ള ഭീതി ആരോഗ്യകരമായ ആത്മസംരക്ഷണം തന്നെയല്ലേ? എനിക്കു അഗ്നിയെ പേടിയില്ലെങ്കിൽ ഞാൻ തീയ്ക്കുള്ളിൽ കൈയിടുകയും പൊള്ളലേൽക്കുകയും ചെയ്യും.

നിങ്ങൾ തീയ്ക്കുള്ളിൽ കൈയിടാതിരിക്കുന്നതു ഭീതികൊണ്ടല്ല, മറിച്ചു നിങ്ങളുടെ കൈ പൊള്ളുമെന്നു നിങ്ങൾക്കറിവുള്ളതുകൊണ്ടാണ്. അനാവശ്യമായ അപകടം ഒഴിവാക്കാൻ നിങ്ങൾക്കു ഭീതിയുടെ ആവശ്യമില്ല. ഏറ്റവും കുറഞ്ഞ അളവിലുള്ള ബുദ്ധിയും സാമാന്യബോധവും മതി. അത്തരം പ്രായോഗികകാര്യങ്ങൾക്ക്, ഭൂതകാലത്തുനിന്നു പഠിച്ച പാഠങ്ങൾ പ്രയോഗിക്കുന്നത് ഉപകാരം ചെയ്യും. പക്ഷേ, ആരെങ്കിലും നിങ്ങളെ അഗ്നികൊണ്ടോ ശാരീരികമായ ബലപ്രയോഗംകൊണ്ടോ ഭീഷണിപ്പെടുത്തുകയാണെങ്കിൽ, നിങ്ങൾക്കു ഭീതിയുടെ അനുഭവമുണ്ടാകും. അപകടത്തിൽനിന്നു സഹജമായുള്ള പിൻവാങ്ങലാണിത്. അല്ലാതെ നമ്മൾ ഇപ്പോൾ സംസാരിക്കുന്ന ഭീതി എന്ന മാനസികാവസ്ഥയല്ല. ഇന്ദ്രിയഗോചരവും യഥാർത്ഥവുമായ അവിളംബിതമായ ആപത്തിൽനിന്നു വേറിട്ടതാണു ഭീതി എന്ന മാനസികാവസ്ഥ. അതു പല രൂപത്തിൽ പ്രത്യക്ഷപ്പെടാം. അസ്വാസ്ഥ്യമായോ വേവലാതിയായോ ആകാംക്ഷയായോ ആത്മവിശ്വാസക്കുറവായോ പിരിമുറുക്കമായോ പേടിയായോ ഏതെങ്കിലും ഒന്നിനോടുള്ള അകാരണമായ ഭയമായോ ഒക്കെ. ഇത്തരത്തിലുള്ള മാനസികമായ ഭീതി എപ്പോഴും സംഭവിച്ചേക്കാവുന്ന ഒന്നിനെക്കുറിച്ചായിരിക്കും. ഇപ്പോൾ സംഭവിച്ചുകൊണ്ടിരിക്കുന്ന ഒന്നിനെക്കുറിച്ചായിരിക്കില്ല. നിങ്ങൾ ഇവിടെ, ഈ നിമിഷത്തിലാണ്. പക്ഷേ, നിങ്ങളുടെ മനസ്സ് ഭാവിയി

ലാണ്. ഇത് ആകാംക്ഷയുടേതായ ഒരു വിടവ് സൃഷ്ടിക്കുന്നു. നിങ്ങൾ മനസ്സുമായി താദാത്മ്യപ്പെട്ടിരിക്കുകയും നിങ്ങൾക്കു വർത്തമാനകാലത്തിന്റെ ശക്തിയോടും ലാളിത്യത്തോടുമുള്ള ബന്ധം നഷ്ടപ്പെടുകയും ചെയ്തിട്ടുണ്ടെങ്കിൽ ആകാംക്ഷയുടെ ആ വിടവ് നിങ്ങളുടെ സന്തത സഹചാരിയായിരിക്കും. വർത്തമാനനിമിഷത്തെ നിങ്ങൾക്കെപ്പോഴും കൈകാര്യം ചെയ്യാം. പക്ഷേ, മാനസികപ്രക്ഷേപണം മാത്രമായ ഒന്നിനെ, അതായതു ഭാവിയെ, നിങ്ങൾക്കു കൈകാര്യം ചെയ്യാനാവില്ല.

കൂടാതെ, ഞാൻ നേരത്തേ ചൂണ്ടിക്കാണിച്ചതുപോലെ, നിങ്ങൾ നിങ്ങളുടെ മനസ്സുമായി താദാത്മ്യപ്പെട്ടിരിക്കുന്നിടത്തോളം കാലം അഹന്തയാണു നിങ്ങളുടെ ജീവിതത്തെ നയിക്കുന്നത്. അതിന്റെ മായാപ്രകൃതിമൂലം, സങ്കീർണ്ണമായ പ്രതിരോധപ്രവർത്തനരീതികളുണ്ടായിട്ടുപോലും അഹന്ത വളരെ ദുർബലവും അരക്ഷിതവുമാണ്. സ്വന്തം നിലനില്പ് നിരന്തരമായ ഭീഷണിയിലാണെന്നാണ് അതിന്റെ തോന്നൽ. അഹന്ത പുറമേക്കു വളരെ ആത്മവിശ്വാസമുള്ളതായി കാണപ്പെടുമെങ്കിലും ഇതാണു സത്യം. വികാരമെന്നാൽ മനസ്സിനോടുള്ള ശരീരത്തിന്റെ പ്രതികരണമാണെന്ന് ഓർമ്മിക്കുക. അവാസ്തവമായതും മനോനിർമ്മിതവുമായ വ്യക്തിത്വത്തിൽനിന്ന്, അതായത് അഹന്തയിൽനിന്നു നിങ്ങളുടെ ശരീരം സദാ സ്വീകരിക്കുന്ന സന്ദേശമെന്താണ്? അപകടം— എനിക്കു ഭീഷണിയുണ്ട്. ഈ നിരന്തരമായ സന്ദേശം ഉത്പാദിപ്പിക്കുന്ന വികാരമെന്താണ്? തീർച്ചയായും ഭീതിതന്നെ.

പല കാരണങ്ങൾകൊണ്ടു ഭീതിയുണ്ടാകാം. നഷ്ടത്തെക്കുറിച്ചുള്ള ഭീതി, തോൽവിയെക്കുറിച്ചുള്ള ഭീതി, ആരെങ്കിലും വേദനിപ്പിക്കുമോ എന്ന ഭീതി— അങ്ങനെയങ്ങനെ. പക്ഷേ, അന്തിമമായി എല്ലാ ഭീതിയും മരണത്തെക്കുറിച്ചോ ഉന്മൂലനത്തെക്കുറിച്ചോ ഉള്ള അഹന്തയുടെ ഭീതിയാണ്. അഹന്തയെ സംബന്ധിച്ചിടത്തോളം മരണം എപ്പോഴും വളരെയരികിലാണ്. മനസ്സുമായി താദാത്മ്യപ്പെട്ട ഈ അവസ്ഥയിൽ മരണഭീതി നിങ്ങളുടെ ജീവിതത്തിന്റെ എല്ലാ വശങ്ങളെയും സ്വാധീനിക്കുന്നു. ഉദാഹരണത്തിന് ഒരു വാഗ്വാദത്തിൽ നിങ്ങളുടെ ഭാഗം ശരിയാകണമെന്നും മറ്റേയാളുടെ ഭാഗം തെറ്റാകണമെന്നുമുള്ള നിർബന്ധിതമായ ആവശ്യം— അതായതു നിങ്ങൾ താദാത്മ്യപ്പെട്ട മാനസികാഭിപ്രായത്തെ പ്രതിരോധിക്കൽ — വളരെ സാധാരണമാണെന്നു തോന്നാം. പക്ഷേ, ആ ആവശ്യംപോലും മരണഭീതി കാരണമാണ് ഉണ്ടാകുന്നത്. ഒരു മാനസികാഭിപ്രായവുമായി നിങ്ങൾ താദാത്മ്യപ്പെട്ടു കഴിഞ്ഞാൽ, പിന്നെ നിങ്ങൾ പറയുന്നതു തെറ്റാണെങ്കിൽ മനസ്സിൽ അധിഷ്ഠിതമായ നിങ്ങളുടെ വ്യക്തിത്വബോധത്തിന്, ഉന്മൂലനമെന്ന ഭയങ്കരമായ ഭീഷണിയെ നേരിടേണ്ടി വരുന്നു. അപ്പോൾ അഹന്താരൂപത്തിലുള്ള നിങ്ങൾക്ക് തെറ്റുപറ്റുന്നത് എങ്ങനെ താങ്ങാനാവും? തെറ്റുപറ്റുക എന്നാൽ മരി

ക്കുന്നതിനു തുല്യമാണ്. ഇതിന്റെ പേരിൽ എത്രയോ യുദ്ധങ്ങൾ ഉണ്ടായിരിക്കുന്നു. എണ്ണിയാലൊടുങ്ങാത്ത ബന്ധങ്ങൾ തകർന്നിരിക്കുന്നു.

നിങ്ങൾ മനസ്സിൽനിന്ന് താദാത്മ്യവിമുക്തി നേടിക്കഴിഞ്ഞാൽ, പിന്നെ നിങ്ങൾ പറയുന്നതു ശരിയാണോ തെറ്റാണോ എന്നതു നിങ്ങളുടെ വ്യക്തിത്വബോധത്തിനു യാതൊരു വ്യത്യാസവും ഉണ്ടാക്കുകയില്ല. അതിക്രമത്തിന്റെ മറ്റൊരു രൂപമായ, എപ്പോഴും 'ശരി'യാകണമെന്ന തീവ്രമായ നിർബന്ധിതവും ആഴത്തിൽ അബോധപൂർവ്വവുമായ ആവശ്യം പിന്നെയുണ്ടാകില്ല. നിങ്ങൾക്കു തോന്നുന്നതും നിങ്ങൾ ചിന്തിക്കുന്നതുമായ കാര്യങ്ങൾ വ്യക്തമായും ഉറപ്പോടെയും നിങ്ങൾക്കു പറയാനാകും. പക്ഷേ, അതേക്കുറിച്ചു നിങ്ങൾ കലഹിക്കുകയോ അതിനെ പ്രതിരോധിക്കുകയോ ഇല്ല. അപ്പോൾ നിങ്ങളുടെ വ്യക്തിത്വബോധം നിങ്ങളുടെ ഉള്ളിൽത്തന്നെയുള്ള ആഴമേറിയ, യഥാർത്ഥമായ ഒരിടത്തിൽനിന്നാണു ലഭിക്കുക. നിങ്ങളുടെയുള്ളിലുള്ള ഏതെങ്കിലും തരത്തിലുള്ള പ്രതിരോധത്തെ നിരീക്ഷിക്കുക. നിങ്ങൾ എന്തിനെയാണു പ്രതിരോധിക്കുന്നത്? വെറും മിഥ്യയായ ഒരു വ്യക്തിത്വത്തെ, നിങ്ങളുടെ മനസ്സിലുള്ള ഒരു പ്രതിരൂപത്തെ, അല്ലെങ്കിൽ കെട്ടുകഥയായ ഒരസ്തിത്വത്തെ. ഈയൊരു ക്രമീകരണത്തെ ബോധതലത്തിലേക്കു കൊണ്ടുവന്നും, അതിനു സാക്ഷിയായും നിങ്ങൾക്ക് അതുമായുള്ള താദാത്മ്യത്തിൽനിന്നു മോചിതനാകാം. നിങ്ങളുടെ ബോധത്തിന്റെ പ്രകാശത്തിൽ അബോധപൂർവ്വമായ ആ ക്രമീകരണം പെട്ടെന്നു അലിഞ്ഞില്ലാതാകും. ബന്ധങ്ങളെ ക്ഷയിപ്പിക്കുന്ന എല്ലാ വാഗ്വാദങ്ങളുടെയും അധികാര മത്സരങ്ങളുടെയും അവസാനമാണ് ഇത്. ശക്തിയുടെ രൂപത്തിൽ കാണപ്പെടുമെങ്കിലും വാസ്തവത്തിൽ മറ്റുള്ളവരുടെ മേലുള്ള മേധാവിത്വം ദൗർബല്യമാണ്. യഥാർത്ഥ ശക്തി നമ്മുടെ ഉള്ളിലാണ്. അതു നിങ്ങൾക്ക് ഈ നിമിഷത്തിൽ ലഭ്യവുമാണ്. മനസ്സുമായി താദാത്മ്യപ്പെട്ട ഒരാൾക്ക്, അങ്ങനെ യഥാർത്ഥ ശക്തിയായ ഉണ്മയിൽ വേരൂന്നിയിട്ടുള്ള തന്റെ ആഴമേറിയ വ്യക്തിത്വത്തിൽനിന്നു വേർപെട്ട ഒരാൾക്ക്, ഭീതി സന്തതസഹചാരിയായി ഉണ്ടാകും. മനസ്സിനപ്പുറത്തേക്കു കടന്നവരുടെ എണ്ണം വളരെ കുറവാണ്. അതുകൊണ്ടു ഫലത്തിൽ നിങ്ങൾ കണ്ടുമുട്ടുകയോ അറിയുകയോ ചെയ്യുന്ന എല്ലാവരും ഭീതിയുടെ അവസ്ഥയിലാണ് ജീവിക്കുന്നതെന്ന് അനുമാനിക്കാം. ഭീതിയുടെ തീവ്രതയ്ക്കു മാത്രമേ വ്യത്യാസമുള്ളൂ. തുലാസിന്റെ ഒരു തട്ടിലുള്ള ആകാംക്ഷയ്ക്കും ഭയത്തിനും മറ്റേ തട്ടിലുള്ള അവ്യക്തമായ അസ്വസ്ഥതയ്ക്കും ഭീഷണിയുടെ അസ്പഷ്ടമായ ബോധത്തിനും ഇടയ്ക്ക് അതു ചഞ്ചാടിക്കൊണ്ടിരിക്കും. അത് അതിന്റെ ഏറ്റവും ഉഗ്രമായ രൂപമെടുക്കുമ്പോഴേ മിക്ക ആളുകളും അതിനെക്കുറിച്ചു ബോധവാന്മാരാവൂ.

പൂർണ്ണതയ്ക്കായുള്ള അഹന്തയുടെ അന്വേഷണം

അഹന്താത്മകമായ മനസ്സിന്റെ നൈസർഗ്ഗികഭാഗമായ വൈകാരിക വേദനയുടെ മറ്റൊരു വശമാണ് ഇല്ലായ്മയെക്കുറിച്ചോ സ്വന്തം ന്യൂന തയെക്കുറിച്ചോ അപൂർണ്ണതയെക്കുറിച്ചോ ഉള്ള രൂഢമൂലമായ ബോധം. ചില ആളുകളിൽ ഇതു ബോധതലത്തിലും മറ്റുചിലരിൽ ഇത് അബോ ധതലത്തിലുമായിരിക്കും പ്രകടമാവുക. ബോധപൂർവ്വമാണെങ്കിൽ അതു തനിക്കു യോഗ്യതയില്ലെന്നോ എന്തൊക്കെയോ പോരായ്മക ളുണ്ടെന്നോ ഉള്ള അസ്ഥിരതയുണ്ടാക്കുന്ന നിരന്തരമായ തോന്നലായി പ്രത്യക്ഷപ്പെടും. അബോധപൂർവ്വമാണെങ്കിൽ തീവ്രമായ ആസക്തി യായോ ആഗ്രഹമായോ ആവശ്യമായോ പരോക്ഷമായിമാത്രം അനു ഭവപ്പെടും. രണ്ടായാലും ആളുകൾ അഹന്തയെ പ്രസാദിപ്പിക്കുവാനും താദാത്മ്യപ്പെടാനുള്ള വസ്തുക്കൾ കണ്ടെത്താനുമുള്ള നിർബന്ധിത യത്നത്തിൽ ഏർപ്പെടും. അവർ ഉള്ളിൽ അനുഭവിക്കുന്ന ശൂന്യത നിറയ്ക്കാനാണിത്. അതുകൊണ്ടു സമ്പത്തും പണവും വിജയവും അംഗീകാരവും അധികാരവും സവിശേഷമായ ബന്ധങ്ങളും ലഭിക്കു വാൻവേണ്ടി അവർ അങ്ങേയറ്റം പരിശ്രമിക്കും. അടിസ്ഥാനപരമായി അവരവരെക്കുറിച്ചുതന്നെ നല്ല അഭിപ്രായം തോന്നാനും കൂടുതൽ പൂർണ്ണതയുള്ളവരായി തോന്നാനും വേണ്ടിയാണിത് ചെയ്യുന്നത്. പക്ഷേ, ഇതെല്ലാം നേടിക്കഴിഞ്ഞാലും ആ ശൂന്യത അവിടെത്തന്നെ ഉണ്ടെന്നും അത് അത്യാഗാധമാണെന്നും അവർ മനസ്സിലാക്കും. അപ്പോൾ അവർ ശരിക്കും കുഴപ്പത്തിലാവും. കാരണം സ്വയം വ്യാമോഹിപ്പിക്കാൻ ഇനിയവർക്കാവില്ല. തീർച്ചയായും വീണ്ടും അവർക്കതു സാധിക്കു കയും പരിശ്രമങ്ങൾ തുടരുകയും ചെയ്തേക്കാം. പക്ഷേ, അതു കൂടു തൽ കൂടുതൽ ബുദ്ധിമുട്ടുള്ളതായിത്തീരും.

അഹന്താത്മകമായ മനസ്സ് നിങ്ങളുടെ ജീവിതം നിയന്ത്രിക്കുന്നിട ത്തോളം കാലം, നിങ്ങൾക്കു ശരിയായ സ്വസ്ഥത ലഭിക്കുകയില്ല. നിങ്ങ ളുടെ ഏതെങ്കിലും ആഗ്രഹം നിറവേറ്റപ്പെടുകയോ ഏതെങ്കിലും ആവശ്യം നിങ്ങൾ നേടിയെടുക്കുകയോ ചെയ്യുന്ന ഹ്രസ്വമായ ഇടവ ളകളിലല്ലാതെ നിങ്ങൾക്കു ശാന്തിയും സംതൃപ്തിയും ലഭിക്കുകയില്ല. അഹന്തയെന്നത് ഉണ്ടാക്കിയെടുക്കപ്പെടുന്ന ഒരു വ്യക്തിത്വബോധമാ യതുകൊണ്ട് അതിന് ബാഹ്യവസ്തുക്കളുമായി താദാത്മ്യപ്പെട്ടേ മതി യാവൂ. നിരന്തരമായ പരിരക്ഷയും പോഷണവും അതിനാവശ്യമാണ്. അഹന്ത ഏറ്റവുമധികം താദാത്മ്യപ്പെടുന്നത് സ്വത്ത്, നിങ്ങൾ ചെയ്യുന്ന ജോലി, സാമൂഹിക പദവിയും അംഗീകാരവും, അറിവും വിദ്യാഭ്യാ സവും, ശരീരത്തിന്റെ ആകാരം, വിശിഷ്ടമായ കഴിവുകൾ, ബന്ധ ങ്ങൾ, വ്യക്തിപരവും കുടുംബപരവുമായ ചരിത്രം, വിശ്വാസപ്രമാണം തുടങ്ങിയവയോടാണ്. കൂടാതെ, മിക്കപ്പോഴും രാഷ്ട്രീയമായോ ദേശീ യമായോ വംശീയമായോ മതപരമോ മറ്റുരീതിയിലോ ഉള്ള കൂട്ടായ താദാത്മ്യങ്ങളുമുണ്ട്. പക്ഷേ, ഇതൊന്നുംതന്നെ നിങ്ങളല്ല.

ഇതു നിങ്ങളെ ഭയപ്പെടുത്തുന്നുണ്ടോ? അതോ ഇതറിയുന്നത് ഒരാശ്വാസമാണോ? ഈ പറഞ്ഞ കാര്യങ്ങളെയെല്ലാം ഇന്നല്ലെങ്കിൽ നാളെ നിങ്ങൾക്ക് ഉപേക്ഷിക്കേണ്ടിവരും. ഒരുപക്ഷേ, ഇപ്പോൾ നിങ്ങൾക്കിതു വിശ്വസിക്കാൻ ബുദ്ധിമുട്ടായിരിക്കും. നിങ്ങളുടെ വ്യക്തിത്വത്തെ ഇതിലൊന്നും കണ്ടെത്താനാവില്ലെന്ന് 'വിശ്വസിക്കാൻ' ഞാൻ തീർച്ചയായും ആവശ്യപ്പെടുന്നില്ല. അതിന്റെ സത്യമെന്താണെന്നു നിങ്ങൾ തന്നെ സ്വയം അറിഞ്ഞുകൊള്ളും; ഏറ്റവും വൈകിയ വേളയിൽ മരണം അരികിലെത്തുന്നത് അറിയുമ്പോഴെങ്കിലും. മരണമെന്നാൽ നിങ്ങളല്ലാത്തതിനെയൊക്കെ ഉരിഞ്ഞുകളയലാണ്. 'മരിക്കുന്നതിനു മുമ്പുതന്നെ മരിക്കുകയും' മരണമില്ലെന്നു മനസ്സിലാക്കുകയും ചെയ്യലാണ് ജീവിതത്തിന്റെ രഹസ്യം.

മനസ്സിനുള്ളിൽ നിങ്ങളുടെ വ്യക്തിത്വത്തെ തേടാതിരിക്കുക

പൂർണ്ണ ബോധത്തിന്റെയോ ആത്മീയബോധോദയത്തിന്റെയോ അടുത്തെങ്കിലും എത്തണമെങ്കിൽ എന്റെ മനസ്സിന്റെ പ്രവർത്തനങ്ങളെക്കുറിച്ചു ഞാനിനിയും ഒരുപാടു പഠിക്കേണ്ടതുണ്ടെന്ന് എനിക്കു തോന്നുന്നു.

വേണ്ട, നിങ്ങൾക്കതിന്റെ ആവശ്യമില്ല. മനസ്സിന്റെ പ്രശ്നങ്ങളെ മനസ്സിന്റെ തലത്തിൽ പരിഹരിക്കാനാവില്ല. അതിന്റെ അടിസ്ഥാന പ്രവർത്തനവൈകല്യത്തെക്കുറിച്ചു നിങ്ങൾ മനസ്സിലാക്കിക്കഴിഞ്ഞാൽ പിന്നെ അറിയേണ്ടതായും മനസ്സിലാക്കേണ്ടതായും അധികമൊന്നുമില്ല. മനസ്സിന്റെ സങ്കീർണ്ണതകളെക്കുറിച്ചു പഠിക്കുന്നതു നിങ്ങളെ ഒരു നല്ല മനഃശാസ്ത്രജ്ഞനാക്കിയേക്കാം. പക്ഷേ, അങ്ങനെ ചെയ്യുന്നതു നിങ്ങളെ നിങ്ങളുടെ മനസ്സിനപ്പുറത്തേക്കു കൊണ്ടുപോവുകയില്ല. ഭ്രാന്തിനെക്കുറിച്ചുള്ള പഠനം ബുദ്ധിസ്ഥിരതയുണ്ടാക്കാൻ പര്യാപ്തമല്ലാത്തതു പോലയാണത്. അബോധാവസ്ഥയുടെ അടിസ്ഥാനപരമായ പ്രവർത്തനത്തെക്കുറിച്ചു നിങ്ങൾ മനസ്സിലാക്കിക്കഴിഞ്ഞു. മനസ്സുമായുള്ള താദാത്മ്യം അഹന്തയെന്ന അവാസ്തവമായ വ്യക്തിത്വത്തെ സൃഷ്ടിക്കുന്നു. ഉണ്മയിൽ വേരൂന്നിയിട്ടുള്ള നിങ്ങളുടെ യഥാർത്ഥ വ്യക്തിത്വത്തിനു പകരമാണിത്. യേശുദേവൻ പറയുന്നതുപോലെ, നിങ്ങൾ 'മുന്തിരിവള്ളിയിൽനിന്നു മുറിക്കപ്പെട്ട ഒരു ശാഖപോലെ'യായിത്തീരുന്നു.

അഹന്തയുടെ ആവശ്യങ്ങൾ അനന്തമാണ്. അതിന് അരക്ഷിതത്വവും സ്വന്തം അസ്തിത്വത്തിനു ഭീഷണിയും അനുഭവപ്പെടുന്നതിനാൽ ഭീതിയുടെയും ആഗ്രഹത്തിന്റെയും അവസ്ഥയിലാണ് അതെപ്പോഴും ജീവിക്കുന്നത്. അടിസ്ഥാനപരമായ പ്രവർത്തനവൈകല്യം എങ്ങനെ അതിന്റെ ധർമ്മം നിർവ്വഹിക്കുന്നു എന്നു മനസ്സിലാക്കിക്കഴിഞ്ഞാൽ പിന്നെ അതിന്റെ അനന്തമായ പ്രത്യക്ഷപ്പെടലുകളെക്കുറിച്ചു പര്യവേഷണം നടത്തുകയോ അതിനെ സങ്കീർണ്ണമായ ഒരു വ്യക്തിഗത പ്രശ്നമായി മാറ്റുകയോ ചെയ്യേണ്ട ആവശ്യമില്ല. അഹന്തയ്ക്ക് തീർച്ചയായും അതിഷ്ടമാണ്. മിഥ്യാപരമായ അതിന്റെ വ്യക്തിത്വ

ബോധത്തെ ഉയർത്തിപ്പിടിക്കാനും ശക്തിപ്പെടുത്താനുംവേണ്ടി, ഒട്ടിപ്പിടിക്കാനുള്ള എന്തിനെയെങ്കിലും അതു സദാ തേടിക്കൊണ്ടിരിക്കും. നിങ്ങളുടെ പ്രശ്നങ്ങളോട് അതു വളരെ വേഗത്തിൽ അള്ളിപ്പിടിക്കും. അതുകൊണ്ടാണ് വളരെയധികം ആളുകൾക്ക് അവരുടെ വ്യക്തിത്വബോധത്തിന്റെ വലിയൊരു ഭാഗം അവരുടെ പ്രശ്നങ്ങളുമായി ഗാഢമായി ബന്ധപ്പെട്ടിരിക്കുന്നത്. ഇതു സംഭവിച്ചുകഴിഞ്ഞാൽ, അവർക്കു പ്രശ്നങ്ങളിൽനിന്നു മുക്തരാകണമെന്ന ആഗ്രഹമേ ഉണ്ടാവുകയില്ല. കാരണം പ്രശ്നങ്ങളില്ലെങ്കിൽ വ്യക്തിത്വംതന്നെ നഷ്ടപ്പെട്ടു എന്നാണർത്ഥം. വേദനയിലും ദുഃഖത്തിലുമെല്ലാം അബോധപൂർവ്വമായ അഹന്തയുടെ വലിയൊരു നിക്ഷേപമുണ്ട്.

അതുകൊണ്ടു വികാരങ്ങൾകൂടി ഉൾക്കൊള്ളുന്ന മനസ്സുമായുള്ള താദാത്മ്യമാണു ബോധരാഹിത്യത്തിന്റെ വേര് എന്നു നിങ്ങൾ തിരിച്ചറിഞ്ഞുകഴിഞ്ഞാൽ നിങ്ങൾ അതിനു പുറത്തുകടക്കുന്നു. നിങ്ങൾ സന്നിഹിതനാവുന്നു. നിങ്ങൾ സന്നിഹിതനാവുമ്പോൾ മനസ്സുമായി കെട്ടുപിണയാതെ, അതിനെ അങ്ങനെതന്നെയായിരിക്കാൻ അനുവദിക്കാനാവും. മനസ്സ് സ്വയം പ്രവർത്തനവൈകല്യമുള്ളതല്ല. അതിശയിപ്പിക്കുന്ന ഒരു ഉപകരണമാണ് അത്. നിങ്ങൾ നിങ്ങളുടെ വ്യക്തിത്വത്തെ മനസ്സിൽ അന്വേഷിക്കുമ്പോഴും അതാണു നിങ്ങളെന്നു തെറ്റിദ്ധരിക്കുമ്പോഴുമാണു പ്രവർത്തനവൈകല്യം ഉണ്ടാകുന്നത്. അപ്പോൾ അത് അഹന്താത്മകമായ മനസ്സായിത്തീരുകയും നിങ്ങളുടെ മുഴുവൻ ജീവിതത്തെയും കൈയേറുകയും ചെയ്യുന്നു.

സമയമാകുന്ന മിഥ്യയെ അവസാനിപ്പിക്കുക

മനസ്സിൽനിന്നു വേറിടുക എന്നത് ഏകദേശം അസാദ്ധ്യമായ ഒരു കാര്യമായി തോന്നുന്നു. നമ്മളെല്ലാവരും അതിൽ മുങ്ങിയിരിക്കുകയാണ്. ഒരു മത്സ്യത്തെ എങ്ങനെയാണ് പറക്കാൻ പഠിപ്പിക്കുക?

ഇതാണതിന്റെ താക്കോൽ: സമയമാകുന്ന മിഥ്യയെ അവസാനിപ്പിക്കുക. സമയവും മനസ്സും വേർതിരിക്കാനാവാത്ത കാര്യങ്ങളാണ്. മനസ്സിൽനിന്നു സമയത്തെ നീക്കിയാൽ അതു നിലയ്ക്കും— അതിനെ ഉപയോഗിക്കാൻ നിങ്ങൾ തീരുമാനിച്ചിട്ടില്ലെങ്കിൽ.

മനസ്സുമായി താദാത്മ്യപ്പെടുക എന്നാൽ സമയമാകുന്ന കെണിയിൽ കുടുങ്ങുക എന്നാണ്. ഓർമ്മകളിലൂടെയും പ്രതീക്ഷകളിലൂടെയും മാത്രം ജീവിക്കാനുള്ള പ്രേരണയാണ് അത്. ഇതു ഭൂതകാലത്തിലും ഭാവിയിലും ഇടതടവില്ലാതെ നിമഗ്നമാവാനുള്ള ഒരു പ്രവണതയുണ്ടാക്കും. അതുപോലെതന്നെ, വർത്തമാനനിമിഷത്തെ ആദരിക്കുന്നതിലും അംഗീകരിക്കുന്നതിലും വർത്തമാനനിമിഷത്തെ അങ്ങനെതന്നെ ആയിരിക്കാൻ അനുവദിക്കുന്നതിലും വിമുഖതയുണ്ടാക്കും. ഭൂത

കാലം നിങ്ങൾക്കു സ്വന്തമായ ഒരു വ്യക്തിത്വം നല്കുന്നതുകൊണ്ടും ഭാവി നിങ്ങൾക്കു മുക്തിയുടെയോ ഏതെങ്കിലും രൂപത്തിലുള്ള സാഫല്യത്തിന്റെയോ വാഗ്ദാനം നല്കുന്നതുകൊണ്ടുമാണ് ഈ പ്രേരണ ഉണ്ടാകുന്നത്. ഇവ രണ്ടും മിഥ്യയാണ്.

പക്ഷേ, സമയബോധമില്ലാതെ നാം എങ്ങനെയാണ് ഈ ലോകത്തു പ്രവർത്തിക്കുക? സമയമില്ലെങ്കിൽ നമുക്കു പ്രയത്നിച്ച് എത്തിച്ചേരുവാനുള്ള ലക്ഷ്യങ്ങൾ ഇല്ലാതാകും. എന്റെ ഭൂതകാലമാണ് ഇന്നത്തെ എന്നെ സൃഷ്ടിച്ചതെന്നിരിക്കേ ഞാനാരാണെന്നുപോലും എനിക്കറിയാതാകും. സമയം വളരെ മൂല്യമുള്ളതാണെന്നും അതിനെ വൃഥാ വ്യയം ചെയ്യാതെ ബുദ്ധിപൂർവ്വം ഉപയോഗിക്കാൻ പഠിക്കുകയാണ് നമ്മൾ ചെയ്യേണ്ടതെന്നും എനിക്കു തോന്നുന്നു.

സമയം മൂല്യമുള്ളത് അല്ലേയല്ല. കാരണം അതു വെറും മിഥ്യയാണ്. വളരെ മൂല്യമുള്ളതെന്നു നിങ്ങൾ കണക്കാക്കുന്നതു സമയത്തെയല്ല. മറിച്ചു സമയത്തിനു പുറത്തുള്ള ഒരേയൊരു ബിന്ദുവിനെയാണ്— വർത്തമാനനിമിഷത്തെ. തീർച്ചയായും അതു വളരെ മൂല്യമുള്ളതാണ്. ഭൂതവും ഭാവിയുമടങ്ങിയ സമയത്തിൽ നിങ്ങൾ എത്രയധികം കേന്ദ്രീകരിക്കുന്നുവോ, അത്രത്തോളംതന്നെ ഏറ്റവും അമൂല്യമായ വർത്തമാനനിമിഷത്തെ നിങ്ങൾ കൈവിട്ടു കളയുന്നു.

എന്തുകൊണ്ടാണ് വർത്തമാനനിമിഷത്തെ ഏറ്റവും അമൂല്യമെന്നു പറയുന്നത്? ആദ്യമായി, ആകെയുള്ളത് അതുമാത്രമാണ്. അതു മാത്രമേയുള്ളൂ. അനന്തമായ വർത്തമാനകാലമെന്നാൽ നിങ്ങളുടെ മുഴുവൻ ജീവിതവും അനാവൃതമാകുന്ന നിങ്ങളുടെയുള്ളിലെ വിശാലതയാണ്. എപ്പോഴും സ്ഥിരമായിരിക്കുന്ന ഒരേയൊരു ഘടകമാണ് അത്. ജീവിതം ഈ നിമിഷത്തിലാണ്. നിങ്ങളുടെ ജീവിതം വർത്തമാന നിമിഷത്തിലല്ലാതെ ഒരു സമയവും ഉണ്ടായിട്ടില്ല. ഉണ്ടാവുകയുമില്ല. രണ്ടാമതായി, നിങ്ങളെ മനസ്സിന്റെ പരിമിതമായ അതിരുകൾക്കപ്പുറം കൊണ്ടുപോകാൻ കഴിയുന്ന ഏക ബിന്ദു വർത്തമാനനിമിഷമാണ്. അനന്തവും രൂപരഹിതവുമായ ഉണ്മയുടെ മണ്ഡലത്തിലേക്കു നിങ്ങൾക്കു പ്രവേശിക്കാനുള്ള ഏക ബിന്ദുവും അതുതന്നെ.

വർത്തമാനനിമിഷത്തിനു പുറത്ത് ഒന്നും നിലനില്ക്കുന്നില്ല

വർത്തമാനകാലത്തെപ്പോലെയോ ചിലപ്പോൾ അതിനെക്കാളേറെയോ യഥാർത്ഥമായതല്ലേ ഭൂതകാലവും ഭാവിയും? എന്തൊക്കെയായാലും നമ്മളാരാണെന്നും വർത്തമാനകാലത്തിൽ നമ്മൾ ഗ്രഹിക്കുന്നതും പെരുമാറുന്നതുമെല്ലാം എങ്ങനെയെന്നും നിർണ്ണയിക്കുന്നതു ഭൂത

കാലമാണല്ലോ. വർത്തമാനകാലത്തിൽ നമ്മൾ ചെയ്യുന്നതെല്ലാം നിർണ്ണയിക്കുന്നതു ഭാവിയിലെ ലക്ഷ്യങ്ങളുമാണല്ലോ.

ഞാൻ പറയുന്നതിന്റെ സാരാംശം നിങ്ങൾ ഇനിയും ഗ്രഹിച്ചിട്ടില്ല. കാരണം മനസ്സുകൊണ്ടാണ് നിങ്ങളതിനെ മനസ്സിലാക്കാൻ ശ്രമിക്കുന്നത്. മനസ്സിന് ഇതു മനസ്സിലാകുകയില്ല. 'നിങ്ങൾക്കേ' അതിനു കഴിയൂ. ദയവായി ശ്രദ്ധിക്കുക.

ഈ നിമിഷത്തിനു പുറത്ത് നിങ്ങൾ എപ്പോഴെങ്കിലും എന്തെങ്കിലും അനുഭവിക്കുകയോ ചെയ്യുകയോ ചിന്തിക്കുകയോ അറിയുകയോ ചെയ്തിട്ടുണ്ടോ? എപ്പോഴെങ്കിലും അങ്ങനെ ചെയ്യാൻ കഴിയുമെന്നു നിങ്ങൾ വിചാരിക്കുന്നുണ്ടോ? വർത്തമാനനിമിഷത്തിനു പുറത്ത് ഏതെങ്കിലും കാര്യത്തിനു സംഭവിക്കാനോ നിലനില്ക്കാനോ കഴിയുമോ? ഉത്തരം വ്യക്തമാണ്. അല്ലേ?

ഭൂതകാലത്തിൽ ഒരിക്കലും ഒന്നും സംഭവിച്ചിട്ടില്ല. അതു വർത്തമാന നിമിഷത്തിലാണു സംഭവിച്ചത്. ഭാവിയിൽ ഒന്നും സംഭവിക്കുകയില്ല. വർത്തമാനനിമിഷത്തിലാണ് അതു സംഭവിക്കുക.

നിങ്ങൾ ഭൂതകാലമെന്നു വിചാരിക്കുന്നത്, മനസ്സിൽ സൂക്ഷിച്ചിട്ടുള്ള ഓർമ്മയുടെ ഒരു ശകലത്തെയാണ് – കഴിഞ്ഞുപോയ ഒരു വർത്തമാനനിമിഷത്തെ. നിങ്ങൾ ഭൂതകാലത്തെ ഓർമ്മിക്കുമ്പോൾ ഓർമ്മയുടെ ഒരു ശകലത്തെയാണു വീണ്ടും പ്രവർത്തിപ്പിക്കുന്നത്. വർത്തമാനനിമിഷത്തിലാണ് നിങ്ങളതു ചെയ്യുന്നത്. ഭാവിയെന്നാൽ സങ്കല്പത്തിലെ വർത്തമാനനിമിഷമാണ്— മനസ്സിന്റെ ഒരു പ്രക്ഷേപണം. ഭാവി അണയുമ്പോൾ വർത്തമാനനിമിഷമായാണു വന്നുചേരുക. നിങ്ങൾ ഭാവിയെക്കുറിച്ചു ചിന്തിക്കുമ്പോൾ വർത്തമാനനിമിഷത്തിലാണ് അതു ചെയ്യുന്നത്. ഭൂതകാലത്തിനും ഭാവിക്കും വ്യക്തമായും സ്വന്തമായ ഒരു വാസ്തവികതയില്ല. സ്വന്തമായി പ്രകാശമില്ലാത്ത ചന്ദ്രന് സൂര്യന്റെ പ്രകാശം പ്രതിഫലിപ്പിക്കാൻമാത്രം കഴിയുന്നതുപോലെ ഭൂതകാലവും ഭാവിയും അനന്തമായ വർത്തമാനകാലത്തിന്റെ പ്രകാശത്തിന്റെയും ശാന്തിയുടെയും വാസ്തവികതയുടെയും മങ്ങിയ പ്രതിഫലനങ്ങളാണ്. വർത്തമാനനിമിഷത്തിൽനിന്നു 'കടം വാങ്ങിയതാണ്' അവയുടെ യാഥാർത്ഥ്യം.

ഞാനിവിടെ പറയുന്നതിന്റെ സാരാംശം മനസ്സുകൊണ്ടു മനസ്സിലാക്കാൻ കഴിയില്ല. അതു മനസ്സിലാക്കുന്നമാത്രയിൽ, മനസ്സിൽനിന്ന് ഉണ്മയിലേക്ക്, സമയത്തിൽനിന്നു സാന്നിദ്ധ്യത്തിലേക്ക് ബോധത്തിന് ഒരു സ്ഥാനചലനം ഉണ്ടാകുന്നു. പെട്ടെന്ന് എല്ലാം ജീവനുള്ളതും ഊർജ്ജം പ്രസരിപ്പിക്കുന്നതും ഉണ്മയെ പ്രകാശിപ്പിക്കുന്നതുമായിത്തീരുന്നു.

ആത്മീയമാനത്തിലേക്കുള്ള താക്കോൽ

ജീവനു ഭീഷണിയുള്ള അടിയന്തിരഘട്ടങ്ങളിൽ സമയത്തിൽനിന്നു സാന്നിദ്ധ്യത്തിലേക്കുള്ള ബോധത്തിന്റെ മാറ്റം ചിലപ്പോൾ സ്വാഭാവികമായി സംഭവിക്കാറുണ്ട്. ഭൂതവും ഭാവിയുമുള്ള വ്യക്തിത്വം താൽക്കാലികമായി പിൻവാങ്ങുകയും അതിന്റെ സ്ഥാനത്തു നിശ്ചലവും അതേസമയം അങ്ങേയറ്റം ജാഗ്രതയുള്ളതുമായ ബോധത്തിന്റെ സാന്നിദ്ധ്യം ഉണ്ടാവുകയും ചെയ്യും. ബോധത്തിന്റെ ആ അവസ്ഥയിൽ നിന്നാണ് ആ സമയത്ത് ആവശ്യമുള്ള പ്രതികരണം ഉണ്ടാകുന്നത്.

ചില ആളുകൾ പർവ്വതാരോഹണം, കാറുകളുടെ പന്തയയോട്ടം തുടങ്ങിയ അപകടകരമായ വ്യാപാരങ്ങളിൽ ഏർപ്പെടാൻ ഇഷ്ടപ്പെടുന്നതിനു കാരണമുണ്ട്. അവരറിയാതെതന്നെ അത്തരം സാഹസങ്ങൾ അവരെ വർത്തമാന നിമിഷത്തിലാവാൻ നിർബന്ധിതരാക്കുന്നു. സമയത്തിൽനിന്നും പ്രശ്നങ്ങളിൽനിന്നും ചിന്തയിൽനിന്നും വ്യക്തിത്വത്തിന്റെ ചുമരിൽനിന്നുമൊക്കെ സ്വതന്ത്രമായ തീവ്രമായ ഉണർച്ചയുടെ അവസ്ഥയാണത്. വർത്തമാനനിമിഷത്തിൽനിന്നും ഒരു സെക്കൻഡുപോലും വഴുതിമാറിയാൽ മരണമാണു ഫലം. നിർഭാഗ്യകരമെന്നു പറയട്ടെ, ആ അവസ്ഥയിലാവാൻ ഒരു പ്രത്യേക സാഹസത്തെ ആശ്രയിക്കാൻ അവർ ശീലിക്കുന്നു. പക്ഷേ, നിങ്ങൾ അതിനായി ഈഗർ (Eiger) മലനിരകളുടെ ഉത്തരഭാഗത്തേക്കു കയറുകയൊന്നും വേണ്ട. വർത്തമാനനിമിഷത്തിൽത്തന്നെ നിങ്ങൾക്ക് ആ അവസ്ഥയിലേക്കു പ്രവേശിക്കാം.

പുരാതനകാലം മുതൽക്ക്, ആദ്ധ്യാത്മികമാനത്തിലേക്കുള്ള താക്കോലായി ആത്മീയാചാര്യന്മാർ ചൂണ്ടിക്കാണിച്ചിട്ടുള്ളത് വർത്തമാനനിമിഷത്തെയാണ്. എന്നിട്ടും ഇതൊരു രഹസ്യമായിത്തന്നെ അവശേഷിച്ചു. പള്ളികളിലും അമ്പലങ്ങളിലും തീർച്ചയായും ഇതു പഠിപ്പിക്കുന്നില്ല. നിങ്ങൾ ഒരു പള്ളിയിലേക്കാണു പോകുന്നതെങ്കിൽ, “നാളെയെക്കുറിച്ചു നിങ്ങൾ ആകുലരാകരുത്. നാളത്തെ ദിനംതന്നെ അതിനെക്കുറിച്ച് ആകുലപ്പെട്ടു കൊള്ളും.” എന്നോ, “കലപ്പയിൽ കൈവച്ചിട്ടു പിന്തിരിഞ്ഞുനോക്കുന്ന ഒരുവനും സ്വർഗ്ഗരാജ്യത്തിനു യോഗ്യനല്ല.” എന്നോ ഒക്കെയുള്ള സുവിശേഷത്തിലെ വചനങ്ങൾ നിങ്ങൾ ശ്രവിച്ചേക്കാം. അല്ലെങ്കിൽ നാളെയെക്കുറിച്ചുള്ള വേവലാതികളില്ലാതെ അനന്തമായ വർത്തമാനകാലത്തിൽ സ്വസ്ഥതയോടെ ജീവിക്കുകയും ഈശ്വരൻ സമൃദ്ധമായി എല്ലാം നല്കുകയും ചെയ്തിട്ടുള്ള ഭംഗിയുള്ള പൂക്കളെക്കുറിച്ചുള്ള ഖണ്ഡികയാവാം നിങ്ങൾ കേൾക്കുന്നത്. ഈ ബോധനരീതികളുടെ ആഴവും മൗലികമായ സ്വഭാവവും തിരിച്ചറിയപ്പെടുന്നില്ല.

ഈ പാഠങ്ങൾ ജീവിതത്തിൽ പകർത്താനുദ്ദേശിച്ചിട്ടുള്ളതാണെന്നും അങ്ങനെ ആഴത്തിലുള്ള ആന്തരിക പരിവർത്തനത്തിനിടയാക്കുന്നതാണെന്നും ആരും മനസ്സിലാക്കുന്നില്ല.

സെൻ ബോധനരീതിയുടെ മൊത്തം സാരാംശത്തിലടങ്ങിയിട്ടുള്ളത് ഇതാണ്. വർത്തമാനനിമിഷമാകുന്ന ക്ഷരക്കത്തിയുടെ മുനയിലൂടെയുള്ള നടത്തം. മുഴുവനായും പൂർണ്ണമായും വർത്തമാനനിമിഷത്തിൽ വർത്തിച്ച്, അങ്ങനെ ഒരു പ്രശ്നത്തിനും ഒരു ദുഃഖത്തിനും നിങ്ങളുടെ സത്തയിലുള്ള 'നിങ്ങള്'ല്ലാത്ത ഒന്നിനും നിങ്ങളിൽ നിലനില്ക്കാൻ സാധിക്കാത്ത അവസ്ഥ ഉണ്ടാക്കിയെടുക്കൽ. ഈ നിമിഷത്തിൽ സമയത്തിന്റെ അഭാവത്തിൽ, നിങ്ങളുടെ എല്ലാ പ്രശ്നങ്ങളും അലിഞ്ഞില്ലാതാവുന്നു. ദുഃഖത്തിനു സമയത്തിന്റെ ആവശ്യമുണ്ട്. അതിനു വർത്തമാനനിമിഷത്തിൽ നിലനില്ക്കാനാവില്ല.

മഹാനായ സെൻഗുരു റിൻസായ് (Rinzai) തന്റെ ശിഷ്യന്മാരുടെ ശ്രദ്ധ സമയത്തിൽനിന്നകറ്റുവാനായി, പലപ്പോഴും തന്റെ വിരലുയർത്തി ഇങ്ങനെ ചോദിക്കുമായിരുന്നു: "ഈ നിമിഷത്തിൽ എന്താണു പോരായ്മയുള്ളത്?" എന്ന് മനസ്സിന്റെ തലത്തിൽ ഉത്തരം ആവശ്യമില്ലാത്ത ശക്തമായ ഒരു ചോദ്യമാണത്. വർത്തമാനനിമിഷത്തിലേക്കു നിങ്ങളുടെ ശ്രദ്ധയെ ആഴത്തിൽ കൊണ്ടുപോകാൻ ഉദ്ദേശിച്ചിട്ടുള്ളതാണ് അത്. സെൻ പാരമ്പര്യത്തിലെ, ഇതിനു സദൃശമായ മറ്റൊരു ചോദ്യമിതാണ്, "ഇപ്പോഴല്ലെങ്കിൽ പിന്നെ എപ്പോൾ?"

വർത്തമാനനിമിഷത്തിന് ഇസ്ലാംമതത്തിന്റെ ഗൂഢാർത്ഥ സമ്പ്രദായമായ സൂഫിസത്തിന്റെ ബോധനരീതിയിലും വളരെ പ്രാധാന്യമുണ്ട്. സൂഫികകൾക്കിടയിൽ ഒരു ചൊല്ലുണ്ട്: "വർത്തമാനസമയത്തിന്റെ പുത്രനാണ് സൂഫി" എന്ന്. മഹാനായ കവിയും സൂഫിഗുരുവുമായ റൂമി ഇങ്ങനെ ഉദ്ഘോഷിക്കുന്നു: "ഭൂതവും ഭാവിയും ഈശ്വരനെ നമ്മുടെ കാഴ്ചയിൽനിന്നു മറയ്ക്കുന്നു; അവ രണ്ടിനെയും അഗ്നി കൊണ്ട് എരിക്കുക" എന്ന്. പതിമൂന്നാം നൂറ്റാണ്ടിലെ ആദ്ധ്യാത്മികാചാര്യനായിരുന്ന മീസ്റ്റർ എക്ഹാർട് (Meister Eckhart) മേൽപ്പറഞ്ഞ കാര്യങ്ങളെ മനോഹരമായി ഇങ്ങനെ സംഗ്രഹിച്ചിരിക്കുന്നു: "സമയമാണു പ്രകാശത്തെ നമ്മുടെയടുത്തെത്തുന്നതിൽനിന്നു തടയുന്നത്. ഈശ്വരന്റെ അടുത്തെത്താനുള്ള ഏറ്റവും വലിയ പ്രതിബന്ധം സമയമാണ്."

വർത്തമാനനിമിഷത്തിന്റെ ശക്തിയെ ഉപയോഗിക്കുന്നതെങ്ങനെ?

ഒരു നിമിഷംമുമ്പ് അങ്ങ് അനന്തമായ വർത്തമാനകാലത്തെക്കുറിച്ചും ഭൂതകാലത്തിന്റെയും ഭാവിയുടെയും അവാസ്തവികതയെക്കുറിച്ചും പറഞ്ഞപ്പോൾ, ജനാലയ്ക്കു പുറത്തെ വൃക്ഷത്തെ ഞാൻ നോക്കുകയായിരുന്നു. മുമ്പു ചിലപ്പോഴൊക്കെ ഞാനതിനെ നോക്കിയിട്ടുണ്ടെങ്കിലും ഈ പ്രാവശ്യം ഒരു വ്യത്യാസമുണ്ടായിരുന്നു. ബാഹ്യമായ ദർശനത്തിനു വലിയ മാറ്റമൊന്നുമുണ്ടായിരുന്നില്ല. പക്ഷേ, നിറങ്ങൾ കൂടുതൽ തിളക്കമുള്ളതും ജീവസ്പന്ദനം നിറഞ്ഞതുമായിരുന്നു. അതിനു പുതിയ ഒരു മാനം കൂട്ടിച്ചേർക്കപ്പെട്ടതുപോലെയുണ്ടായിരുന്നു. ഇതു വിശദീകരിക്കാൻ ബുദ്ധിമുട്ടാണ്. എങ്ങനെയാണെന്നറിയില്ല. ആ വൃക്ഷത്തിന്റെ സാരാംശമെന്നോ അല്ലെങ്കിൽ അന്തരാത്മാവെന്നോ എനിക്കു തോന്നിയ അദൃശ്യമായ ഒന്നിന്റെ സാന്നിദ്ധ്യത്തെക്കുറിച്ച് ഞാൻ ബോധവാനായിരുന്നു.എങ്ങനെയോ, ഞാനും അതിന്റെ ഭാഗമായിരുന്നു. ആ വൃക്ഷത്തെ ഞാനതിനുമുമ്പു ശരിക്കു കണ്ടിരുന്നില്ലെന്നും അതിന്റെ തിരശ്ചീനവും നിർജ്ജീവവുമായ ഒരു പ്രതിബിംബത്തെ മാത്രമേ കണ്ടിരുന്നുള്ളൂവെന്നും ഞാനിപ്പോൾ തിരിച്ചറിയുന്നു. ഇപ്പോൾ ഞാനാ വൃക്ഷത്തെ നോക്കുമ്പോൾ, ആ അവബോധത്തിന്റെ ഒരല്പം ബാക്കിയുണ്ട്. പക്ഷേ, അതു വഴുതിപ്പോയിക്കൊണ്ടിരിക്കുന്നു. നോക്കൂ, ആ അനുഭവം ഭൂതകാലത്തേക്ക് ഇപ്പോഴേ പിൻവാങ്ങിക്കൊണ്ടിരിക്കുന്നു. ഇങ്ങനെയുള്ള ഒരനുഭവം ഒരു ക്ഷണികദർശനത്തെക്കാളുപരി എന്തെങ്കിലുമാകാൻ സാദ്ധ്യതയുണ്ടോ?

ഒരു നിമിഷത്തേക്കു നിങ്ങൾ സമയത്തിൽനിന്നു സ്വതന്ത്രനായിരുന്നു. നിങ്ങൾ വർത്തമാനകാലത്തിലേക്കു വരികയും മനസ്സിന്റെ തിരശ്ശീലയില്ലാതെ ആ വൃക്ഷത്തെ ദർശിക്കുകയും ചെയ്തു. ഉണ്മയെക്കുറിച്ചുള്ള അവബോധം നിങ്ങളുടെ കാഴ്ചയുടെ ഭാഗമായി മാറി. സമയരഹിതമായ മാനത്തിൽ വ്യത്യസ്തമായ അറിവാണ് ഉണ്ടാകുന്നത്. ഓരോ ജീവിയിലും വസ്തുവിലുമുള്ള ആത്മാവിനെ 'വധി'ക്കാത്ത അറിവാണത്. ജീവന്റെ പരിശുദ്ധിയെയും നിഗൂഢതയെയും നശിപ്പിക്കാത്തതും നിലവിലുള്ള എല്ലാത്തിനോടും അഗാധമായ സ്നേഹവും ആദരവും അടങ്ങിയിട്ടുള്ളതുമാണ് ആ അറിവ്. അതിനെക്കുറിച്ചു മനസ്സിന് ഒന്നുംതന്നെ അറിയില്ല.

മനസ്സിന് 'വൃക്ഷത്തെ' അറിയാനാവില്ല. വൃക്ഷത്തെ സംബന്ധിച്ചുള്ള വസ്തുതകളും പ്രജ്ഞാനവും മാത്രമേ അതിന് അറിയാനാകൂ. എന്റെ മനസ്സിനു നിങ്ങളെ മനസ്സിലാക്കാൻ കഴിയില്ല. നിങ്ങളെക്കുറിച്ചുള്ള ലേബലുകളും വിലയിരുത്തലുകളും വസ്തുതകളും അഭിപ്രായങ്ങളും

മാത്രമേ അറിയാൻ കഴിയൂ. ഉണ്മ മാത്രമേ നേരിട്ട് അറിയുന്നുള്ളൂ.

മനസ്സിനും മാനസികജ്ഞാനത്തിനും അതിന്റേതായ സ്ഥാനമുണ്ട്. ദൈനംദിന ജീവിതത്തിലെ പ്രായോഗിക മണ്ഡലത്തിലാണ് അത്. എങ്കിലും നിങ്ങൾക്കു മറ്റു മനുഷ്യരോടും പ്രകൃതിയോടുമുള്ള ബന്ധങ്ങളടക്കം നിങ്ങളുടെ ജീവിതത്തിലെ എല്ലാ ഘടകങ്ങളെയും അതു കൈയേറുമ്പോൾ, അതു ഭീമാകാരനായ ഒരു പരോപജീവിയായി മാറുന്നു, അതിനെ നിയന്ത്രിച്ചില്ലെങ്കിൽ, അത് ഈ ഗ്രഹത്തിലെ എല്ലാ ജീവജാലങ്ങളെയും കൊന്നൊടുക്കി, സ്വന്തം ആതിഥേയനെത്തന്നെ നശിപ്പിച്ച് അങ്ങനെ അവസാനം സ്വയം ഒടുങ്ങിയേക്കാം.

അനന്തതയ്ക്കു നിങ്ങളുടെ കാഴ്ചകളെ എങ്ങനെ രൂപാന്തരപ്പെടുത്താനാവും എന്നതിന്റെ ഒരു ക്ഷണികദർശനം നിങ്ങൾക്കു ലഭിച്ചുകഴിഞ്ഞിരിക്കുന്നു. പക്ഷേ, എത്ര മനോഹരമാണെങ്കിലും മഹത്ത്വമുള്ളതാണെങ്കിലും ഒരനുഭവം മതിയാകില്ല. ബോധത്തിന്റെ സ്ഥിരമായ മാറ്റമാണ് നമുക്ക് ആവശ്യം. അതിലാണ് നമുക്കു താത്പര്യവും.

അതുകൊണ്ടു വർത്തമാനനിമിഷത്തെ നിഷേധിക്കുകയും പ്രതിരോധിക്കുകയും ചെയ്യുന്ന പഴയ രീതിയെ ഉടച്ചുകളയുക. ആവശ്യമില്ലാത്തപ്പോൾ ഭൂതകാലത്തിൽനിന്നും ഭാവിയിൽനിന്നും നിങ്ങളുടെ ശ്രദ്ധയെ പിൻവലിക്കുന്നത് അഭ്യസിക്കുക. ദൈനംദിന ജീവിതത്തിൽ സമയത്തിന്റെ മാനത്തിൽനിന്നും കഴിയുന്നത്ര പുറത്തുകടക്കുക. വർത്തമാന നിമിഷത്തിലേക്കു നേരിട്ടു പ്രവേശിക്കുന്നത് ബുദ്ധിമുട്ടാണെങ്കിൽ, വർത്തമാനനിമിഷത്തിൽനിന്നു രക്ഷപ്പെടാനാഗ്രഹിക്കുന്ന മനസ്സിന്റെ സ്വാഭാവികപ്രവണതയെ നിരീക്ഷിച്ചുകൊണ്ടു തുടങ്ങുക. വർത്തമാന നിമിഷത്തേക്കാൾ ഒന്നുകിൽ മെച്ചമായോ അല്ലെങ്കിൽ മോശമായോ ആണ് ഭാവിയെ സാധാരണയായി സങ്കല്പിക്കുന്നത് എന്നു നിങ്ങൾക്കു നിരീക്ഷിക്കാനാവും. സങ്കല്പത്തിലെ ഭാവി മെച്ചപ്പെട്ടതാണെങ്കിൽ അതു നിങ്ങൾക്കു പ്രത്യാശയും സുഖകരമായ പ്രതീക്ഷയും നല്കുന്നു. സങ്കല്പത്തിലെ ഭാവി മോശമാണെങ്കിൽ അത് ആകാംക്ഷയെ സൃഷ്ടിക്കുന്നു. രണ്ടും മിഥ്യയാണ്. ആത്മനിരീക്ഷണത്തിലൂടെ നിങ്ങളുടെ ജീവിതത്തിൽ കൂടുതൽ സാന്നിദ്ധ്യം തനിയെ കടന്നുവരുന്നു. നിങ്ങൾ സന്നിഹിതനല്ലെന്നു തിരിച്ചറിയുന്ന നിമിഷത്തിൽ നിങ്ങൾ സന്നിഹിതനാവുന്നു. നിങ്ങൾക്കു നിങ്ങളുടെ മനസ്സിനെ നിരീക്ഷിക്കാൻ കഴിയുമ്പോൾ, നിങ്ങളതിന്റെ കെണിയിൽ വീഴുന്നില്ല. മനസ്സിന്റേതല്ലാത്ത ഒരു ഘടകം അവിടെ കടന്നുവരുന്നു — സാക്ഷിയായ സാന്നിദ്ധ്യം.

നിങ്ങളുടെ മനസ്സിന്റെ നിരീക്ഷകനായി സന്നിഹിതനാവുക— അതായത് നിങ്ങളുടെ ചിന്തകളുടെയും വികാരങ്ങളുടെയും വിവിധ സന്ദർഭങ്ങളിലുള്ള നിങ്ങളുടെ പ്രതികരണങ്ങളുടെയും നിരീക്ഷകൻ. പ്രതികരണത്തിനിടയാക്കുന്ന സന്ദർഭത്തിലോ വ്യക്തിയിലോ നിങ്ങളെടുക്കുന്ന താത്പര്യമെങ്കിലും നിങ്ങളുടെ പ്രതികരണങ്ങളോടും

എടുക്കുക. നിങ്ങളുടെ ശ്രദ്ധ കൂടക്കൂടെ ഭൂതകാലത്തിലും ഭാവിയിലും ആയിരിക്കുന്നതു നിരീക്ഷിക്കുക. നിങ്ങൾ നിരീക്ഷിക്കുന്നതു വിലയിരുത്തുകയോ അപഗ്രഥിക്കുകയോ ചെയ്യരുത്. ചിന്തയെ ശ്രദ്ധിക്കുക. വികാരത്തെ അറിയുക. പ്രതികരണത്തെ നിരീക്ഷിക്കുക. അവയിൽ നിന്നും വ്യക്തിപരമായ ഒരു പ്രശ്നം ഉണ്ടാക്കാതിരിക്കുക. നിങ്ങൾ നിരീക്ഷിക്കുന്ന കാര്യങ്ങളെക്കാളൊക്കെ ശക്തിമത്തായ ഒന്നിനെ നിങ്ങൾക്കപ്പോൾ അനുഭവിക്കാനാകും—നിങ്ങളുടെ മനസ്സിന്റെ ഉള്ളടക്കത്തിൽ പിറകിലുള്ള നിരീക്ഷകനായ സാന്നിദ്ധ്യത്തെ — നിശ്ശബ്ദനായ കാവൽക്കാരനെ.

ചില സന്ദർഭങ്ങൾ ശക്തമായ വികാരോർജ്ജമുള്ള പ്രതികരണത്തെ ഉത്തേജിപ്പിക്കുമ്പോൾ, തീവ്രമായ സാന്നിദ്ധ്യത്തിന്റെ ആവശ്യമുണ്ടാകുന്നു. നിങ്ങളുടെ സ്വന്തം പ്രതിച്ഛായയ്ക്കു ഭീഷണിയുണ്ടാകുമ്പോൾ, ഭീതിയുണർത്തുന്ന ഒരു വെല്ലുവിളി നിങ്ങളുടെ ജീവിതത്തിലേക്കു കടന്നുവരുമ്പോൾ, കാര്യങ്ങൾ തകിടംമറിയുമ്പോൾ, ഭൂതകാലത്തിൽ നിന്നു വൈകാരികമായ ഒരു മാനസികസങ്കീർണ്ണത പുറത്തുവരുമ്പോൾ ഒക്കെ ഇതിന്റെ ആവശ്യമുണ്ടാകുന്നു. അങ്ങനെയുള്ള ഘട്ടങ്ങളിൽ, 'അബോധാവസ്ഥ'യിലേക്ക് ആഴാനായിരിക്കും നിങ്ങളുടെ പ്രവണത. ആ ഘട്ടത്തിലുള്ള പ്രതികരണമോ വികാരമോ നിങ്ങളെ ഏറ്റെടുക്കുകയും നിങ്ങൾ അതായിത്തീരുകയും ചെയ്യുന്നു. നിങ്ങളത് അഭിനയിച്ചു തീർക്കും. നിങ്ങൾ ന്യായീകരിക്കുകയും തെറ്റുകൾ ചെയ്യുകയും ആക്രമിക്കുകയും പ്രതിരോധിക്കുകയുമെല്ലാം ചെയ്യും. പക്ഷേ, അതു നിങ്ങളല്ലെന്നുമാത്രം. അതൊരു പ്രതികരണരീതിയാണ്. മനസ്സ് അതിന്റെ സ്വാഭാവികമായ അതിജീവനത്തിന്റെ വൃത്തിയാണ് അപ്പോൾ സ്വീകരിക്കുന്നത്.

മനസ്സുമായുള്ള താദാത്മ്യം അതിനു കൂടുതൽ ഊർജ്ജം പകരുന്നു. മനസ്സിനെ നിരീക്ഷിക്കുന്നത് അതിൽനിന്ന് ഊർജ്ജത്തെ പിൻവലിക്കുന്നു. മനസ്സുമായുള്ള താദാത്മ്യം കൂടുതൽ സമയത്തെ സൃഷ്ടിക്കുന്നു. മനസ്സിനെ നിരീക്ഷിക്കുന്നതു സമയരഹിതമായ മാനത്തിലേക്കുള്ള വാതിൽ തുറക്കുന്നു. മനസ്സിൽനിന്നു പിൻവലിക്കപ്പെട്ട ഊർജ്ജം സാന്നിദ്ധ്യമായി രൂപാന്തരപ്പെടുന്നു. സന്നിഹിതനാവുക എന്നതുകൊണ്ട് എന്താണർത്ഥമാക്കുന്നത് എന്ന് അനുഭവിച്ചുകഴിഞ്ഞാൽ, പ്രായോഗിക ആവശ്യങ്ങൾക്ക് സമയത്തിന്റെ ആവശ്യമില്ലാത്തപ്പോൾ സമയത്തിന്റെ മാനത്തിൽനിന്നു പുറത്തുകടക്കണമെന്ന ലളിതമായ തീരുമാനം കൂടുതൽ എളുപ്പമാവുന്നു. അങ്ങനെ നിങ്ങൾക്കു വർത്തമാന നിമിഷത്തിലേക്കു വളരെ അഗാധമായി കടന്നുചെല്ലാം. ഇത്, പ്രായോഗിക കാര്യങ്ങൾക്ക് ആവശ്യമുള്ളപ്പോൾ സമയത്തെ ഭൂതമോ ഭാവിയോ

ആകട്ടെ— ഉപയോഗിക്കാനുള്ള നിങ്ങളുടെ കഴിവിനെ നശിപ്പിക്കുന്നില്ല. മനസ്സിനെ ഉപയോഗിക്കാനുള്ള നിങ്ങളുടെ കഴിവിനെയും ഇതു നശിപ്പിക്കുന്നില്ല. യഥാർത്ഥത്തിൽ ഈ കഴിവിനെ വിപുലമാക്കുകയാണ് അതു ചെയ്യുന്നത്. നിങ്ങൾ നിങ്ങളുടെ മനസ്സിനെ പിന്നീട് ഉപയോഗിക്കുമ്പോൾ അതു കൂടുതൽ മൂർച്ചയുള്ളതും കേന്ദ്രീകൃതവുമാവും.

മാനസികമായ സമയത്തെ ഉപേക്ഷിക്കൽ

നിങ്ങളുടെ ജീവിതത്തിലെ പ്രായോഗിക വശങ്ങൾക്കായി സമയം ഉപയോഗിക്കാൻ പഠിക്കുക. ഇതിനെ നമുക്കു 'ഘടികാരസമയം' എന്നു വിളിക്കാം. പക്ഷേ, അത്തരം പ്രായോഗികകാര്യങ്ങൾ കൈകാര്യം ചെയ്തുകഴിഞ്ഞാൽ ഉടൻതന്നെ വർത്തമാനനിമിഷത്തിന്റെ അവബോധത്തിലേക്കു തിരിച്ചുവരിക. ഈ രീതിയിൽ മാനസികസമയം കൂടിവയ്ക്കപ്പെടുകയില്ല. മാനസികമായ സമയം എന്നതു കൊണ്ടുദ്ദേശിക്കുന്നത് ഭൂതകാലവുമായുള്ള താദാത്മ്യവും നിരന്തരമായും നിർബന്ധിതമായും നടക്കുന്ന ഭാവിയിലേക്കുള്ള മാനസിക പ്രക്ഷേപണവുമാണ്.

ഘടികാരസമയമെന്നാൽ കൂടിക്കാഴ്ചയ്ക്കു സമയം നിശ്ചയിക്കുകയോ ഒരു യാത്ര ആസൂത്രണം ചെയ്യുകയോ മാത്രമല്ല. ഒരേ തെറ്റുകൾ വീണ്ടും വീണ്ടും ആവർത്തിക്കാതിരിക്കാൻ കഴിഞ്ഞ കാലത്തിൽ നിന്നു പഠിക്കുന്നതും കൂടി അതിൽ ഉൾപ്പെടുന്നു. കൂടാതെ, ലക്ഷ്യങ്ങൾ നിർണ്ണയിക്കുന്നതും അതിനുവേണ്ടി പ്രവർത്തിക്കുന്നതും ഭൂതകാലത്തിൽ നമ്മൾ പഠിച്ച ഭൗതികശാസ്ത്രത്തിലെയും ഗണിതശാസ്ത്രത്തിലെയും മറ്റും ക്രമങ്ങളും നിയമങ്ങളും ഉപയോഗിച്ചു ഭാവി പ്രവചിക്കുന്നതും നമ്മുടെ പ്രവചനങ്ങളുടെ അടിസ്ഥാനത്തിൽ ഉചിതമായ നടപടികൾ എടുക്കുന്നതും അതിൽപ്പെടുന്നു.

പക്ഷേ, ഇവിടെപ്പോലും ഭൂതകാലത്തിന്റെയും ഭാവിയുടെയും സഹായമില്ലാതെ നമുക്ക് ഒന്നും ചെയ്യാൻ കഴിയാത്ത പ്രായോഗികജീവിതത്തിന്റെ മണ്ഡലത്തിൽപ്പോലും വർത്തമാനനിമിഷം അത്യന്താപേക്ഷിതമായ ഘടകമായി വർത്തിക്കുന്നു. കഴിഞ്ഞകാലത്തിലെ ഏതെങ്കിലും പാഠം പ്രസക്തമാകുന്നതും പ്രയോഗത്തിൽ വരുന്നതും വർത്തമാനനിമിഷത്തിലാണ്. ഏതെങ്കിലും തരത്തിലുള്ള ആസൂത്രണവും ഒരു പ്രത്യേക ലക്ഷ്യം നേടിയെടുക്കാനുള്ള പ്രയത്നവും വർത്തമാനനിമിഷത്തിലാണ് നടത്തുന്നത്. പ്രബുദ്ധനായ ഒരാളുടെ ശ്രദ്ധയുടെ മുഖ്യകേന്ദ്രം എപ്പോഴും വർത്തമാനനിമിഷമാണ്. പക്ഷേ, അവർ സമയത്തെക്കുറിച്ച് അപ്രധാനമായ രീതിയിൽ ബോധമുള്ളവരായിരിക്കും. മറ്റൊരുതരത്തിൽ പറഞ്ഞാൽ അവർ ഘടികാരസമയം ഉപയോഗിക്കുന്നതു തുടരുന്നു. എന്നാൽ മാനസികമായ സമയത്തിൽനിന്ന് അവർ മുക്തരായിരിക്കും.

നിങ്ങളിത് അഭ്യസിക്കുമ്പോൾ, ഘടികാരസമയത്തെ അറിയാതെ മാനസികസമയമാക്കി പരിവർത്തനം ചെയ്യാതിരിക്കാൻ ജാഗ്രത പുലർത്തണം. ഉദാഹരണത്തിന്, പോയകാലത്ത് നിങ്ങളൊരു തെറ്റു ചെയ്ത്, വർത്തമാനനിമിഷത്തിൽ അതിൽനിന്നു പാഠമുൾക്കൊള്ളുമ്പോൾ നിങ്ങൾ ഘടികാരസമയമാണ് ഉപയോഗിക്കുന്നത്. മറിച്ച് മനസ്സിൽ നിങ്ങൾ അതുതന്നെ ചിന്തിച്ചുകൊണ്ടിരിക്കുകയും ആത്മവിമർശനവും പശ്ചാത്താപവും കുറ്റബോധവും പൊങ്ങിവരികയും ചെയ്യുന്നുണ്ടെങ്കിൽ ആ തെറ്റിനെ നിങ്ങൾ 'ഞാനും' 'എന്റേതും' ആക്കി മാറ്റി എന്നാണർത്ഥം. നിങ്ങളതിനെ നിങ്ങളുടെ വ്യക്തിത്വബോധത്തിന്റെ ഭാഗമാക്കുകയും അത് അവാസ്തവമായ വ്യക്തിത്വബോധത്തോട് എപ്പോഴും ചേർന്നു പ്രവർത്തിക്കുന്ന മാനസികസമയമായി മാറുകയും ചെയ്യുന്നു. ക്ഷമിക്കാൻ കഴിയാതിരിക്കുന്നത് അനിവാര്യമായി സൂചിപ്പിക്കുന്നതു മാനസികസമയത്തിന്റെ ഭാരമേറിയ ചുമടിനെയാണ്.

നിങ്ങൾ ഒരു ലക്ഷ്യം നിർണ്ണയിക്കുകയും അതിലേക്കെത്താൻ പ്രയത്നിക്കുകയും ചെയ്യുമ്പോൾ നിങ്ങൾ ഘടികാരസമയമാണ് ഉപയോഗിക്കുന്നത്. പോകേണ്ടതെവിടെയാണെന്നതിനെക്കുറിച്ചു നിങ്ങൾക്ക് അവബോധമുണ്ട്. എന്നാൽ വർത്തമാനനിമിഷത്തിലെ നിങ്ങളുടെ ചുവടുവയ്പിനെ നിങ്ങൾ ആദരിക്കുകയും അതിനു പൂർണ്ണമായ ശ്രദ്ധ നല്കുകയും ചെയ്യുന്നു. ഒരുപക്ഷേ, സന്തോഷത്തെയോ സംതൃപ്തിയെയോ കൂടുതൽ പൂർണ്ണമായ വ്യക്തിത്വബോധത്തെയോ നിങ്ങളുടെ ലക്ഷ്യത്തിൽ തേടുന്നതുകൊണ്ട്, നിങ്ങൾ അതിൽത്തന്നെ അമിതമായി ശ്രദ്ധ കേന്ദ്രീകരിച്ചാൽ വർത്തമാനനിമിഷം പിന്നെ ആദരിക്കപ്പെടുന്നില്ല. സഹജമായ മൂല്യമില്ലാത്ത ഭാവിയിലേക്കുള്ള വെറും ചവിട്ടുപടിയായി അതു തരം താഴ്ത്തപ്പെടുന്നു. ഘടികാരസമയം അപ്പോൾ മാനസികസമയമായി മാറുന്നു. നിങ്ങളുടെ ജീവിതയാത്ര പിന്നെ സാഹസികമല്ലാതായിത്തീരുന്നു. എത്തിച്ചേരാനും കാര്യം സാധിക്കാനും 'നേടിയെടുക്കാനു'മുള്ള ഒഴിയാബാധയായ ഒരാവശ്യമായി മാറുന്നു. വഴിയോരത്തെ പൂക്കളെ കാണുവാനോ അവയുടെ സുഗന്ധം ആസ്വദിക്കുവാനോ നിങ്ങൾക്കു കഴിയാതെ പോകുന്നു. വർത്തമാനനിമിഷത്തിലാവുമ്പോൾ നിങ്ങൾക്കു ചുറ്റും അനാവൃതമാകുന്ന ജീവിതത്തിന്റെ സൗന്ദര്യത്തെക്കുറിച്ചും ചമത്കാരത്തെക്കുറിച്ചും നിങ്ങൾ അറിയാതെ പോവുകയും ചെയ്യുന്നു.

വർത്തമാനനിമിഷത്തിന്റെ പരമോന്നതമായ പ്രാധാന്യത്തെക്കുറിച്ചു ഞാൻ മനസ്സിലാക്കുന്നു. പക്ഷേ, സമയം പൂർണ്ണമായും ഒരു മിഥ്യയാണെന്ന് അങ്ങു പറയുമ്പോൾ എനിക്കു യോജിക്കാൻ കഴിയുന്നില്ല.

'സമയം ഒരു മിഥ്യയാണെ'ന്ന് ഞാൻ പറയുമ്പോൾ, തത്ത്വജ്ഞാനപരമായ ഒരു പ്രസ്താവനയിറക്കുകയല്ല എന്റെ ഉദ്ദേശ്യം. നിങ്ങളെ ലളിതമായ ഒരു വസ്തുത ഓർമ്മിപ്പിക്കുക മാത്രമാണ് ഞാൻ ചെയ്യുന്നത്. ആ വസ്തുത വളരെ സ്പഷ്ടമായതുകൊണ്ട് ഒരുപക്ഷേ, നിങ്ങൾക്കതു ഗ്രഹിക്കാൻ ബുദ്ധിമുട്ടുണ്ടാവുകയും അർത്ഥരഹിതമായിപ്പോലും തോന്നുകയും ചെയ്തേക്കാം. പക്ഷേ, പൂർണ്ണമായി സാക്ഷാത്കരിക്കപ്പെട്ടു കഴിഞ്ഞാൽ, മനോനിർമ്മിതമായ സങ്കീർണ്ണതയുടെയും 'പ്രശ്നങ്ങളു'ടെയും എല്ലാ പാളികളിലൂടെയും ഉടവാൾ കണക്ക് അതിന് തുളഞ്ഞുകയറാനാവും. ഒരിക്കൽക്കൂടി ഞാൻ പറയട്ടെ; നിങ്ങൾക്ക് ആകെയുള്ളതു വർത്തമാനനിമിഷമാണ്. 'ഈ നിമിഷ'മല്ലാതെ ഒരു സമയം നിങ്ങളുടെ ജീവിതത്തിലില്ല. ഇതൊരു വസ്തുതയല്ലേ?

മാനസികസമയത്തിന്റെ ഉന്മാദാവസ്ഥ

മാനസികസമയത്തിന്റെ കൂട്ടായ ആവിഷ്കാരങ്ങളെ കണ്ടുകഴിഞ്ഞാൽ അതൊരു മാനസികരോഗമാണെന്നതിൽ നിങ്ങൾക്കു സംശയമുണ്ടാകില്ല. ഉദാഹരണത്തിന്, കമ്മ്യൂണിസം, ദേശീയ സോഷ്യലിസം അല്ലെങ്കിൽ ഏതെങ്കിലും ദേശീയത തുടങ്ങിയ പ്രത്യയശാസ്ത്രങ്ങളായോ അയവില്ലാത്ത മതവിശ്വാസ സമ്പ്രദായങ്ങളായോ ഒക്കെയാണ് അവ സംഭവിക്കുക. അങ്ങേയറ്റത്തെ നന്മ ഭാവിയിലാണ് സ്ഥിതിചെയ്യുന്നതെന്നും അതുകൊണ്ട് ലക്ഷ്യം മാർഗ്ഗത്തെ സാധൂകരിക്കുന്നുവെന്നുമുള്ള അന്തർലീനമായ അനുമാനത്തിനു കീഴിലാണ് ഈ വിശ്വാസ സമ്പ്രദായങ്ങൾ പ്രവർത്തിക്കുന്നത്. ആ ലക്ഷ്യമാകട്ടെ, ഒരാശയമാണ്. മനസ്സിനാൽ പ്രക്ഷേപിതമായ ഭാവിയിലെ ഒരു ബിന്ദു. ആ ഭാവിയിലാണ് സന്തോഷമായോ, സമ്പൂർത്തിയായോ സമതയായോ വിമോചനമായോ ഒക്കെ മുക്തി ലഭിക്കുവാൻ പോകുന്നത്. അവിടേക്കെത്താനുള്ള വഴിയാകട്ടെ, മിക്കപ്പോഴും വർത്തമാനകാലത്തിലെ ദാസീകരണവും പീഡനവും നരഹത്യയുമാണ്. ഉദാഹരണത്തിന് അൻപതു ദശലക്ഷത്തോളം ആളുകൾ കമ്മ്യൂണിസം എന്ന ഉദ്ദേശ്യം പ്രവൃദ്ധമാക്കുന്നതിനായി വധിക്കപ്പെട്ടു എന്നു കണക്കാക്കപ്പെടുന്നു. റഷ്യയിലും ചൈനയിലും മറ്റു രാജ്യങ്ങളിലും 'ഒരു മെച്ചപ്പെട്ട ലോകം' കൊണ്ടുവരാനായിരുന്നു അത്. ഭാവിയിലെ സ്വർഗ്ഗത്തിലുള്ള വിശ്വാസം എങ്ങനെ വർത്തമാനകാലത്തു നരകം സൃഷ്ടിക്കുന്നു എന്നതിന് മനസ്സു മരവിപ്പിക്കുന്ന ഒരുദാഹരണമാണ് ഇത്. മാനസികസമയം ഗൗരവമുള്ളതും അപകടകരവുമായ ഒരു മാനസികരോഗമാണെന്നതിൽ എന്തെങ്കിലും സംശയമുണ്ടോ?

ഈ മാനസികക്രമം നിങ്ങളുടെ ജീവിതത്തിൽ എങ്ങനെയാണു പ്രവർത്തിക്കുന്നത്? നിങ്ങൾ ഇപ്പോഴുള്ള ഇടത്ത് ല്ലാതെ വേറൊരിടത്തിലേക്കെത്താൻ എപ്പോഴും ശ്രമിക്കാറുണ്ടോ? സാഫല്യം അരികിലെത്തിയെന്നു തോന്നാറുണ്ടോ, അതോ ക്ഷണികസുഖങ്ങളായ ലൈം

ഗികതയിലും ഭക്ഷണത്തിലും മദ്യത്തിലും മയക്കുമരുന്നിലും അല്ലെങ്കിൽ മനസ്സിനെ പുളകമണിയിക്കുന്ന കമ്പനം കൊള്ളിക്കുന്ന കാര്യങ്ങളിലുമായി അത് ഒതുങ്ങിപ്പോകാറുണ്ടോ? എന്തൊക്കെയോ ആയിത്തീരുന്നതിലും കാര്യങ്ങൾ നേടുന്നതിലും സാധിക്കുന്നതിലും അല്ലെങ്കിൽ പുതിയ സന്തോഷത്തെയോ സുഖത്തെയോ മാറിമാറി പിന്തുടരുന്നതിലും നിങ്ങൾ സദാ ശ്രദ്ധ കേന്ദ്രീകരിക്കുന്നുണ്ടോ? കൂടുതൽ വസ്തുക്കൾ ആർജ്ജിച്ചാൽ നിങ്ങൾ കൂടുതൽ സംതൃപ്തനും നന്മയുള്ളവനും മാനസികമായി പൂർണ്ണതയുള്ളവനുമാകുമെന്നു നിങ്ങൾ വിശ്വസിക്കുന്നുണ്ടോ? നിങ്ങളുടെ ജീവിതത്തിന് അർത്ഥം നല്കാൻ നിങ്ങൾ ഒരു പുരുഷനെയോ അല്ലെങ്കിൽ ഒരു സ്ത്രീയെയോ കാത്തിരിക്കുകയാണോ?

സാധാരണയായുള്ള മനസ്സുമായി താദാത്മ്യപ്പെട്ട അല്ലെങ്കിൽ പ്രബുദ്ധമല്ലാത്ത ബോധാവസ്ഥയിൽ വർത്തമാനനിമിഷത്തിൽ ഒളിഞ്ഞുകിടക്കുന്ന ശക്തിയും അനന്തമായ സൃഷ്ടിപരതയും മാനസികസമയത്താൽ പൂർണ്ണമായും മറയ്ക്കപ്പെടുന്നു. നിങ്ങളുടെ ജീവിതത്തിന് അതിന്റെ ചേതനയും സ്വച്ഛതയും വിസ്മയബോധവും ഇല്ലാതാകുന്നു. ചിന്തയുടെയും വികാരത്തിന്റെയും പെരുമാറ്റത്തിന്റെയും പ്രതികരണത്തിന്റെയും ആഗ്രഹത്തിന്റെയും പഴയ സമ്പ്രദായങ്ങൾ ഒടുങ്ങാത്ത, ആവർത്തിച്ചുള്ള പ്രകടനങ്ങളിലൂടെ അഭിനയിച്ചു ഫലിപ്പിക്കപ്പെടുന്നു. നിങ്ങളുടെ മനസ്സിലുള്ള ഈ തിരക്കഥ നിങ്ങൾക്ക് ഒരുതരത്തിലുള്ള വ്യക്തിത്വം സമ്മാനിക്കുന്നുണ്ടെങ്കിലും വർത്തമാനനിമിഷത്തിന്റെ വാസ്തവികതയെ അതു വക്രമാക്കുകയോ മൂടിവയ്ക്കുകയോ ചെയ്യുന്നു. അസംതൃപ്തി നിറഞ്ഞ വർത്തമാനകാലത്തിൽനിന്നുള്ള വിമുക്തയായി, മനസ്സ്, ഭാവിയിൽ നിമഗ്നമാവാനുള്ള ദൃഢാഗ്രഹം സൃഷ്ടിക്കുന്നു.

സമയത്തിലാണു നിഷേധാത്മകതയുടെയും യാതനയുടെയും വേരുകൾ

ഭാവി, വർത്തമാനകാലത്തെക്കാൾ മെച്ചമായിരിക്കുമെന്ന വിശ്വാസം എപ്പോഴും ഒരു മിഥ്യയല്ലല്ലോ. വർത്തമാനകാലം ഭയാനകമായിരിക്കാം. ഭാവിയിൽ കാര്യങ്ങൾ മെച്ചപ്പെട്ടേക്കാം. മിക്കപ്പോഴും അങ്ങനെയാണുണ്ടാകുന്നതും.

സാധാരണയായി, ഭാവി, ഭൂതകാലത്തിന്റെ ഒരു പകർപ്പായിരിക്കും. ഉപരിപ്ലവങ്ങളായ മാറ്റങ്ങൾ സാദ്ധ്യമാണ്. പക്ഷേ, യഥാർത്ഥ പരിവർത്തനം വിരളമായേ സംഭവിക്കാറുള്ളൂ. വർത്തമാനനിമിഷത്തിന്റെ ശക്തി ഉപയോഗിച്ചു ഭൂതകാലത്തെ ഇല്ലാതാക്കാൻ തക്കവണ്ണം നിങ്ങൾക്കു സന്നിഹിതനാവാൻ കഴിയുന്നുണ്ടോ എന്നതിനെ ആശ്രയിച്ചാണ്

യഥാർത്ഥ മാറ്റം സംഭവിക്കുന്നത്. നിങ്ങളുടെ ഇപ്പോഴത്തെ ബോധാവസ്ഥയുടെ സഹജമായ ഭാഗത്തെയാണ് നിങ്ങൾ ഭാവിയായി കണക്കാക്കുന്നത്. ഭൂതകാലത്തിന്റെ ഭാരമേറിയ ഭാണ്ഡം നിങ്ങൾ ചുമക്കുന്നുണ്ടെങ്കിൽ, ഇതുതന്നെ വീണ്ടും നിങ്ങൾ അനുഭവിക്കാനിടയാകും. സാന്നിദ്ധ്യത്തിന്റെ അഭാവത്തിലൂടെയാണ് ഭൂതകാലം സ്വയം നിലനിർത്തിപ്പോരുന്നത്.

ഈ നിമിഷത്തിലുള്ള നിങ്ങളുടെ ബോധത്തിന്റെ ഗുണനിലവാരമാണ് ഭാവിയെ രൂപപ്പെടുത്തുന്നത്. തീർച്ചയായും ഭാവിയെ വർത്തമാനനിമിഷത്തിലൂടെ മാത്രമേ അനുഭവിക്കാനുമാകൂ.

നിങ്ങൾ പത്തു ദശലക്ഷം ഡോളർ സമ്മാനം നേടിയേക്കാം. പക്ഷേ, അത്തരം മാറ്റം വെറും തൊലിപ്പുറമേയുള്ളതാണ്. കൂടുതൽ ആഡംബരം നിറഞ്ഞ ചുറ്റുപാടുകളിൽ പണ്ടേ പരുവപ്പെടുത്തിയ സ്വഭാവക്രമങ്ങൾതന്നെ നിങ്ങൾ ആവർത്തിച്ചുകൊണ്ടിരിക്കും. പരമാണുവിനെ പിളർക്കാൻ മനുഷ്യർ പഠിച്ചുകഴിഞ്ഞു. മരംകൊണ്ടുണ്ടാക്കിയ ഒരു ഗദ ഉപയോഗിച്ച് പത്തോ ഇരുപതോ ആളുകളെ കൊല്ലുന്നതിനുപകരം ഇന്ന് ഒരു വ്യക്തിക്കു വെറുതെ ഒരു ബട്ടൺ അമർത്തി ദശലക്ഷക്കണക്കിന് ആളുകളെ കൊല്ലാനാകും. ഇത് യഥാർത്ഥ മാറ്റമാണോ? വർത്തമാന നിമിഷത്തിലുള്ള നിങ്ങളുടെ ബോധത്തിന്റെ ഗുണനിലവാരമാണു ഭാവിയെ നിർണ്ണയിക്കുന്നതെങ്കിൽ നിങ്ങളുടെ ബോധത്തിന്റെ ഗുണനിലവാരത്തെ നിർണ്ണയിക്കുന്നത് എന്താണ്? നിങ്ങളുടെ സാന്നിദ്ധ്യത്തിന്റെ അളവ് യഥാർത്ഥ മാറ്റം സംഭവിക്കാനും ഭൂതകാലം അലിഞ്ഞില്ലാതാവാനും സാധിക്കുന്ന ഒരേ ഒരിടം വർത്തമാനനിമിഷമാണ്.

മാനസികസമയത്തിന്റെ കുമിഞ്ഞുകൂടലും വർത്തമാനനിമിഷത്തിന്റെ നിരാസവുമാണ് എല്ലാ വിഷാദഭാവങ്ങൾക്കും കാരണം. അസ്വസ്ഥത, ആകാംക്ഷ, പിരിമുറുക്കം, സമ്മർദ്ദം, വേവലാതി തുടങ്ങിയ ഭീതിയുടെ എല്ലാ രൂപങ്ങളും ഭാവിയെക്കുറിച്ചുള്ള അമിതമായ ചിന്തകൊണ്ടും ആവശ്യത്തിനു സാന്നിദ്ധ്യമില്ലാത്തതുകൊണ്ടുമാണ് ഉണ്ടാകുന്നത്. കുറ്റബോധം, പശ്ചാത്താപം, നീരസം, ആവലാതികൾ, സങ്കടം, വിദ്വേഷം തുടങ്ങിയ ക്ഷമിക്കാൻ കഴിയായ്കയുടെ എല്ലാ രൂപങ്ങളും ഭൂതകാലത്തെക്കുറിച്ച് അമിതമായി ചിന്തിക്കുന്നതുകൊണ്ടും ആവശ്യത്തിനു സാന്നിദ്ധ്യമില്ലാത്തതുകൊണ്ടുമാണ് ഉണ്ടാകുന്നത്.

എല്ലാ നിഷേധഭാവങ്ങളിൽനിന്നും പൂർണ്ണമായി മുക്തമായ ഒരു ബോധാവസ്ഥ ഉണ്ടെന്നു വിശ്വസിക്കാൻ മിക്ക ആളുകൾക്കും ബുദ്ധിമുട്ടാണ്. എങ്കിലും എല്ലാ ആദ്ധ്യാത്മിക ബോധനരീതികളും ചൂണ്ടിക്കാണിക്കുന്ന മുക്തിയുടെ അവസ്ഥയാണിത്. സാഫല്യത്തിന്റെ വാഗ്

ദാനമാണ് അത്. മിഥ്യയായ ഒരു ഭാവിയിലല്ല. മറിച്ച് ഇവിടെ ഈ നിമിഷത്തിൽ.

സമയമാണു നിങ്ങളുടെ യാതനയുടെയും പ്രശ്നങ്ങളുടെയും കാരണമെന്നു തിരിച്ചറിയാൻ നിങ്ങൾക്കു ബുദ്ധിമുട്ടുണ്ടാകും. നിങ്ങളുടെ ജീവിതത്തിലെ പ്രത്യേക സന്ദർഭങ്ങളാണ് അവയെ ഉണ്ടാക്കുന്നത് എന്നാണു നിങ്ങൾ വിശ്വസിക്കുന്നത്. നിലവിലുള്ള കാഴ്ചപ്പാടനുസരിച്ച് ഇത് സത്യമാണ്. പക്ഷേ, പ്രശ്നങ്ങളുണ്ടാക്കുന്ന മനസ്സിന്റെ പ്രവർത്തനവൈകല്യത്തെ, അതായത് ഭൂതകാലത്തോടും ഭാവിയോടുമുള്ള ബന്ധനത്തെയും വർത്തമാനനിമിഷത്തിന്റെ നിരാസത്തെയും നിങ്ങൾക്കു കൈകാര്യം ചെയ്യാനാവുന്നതുവരെ യഥാർത്ഥത്തിൽ പ്രശ്നങ്ങൾ ഇടകലർന്നുവരും. നിങ്ങളുടെ പ്രശ്നങ്ങളും ദുഃഖഹേതുക്കളായി നിങ്ങൾക്കു തോന്നുന്ന കാര്യങ്ങളും സങ്കടങ്ങളുമെല്ലാം അത്ഭുതകരമായി ഇന്നു നീക്കം ചെയ്തു എന്നു കരുതുക. പക്ഷേ, നിങ്ങൾ കൂടുതൽ സന്നിഹിതനും കൂടുതൽ അവബോധമുള്ളവനുമായിട്ടില്ലെങ്കിൽ നിങ്ങളെ സദാ പിന്തുടരുന്ന ഒരു നിഴൽപോലെ വീണ്ടും സമാനമായ പ്രശ്നങ്ങളുടെയും ദുഃഖഹേതുക്കളായ കാര്യങ്ങളുടെയും ഇടയിൽ നിങ്ങൾ അകപ്പെടും. അന്തിമമായി ഒരേയൊരു പ്രശ്നമേയുള്ളൂ: സമയബന്ധിതമായ മനസ്സ്.

എന്റെ എല്ലാ പ്രശ്നങ്ങളിൽനിന്നും ഞാൻ സ്വതന്ത്രനാവുന്ന ഒരു ഘട്ടത്തിലേക്കു ഞാനെപ്പോഴെങ്കിലും എത്തിച്ചേരുമെന്ന് എനിക്കു വിശ്വസിക്കാനാവുന്നില്ല.

നിങ്ങൾ പറയുന്നതു ശരിയാണ്. നിങ്ങൾക്കൊരിക്കലും ആ ഘട്ടത്തിലേക്ക് 'എത്തിച്ചേരാനാവില്ല'. കാരണം നിങ്ങൾ 'ഇപ്പോൾ' ആ ഘട്ടത്തിലാണ്.

സമയത്തിൽ മുക്തിയില്ല. ഭാവിയിൽ നിങ്ങൾക്കു സ്വതന്ത്രനാവാനാകില്ല. സാന്നിദ്ധ്യമാണു സ്വാതന്ത്ര്യത്തിലേക്കുള്ള താക്കോൽ. അതുകൊണ്ടു വർത്തമാനനിമിഷത്തിൽ മാത്രമേ നിങ്ങൾക്കു സ്വതന്ത്രനാവാനാകൂ.

നിങ്ങളുടെ ജീവിതസന്ദർഭത്തിനടിയിലുള്ള ജീവിതത്തെ കണ്ടെത്തൽ

ഈ നിമിഷത്തിലെങ്ങനെ സ്വതന്ത്രനാകുമെന്ന് എനിക്കു മനസ്സിലാകുന്നില്ല. എന്താണെന്നുവച്ചാൽ ഈ നിമിഷത്തിലെ എന്റെ ജീവിതം അങ്ങേയറ്റം അസന്തുഷ്ടി നിറഞ്ഞതാണ്. ഇതൊരു വസ്തുതയാണ്. കാര്യങ്ങൾ മോശമായിരിക്കേ, എല്ലാം ശുഭമാണെന്ന് എന്നെത്തന്നെ വിശ്വസിപ്പിക്കുന്നതു സ്വയം വ്യാമോഹിപ്പിക്കുന്നതിനു തുല്യമല്ലേ?

എന്നെ സംബന്ധിച്ചിടത്തോളം വർത്തമാനനിമിഷം വളരെ അസന്തുഷ്ടമാണ്. അതൊട്ടും മുക്തിദായകമല്ല. ഭാവിയിൽ ഗുണപരമായ മാറ്റമുണ്ടാകാനുള്ള സാദ്ധ്യതയും ആ പ്രതീക്ഷയുമാണ് എന്നെ മുന്നോട്ടു കൊണ്ടുപോകുന്നത്.

നിങ്ങൾ നിങ്ങളുടെ ശ്രദ്ധ വർത്തമാനനിമിഷത്തിലാണെന്നു വിചാരിക്കുമ്പോൾ, വാസ്തവത്തിൽ സമയം അതിനെ പൂർണ്ണമായും ഏറ്റെടുത്തിരിക്കുകയാണ്. നിങ്ങൾ പൂർണ്ണമായും വർത്തമാനനിമിഷത്തിൽ സന്നിഹിതനാവുമ്പോൾ നിങ്ങൾക്കു അസന്തുഷ്ടനാവാൻ കഴിയില്ല.

നിങ്ങൾ നിങ്ങളുടെ 'ജീവിതം' എന്നു വിളിക്കുന്നതിനെ കൂടുതൽ കൃത്യമായി 'ജീവിതസന്ദർഭം' എന്നു വിളിക്കാം. അതു മാനസികസമയമാണ്. ഭൂതവും ഭാവിയും. ഭൂതകാലത്തിലെ ചില കാര്യങ്ങൾ നിങ്ങൾ ആഗ്രഹിച്ച രീതിയിലല്ല നടന്നത്. കഴിഞ്ഞ കാലത്തുണ്ടായ കാര്യങ്ങളെ നിങ്ങൾ ഇപ്പോഴും പ്രതിരോധിക്കുന്നു. ഇപ്പോഴാകട്ടെ നിങ്ങൾ നിലവിലുള്ളതിനെയും പ്രതിരോധിക്കുന്നു. പ്രതീക്ഷയാണു നിങ്ങളെ മുന്നോട്ടുകൊണ്ടുപോകുന്നത്. പക്ഷേ, പ്രതീക്ഷ നിങ്ങളെ ഭാവിയിൽ കേന്ദ്രീകൃതനാക്കുന്നു. ഇങ്ങനെ തുടർച്ചയായി ഭാവിയിൽ ശ്രദ്ധ കേന്ദ്രീകരിക്കുന്നത് വർത്തമാനനിമിഷത്തിന്റെ നിരാസത്തെയും അങ്ങനെ നിങ്ങളുടെ അസന്തുഷ്ടിയെയും നിലനിർത്തുന്നു.

കഴിഞ്ഞ കാലത്തു സംഭവിച്ച കാര്യങ്ങളുടെ ഫലമാണ് ഇന്നത്തെ എന്റെ ജീവിതസന്ദർഭം എന്നതു ശരിതന്നെ. പക്ഷേ, അതെന്റെ ഇപ്പോഴത്തെ അവസ്ഥയാണല്ലോ. അതിൽ കുടുങ്ങിക്കിടക്കുന്നതാണ് എനിക്ക് അസന്തുഷ്ടിയുണ്ടാക്കുന്നത്.

കുറച്ചു സമയത്തേക്ക് നിങ്ങളുടെ ജീവിതസന്ദർഭത്തെക്കുറിച്ചു മറന്നു നിങ്ങളുടെ ജീവിതത്തിൽ ശ്രദ്ധ കേന്ദ്രീകരിക്കുക.

എന്താണു വ്യത്യാസം?

നിങ്ങളുടെ ജീവിതസന്ദർഭം സമയത്തിലാണു നിലനില്ക്കുന്നത്.
നിങ്ങളുടെ ജീവിതം വർത്തമാനനിമിഷത്തിലാണ്.
നിങ്ങളുടെ ജീവിതസന്ദർഭം മനസ്സുകൊണ്ടു നിർമ്മിച്ചതാണ്.
നിങ്ങളുടെ ജീവിതം യഥാർത്ഥമാണ്.

'ജീവിതത്തിലേക്കു നയിക്കുന്ന ഇടുങ്ങിയ പടിവാതിൽ' കണ്ടുപിടിക്കുക. അതിനെയാണു വർത്തമാനനിമിഷം എന്നു വിളിക്കുന്നത്. നിങ്ങളുടെ ജീവിതത്തിനെ ഈ നിമിഷത്തിലേക്കു ചെറുതാക്കിക്കൊണ്ടു വരിക. നിങ്ങളുടെ ജീവിതസന്ദർഭം നിറയെ പ്രശ്നങ്ങളുള്ളതായിരിക്കാം. മിക്ക ജീവിത സന്ദർഭങ്ങളും അങ്ങനെതന്നെ. പക്ഷേ, ഈ നിമിഷത്തിൽ നിങ്ങൾക്കെന്തെങ്കിലും പ്രശ്നങ്ങളുണ്ടോ എന്നു കണ്ടുപിടിക്കുക.

നാളെയോ പത്തുമിനിട്ടുകൾക്കകമോ അല്ല. ഇപ്പോൾ, ഈ നിമിഷത്തിൽ നിങ്ങൾക്കെന്തെങ്കിലും പ്രശ്നമുണ്ടോ?

നിങ്ങൾക്കു നിറയെ പ്രശ്നങ്ങളുണ്ടാകുമ്പോൾ പുതിയതായി ഒന്നിനു പ്രവേശിക്കുവാനുള്ള ഇടമില്ലാതാകുന്നു. പരിഹാരം കണ്ടെത്താനുള്ള സാധ്യതയും ഇല്ലാതാകുന്നു. അതുകൊണ്ട് നിങ്ങൾക്കു കഴിയുമ്പോഴൊക്കെ കുറച്ചു വഴിയുണ്ടാക്കുകയും കുറച്ച് ഇടം സൃഷ്ടിക്കുകയും ചെയ്യുക. നിങ്ങളുടെ ജീവിതസന്ദർഭത്തിനു കീഴിലുള്ള ജീവിതം കണ്ടെത്തുവാൻവേണ്ടി.

നിങ്ങളുടെ ഇന്ദ്രിയങ്ങളെ മുഴുവനായും ഉപയോഗിക്കുക. നിങ്ങളെവിടെയാണോ അവിടെ ആയിരിക്കുക. ചുറ്റും നോക്കുക. ഒന്നിനെയും വ്യാഖ്യാനിക്കാതെ, വെറുതെ നോക്കുകമാത്രം ചെയ്യുക. വസ്തുക്കളുടെ പ്രകാശവും ആകൃതികളും നിറങ്ങളും രചനാഘടനയും എല്ലാം നോക്കിക്കാണുക. ഓരോ വസ്തുവിന്റെയും നിശ്ശബ്ദമായ സാന്നിദ്ധ്യത്തെക്കുറിച്ച് അവബോധമുള്ളവനാകുക. ശബ്ദങ്ങൾ ശ്രവിക്കുക. അവയെ വിലയിരുത്തരുത്. ശബ്ദങ്ങൾക്കു താഴെയുള്ള നിശ്ശബ്ദതയെ ശ്രദ്ധിക്കുക. ഏതെങ്കിലും വസ്തുവിനെ, അതെന്തുമായിക്കൊള്ളട്ടെ, സ്പർശിക്കുക. അതിന്റെ ഉണ്മയെ അനുഭവിക്കുകയും അംഗീകരിക്കുകയും ചെയ്യുക. നിങ്ങളുടെ ശ്വാസോച്ഛ്വാസത്തിന്റെ താളത്തെ നിരീക്ഷിക്കുക. ഉച്ഛ്വാസവായു അകത്തേക്കും പുറത്തേക്കും ഒഴുകുന്നതിനെ അനുഭവിക്കുക. നിങ്ങളുടെ ശരീരത്തിനുള്ളിലെ ജീവോർജ്ജത്തെ അനുഭവിക്കുക. ഉള്ളിലും പുറത്തും എല്ലാത്തിനെയും അങ്ങനെതന്നെ ആയിരിക്കാൻ അനുവദിക്കുക. എല്ലാ വസ്തുക്കളുടെയും 'ഉണ്ട് എന്ന അവസ്ഥ'യെ നിലനില്ക്കാൻ അനുവദിക്കുക. വർത്തമാനനിമിഷത്തിലേക്ക് അഗാധമായി നീങ്ങുക.

അങ്ങനെ, നിങ്ങളെ മൃതപ്രായരാക്കുന്ന മാനസികമായ അശ്രദ്ധയുടെയും സമയത്തിന്റെയും ലോകത്തെ നിങ്ങൾ ഉപേക്ഷിക്കുകയാണ്. ഭൂമിയെ സാവധാനത്തിൽ മലീമസമാക്കുകയും നശിപ്പിക്കുകയും ചെയ്യുന്നതുപോലെ നിങ്ങളുടെ ജീവോർജ്ജത്തെയും വറ്റിച്ചുകളയുന്ന ഭ്രാന്തമായ മണ്ണിൽനിന്നു നിങ്ങൾ പുറത്തുകടക്കുകയാണ്. സമയമാകുന്ന മനോരാജ്യത്തിൽനിന്നു വർത്തമാനകാലത്തിലേക്കു നിങ്ങൾ ഉണരുകയാണ്.

എല്ലാ പ്രശ്നങ്ങളും മനസ്സിന്റെ വിഭ്രാന്തികളാണ്

വലിയൊരു ഭാരം നീങ്ങിയതുപോലെ തോന്നുന്നു. കനം കുറഞ്ഞതുപോലെയൊരു തോന്നൽ. എനിക്ക് എല്ലാം വ്യക്തമായതുപോലെ... പക്ഷേ, എന്റെ പ്രശ്നങ്ങളെല്ലാം ഇപ്പോഴും എന്നെ കാത്തിരിക്കുന്നുണ്ട്.

ഇല്ലേ? അവയൊന്നും പരിഹരിക്കപ്പെട്ടിട്ടില്ല. താൽക്കാലികമായി ഞാനവയെ ഒഴിവാക്കുന്നു എന്നല്ലേ ഉള്ളൂ?

നിങ്ങൾ സ്വർഗ്ഗത്തിലെത്തിയാൽപ്പോലും അധികം സമയമാകുന്നതിനുമുമ്പ് നിങ്ങളുടെ മനസ്സ് പറയും, "അതേ, പക്ഷേ..." എന്ന്. അന്തിമമായി നിങ്ങളുടെ പ്രശ്നങ്ങളെ പരിഹരിക്കുന്നതിനെക്കുറിച്ചല്ല ഇവിടെ പറയുന്നത്. പ്രശ്നങ്ങളേയില്ല എന്നു തിരിച്ചറിയുന്നതിനെക്കുറിച്ചാണ്. പ്രശ്നങ്ങളല്ല, ജീവിതസന്ദർഭങ്ങളാണുള്ളത്. ചിലത് ഇപ്പോൾ കൈകാര്യം ചെയ്യേണ്ടവയാണ്. മറ്റു ചിലത് സ്വയം മാറുന്നതുവരെയോ കൈകാര്യം ചെയ്യാൻ സാദ്ധ്യമാകുന്നതുവരെയോ വെറുതെ വിടേണ്ടവയും വർത്തമാനനിമിഷത്തിന്റെ 'ഉണ്ട് എന്ന അവസ്ഥയുടെ ഭാഗമായി സ്വീകരിക്കപ്പെടേണ്ടവയുമാണ്. പ്രശ്നങ്ങൾ മനോനിർമ്മിതമാണ്. അവയ്ക്കു നിലനില്ക്കാൻ സമയം ആവശ്യമാണ്. വർത്തമാനനിമിഷത്തിന്റെ വാസ്തവികതയിൽ അവയ്ക്കു നിലനില്ക്കാനാവില്ല. വർത്തമാനനിമിഷത്തിലേക്കു നിങ്ങളുടെ ശ്രദ്ധ കേന്ദ്രീകരിച്ച് ഈ നിമിഷത്തിൽ നിങ്ങൾക്ക് എന്തു പ്രശ്നമാണുള്ളതെന്ന് എന്നോടു പറയുക.

എനിക്കു മറുപടിയൊന്നും കിട്ടുന്നില്ല. കാരണം നിങ്ങളുടെ ശ്രദ്ധ പൂർണ്ണമായും ഈ നിമിഷത്തിലാകുമ്പോൾ എന്തെങ്കിലും പ്രശ്നമുണ്ടാകുക അസാദ്ധ്യമാണ്. ഒരു സന്ദർഭത്തെ നമ്മൾ കൈകാര്യം ചെയ്യുകയോ സ്വീകരിക്കുകയോ ചെയ്യുന്നു— ശരി. എന്തിനാണ് അതിനെ ഒരു പ്രശ്നമാക്കി മാറ്റുന്നത്? അതുപോലെ മറ്റേതു കാര്യത്തെയും എന്തിനാണു പ്രശ്നമാക്കി മാറ്റുന്നത്? അതൊന്നുമില്ലാതെതന്നെ ജീവിതം ആവശ്യത്തിനു വെല്ലുവിളികൾ നിറഞ്ഞതല്ലേ? എന്തു കാര്യത്തിനായിട്ടാണു നിങ്ങൾക്കു പ്രശ്നങ്ങൾ ആവശ്യമായി വരുന്നത്? പ്രശ്നങ്ങൾ നിങ്ങൾക്ക് ഒരുതരത്തിലുള്ള വ്യക്തിത്വത്തെ നല്കുന്നതുകൊണ്ടാണ് അബോധപൂർവ്വമായി മനസ്സ് അവയെ ഇഷ്ടപ്പെടുന്നത്. ഇതു സാധാരണമാണ്, എന്നാൽ ഭ്രാന്തവുമാണ്. 'പ്രശ്നം' എന്നുവച്ചാൽ വർത്തമാനനിമിഷത്തിൽ നടപടിയെടുക്കാനുള്ള യഥാർത്ഥ ഉദ്ദേശ്യമോ സാദ്ധ്യതയോ ഇല്ലാതെ നിങ്ങൾ ഒരു സന്ദർഭത്തെക്കുറിച്ചുതന്നെ ആലോചിച്ചുകൊണ്ടിരിക്കുകയും അബോധപൂർവ്വമായി അതിനെ നിങ്ങളുടെ വ്യക്തിത്വബോധത്തിന്റെ ഭാഗമാക്കുകയും ചെയ്യുന്ന അവസ്ഥയാണ്. നിങ്ങളുടെ ജീവിതസന്ദർഭത്തിൽ നിങ്ങൾ ആമഗ്നനാകുന്നതുകൊണ്ട് ജീവിതത്തെയും ഉണ്മയെയും കുറിച്ചുള്ള ബോധം നിങ്ങൾക്കു നഷ്ടപ്പെടുന്നു. അതല്ലെങ്കിൽ ഇപ്പോൾ ചെയ്യാവുന്ന ഒരേയൊരു കാര്യത്തിൽ ശ്രദ്ധ കേന്ദ്രീകരിക്കുന്നതിനുപകരം ഭാവിയിൽ നിങ്ങൾ ചെയ്യാൻ

പോകുന്ന അല്ലെങ്കിൽ ചെയ്യാൻ സാദ്ധ്യതയുള്ള നൂറുകണക്കിനു കാര്യങ്ങളുടെ ഭ്രാന്തമായ ഭാരം നിങ്ങളുടെ മനസ്സിൽ ചുമന്നു നടക്കുകയായിരിക്കും.

നിങ്ങൾ ഒരു പ്രശ്നത്തെ സൃഷ്ടിക്കുമ്പോൾ വേദനയെക്കൂടി സൃഷ്ടിക്കുന്നു. ലളിതമായ ഒരു തിരഞ്ഞെടുപ്പ്, ലളിതമായ ഒരു തീരുമാനം മാത്രമേ ആവശ്യമുള്ളൂ, എന്തൊക്കെ സംഭവിച്ചാലും ഞാൻ എനിക്കായി കൂടുതൽ വേദന സൃഷ്ടിക്കുകയില്ല എന്ന്. വളരെ ലളിതമായ ഒരു തിരഞ്ഞെടുപ്പാണെങ്കിലും അതു വളരെ മൗലികവുമാണ്. നിങ്ങൾക്ക് യഥാർത്ഥത്തിൽ ദുരിതംകൊണ്ടു പൊറുതിമുട്ടിയിട്ടില്ലെങ്കിൽ യഥാർത്ഥത്തിൽ മതിയായിട്ടില്ലെങ്കിൽ ഈ തിരഞ്ഞെടുപ്പു നിങ്ങൾ നടത്തുകയില്ല. അതുപോലെ വർത്തമാനനിമിഷത്തിന്റെ ശക്തിയെ വിനിയോഗിക്കാൻ നിങ്ങൾക്കു കഴിയുന്നില്ലെങ്കിൽ ആ തീരുമാനം നടപ്പിലാക്കാൻ കഴിയില്ല. നിങ്ങൾ നിങ്ങൾക്കായി കൂടുതൽ വേദന സൃഷ്ടിക്കുന്നില്ലെങ്കിൽ മറ്റുള്ളവർക്കു വേദന സൃഷ്ടിക്കുന്നതും നിങ്ങൾ അവസാനിപ്പിക്കും. പ്രശ്നങ്ങൾ ഉണ്ടാക്കുക എന്ന നിഷേധാത്മക ഭാവമുപയോഗിച്ച് ഈ മനോഹരമായ ഭൂമിയെയും നിങ്ങളുടെ ആന്തരികാകാശത്തെയും മനുഷ്യന്റെ സമഷ്ടിചിത്തത്തെയും നിങ്ങൾ മലീമസമാക്കുകയില്ല.

അത്യാസന്നമായ അടിയന്തിര സന്ദർഭങ്ങളിൽ നിങ്ങളെപ്പോഴെങ്കിലും ഉണ്ടായിരുന്നിട്ടുണ്ടെങ്കിൽ, നിങ്ങൾക്കറിയാം അതൊരു പ്രശ്നമായിരുന്നില്ലെന്ന്. കാരണം മനസ്സിനു കറങ്ങിത്തിരിയാനോ അതൊരു പ്രശ്നമാക്കി മാറ്റാനോ ഉള്ള സമയമുണ്ടായിരുന്നില്ല. യഥാർത്ഥമായ ഒരടിയന്തിര ഘട്ടത്തിൽ മനസ്സ് നിലയ്ക്കും. നിങ്ങൾ പൂർണ്ണമായും വർത്തമാനനിമിഷത്തിൽ സന്നിഹിതനാവുകയും നിങ്ങളെക്കാൾ അനന്തമായ ശക്തിയുള്ള എന്തോ ഒന്ന് കാര്യങ്ങൾ ഏറ്റെടുക്കുകയും ചെയ്യുന്നു. ഇതുകൊണ്ടാണു സാധാരണക്കാർ പെട്ടെന്ന് അവിശ്വസനീയമായ സാഹസികപ്രവൃത്തികൾ ചെയ്യാൻ പ്രാപ്തരാകുന്നതായുള്ള ധാരാളം റിപ്പോർട്ടുകൾ ഉണ്ടാകുന്നത്. ഒരു അടിയന്തിരഘട്ടത്തെ ഒന്നുകിൽ നിങ്ങൾ അതിജീവിക്കും. അല്ലെങ്കിൽ നശിക്കും. രണ്ടായാലും അതൊരു പ്രശ്നമല്ലല്ലോ.

പ്രശ്നങ്ങൾ മിഥ്യയാണെന്നു ഞാൻ പറയുന്നതു കേൾക്കുമ്പോൾ ചില ആളുകൾക്കു ദ്വേഷം വരും. അവരാരാണെന്ന വ്യക്തിത്വബോധത്തെ ഇല്ലാതാക്കുമെന്നു ഞാൻ ഭീഷണിപ്പെടുത്തുന്നതുപോലെയാണത്. അവാസ്തവമായ ഒരു വ്യക്തിത്വബോധത്തിൽ അവർ ഒരുപാടു സമയം നിക്ഷേപിച്ചു കഴിഞ്ഞു. എത്രയോ വർഷങ്ങളായി അവർ അവരുടെ മുഴുവൻ വ്യക്തിത്വത്തെയും അബോധപൂർവ്വമായി നിർവ്വ

ചിച്ചിട്ടുള്ളത് അവരുടെ പ്രശ്നങ്ങളുടെയും ദുഃഖങ്ങളുടെയും അടിസ്ഥാനത്തിലാണ്. അതില്ലെങ്കിൽപ്പിന്നെ അവർക്കെന്തു വ്യക്തിത്വമാണുള്ളത്?

ആളുകൾ പറയുകയും ചിന്തിക്കുകയും പ്രവർത്തിക്കുകയും ചെയ്യുന്ന ഒട്ടുമിക്ക കാര്യങ്ങളെയും പ്രചോദിപ്പിക്കുന്നതു ഭയമാണ്. ഭയമാകട്ടെ, ഭാവിയിൽ നിങ്ങളുടെ ശ്രദ്ധ കേന്ദ്രീകരിക്കുകയും വർത്തമാനനിമിഷത്തോടു ബന്ധമില്ലാതിരിക്കുകയും ചെയ്യുന്നതിനോടാണു ബന്ധപ്പെട്ടിരിക്കുന്നത്. വർത്തമാനനിമിഷത്തിൽ പ്രശ്നങ്ങളില്ലാത്തതുകൊണ്ടു ഭയവും ഉണ്ടാകുന്നില്ല.

നിങ്ങൾക്ക് ഇപ്പോൾത്തന്നെ കൈകാര്യം ചെയ്യേണ്ട എന്തെങ്കിലും സന്ദർഭം ഉണ്ടാവുകയാണെങ്കിൽ വർത്തമാനനിമിഷത്തിന്റെ അവബോധത്തിൽനിന്നുണ്ടാകുന്ന നിങ്ങളുടെ നടപടി വ്യക്തവും മൂർച്ചയുള്ളതുമായിരിക്കും. അത് ഫലപ്രദമാകാൻ വളരെയേറെ സാദ്ധ്യതയുണ്ട്. ഭൂതകാലത്തിനാൽ പരുവപ്പെട്ട നിങ്ങളുടെ മനസ്സിൽനിന്നുയരുന്ന ഒരു പ്രതികരണമായിരിക്കില്ല അത്. സന്ദർഭത്തിനനുസരിച്ചു നിങ്ങളുടെ സഹജാവബോധത്തിൽനിന്നുയരുന്ന പ്രതികരണമായിരിക്കും. സമയബന്ധിതമായ മനസ്സ് പ്രതികരിച്ചേക്കാവുന്ന പല സന്ദർഭങ്ങളിലും ഒന്നും ചെയ്യാതെ വർത്തമാനനിമിഷത്തിൽ കേന്ദ്രീകരിക്കുന്നതാണ് കൂടുതൽ ഫലപ്രദമെന്നു നിങ്ങൾ കണ്ടെത്തും.

ബോധത്തിന്റെ പരിണാമത്തിൽ ഒരു കുതിച്ചുചാട്ടം

അങ്ങ് വിവരിച്ച, മനസ്സിൽനിന്നും സമയത്തിൽനിന്നും സ്വതന്ത്രമായ അവസ്ഥയുടെ ക്ഷണിക ദർശനങ്ങൾ എനിക്കു ലഭിച്ചിട്ടുണ്ട്. പക്ഷേ, ഭൂതകാലവും ഭാവിയും അങ്ങേയറ്റം ശക്തമായതുകൊണ്ട് അധികനേരം അവയെ അകറ്റിനിർത്താൻ എനിക്കാവുന്നില്ല.

ബോധത്തിന്റെ സമയബന്ധിതവൃത്തി മനുഷ്യരാശിയുടെ ചിത്തത്തിൽ ആഴത്തിൽ പതിഞ്ഞുകിടക്കുന്നുണ്ട്. നാമിവിടെ ചെയ്യുന്ന കാര്യങ്ങൾ നമ്മുടെ ഗ്രഹത്തിന്റെ സമഷ്ടിബോധത്തിലും അതിനപ്പുറത്തും ഉണ്ടായിക്കൊണ്ടിരിക്കുന്ന മഹത്തായ പരിവർത്തനത്തിന്റെ ഭാഗമാണ്: പദാർത്ഥത്തിന്റെ , രൂപത്തിന്റെ, വേർപെടലിന്റെ സ്വപ്നത്തിൽനിന്നു ശുദ്ധബോധത്തിന്റെ ഉണരലാണത്. സമയത്തിന്റെ അവസാനം. യുഗങ്ങളായി മനുഷ്യജീവിതത്തിൽ ആധിപത്യം ചെലുത്തിയ മാനസികക്രമങ്ങളെ നാം മുറിക്കുകയാണ്. വലിയ തോതിൽ സങ്കല്പിക്കാനാവാത്ത രീതിയിൽ ദുരിതം സൃഷ്ടിച്ചിട്ടുള്ള മാനസികക്രമങ്ങളെ. തിന്മ എന്ന വാക്ക് ഞാൻ ഉപയോഗിക്കുന്നില്ല. പ്രജ്ഞാരാഹിത്യമെന്നോ, ഭ്രാന്തെന്നോ അതിനെ വിളിക്കുന്നതാണു കൂടുതൽ സഹായകരം.

പഴയ സമ്പ്രദായത്തിലുള്ള ബോധത്തെ അല്ലെങ്കിൽ ബോധശൂന്യതയെ തകർക്കൽ— ഇതു നാം ചെയ്യേണ്ട ഒരു കാര്യമാണോ അതോ അതെന്തായാലും സംഭവിക്കുമോ? അതായത് ഈ മാറ്റം അനിവാര്യമാണോ?

അതു നിങ്ങളുടെ വീക്ഷണത്തെ ആശ്രയിച്ചിരിക്കുന്നു. വാസ്തവത്തിൽ, പ്രവർത്തിക്കലും സംഭവിക്കലും ഒരൊറ്റ പ്രക്രിയയാണ്. ബോധത്തിന്റെ സമ്പൂർണ്ണതയുമായി നിങ്ങൾ ഒന്നായതുകൊണ്ടു നിങ്ങൾക്ക് ഇവ രണ്ടിനെയും വേർതിരിക്കാനാവില്ല. പക്ഷേ, മനുഷ്യവർഗ്ഗത്തിന് ഈ മാറ്റം സംഭവിക്കുമോ എന്നതിനു പൂർണ്ണമായ ഉറപ്പൊന്നുമില്ല. ഈ പ്രക്രിയ അനിവാര്യമോ സ്വയം സംഭവിക്കുന്നതോ അല്ല. നിങ്ങളുടെ സഹകരണം അതിന്റെ വളരെ പ്രധാനപ്പെട്ട ഭാഗമാണ്. നിങ്ങളതിനെ എങ്ങനെ നോക്കിക്കണ്ടാലും ശരി, ബോധത്തിന്റെ പരിണാമത്തിൽ അത് ഒരു കുതിച്ചുചാട്ടമാണ്. മനുഷ്യരാശിയെന്ന നിലയ്ക്ക് നമ്മുടെ അതിജീവനത്തിനുള്ള ഒരേയൊരു സാദ്ധ്യതയും അതാണ്.

ഉണ്മയുടെ ആനന്ദം

നിങ്ങളെ ഭരിക്കാൻ മാനസികസമയത്തെ നിങ്ങൾ അനുവദിച്ചു എന്നു കരുതുക. ഇക്കാര്യത്തിൽ നിങ്ങൾക്കു മുന്നറിയിപ്പു നല്കാൻ ലളിതമായ ഒരളവുകോൽ നിങ്ങൾക്കുപയോഗിക്കാം. സ്വയം ചോദിക്കുക: ഞാനിപ്പോൾ ചെയ്യുന്നതിൽ ആനന്ദവും അനായാസതയും ലഘുത്വവുമുണ്ടോ? അതൊന്നുമില്ലെങ്കിൽ സമയം വർത്തമാനനിമിഷത്തെ മൂടുന്നുവെന്നും ജീവിതം ഒരു ഭാരമായോ സംഘർഷമായോ കണക്കാക്കപ്പെടുന്നു എന്നുമാണ് അർത്ഥം.

നിങ്ങൾ ചെയ്യുന്നതിൽ ആനന്ദവും അനായാസതയും ലഘുത്വവുമില്ലെങ്കിൽ 'നിങ്ങൾ ചെയ്യുന്ന കാര്യം' മാറ്റണമെന്നൊന്നും അർത്ഥമില്ല. 'എങ്ങനെ' ചെയ്യണമെന്നതു മാറ്റിയാൽ മതിയാകും. 'എങ്ങനെ' എന്നുള്ളത് എപ്പോഴും 'എന്ത്' എന്നുള്ളതിനെക്കാൾ പ്രധാനമാണ്. ഒരു കാര്യം ചെയ്യുമ്പോൾ നിങ്ങളതിലൂടെ നേടിയെടുക്കാൻ ആഗ്രഹിക്കുന്ന ഫലത്തെക്കാൾ ശ്രദ്ധ ആ പ്രവൃത്തിക്കു നല്കാൻ കഴിയുമോ എന്നു നോക്കുക. ആ നിമിഷം സമ്മാനിക്കുന്ന എന്തിനും നിങ്ങളുടെ പരിപൂർണ്ണ ശ്രദ്ധ കൊടുക്കുക. നിലവിലുള്ളതിനെ നിങ്ങൾ മുഴുവനായും അംഗീകരിക്കുകൂടി ചെയ്യുന്നു എന്ന് ഇതു പരോക്ഷമായി സൂചിപ്പിക്കുന്നു. കാരണം ഏതെങ്കിലും ഒരു കാര്യത്തിനു പരിപൂർണ്ണ ശ്രദ്ധ നല്കുകയും അതേസമയം അതിനെ എതിർക്കുകയും ചെയ്യുന്നത് അസാദ്ധ്യമാണ്.

നിങ്ങൾ വർത്തമാനനിമിഷത്തെ ആദരിക്കുമ്പോൾ വളരെ പെട്ടെന്നുതന്നെ എല്ലാം അസന്തുഷ്ടിയും സംഘർഷവും അലിഞ്ഞില്ലാതാകുന്നു. ജീവിതം ആനന്ദത്തോടും അനായാസതയോടും കൂടെ ഒഴുകാൻ തുടങ്ങുകയും ചെയ്യുന്നു. വർത്തമാനനിമിഷത്തിന്റെ അവ

ബോധത്തോടെ നിങ്ങൾ പ്രവർത്തിക്കാൻ തുടങ്ങുമ്പോൾ നിങ്ങൾ ചെയ്യുന്ന ഏതു കാര്യവും ഏറ്റവും ലളിതമായ പ്രവൃത്തിപോലും ഗുണമേന്മയും ശ്രദ്ധയും പ്രേമവും നിറഞ്ഞതാകുന്നു.

അതുകൊണ്ട് നിങ്ങളുടെ പ്രവൃത്തിയുടെ ഫലത്തെക്കുറിച്ച് ഉത്കണ്ഠപ്പെടാതിരിക്കുക— ചെയ്യുന്ന പ്രവൃത്തിക്കു ശ്രദ്ധ കൊടുക്കുക മാത്രം ചെയ്യുക. ഫലം തനിയെ വന്നുചേരും. ഇതു ശക്തമായ ഒരു ആദ്ധ്യാത്മിക അഭ്യാസമാണ്. ഇന്നു നിലവിലുള്ള ഏറ്റവും പഴക്കം ചെന്നതും മനോഹരവുമായ ആദ്ധ്യാത്മിക ബോധന രീതികളിലൊന്നായ ഭഗവദ്ഗീതയിൽ, നിങ്ങളുടെ പ്രവൃത്തിയുടെ ഫലത്തോടുള്ള അനാസക്തിയെ കർമ്മയോഗമെന്നാണു വിളിക്കുന്നത്. 'സമർപ്പിതമായ കർമ്മത്തിന്റെ വഴിയെന്നാണ് അതിനെ വർണ്ണിക്കുന്നത്.

വർത്തമാനനിമിഷത്തിൽനിന്നു നിർബന്ധിതമായി അകന്നുനില്ക്കാനുള്ള ശ്രമം ഇല്ലാതാകുമ്പോൾ ഉണ്മയുടെ ആനന്ദം നിങ്ങൾ ചെയ്യുന്ന എല്ലാ കാര്യങ്ങളിലേക്കും പ്രവഹിക്കുന്നു. വർത്തമാന കാലത്തിലേക്കു നിങ്ങൾ നിങ്ങളുടെ ശ്രദ്ധയെ കൊണ്ടുവരുന്ന നിമിഷത്തിൽ ഒരു സാന്നിദ്ധ്യവും ഒരു നിശ്ചലതയും ഒരു ശാന്തിയും നിങ്ങൾ അനുഭവിക്കുന്നു. നിർവൃതിക്കോ സംതൃപ്തിക്കോവേണ്ടി നിങ്ങളിപ്പോൾ ഭാവിയെ ആശ്രയിക്കുന്നില്ല. മോക്ഷത്തിനുവേണ്ടി നിങ്ങൾ ഭാവിയിലേക്ക് ഉറ്റുനോക്കുന്നില്ല. അതുകൊണ്ട് കർമ്മഫലത്തോടു നിങ്ങൾക്കു മമതയുമില്ല. ഉണ്മയാകുന്ന നിങ്ങളുടെ ആന്തരികാവസ്ഥയെ മാറ്റിമറിക്കാനുള്ള ശക്തി തോൽവിക്കോ വിജയത്തിനോ ഇല്ലാതാവുന്നു. നിങ്ങളുടെ ജീവിതസന്ദർഭത്തിനടിയിലുള്ള ജീവിതത്തെ നിങ്ങൾ കണ്ടെത്തിക്കഴിഞ്ഞു.

മാനസികസമയത്തിന്റെ അഭാവത്തിൽ നിങ്ങളുടെ വ്യക്തിത്വബോധം ഉണ്മയിൽനിന്നാണ്, അല്ലാതെ നിങ്ങളുടെ വ്യക്തിപരമായ ഭൂതകാലത്തിൽനിന്നല്ല ഉണ്ടാവുന്നത്. അതുകൊണ്ടു നിങ്ങളിപ്പോൾ എന്താണോ, അതിനെക്കാൾ കൂടുതൽ എന്തെങ്കിലും ആയിത്തീരണമെന്ന മാനസികമായ ആവശ്യം ഇല്ലാതാകുന്നു. ബാഹ്യലോകത്ത്, നിങ്ങളുടെ ജീവിതസന്ദർഭത്തിന്റെ തലത്തിൽ നിങ്ങൾ ധനവാനും അറിവുള്ളവനും ഒരുപാടു കാര്യങ്ങളിൽ വിജയിച്ചവനും പലകാര്യങ്ങളിൽനിന്നും സ്വതന്ത്രനും ഒക്കെയായിരിക്കും. പക്ഷേ, ഉണ്മയുടെ ആഴമേറിയ മാനത്തിൽ വർത്തമാനനിമിഷത്തിൽ നിങ്ങൾ പൂർണ്ണനും സമഗ്രതയുള്ളവനുമാണ്.

സമഗ്രതയുടെ ആ അവസ്ഥയിൽ, നമ്മൾ ബാഹ്യമായ ലക്ഷ്യങ്ങൾ പിന്തുടരാൻ കഴിവുള്ളവരോ ആഗ്രഹമുള്ളവരോ ആയിരിക്കുമോ?

തീർച്ചയായും. പക്ഷേ, ഭാവിയിലെ എന്തോ അല്ലെങ്കിൽ ആരോ നിങ്ങളെ രക്ഷിക്കുമെന്നോ സന്തോഷിപ്പിക്കുമെന്നോ ഉള്ള മിഥ്യയായ പ്രതീക്ഷകൾ നിങ്ങൾക്കുണ്ടാകില്ല. നിങ്ങളുടെ ജീവിതസന്ദർഭത്തെ സംബന്ധി

ച്ചിടത്തോളം നേടുവാനും കൈക്കലാക്കുവാനുമുള്ള കാര്യങ്ങൾ ഉണ്ടായിരിക്കാം. രൂപങ്ങളുടെയും ലാഭനഷ്ടങ്ങളുടെയും ലോകം അങ്ങനെയാണ്. പക്ഷേ, ആഴമേറിയ ഒരു തലത്തിൽ നിങ്ങൾ ഇപ്പോഴേ പൂർണ്ണരാണ്. അതു നിങ്ങൾ തിരിച്ചറിയുമ്പോൾ നിങ്ങൾ ചെയ്യുന്ന ഏതു കാര്യത്തിനു പിറകിലും ഉല്ലാസം നിറഞ്ഞ, ആനന്ദകരമായ ഒരു ഊർജ്ജം ഉണ്ടാകുന്നു. മാനസികസമയത്തിൽനിന്നു സ്വതന്ത്രരാകുമ്പോൾ, കഠിനമായ നിശ്ചയദാർഢ്യത്തോടെയൊന്നുമാകില്ല നിങ്ങൾ ലക്ഷ്യങ്ങൾ പിന്തുടരുന്നത്. ഭീതിയും ദ്വേഷവും അസംതൃപ്തിയും ആരെങ്കിലുമൊക്കെ ആയിത്തീരാനുള്ള ആഗ്രഹവുമൊന്നുമായിരിക്കില്ല നിങ്ങളെ നയിക്കുന്നതും. അഹന്തയെ സംബന്ധിച്ചിടത്തോളം ആത്മനാശകരമായ പരാജയത്തെ ഭയന്നു നിങ്ങൾ നിഷ്ക്രിയനായി ഇരിക്കുകയുമില്ല. നിങ്ങളുടെ അഗാധമായ ആത്മബോധം ഉണ്മയിൽനിന്നുണ്ടാകുമ്പോൾ ഒരു മാനസിക ആവശ്യം എന്ന നിലയ്ക്ക് 'ആയിത്തീരലിൽ' നിന്നു നിങ്ങൾ മുക്തരാകുമ്പോൾ നിങ്ങളുടെ സന്തോഷമോ അല്ലെങ്കിൽ വ്യക്തിത്വബോധമോ ഒരു പ്രവൃത്തിയുടെയും ഫലത്തെ ആശ്രയിക്കുന്നില്ല. അങ്ങനെ ഭീതിയിൽനിന്നും മോചനമുണ്ടാകുന്നു. രൂപങ്ങളുടെയും ലാഭനഷ്ടങ്ങളുടെയും ജനനമരണങ്ങളുടെയും ലോകത്തിൽ, സ്ഥിരതയെ ഒരിക്കലും കണ്ടെത്താനാവാത്ത ഈ ലോകത്തിൽ, നിങ്ങളതിനെ അന്വേഷിക്കാതാവുന്നു. സന്ദർഭങ്ങളോ പരിതഃസ്ഥിതിയോ സ്ഥലങ്ങളോ ആളുകളോ നിങ്ങളെ സന്തോഷിപ്പിക്കണമെന്ന് ആവശ്യപ്പെടുകയും പിന്നീട് അവ നിങ്ങളുടെ പ്രതീക്ഷകൾക്കൊത്ത് ഉയരാതാകുമ്പോൾ ദുഃഖിക്കുകയും ചെയ്യുന്ന അവസ്ഥ ഇല്ലാതാകുന്നു.

എല്ലാം ആദരിക്കപ്പെടുന്നു. പക്ഷേ, ഒന്നിനും പ്രാധാന്യമില്ലാതാകുന്നു. രൂപങ്ങൾ ജനിക്കുകയും മരിക്കുകയും ചെയ്യുന്നു. പക്ഷേ, ഈ രൂപങ്ങളുടെ താഴെയുള്ള അനന്തതയെ നിങ്ങൾ തിരിച്ചറിയുന്നു. "യഥാർത്ഥമായ ഒന്നിനെയും ഭീഷണിപ്പെടുത്താനാവില്ലെന്നു നിങ്ങൾ മനസ്സിലാക്കുന്നു. നിങ്ങളുടെ ഉണ്മയുടെ അവസ്ഥ ഇതായിരിക്കേ, നിങ്ങൾ വിജയിക്കാതിരിക്കുന്നതെങ്ങനെ? നിങ്ങൾ ഇപ്പോഴേ വിജയിച്ചു കഴിഞ്ഞിരിക്കുന്നു.

വർത്തമാനനിമിഷത്തെ ഒഴിവാക്കാനുള്ള മനസ്സിന്റെ തന്ത്രങ്ങൾ

വർത്തമാനനിമിഷത്തിന്റെ നഷ്ടം: കാതലായ മിഥ്യാബോധം

അന്തിമമായി സമയം ഒരു മിഥ്യയാണെന്നു ഞാൻ പൂർണ്ണമായി അംഗീകരിച്ചാലും എന്റെ ജീവിതത്തിൽ അത് എന്തു വ്യത്യാസമാണുണ്ടാക്കുക? സമയത്താൽ പൂർണ്ണമായും ഭരിക്കപ്പെടുന്ന ഒരു ലോകത്തു തന്നെ എനിക്കു ജീവിക്കേണ്ടേ?

ബുദ്ധിപരമായ ഐകമത്യം മറ്റൊരു വെറും വിശ്വാസംമാത്രമാണ്. അതു നിങ്ങളുടെ ജീവിതത്തിൽ വലിയ മാറ്റമൊന്നും ഉണ്ടാക്കുകയില്ല. സത്യം തിരിച്ചറിയണമെങ്കിൽ നിങ്ങൾ അതു ജീവിതത്തിൽ കൊണ്ടുവരണം. ജീവൻ തുടിക്കുന്ന രീതിയിൽ നിങ്ങളുടെ ശരീരത്തിലെ ഓരോ കോശവും സന്നിഹിതമാവുമ്പോൾ, ജീവിതത്തിന്റെ ഓരോ നിമിഷവും ഉണ്മയുടെ ആനന്ദമായി നിങ്ങൾക്ക് അനുഭവവേദ്യമാകുമ്പോൾ, നിങ്ങൾ സമയത്തിൽനിന്നു സ്വതന്ത്രനായി എന്നു പറയാനാവും.

പക്ഷേ, നാളെ എനിക്കു പതിവുപോലെ ബില്ലുകൾ അടയ്ക്കണം. മറ്റേതൊരാളെയുംപോലെ എനിക്കും വയസ്സാവുകയും ഞാൻ മരിക്കുകയും ചെയ്യും. പിന്നെ ഞാൻ സമയത്തിൽനിന്നു സ്വതന്ത്രനാണെന്ന് എങ്ങനെ പറയാൻ കഴിയും?

നാളത്തെ ബില്ലുകളല്ല പ്രശ്നം. ശരീരത്തിന്റെ വിഘടനവും ഒരു പ്രശ്നമല്ല. വർത്തമാനനിമിഷത്തിന്റെ നഷ്ടമാണു പ്രശ്നം. അല്ലെങ്കിൽ ഒരു വെറും സന്ദർഭത്തെയോ സംഭവത്തെയോ വികാരത്തെയോ വ്യക്തിപരമായ പ്രശ്നവും ദുരിതവുമാക്കി മാറ്റുന്ന കാതലായ മിഥ്യാബോധമാണ് പ്രശ്നം. വർത്തമാനനിമിഷത്തിന്റെ നഷ്ടമെന്നാൽ ഉണ്മയുടെ നഷ്ടമാണ്.

സമയത്തിൽനിന്നുള്ള സ്വാതന്ത്ര്യമെന്നാൽ, സ്വന്തം വ്യക്തിത്വത്തിനായി ഭൂതകാലത്തെയും നിർവൃതിക്കായി ഭാവിയെയും മാനസികമായി ആശ്രയിക്കുന്നതിൽനിന്നുള്ള മോചനമാണ്. ബോധത്തിന്റെ, നിങ്ങൾക്കു സങ്കല്പിക്കാവുന്നതിൽവച്ച് ഏറ്റവും അഗാധമായ പരിവർത്തനത്തെയാണ് അതു പ്രതിനിധീകരിക്കുന്നത്. വിരളമായ ചില

സന്ദർഭങ്ങളിൽ, ബോധത്തിന്റെ ഈ മാറ്റം നാടകീയമായും മൗലികമായും എന്നെന്നേക്കുമായി സംഭവിക്കുന്നു. തീവ്രമായ ദുരിതത്തിനിടയിലുള്ള പൂർണ്ണമായ സമർപ്പണത്തിലൂടെയാണ് അതു സാധാരണ സംഭവിക്കുക. പക്ഷേ, മിക്ക ആളുകൾക്കും അതിനായി പരിശ്രമം ചെയ്യേണ്ടിവരും.

സമയരഹിതമായ ബോധാവസ്ഥയുടെ ആദ്യത്തെ നൈമിഷിക ദർശനങ്ങൾ ലഭിച്ചുകഴിഞ്ഞാൽ, സമയത്തിന്റെയും സാന്നിദ്ധ്യത്തിന്റെയും മാനങ്ങൾക്കിടയിൽ അങ്ങോട്ടുമിങ്ങോട്ടും നിങ്ങൾ സഞ്ചരിച്ചുകൊണ്ടിരിക്കും. യഥാർത്ഥത്തിൽ വർത്തമാനനിമിഷത്തിൽ എത്ര വിരളമായാണു നിങ്ങൾ ശ്രദ്ധ ചെലുത്തുന്നത് എന്നതിനെക്കുറിച്ച് ആദ്യമായി നിങ്ങൾക്ക് അവബോധമുണ്ടാകും. പക്ഷേ, നിങ്ങൾ സന്നിഹിതനല്ല എന്നറിയുന്നതും തന്നെ വലിയൊരു വിജയമാണ്. ആ അറിവുതന്നെ സാന്നിദ്ധ്യമാണ്. അതു ഘടികാരസമയത്തിന്റെ ഏതാനും നിമിഷങ്ങൾ മാത്രം നിലനിന്നു മാഞ്ഞുപോകുന്നതാണെങ്കിൽക്കൂടി. പിന്നീട്, കൂടക്കൂടെ, ഭൂതകാലത്തിലോ ഭാവിയിലോ അല്ലാതെ വർത്തമാനനിമിഷത്തിൽ നിങ്ങളുടെ ബോധത്തെ കേന്ദ്രീകരിക്കാൻ നിങ്ങൾ തീരുമാനിക്കും. വർത്തമാനനിമിഷത്തെ നഷ്ടപ്പെട്ടു എന്നു തിരിച്ചറിയുമ്പോഴൊക്കെ ഏതാനും നിമിഷത്തേക്കല്ലാതെ ഘടികാരസമയത്തിന്റെ ബാഹ്യമായ വീക്ഷണകോണിൽനിന്നു കണക്കാക്കപ്പെടുമ്പോൾ കൂടുതൽ നേരത്തേക്കുതന്നെ വർത്തമാനനിമിഷത്തിൽ നിങ്ങൾക്കു വസിക്കാനാവും. അതുകൊണ്ട്, സാന്നിദ്ധ്യത്തിന്റെ അവസ്ഥയിൽ ദൃഢമായി പ്രതിഷ്ഠിതനാവുന്നതിനുമുമ്പ്, അതായത്, പൂർണ്ണ അവബോധമുള്ളവനാകുന്നതിനുമുമ്പ്, ബോധത്തിന്റെയും അബോധത്തിന്റെയും ഇടയിൽ സാന്നിദ്ധ്യത്തിന്റെ അവസ്ഥയുടെയും മനസ്സുമായി താദാത്മ്യപ്പെട്ട അവസ്ഥയുടെയും ഇടയിൽ കുറച്ചു കാലത്തേക്കു നിങ്ങൾ ചലിച്ചുകൊണ്ടിരിക്കും. നിങ്ങൾക്കു വർത്തമാന നിമിഷത്തെ നഷ്ടപ്പെട്ടേക്കും. പക്ഷേ, നിങ്ങൾ വീണ്ടും വീണ്ടും അതിലേക്കു തിരിച്ചുവരും. കാലക്രമത്തിൽ സാന്നിദ്ധ്യം നിങ്ങളുടെ പ്രബലമായ അവസ്ഥയായി മാറും.

മിക്ക ആളുകൾക്കും ഒന്നുകിൽ സാന്നിദ്ധ്യം അനുഭവവേദ്യമാകുന്നില്ല. അല്ലെങ്കിൽ അതെന്താണെന്നു തിരിച്ചറിയാതെ, ആകസ്മികമായോ ഹ്രസ്വമായോ വിരളമായ സന്ദർഭങ്ങളിൽ മാത്രം അനുഭവപ്പെടുന്നു. മിക്ക ആളുകളും ബോധത്തിന്റെയും അബോധത്തിന്റെയും ഇടയിലല്ല ചലിച്ചുകൊണ്ടിരിക്കുന്നത്. മറിച്ച് അബോധത്തിന്റെതന്നെ വ്യത്യസ്ത തലങ്ങൾക്കിടയിലാണ്.

സാധാരണ അബോധവും അഗാധമായ അബോധവും

അബോധത്തിന്റെ വ്യത്യസ്ത തലങ്ങൾ എന്നതുകൊണ്ടു താങ്കൾ ഉദ്ദേശിക്കുന്നതെന്താണ്?

നിങ്ങൾക്കറിയാമായിരിക്കും, ഉറക്കത്തിൽ നിങ്ങൾ സ്വപ്നരഹിതമായ സുഷുപ്തിയുടെയും സ്വപ്നാവസ്ഥയുടെയും ഘട്ടങ്ങൾക്കിടയിൽ നിരന്തരമായി സഞ്ചരിക്കുമെന്ന്. അതുപോലെ, ജാഗ്രതാവസ്ഥയിൽ മിക്ക ആളുകളും സാധാരണ അബോധത്തിന്റെയും ഗാഢമായ അബോധത്തിന്റെയും ഇടയിൽ മാത്രമാണു ചലിച്ചുകൊണ്ടിരിക്കുന്നത്. നിങ്ങളുടെ ചിന്താപ്രക്രിയകളോടും വികാരങ്ങളോടും പ്രതികരണങ്ങളോടും ആഗ്രഹങ്ങളോടും വൈമുഖ്യങ്ങളോടുമുള്ള താദാത്മ്യത്തെയാണ് ഞാൻ സാധാരണ അബോധം എന്നു വിളിക്കുന്നത്. മിക്ക ആളുകളുടെയും സാധാരണ അവസ്ഥയാണ് ഇത്. ആ അവസ്ഥയിൽ അഹന്താത്മകമായ മനസ്സ് നിങ്ങളെ നയിക്കുന്നതിനാൽ ഉണ്മയെക്കുറിച്ചു നിങ്ങൾ അജ്ഞരായിരിക്കും. തീവ്രമായ വേദനയുടെയോ അസന്തുഷ്ടിയുടെയോ അവസ്ഥയല്ല അത്. മറിച്ച്, നിരന്തരമായ താഴ്ന്ന തലത്തിലുള്ള അസ്വസ്ഥതയുടെയും അസംതൃപ്തിയുടെയും വിരസതയുടെയും അധൈര്യത്തിന്റെയും അവസ്ഥയാണ്. പശ്ചാത്തലത്തിലുള്ള ഒരുതരം മർമ്മരം. 'സാധാരണ' ജീവിതത്തിന്റെ ഭാഗമായതുകൊണ്ട് ഇതു നിങ്ങൾ തിരിച്ചറിയണമെന്നില്ല. പശ്ചാത്തലത്തിലുള്ള എയർകണ്ടീഷണറുടെ മൂളൽപോലെയുള്ള ചെറിയ ശബ്ദത്തെ, അതു പെട്ടെന്ന് നിലയ്ക്കുന്നതുവരെ നിങ്ങൾ അറിയാത്തതുപോലെയാണത്. പെട്ടെന്ന് അതു നിലയ്ക്കുമ്പോൾ നിങ്ങൾക്ക് ആശ്വാസം തോന്നുന്നു. പല ആളുകളും മദ്യത്തെയും മയക്കുമരുന്നുകളെയും ലൈംഗികതയെയും ഭക്ഷണത്തെയും ജോലിയെയും ടെലിവിഷനെയും എന്തിന് ഷോപ്പിങ്ങിനെപ്പോലും ബോധഹാരികളായിട്ടാണ് (anesthetia) ഉപയോഗിക്കുന്നത്. അടിസ്ഥാനപരമായ അസ്വസ്ഥതയെ നീക്കം ചെയ്യാനുള്ള അബോധപൂർവ്വമായ ശ്രമമാണിത്. ഇതു സംഭവിക്കുമ്പോൾ, മിതമായി ഉപയോഗിച്ചാൽ, അങ്ങേയറ്റം ആസ്വാദ്യകരമായേക്കാവുന്ന ഒരു പ്രവൃത്തിപോലും, നിർബന്ധിതവും ആസക്തവുമായ ലക്ഷണം നിറഞ്ഞതാകുന്നു. അതിലൂടെ രോഗലക്ഷണത്തിന്റെ ക്ഷണികമായ ആശ്വാസം മാത്രമേ ലഭിക്കുകയുള്ളൂ.

കാര്യങ്ങൾ 'മോശമാവു'കയോ നിങ്ങളുടെ അഹന്തയ്ക്കു ഭീഷണിയുണ്ടാവുകയോ, നിങ്ങളുടെ ജീവിതസന്ദർഭത്തിൽ പ്രധാനമായ ഒരു വെല്ലുവിളിയോ ഭീഷണിയോ യഥാർത്ഥമോ സാങ്കല്പികമോ ആയ നഷ്ടമോ ബന്ധങ്ങളിൽ സംഘർഷമോ ഉണ്ടാവുകയോ ചെയ്യുമ്പോൾ, സാധാരണ അബോധത്തിന്റെ അസ്വസ്ഥത ഗാഢമായ അബോധത്തിന്റെ വേദനയായി മാറുന്നു. കൂടുതൽ തീവ്രവും സ്പഷ്ടവുമായ ദുരിതത്തിന്റെയും അസന്തുഷ്ടിയുടെയും അവസ്ഥയാണത്. സാധാരണ അബോധത്തിന്റെ തീവ്രമായ പ്രകാരഭേദമാണത്. അതു സാധാരണ അബോധത്തിൽനിന്നു പ്രകൃതത്തിലല്ല, അളവിലാണു വ്യത്യാസപ്പെട്ടിരിക്കുന്നത്.

സാധാരണ അബോധത്തിൽ 'നിലവിലുള്ള്തിനെതിരെയുള്ള സ്വാഭാവികമായ പ്രതിരോധവും അതിന്റെ നിഷേധവും അധികമാളുകളും 'സാധാരണജീവിത്ത്തിന്റെ ഭാഗമായി അംഗീകരിക്കുന്ന അസ്വസ്ഥതയെയും അസംതൃപ്തിയെയും സൃഷ്ടിക്കുന്നു. അഹന്തയ്ക്കെതിരായ വെല്ലുവിളിയിലൂടെയോ ഭീഷണിയിലൂടെയോ ഈ പ്രതിരോധം തീക്ഷ്ണമാകുമ്പോൾ അതു തീവ്രമായ നിഷേധഭാവത്തെ പുറത്തുകൊണ്ടുവരുന്നു. ദ്വേഷമായോ തീവ്രമായ ഭയമായോ ആക്രമണോത്സുകതയായോ വിഷാദമായോ ഒക്കെയാണ് അതു പ്രകടമാകുക. വേദനാശരീരം ഉത്തേജിപ്പിക്കപ്പെട്ടിരിക്കുന്നു എന്നും നിങ്ങളതുമായി താദാത്മ്യപ്പെട്ടിരിക്കുന്നു എന്നുമാണ് 'ഗാഢമായ അബോധം' എന്നതുകൊണ്ടു പലപ്പോഴും അർത്ഥമാക്കുന്നത്. ഗാഢമായ അബോധമില്ലെങ്കിൽ ശാരീരികമായ അതിക്രമം സാദ്ധ്യമല്ല. എപ്പോഴായാലും എവിടെയായാലും ഒരു സംഘം ആളുകളോ ഒരു മുഴുവൻ രാജ്യമോതന്നെ കൂട്ടായ, നിഷേധാത്മകമായ ഊർജ്ജക്ഷേത്രത്തെ സൃഷ്ടിക്കുന്നുണ്ടെങ്കിൽ അവിടെ 'ഗാഢമായ അബോധം' അനായാസം സംഭവിക്കുന്നു.

ജീവിതത്തിലെ വെല്ലുവിളികളെ, അവ മുന്നിലെത്തുമ്പോൾ നിങ്ങളെങ്ങനെ കൈകാര്യം ചെയ്യുന്നു എന്നതാണു നിങ്ങളുടെ ബോധത്തിന്റെ നിലവാരത്തെ കാണിച്ചുതരുന്ന ഏറ്റവും നല്ല സൂചകം. അത്തരം വെല്ലുവിളികളിലൂടെ നേരത്തേ അബോധാവസ്ഥയിലുള്ള ഒരു വ്യക്തി, ഗാഢമായ അബോധാവസ്ഥയിലേക്കു നീങ്ങുന്നു. അവബോധമുള്ള ഒരു വ്യക്തിയാകട്ടെ, തീവ്രമായി അവബോധമുള്ളവനായിത്തീരുന്നു. ഒരു വെല്ലുവിളിയെ നിങ്ങൾക്കു സ്വയം ഉണർത്താനായി ഉപയോഗിക്കാം. അല്ലെങ്കിൽ കൂടുതൽ ഗാഢമായ സുഷുപ്തിയിലേക്കു നിങ്ങളെ വലിച്ചുകൊണ്ടുപോകാൻ അതിനെ അനുവദിക്കാം. രണ്ടാമത്തെ അവസ്ഥയിൽ സാധാരണ അബോധമെന്ന കിനാവ് ഒരു പേടിസ്വപ്നമായി മാറും.

സാധാരണ സാഹചര്യങ്ങളിൽ അതായത്, നിങ്ങൾ ഒരു മുറിയിൽ ഒറ്റയ്ക്കിരിക്കുമ്പോഴോ കാട്ടിലൂടെ നടക്കുമ്പോഴോ ആരെങ്കിലും പറയുന്നതു ശ്രദ്ധിക്കുമ്പോഴോ ഒക്കെ നിങ്ങൾക്കു സന്നിഹിതനാവാൻ കഴിയുന്നില്ലെന്നു വിചാരിക്കുക. എങ്കിൽ മോശം കാര്യങ്ങളുണ്ടാകുമ്പോൾ ബുദ്ധിമുട്ടിക്കുന്ന ആളുകളെയോ സന്ദർഭങ്ങളെയോ നേരിടേണ്ടിവരുമ്പോൾ, നഷ്ടത്തെയോ നഷ്ടപ്പെടുമെന്ന ഭീഷണിയെയോ നേരിടേണ്ടിവരുമ്പോൾ ഒന്നും നിങ്ങൾക്ക് അവബോധത്തോടെ ഇരിക്കാൻ കഴിയില്ല. അന്തിമമായി ഭീതിയുടെ മറ്റൊരു രൂപമായ ഒരു പ്രതികരണം നിങ്ങളെ ഏറ്റെടുക്കുകയും ഗാഢമായ അബോധത്തിലേക്കു നിങ്ങളെ വലിച്ചിഴയ്ക്കുകയും ചെയ്യും. ഈ വെല്ലുവിളികൾ നിങ്ങൾക്കുള്ള പരീക്ഷണങ്ങളാണ്. നിങ്ങളവയെ എങ്ങനെ കൈകാര്യം ചെയ്യുന്നു എന്നതു മാത്രമാണ് നിങ്ങളുടെ ബോധാവസ്ഥയുടെ നിലവാരം നിങ്ങൾക്കും മറ്റുള്ളവർക്കും കാണിച്ചുതരുന്നത്. അല്ലാതെ,

നിങ്ങൾക്ക് എത്രനേരം കണ്ണടച്ചിരിക്കാൻ കഴിയുന്നു എന്നതോ, നിങ്ങളെന്തൊക്കെ സ്വപ്നദർശനങ്ങളാണു കാണുന്നത് എന്നതോ അല്ല.

അതുകൊണ്ട്, സാധാരണ സന്ദർഭങ്ങളിൽ എല്ലാ കാര്യങ്ങളും താരതമ്യേന എളുപ്പമായിരിക്കുമ്പോൾ, നിങ്ങളുടെ ജീവിതത്തിൽ കൂടുതൽ അവബോധത്തെ കൊണ്ടുവരേണ്ടത് അത്യാവശ്യമാണ്. ഈ രീതിയിൽ നിങ്ങൾക്കു സാന്നിദ്ധ്യത്തിന്റെ ശക്തി വർദ്ധിപ്പിക്കാനാവും. അതു നിങ്ങളുടെയുള്ളിലും നിങ്ങൾക്കു ചുറ്റിലും ഉയർന്ന കമ്പനാവൃത്തിയുള്ള ഒരു ഊർജ്ജക്ഷേത്രത്തെ സൃഷ്ടിക്കുന്നു. അബോധത്തിനോ നിഷേധഭാവത്തിനോ അസ്വാരസ്യത്തിനോ ആക്രമണോത്സുകതയ്ക്കോ അവിടെ പ്രവേശിക്കുവാനോ നിലനില്ക്കുവാനോ കഴിയില്ല. പ്രകാശത്തിന്റെ സാന്നിദ്ധ്യത്തിൽ അന്ധകാരത്തിനു നിലനില്ക്കാൻ കഴിയാത്തതുപോലെയാണത്.

സന്നിഹിതനാവുന്നതിന്റെ അത്യാന്താപേക്ഷിത ഭാഗമെന്നനിലയിൽ നിങ്ങൾ നിങ്ങളുടെ ചിന്തകളുടെയും വികാരങ്ങളുടെയും സാക്ഷിയാകാൻ പഠിക്കുകയാണെന്നിരിക്കട്ടെ. ആദ്യമായി സാധാരണ അബോധത്തിന്റെ പശ്ചാത്തലത്തിലെ മർമ്മരത്തെക്കുറിച്ച് അവബോധമുണ്ടാകുമ്പോഴും നിങ്ങളുടെയുള്ളിൽ നിങ്ങൾ എത്ര വിരളമായിട്ടാണ് യഥാർത്ഥ സ്വസ്ഥത അനുഭവിക്കുന്നത് എന്നു തിരിച്ചറിയുമ്പോഴും നിങ്ങൾ അത്ഭുതപ്പെട്ടുപോകും. നിങ്ങളുടെ ചിന്തയുടെ തലത്തിൽ, തീർപ്പുകല്പിക്കലിന്റെയും അസംതൃപ്തിയുടെയും വർത്തമാനനിമിഷത്തിൽ നിന്നകന്നുള്ള മാനസികപ്രക്ഷേപണത്തിന്റെയും രൂപത്തിൽ ഒരുപാടു പ്രതിരോധമുണ്ടെന്നു നിങ്ങൾ കണ്ടെത്തും. വികാരത്തിന്റെ തലത്തിൽ, അസ്വസ്ഥതയുടെയും പിരിമുറുക്കത്തിന്റെയും വിരസതയുടെയും അധൈര്യത്തിന്റെയും അടിയൊഴുക്കുണ്ടാവും. ഇവ രണ്ടും മനസ്സിന്റെ സഹജമായ പ്രതിരോധവൃത്തിയുടെ വശങ്ങളാണ്.

അവർ എന്താണു തേടുന്നത്?

ഒരു അമേരിക്കൻ ഗോത്രവർഗ്ഗത്തലവനുമായി താൻ നടത്തിയ സംഭാഷണത്തെക്കുറിച്ചു കാൾ യുങ് (Carl Jung) തന്റെ ഒരു പുസ്തകത്തിൽ പരാമർശിക്കുന്നുണ്ട്. ആ ഗോത്രവർഗ്ഗത്തലവൻ ചൂണ്ടിക്കാണിച്ചതെന്താണെന്നോ? അദ്ദേഹത്തിന്റെ കാഴ്ചപ്പാടിൽ മിക്ക വെള്ളക്കാർക്കും വലിഞ്ഞുമുറുകിയ മുഖങ്ങളും തുറിച്ചുനോക്കുന്ന കണ്ണുകളും ക്രൂരമായ മുഖഭാവവുമാണുള്ളത് എന്നാണ്. അദ്ദേഹം പറഞ്ഞത്: "അവർ എപ്പോഴും എന്തോ തേടുകയാണ്. അവരെന്താണു തേടുന്നത്? വെള്ളക്കാർക്ക് എപ്പോഴും എന്തെങ്കിലും വേണം. അവരെപ്പോഴും അസ്വാസ്ഥ്യമുള്ളവരും അടങ്ങിയിരിക്കാത്തവരുമാണ്. അവർക്കെന്താണു വേണ്ടതെന്നു ഞങ്ങൾക്കറിയില്ല. അവർക്കു ഭ്രാന്താണെന്നാണ് ഞങ്ങൾ കരുതുന്നത്" എന്നാണ്.

തീർച്ചയായും പാശ്ചാത്യ വ്യാവസായികസംസ്കാരത്തിന്റെ ഉദയത്തിന് എത്രയോ മുമ്പുതന്നെ നിരന്തരമായ അസ്വസ്ഥതയുടെ അടിയൊഴുക്ക് ആരംഭിച്ചിരുന്നു. പക്ഷേ, ഇന്നു കിഴക്കൻ രാജ്യങ്ങളിലൊട്ടുമിക്കതിലുമടക്കം ഭൂഗോളത്തിന്റെ ഏകദേശം എല്ലാഭാഗത്തും പരന്നുകിടക്കുന്ന പാശ്ചാത്യസംസ്കാരത്തിൽ അതു മുമ്പൊന്നുമില്ലാത്തവിധം തീക്ഷ്ണമായ രൂപത്തിലാണു പ്രത്യക്ഷപ്പെടുന്നത്. യേശുവിന്റെ കാലത്തും അതുണ്ടായിരുന്നു. അതിനും അറുനൂറു വർഷങ്ങൾക്കു മുമ്പ് ബുദ്ധന്റെ കാലത്തും അതിനും എത്രയോ കാലം മുമ്പും അതുണ്ടായിരുന്നു. “നിങ്ങളെന്തിനാണ് എപ്പോഴും ആകുലരായിരിക്കുന്നത്?” തന്റെ ശിഷ്യന്മാരോട് യേശു ചോദിക്കുമായിരുന്നു: “ആകുലചിന്തകൾ നിങ്ങളുടെ ആയുസ്സ് ഒരു ദിവസത്തേക്കുപോലും നീട്ടിത്തരുമോ?” ദുരിതത്തിന്റെ വേര് നിരന്തരമായ ആവശ്യങ്ങളിലും ആസക്തികളിലുമാണ് കണ്ടെത്താൻ കഴിയുകയെന്ന് ബുദ്ധൻ പഠിപ്പിച്ചു.

കൂട്ടായ ഒരു പ്രവർത്തനവൈകല്യമെന്ന നിലയ്ക്കു വർത്തമാന നിമിഷത്തിന്റെ പ്രതിരോധം ഉണ്മയെക്കുറിച്ചുള്ള അവബോധത്തിന്റെ നഷ്ടത്തോടു സഹജമായി ബന്ധപ്പെട്ടിരിക്കുന്നു. നമ്മുടെ മനുഷ്യത്വരഹിതമായ വ്യാവസായികസംസ്കാരത്തിന്റെ അടിസ്ഥാനമായിത്തീർന്നിരിക്കുന്നത് അതാണ്. ഫ്രോയ്ഡും അസ്വസ്ഥതയുടെ ഈ അടിയൊഴുക്കിന്റെ അസ്തിത്വത്തെ അംഗീകരിക്കുകയും ‘സംസ്കാരവും അതിന്റെ അസംതൃപ്തികളും’ (Civilization and its Discontents) എന്ന തന്റെ പുസ്തകത്തിൽ അതിനെക്കുറിച്ച് എഴുതുകയും ചെയ്തു. പക്ഷേ, അസ്വസ്ഥതയുടെ യഥാർത്ഥ വേരെന്തെന്നു തിരിച്ചറിയാൻ കഴിയാത്തതുകൊണ്ട്, അതിൽനിന്നുള്ള മോചനം സാദ്ധ്യമാണെന്ന് അദ്ദേഹത്തിനു മനസ്സിലാക്കാൻ കഴിയാതെപോയി. കൂട്ടായ ഈ പ്രവർത്തനവൈകല്യം അങ്ങേയറ്റം അസന്തുഷ്ടവും അസാധാരണമായ രീതിയിൽ അക്രമാസക്തവുമായ ഒരു സംസ്കാരത്തെ സൃഷ്ടിച്ചിരിക്കുന്നു. അതു സ്വയം അതിനു മാത്രമല്ല. ഭൂമിയിലെ സമസ്ത ജീവനും ഭീഷണിയായിത്തീർന്നിരിക്കുന്നു.

സാധാരണ അബോധത്തെ അലിയിക്കൽ

അപ്പോൾ എങ്ങനെയാണ് ഈ ദുഃഖാവസ്ഥയിൽനിന്നും നാം മോചിതരാവുക?

അതിനെ അവബോധത്തിലേക്കു കൊണ്ടുവരിക. അനാവശ്യമായ വിധിനിർണ്ണയത്തിലൂടെയും നിലവിലുള്ളതിനെതിരേയുള്ള പ്രതിരോധത്തിലൂടെയും വർത്തമാനനിമിഷത്തിന്റെ നിരാസത്തിലൂടെയും പല രീതികളിൽ അസ്വസ്ഥതയും അസംതൃപ്തിയും പിരിമുറുക്കവും നിങ്ങളുടെയുള്ളിൽ ഉയർന്നുവരുന്നതിനെ നിരീക്ഷിക്കുക. അബോധപൂർ

വ്വമായതെല്ലാം നിങ്ങൾ അതിനു മീതേ ബോധത്തിന്റെ പ്രകാശം തെളിയിക്കുമ്പോൾ അലിഞ്ഞില്ലാതാവും. സാധാരണ അബോധത്തെ അലിയിക്കുന്നതെങ്ങനെയെന്നു നിങ്ങൾ മനസ്സിലാക്കിക്കഴിഞ്ഞാൽ നിങ്ങളുടെ സാന്നിദ്ധ്യത്തിന്റെ പ്രകാശം കൂടുതൽ തിളക്കത്തോടെ ജ്വലിക്കും. പിന്നെ ഗാഢമായ അബോധത്തിന്റെ ആകർഷണശക്തി അനുഭവപ്പെടുമ്പോഴെല്ലാം നിങ്ങൾക്ക് അതിനെ വളരെ എളുപ്പത്തിൽ കൈകാര്യം ചെയ്യാൻ കഴിയും. എങ്കിലും സാധാരണ അബോധത്തെ, അതു വളരെ സാധാരണമായതുകൊണ്ടുതന്നെ, ആരംഭത്തിൽ കണ്ടുപിടിക്കാനായെന്നു വരില്ല.

ആത്മനിരീക്ഷണത്തിലൂടെ നിങ്ങളുടെ മാനസിക വൈകാരിക അവസ്ഥയെ സൂക്ഷ്മമായി പരിശോധിക്കുന്നതു ശീലമാക്കുക. "ഈ നിമിഷത്തിൽ എനിക്കു ലാഘവത്വം അനുഭവപ്പെടുന്നുണ്ടോ?" ഇടയ്ക്കിടയ്ക്കു സ്വയം ചോദിക്കാവുന്ന ഒരു നല്ല ചോദ്യമാണിത്. അതല്ലെങ്കിൽ നിങ്ങൾക്ക് ഇങ്ങനെയും ചോദിക്കാം, "ഈ നിമിഷത്തിൽ എന്റെയുള്ളിൽ എന്താണു നടക്കുന്നത്?" പുറത്തു നടക്കുന്ന കാര്യങ്ങളിൽ നിങ്ങൾ എത്രമാത്രം താത്പര്യമെടുക്കുന്നുവോ അത്ര താത്പര്യമെങ്കിലും നിങ്ങളുടെ ഉള്ളിൽ നടക്കുന്ന കാര്യങ്ങളിലും എടുക്കുക. നിങ്ങളുടെ അകം ശരിയായാൽ, പുറത്തു നടക്കുന്ന കാര്യങ്ങളും നേരെയാകും. പ്രഥമ യാഥാർത്ഥ്യം ഉള്ളിലാണ്. ദ്വിതീയ യാഥാർത്ഥ്യം പുറത്തും. ഇനി പറയുന്ന ചോദ്യങ്ങൾക്കു പെട്ടെന്ന് ഉത്തരം നല്കരുത്. നിങ്ങളുടെ ശ്രദ്ധയെ ഉള്ളിലേക്കു തിരിക്കുക. നിങ്ങളുടെ അന്തരംഗത്തെ നോക്കിക്കാണുക. നിങ്ങളുടെ മനസ്സ് ഏതുതരം ചിന്തകളാണ് ഉത്പാദിപ്പിക്കുന്നത്? നിങ്ങൾക്കു എന്താണ് അനുഭവപ്പെടുന്നത്? നിങ്ങളുടെ ശ്രദ്ധയെ ശരീരത്തിലേക്കു തിരിക്കുക. അവിടെ ഏതെങ്കിലും തരത്തിലുള്ള പിരിമുറുക്കമുണ്ടോ? പശ്ചാത്തലത്തിലെ മർമ്മരമായ താഴ്ന്ന സ്ഥായിയിലുള്ള അസ്വാസ്ഥ്യത്തെ നിങ്ങൾ കണ്ടുപിടിച്ചു കഴിഞ്ഞാൽ, വർത്തമാനനിമിഷത്തിന്റെ നിരാസത്തിലൂടെ ഏതു തരത്തിലാണ് നിങ്ങൾ ജീവിതത്തെത്തന്നെ അവഗണിക്കുകയും പ്രതിരോധിക്കുകയും നിഷേധിക്കുകയും ചെയ്യുന്നതെന്നു കണ്ടറിയുക. ആളുകൾ വർത്തമാനനിമിഷത്തെ അബോധപൂർവ്വമായി പ്രതിരോധിക്കുന്നതു പല രീതിയിലാണ്. നിങ്ങൾക്ക് ഞാൻ ചില ഉദാഹരണങ്ങൾ പറഞ്ഞുതരാം. അഭ്യാസത്തിലൂടെ ആത്മനിരീക്ഷണത്തിനും ആന്തരികാവസ്ഥയെ സൂക്ഷ്മമായി പരിശോധിക്കുന്നതിനുമുള്ള നിങ്ങളുടെ ശക്തി വർദ്ധിക്കും.

അസന്തുഷ്ടിയിൽനിന്നുള്ള മോചനം

നിങ്ങൾ ചെയ്തുകൊണ്ടിരിക്കുന്ന കാര്യത്തോടു നിങ്ങൾക്ക് ഇഷ്ടക്കേടുണ്ടോ? അതു നിങ്ങളുടെ ജോലിയാകാം. അല്ലെങ്കിൽ ഒരു കാര്യം ചെയ്യാമെന്നു സമ്മതിച്ച് നിങ്ങളതു ചെയ്യുന്നുണ്ടാകാം. പക്ഷേ,

നിങ്ങളുടെ മനസ്സിന്റെ ഒരു ഭാഗം അതിനെ വെറുക്കുകയും പ്രതിരോധിക്കുകയും ചെയ്യുന്നു. നിങ്ങളോട് ഏറ്റവും അടുപ്പമുള്ള ഒരാളോടുള്ള വാക്കുകളാൽ പ്രകടിപ്പിക്കപ്പെടാത്ത നീരസം നിങ്ങൾ ചുമന്നു നടക്കുന്നുണ്ടോ. നിങ്ങൾ ഇങ്ങനെയൊക്കെ പ്രസരിപ്പിക്കുന്ന ഊർജ്ജം ഫലത്തിൽ അങ്ങേയറ്റം ഹാനികരമായതിനാൽ, അതു വാസ്തവത്തിൽ നിങ്ങളെയും നിങ്ങൾക്കു ചുറ്റുമുള്ളവരെയും മലിനപ്പെടുത്തിക്കൊണ്ടിരിക്കുകയാണെന്നു നിങ്ങൾ തിരിച്ചറിയുന്നുണ്ടോ? നിങ്ങളുടെ അന്തഃരംഗത്തെ നന്നായി വീക്ഷിക്കുക. നീരസത്തിന്റെയോ വിസമ്മതത്തിന്റെയോ അല്പാംശമെങ്കിലും അവിടെയുണ്ടോ? ഉണ്ടെങ്കിൽ മാനസികവും വൈകാരികവുമായ തലങ്ങളിൽ അതിനെ നിരീക്ഷിക്കുക. ആ പ്രത്യേക സന്ദർഭത്തിനു ചുറ്റും ഏതുതരം ചിന്തകളാണ് നിങ്ങളുടെ മനസ്സ് സൃഷ്ടിക്കുന്നത്? പിന്നീട് ആ ചിന്തകളോടുള്ള ശരീരത്തിന്റെ പ്രതികരണമായ വികാരത്തെ വീക്ഷിക്കുക. ആ വികാരത്തെ അനുഭവിക്കുക. അതു സുഖകരമായിട്ടാണോ അസുഖകരമായിട്ടാണോ അനുഭവപ്പെടുന്നത്? നിങ്ങളുടെയുള്ളിൽ ഉണ്ടാകണമെന്നു നിങ്ങൾ യഥാർത്ഥത്തിൽ ആഗ്രഹിക്കുന്ന ഒരു ഊർജ്ജമാണോ അത്? നിങ്ങൾക്ക് ഇക്കാര്യത്തിൽ ഒരു തിരഞ്ഞെടുപ്പു നടത്താൻ സാധിക്കുമോ?

ചിലപ്പോൾ സ്വന്തം കാര്യം നേടാനായി നിങ്ങളെ ആരെങ്കിലും പ്രയോജനപ്പെടുത്തിയിരിക്കാം. ചിലപ്പോൾ നിങ്ങൾ ഏർപ്പെട്ടിരിക്കുന്ന പ്രവൃത്തി അത്യന്തം മടുപ്പും ക്ഷീണവുമുളവാക്കുന്നതായിരിക്കാം. നിങ്ങൾക്ക് അടുപ്പമുള്ള ഒരു വ്യക്തി, ആത്മാർത്ഥതയില്ലാത്ത, നിങ്ങളെ പ്രകോപിപ്പിക്കുന്ന, 'ബോധശൂന്യ'നായ ഒരാളായിരിക്കാം. പക്ഷേ, ഇക്കാര്യങ്ങളെല്ലാം അപ്രസക്തമാണ്. ആ സന്ദർഭത്തോടനുബന്ധിച്ചുള്ള നിങ്ങളുടെ ചിന്തകളും വികാരങ്ങളും ന്യായീകരിക്കത്തക്കതാണോ അല്ലയോ എന്നത് ഒരു വിഷയമേ അല്ല. നിലവിലുള്ളതിനെ നിങ്ങൾ പ്രതിരോധിക്കുന്നു എന്നതാണ് യാഥാർത്ഥ്യം. വർത്തമാനനിമിഷത്തെ നിങ്ങൾ ഒരു ശത്രുവാക്കി മാറ്റുകയാണ്. നിങ്ങൾ അസന്തുഷ്ടിയെയും ആന്തരികവും ബാഹ്യവുമായ കാര്യങ്ങൾക്കിടയിൽ സംഘർഷത്തെയും സൃഷ്ടിക്കുന്നു. നിങ്ങളുടെ അസന്തുഷ്ടി നിങ്ങളുടെ സ്വന്തം ആന്തരികസത്തയെയും നിങ്ങൾക്കു ചുറ്റുമുള്ളവരെയും മാത്രമല്ല മലിനപ്പെടുത്തുന്നത്. മറിച്ച്, നിങ്ങൾ അഭിന്നമായ ഭാഗമായിരിക്കുന്ന മനുഷ്യന്റെ സമഷ്ടിചിത്തത്തെയും അതു മലിനപ്പെടുത്തുന്നു. ദശലക്ഷക്കണക്കിനു ബോധരഹിതരായ വ്യക്തികൾ സ്വന്തം ആന്തരികാകാശത്തിന്റെ ചുമതല ഏറ്റെടുക്കാതിരിക്കുന്ന അവസ്ഥയെ ആന്തരികചിത്തത്തിന്റെ മലിനീകരണം എന്നു വിളിക്കാം. ഇതിന്റെ ബാഹ്യമായ ഒരു പ്രതിഫലനം മാത്രമാണ് ഈ ഭൂഗോളത്തിന്റെ മലിനീകരണം.

നിങ്ങൾ ചെയ്തുകൊണ്ടിരിക്കുന്നത് അവസാനിപ്പിക്കുകയോ നിങ്ങൾക്കു നീരസമുള്ള വ്യക്തിയോടു സംസാരിച്ചു നിങ്ങളുടെ വികാരങ്ങൾ പൂർണ്ണമായി പ്രകടിപ്പിക്കുകയോ ചെയ്യുക. അല്ലെങ്കിൽ

ആ സന്ദർഭത്തിനു ചുറ്റും നിങ്ങളുടെ മനസ്സ് സൃഷ്ടിച്ചിട്ടുള്ള നിഷേധ ഭാവത്തെ താഴെയിടുക. അവാസ്തവമായ വ്യക്തിത്വബോധത്തെ ശക്തിപ്പെടുത്താൻ മാത്രമേ ആ നിഷേധഭാവം ഉപകരിക്കൂ. അതിന്റെ വ്യർത്ഥത തിരിച്ചറിയുന്നതു വളരെ പ്രധാനമാണ്. ഏതു സന്ദർഭത്തെ കൈകാര്യം ചെയ്യാനും ഒട്ടും അനുകൂലമല്ലാത്ത വഴിയാണു നിഷേധ ഭാവം. വാസ്തവത്തിൽ മിക്ക സന്ദർഭങ്ങളിലും അത് യഥാർത്ഥ മാറ്റത്തെ തടസ്സപ്പെടുത്തി നിങ്ങളെ ആ സന്ദർഭത്തിൽത്തന്നെ കുടി ക്കിയിടും. നിഷേധപരമായ ഊർജ്ജത്തോടെ ചെയ്യുന്ന ഏതു പ്രവൃ ത്തിയും അതിനാൽത്തന്നെ മലിനപ്പെടുകയും കാലക്രമത്തിൽ കൂടു തൽ വേദനയ്ക്കും അസന്തുഷ്ടിക്കും ഇടയാക്കുകയും ചെയ്യും. കൂടാതെ, നിഷേധപരമായ ഏത് ആന്തരികാവസ്ഥയും സാംക്രമിക മാണ്. ശാരീരികമായ രോഗങ്ങളെക്കാൾ വേഗത്തിൽ അസന്തുഷ്ടി പടർന്നുപിടിക്കും. അനുനാദത്തിന്റെ നിയമമനുസരിച്ച് അതു മറ്റുള്ള വരിൽ അന്തർലീനമായ നിഷേധഭാവത്തെ ഉത്തേജിപ്പിക്കുകയും പോഷിപ്പിക്കുകയും ചെയ്യും. അങ്ങനെ സംഭവിക്കാതിരിക്കണമെങ്കിൽ ആ വ്യക്തികൾ അതിനെ പ്രതിരോധിക്കാൻ കെല്പുള്ളവരും ഉയർന്ന ബോധാവസ്ഥ ഉള്ളവരുമായിരിക്കണം.

നിങ്ങൾ ഈ ലോകത്തെ മലിനമാക്കുകയാണോ അതോ ശുദ്ധീക രിക്കുകയാണോ? നിങ്ങളുടെ ആന്തരികാകാശത്തിന്റെ ചുമതല നിങ്ങൾ ക്കാണ്. വേറെയാർക്കും അതിൽ പങ്കില്ല. അതുപോലെ ഈ ഭൂമിയുടെ ചുമതലയും നിങ്ങളുടെ കൈയിലാണ്. നിങ്ങൾ ഉള്ളിലെങ്ങനെയാണോ അതുപോലെ തന്നെയായിരിക്കും പുറത്തും. ആന്തരിക മലിനീകര ണത്തെ മനുഷ്യർ ഇല്ലാതാക്കിയാൽ, ബാഹ്യമായ മലിനീകരണം സൃഷ്ടിക്കുന്നതും അവർ അവസാനിപ്പിക്കും.

താങ്കൾ നിർദ്ദേശിച്ചതുപോലെ നിഷേധഭാവത്തെ എങ്ങനെയാണു താഴെയിടുക?

അതിനെ താഴെയിടുക. അറിയാതെ കൈയിലെടുത്തുപോയ ചൂടുള്ള കനൽക്കട്ടയെ നിങ്ങളെങ്ങനെയായിരിക്കും താഴെയിടുക? നിങ്ങൾ ചുമന്നുകൊണ്ടു നടക്കുന്ന ഭാരമേറിയതും ഉപയോഗശൂന്യവുമായ ഒരു ഭാണ്ഡത്തെ നിങ്ങൾ എങ്ങനെയായിരിക്കും താഴെയിടുക? ഇനിയും നിങ്ങൾക്ക് ആ വേദന സഹിക്കേണ്ടെന്നും ആ ചുമട് ഇനി കൊണ്ടുനടക്കേണ്ടെന്നും തിരിച്ചറിഞ്ഞ് അതിനെ വിട്ടുകളയുമ്പോൾ സാധാരണയായി നിങ്ങളുടെ സാന്നിദ്ധ്യത്തിന്റെ പ്രകാശവും സ്വീകാ രവും ചേർന്ന അവസ്ഥയിലൂടെ, അതായത് തുടർച്ചയായ ശ്രദ്ധയിലൂടെ വേദനാശരീരം പോലുള്ള ഗാഢമായ അബോധത്തെയോ പ്രിയപ്പെട്ട വരുടെ വേർപാടുപോലെയുള്ള അഗാധമായ മറ്റു വേദനകളെയോ രൂപാന്തരപ്പെടുത്തേണ്ടതുണ്ട്. മറിച്ച്, സാധാരണ അബോധത്തിലെ മിക്ക

രീതികളെയും നിങ്ങൾക്ക് അവയുടെ ഉപയോഗമില്ലെന്നോ അവയുടെ ആവശ്യമില്ലെന്നോ അറിയുമ്പോഴോ അല്ലെങ്കിൽ നിങ്ങൾക്ക് ഒരു തിരഞ്ഞെടുപ്പ് നടത്താനാവുമെന്നും നിങ്ങൾ അനുഭവങ്ങളാൽ ക്രമീകരിക്കപ്പെട്ട ഇച്ഛാപൂർവ്വമല്ലാത്ത പ്രതികരണങ്ങളുടെ ഒരു ഭാണ്ഡമല്ലെന്നും തിരിച്ചറിയുമ്പോഴോ വളരെ ലളിതമായി വിട്ടുകളയാം. വർത്തമാന നിമിഷത്തിന്റെ ശക്തിയെ നിങ്ങൾക്കു വിനിയോഗിക്കാൻ കഴിയുന്നുണ്ടെന്നാണ് ഇതു സൂചിപ്പിക്കുന്നത്. അതില്ലാതെ, നിങ്ങൾക്ക് ഒരു തെരഞ്ഞെടുപ്പും നടത്താൻ കഴിയില്ല.

ചില വികാരങ്ങളെ നിഷേധപരം എന്നു വിളിക്കുമ്പോൾ നേരത്തേ വിശദീകരിച്ചതുപോലെ നന്മയുടെയും തിന്മയുടെയും മാനസിക ധ്രുവങ്ങളെ സൃഷ്ടിക്കുകയല്ലേ അങ്ങു ചെയ്യുന്നത്?

അല്ല. നേരത്തേയുള്ള ഒരു ഘട്ടത്തിൽ നിങ്ങളുടെ മനസ്സ് വർത്തമാന നിമിഷത്തെ 'മോശ്'മെന്നു വിലയിരുത്തിയപ്പോഴാണു ധ്രുവാഭിമുഖത (polarity) സൃഷ്ടിക്കപ്പെട്ടത്. ഈ വിലയിരുത്തലാണു പിന്നീട് നിഷേധപരമായ വികാരത്തെ സൃഷ്ടിച്ചത്.

പക്ഷേ, അങ്ങ് ചില വികാരങ്ങളെ നിഷേധപരം എന്നു വിളിക്കുമ്പോൾ, അവ അവിടെ ഉണ്ടാകാൻ പാടില്ലെന്നും അത്തരം വികാരങ്ങളുണ്ടാകുന്നതു ശരിയല്ലെന്നുമല്ലേ വാസ്തവത്തിൽ ഉദ്ദേശിക്കുന്നത് ഞാൻ മനസ്സിലാക്കിയിരിക്കുന്നത്, ഏതുതരം വികാരത്തെയും ഉയർന്നു വരാൻ നാം സ്വയം അനുവദിക്കണമെന്നാണ്. അവ മോശമാണെന്നു വിലയിരുത്തുകയോ അവ ഉണ്ടാകാൻ പാടില്ലെന്നു പറയുകയോ ചെയ്യുന്നതിനെക്കാൾ നല്ലത് അതാണ്. നീരസം തോന്നുന്നതിൽ കുഴപ്പമൊന്നുമില്ല. ദ്വേഷമോ പ്രകോപനംകൊണ്ടുണ്ടാകുന്ന അസ്വസ്ഥതയോ ഉദാസീനതയോ അല്ലെങ്കിൽ വേറേ ഏതെങ്കിലും വികാരമോ ഉണ്ടാകുന്നതിലും കുഴപ്പമൊന്നുമില്ല. അല്ലെങ്കിൽ നമ്മൾ വികാരങ്ങളെ അടിച്ചമർത്തുന്ന അവസ്ഥയിലേക്കും ആന്തരിക സംഘർഷത്തിലേക്കും നിഷേധത്തിലേക്കുമൊക്കെ നീങ്ങും. എല്ലാം അങ്ങനെതന്നെ ആയിരിക്കുന്നതിൽ കുഴപ്പമൊന്നുമില്ല.

തീർച്ചയായും. ഒരു മാനസികക്രമമോ വികാരമോ പ്രതികരണമോ ഒരിക്കൽ ഉണ്ടായിക്കഴിഞ്ഞാൽ അതിനെ സ്വീകരിക്കുക. പക്ഷേ, ഈ കാര്യത്തിൽ ഒരു തിരഞ്ഞെടുപ്പു നടത്താൻ തക്കവണ്ണമുള്ള അവബോധം നിങ്ങൾക്കുണ്ടായിരുന്നില്ല. ഇതൊരു തീർപ്പു കല്പിക്കലല്ല. വെറും വാസ്തവമാണ്. നിങ്ങൾക്ക് ഒരു തിരഞ്ഞെടുപ്പു നടത്താൻ സാധക്കുമായിരുന്നെങ്കിൽ, അല്ലെങ്കിൽ നിങ്ങൾക്കു ശരിക്കും തെരഞ്ഞെടുപ്പു നടത്താൻ കഴിയുമെന്നു തിരിച്ചറിഞ്ഞിരുന്നുവെങ്കിൽ നിങ്ങൾ എന്താണു തിരഞ്ഞെടുക്കുക? ആനന്ദമോ ദുരിതമോ?

സ്വാസ്ഥ്യമോ അസ്വാസ്ഥ്യമോ? സമാധാനമോ സംഘർഷമോ? സ്വസ്തിയെന്നോ നിങ്ങളുടെ ഉള്ളിലെ ജീവന്റെ ആനന്ദമെന്നോ വിളിക്കാവുന്ന നിങ്ങളുടെ സഹജാവസ്ഥയിൽനിന്നു നിങ്ങളെ മുറിച്ചുമാറ്റുന്ന ഒരു ചിന്തയെയോ വികാരത്തെയോ നിങ്ങൾ തിരഞ്ഞെടുക്കുമോ? അത്തരം ഒരു വികാരത്തെയാണ് ഞാൻ 'നിഷേധപരം' എന്നു വിളിക്കുന്നത്. 'മോശമായത്' എന്നു മാത്രമാണ് അതിന്റെ അർത്ഥം. "നിങ്ങളതു ചെയ്യാൻ പാടില്ലായിരുന്നു", എന്ന അർത്ഥത്തിലല്ല. മറിച്ച്, ഛർദ്ദിക്കാൻ തോന്നുമ്പോൾ, ഉദരത്തിനുള്ളിൽ തോന്നുന്നതുപോലെ സങ്കീർണ്ണമല്ലാത്ത രീതിയിൽ വസ്തുതാപരമായി ത്തന്നെ മോശമായത് എന്നാണ് അതുകൊണ്ടുദ്ദേശിക്കുന്നത്.

ഇരുപതാം നൂറ്റാണ്ടിൽ മാത്രം മനുഷ്യർ 100 ദശലക്ഷത്തിലധികം സഹജീവികളായ മനുഷ്യരെ കൊന്നൊടുക്കി എന്നുള്ളത് എങ്ങനെയാണു സാദ്ധ്യമാകുന്നത്? മനുഷ്യർ ഇത്രയധികം ദുരിതം പരസ്പരം അടിച്ചേല്പിക്കുന്നു എന്നതു സങ്കല്പാതീതമായ ഒരു കാര്യമാണ്. ദിവസേനയെന്നോണം മനുഷ്യർ പരസ്പരവും സ്പർശബോധമുള്ള മറ്റു ജീവികളിലും അടിച്ചേല്പിച്ചുകൊണ്ടേയിരിക്കുന്ന മാനസികവും വൈകാരികവും ശാരീരികവുമായ അതിക്രമത്തെയും പീഡനത്തെയും വേദനയെയും ക്രൂരതയെയും കണക്കിലെടുക്കാതെയാണിത്.

അവരുടെ ഉള്ളിലെ ജീവിതത്തിന്റെ ആനന്ദത്തോട്, പ്രകൃത്യായുള്ള അവരുടെ അവസ്ഥയോടു ബന്ധമുള്ളതുകൊണ്ടാണോ അവർ ഇങ്ങനെ പെരുമാറുന്നത്? തീർച്ചയായും അല്ല. ആഴമേറിയ നിഷേധാത്മകമായ അവസ്ഥയിൽ ജീവിക്കുന്ന ആളുകൾക്കു മാത്രമേ, വളരെ മോശമായ വികാരങ്ങൾ അനുഭവപ്പെടുന്ന ആളുകൾക്കു മാത്രമേ, അവരുടെ വികാരങ്ങളുടെ പ്രതിഫലനമായി അത്തരത്തിലുള്ള ഒരു യാഥാർത്ഥ്യത്തെ സൃഷ്ടിക്കാൻ കഴിയുകയുള്ളൂ. ഇപ്പോൾ അവർ തങ്ങളെ നിലനിർത്തുന്ന പ്രകൃതിയെയും ഭൂമിയെയും നശിപ്പിച്ചുകൊണ്ടിരിക്കുകയാണ്. അവിശ്വസനീയമാണെങ്കിലും ഇതു വാസ്തവമാണ്. മനുഷ്യരെന്നാൽ അപകടകരമായ തരത്തിൽ ചിത്തഭ്രമമുള്ള അങ്ങേയറ്റം രോഗാതുരരായ ഒരു വംശമാണ്. ഇതൊരു തീർപ്പുകല്പിക്കലല്ല. മറിച്ച് ഒരു വസ്തുതയാണ്. ഈ ചിത്തഭ്രമത്തിനു താഴെയായി മനഃസ്ഥിരതയുണ്ടെന്നുള്ളതും ഒരു വസ്തുതയാണ്. രോഗശമനവും മോചനവും ഇപ്പോൾത്തന്നെ ലഭ്യമാണ്.

നിങ്ങൾ പറഞ്ഞ കാര്യത്തിലേക്കു പ്രത്യേകമായി തിരിച്ചുവരികയാണ്. നിങ്ങൾ നിങ്ങളുടെ നീരസം, ഉദാസീനത, ദ്വേഷം തുടങ്ങിയ വികാരങ്ങളെ അംഗീകരിക്കുകയും അവയെ അന്ധമായി പ്രകടിപ്പിക്കാൻ നിർബന്ധിതനാവാതിരിക്കുകയും ചെയ്യുകയാണെങ്കിൽ, നിങ്ങൾ മറ്റുള്ളവരിലേക്ക് അതു പ്രക്ഷേപണം ചെയ്യുന്നതിനുള്ള സാദ്ധ്യത കുറവാകുമെന്നുള്ളതു സത്യമാണ്. പക്ഷേ, നിങ്ങൾ സ്വയം വഞ്ചിക്കുകയല്ലേ എന്നു ഞാൻ സംശയിക്കുന്നു. നിങ്ങളിപ്പോൾ

ചെയ്യുന്നതുപോലെ സ്വീകരിക്കാനുള്ള സന്നദ്ധത കുറച്ചുകാലം അഭ്യസിച്ചുകഴിഞ്ഞാൽ നിഷേധവികാരങ്ങൾ തീരെ സൃഷ്ടിക്കപ്പെടാത്ത അടുത്ത ഘട്ടത്തിലേക്കു കടന്നേ മതിയാവൂ എന്ന അവസ്ഥയുണ്ടാകും. അങ്ങനെ ഉണ്ടായില്ലെങ്കിൽ, സ്വീകരിക്കാനുള്ള നിങ്ങളുടെ സന്നദ്ധത വെറുമൊരു മാനസികമായ ലേബൽ മാത്രമാകും. അത് നിങ്ങളുടെ അഹന്തയെ അസന്തുഷ്ടിയിൽ തുടർന്നും രമിക്കുവാൻ അനുവദിക്കും. അങ്ങനെ മറ്റുള്ളവരിൽനിന്നും നിങ്ങളുടെ ചുറ്റുപാടുകളിൽനിന്നും, നിങ്ങളുടേതായ വർത്തമാനകാലത്തിൽനിന്നും ഉള്ള വിഭജനത്തിന്റെ ബോധത്തെ ശക്തിപ്പെടുത്തുകയും ചെയ്യും. നിങ്ങൾക്കറിയാവുന്നതുപോലെ അഹന്തയുടെ വ്യക്തിത്വബോധത്തിന്റെ അടിസ്ഥാനം വിഭജനമാണ്. സ്വീകരിക്കാനുള്ള ശരിയായ സന്നദ്ധത അത്തരം വികാരങ്ങളെ പെട്ടെന്നു രൂപാന്തരപ്പെടുത്തും. നിങ്ങൾ പറഞ്ഞതുപോലെ ഒന്നിനും ഒരു കുഴപ്പവുമില്ലെന്നു നിങ്ങൾ അഗാധമായി മനസ്സിലാക്കിയിട്ടുണ്ടെങ്കിൽ അതു സത്യമാണുതാനും. ആ നിഷേധപരമായ വികാരങ്ങൾ നിങ്ങൾക്ക് ആദ്യംതന്നെ ഉണ്ടാകുമോ? തീർപ്പുകല്പിക്കലില്ലാതെ, നിലവിലുള്ളതിനെതിരേയുള്ള പ്രതിരോധമില്ലാതെ അവ ഉണ്ടാവുക തന്നെയില്ല. “എല്ലാം ശരിയാണ്. ഒന്നിനും ഒരു കുഴപ്പവുമില്ല,” എന്ന ആശയം നിങ്ങളുടെ മനസ്സിലുണ്ട്. പക്ഷേ, വാസ്തവത്തിൽ നിങ്ങളുടെ മനസ്സിന്റെ അഗാധതയിൽ നിങ്ങളതു വിശ്വസിക്കുന്നില്ല. അതുകൊണ്ടു പ്രതിരോധത്തിന്റെ പഴയ മാനസിക വൈകാരികക്രമങ്ങൾ ഇപ്പോഴും നിലനില്ക്കുന്നുണ്ട്. അതുകൊണ്ടാണ് കാര്യങ്ങൾ മോശമായി നിങ്ങൾക്ക് അനുഭവപ്പെടുന്നത്.

അതിനും കുഴപ്പമൊന്നുമില്ല

‘അബോധ’ത്തിലായിരിക്കാനുള്ള നിങ്ങളുടെ അവകാശത്തെ, ദുരിതമനുഭവിക്കാനുള്ള നിങ്ങളുടെ അവകാശത്തെ നിങ്ങൾ പരിരക്ഷിക്കുകയാണോ? വേവലാതിപ്പെടേണ്ട. ആരും നിങ്ങളുടെ കൈയിൽനിന്ന് അതു തട്ടിയെടുക്കുകയില്ല. ഒരു പ്രത്യേകതരം ഭക്ഷണം നിങ്ങൾക്കു ഛർദ്ദിയുണ്ടാക്കുന്നുവെങ്കിൽ, നിങ്ങൾ അതേ ഭക്ഷണംതന്നെ തുടർന്നും കഴിക്കുകയും ഛർദ്ദിക്കുന്നതുകൊണ്ടു കുഴപ്പമൊന്നുമില്ല എന്നു തർക്കിക്കുകയും ചെയ്യുമോ?

നിങ്ങൾ എവിടെയാണെങ്കിലും അവിടെ പൂർണ്ണമായും ഉണ്ടായിരിക്കുക

സാധാരണ അബോധത്തിന്റെ കുറച്ചുകൂടി ഉദാഹരണങ്ങൾ നല്കുമോ?

നിങ്ങൾ അകപ്പെട്ടിട്ടുള്ള ഒരു സന്ദർഭത്തെക്കുറിച്ചോ, മറ്റുള്ളവർ ചെയ്യുകയോ പറയുകയോ ചെയ്യുന്ന കാര്യങ്ങളെക്കുറിച്ചോ നിങ്ങളുടെ

ചുറ്റുപാടുകളെക്കുറിച്ചോ നിങ്ങളുടെ ജീവിതസന്ദർഭത്തെക്കുറിച്ചോ കാലാവസ്ഥയെക്കുറിച്ചുപോലുമോ സംഭാഷണത്തിലോ ചിന്തയിലോ നിങ്ങൾ പരാതി പറയുന്നത് കണ്ടുപിടിക്കാനാവുമോ എന്നു നോക്കുക. പരാതി പറയുക എന്നാൽ നിലവിലുള്ളതിന്റെ നിരാസമാണ്. അത് എപ്പോഴും അബോധപൂർവ്വമായി നിഷേധപരമായ ഒരു ഊർജ്ജം ചുമക്കുന്നുണ്ട്. നിങ്ങൾ പരാതി പറയുമ്പോൾ നിങ്ങളെത്തന്നെ ഒരു ഇരയാക്കി മാറ്റുകയാണ്. നിങ്ങൾ തുറന്നു സംസാരിക്കുമ്പോൾ ശക്തിയുടെ അവസ്ഥയിലാണ്. നടപടി എടുക്കുന്നതിലൂടെയോ അല്ലെങ്കിൽ ആവശ്യമാണെങ്കിൽ അതല്ലെങ്കിൽ സാദ്ധ്യമാണെങ്കിൽ തുറന്നു സംസാരിക്കുന്നതിലൂടെയോ സന്ദർഭത്തെ മാറ്റിയെടുക്കുക. ആ പ്രത്യേക സന്ദർഭത്തെ ഉപേക്ഷിക്കുകയോ അതിനെ അംഗീകരിക്കുകയോ ചെയ്യുക. ബാക്കിയെല്ലാം ബുദ്ധിഭ്രമമാണ്.

സാധാരണ അബോധം ഏതെല്ലാമോ രീതിയിൽ എപ്പോഴും വർത്തമാനനിമിഷത്തിന്റെ നിഷേധത്തോടു ബന്ധപ്പെട്ടിരിക്കുന്നു. വർത്തമാനനിമിഷമെന്നാൽ, തീർച്ചയായും 'ഇവിടെ' എന്നതിനെയും സൂചിപ്പിക്കുന്നുണ്ട്. ഇവിടെ ഇപ്പോഴുള്ളതിനെ നിങ്ങൾ നിഷേധിക്കുന്നുണ്ടോ? ചില ആളുകൾ എപ്പോഴും മറ്റെവിടെയോ ആയിരിക്കാൻ ഇഷ്ടപ്പെടുന്നു. അവർക്ക് അവരുടെ 'ഇവിടെ' ഒരിക്കലും നല്ലതായി തോന്നുന്നില്ല. നിങ്ങളുടെ ജീവിതത്തിലും ഈ സ്ഥിതിയാണോ എന്ന് ആത്മനിരീക്ഷണത്തിലൂടെ കണ്ടുപിടിക്കുക. നിങ്ങൾ എവിടെയാണെങ്കിലും അവിടെ പൂർണ്ണമായും ഉണ്ടായിരിക്കുക. നിങ്ങളുടെ 'ഇവിടെയും', 'ഇപ്പോഴും' നിങ്ങൾക്ക് അസഹനീയമായി തോന്നുന്നുവെങ്കിൽ അതു നിങ്ങളെ അസന്തുഷ്ടനാക്കുന്നുവെങ്കിൽ നിങ്ങൾക്കു മൂന്നു കാര്യങ്ങൾ തിരഞ്ഞെടുക്കാം. ഒന്നുകിൽ ആ സന്ദർഭത്തിൽനിന്നു സ്വയം ഒഴിവാകുക. അല്ലെങ്കിൽ അതിനെ മാറ്റാൻ ശ്രമിക്കുക. അതുമല്ലെങ്കിൽ ആ സന്ദർഭത്തെ പൂർണ്ണമായും അംഗീകരിക്കുക. നിങ്ങളുടെ ജീവിതത്തിന്റെ ചുമതല നിങ്ങൾക്കേറ്റെടുക്കണമെന്നുണ്ടെങ്കിൽ, ഈ മൂന്നെണ്ണത്തിൽ ഒന്നിനെ നിങ്ങൾ തിരഞ്ഞെടുക്കണം, ഇപ്പോൾത്തന്നെ. പിന്നെ അതിന്റെ അനന്തരഫലങ്ങളെയും സ്വീകരിക്കുക. ഒഴികഴിവുകൾ ഇല്ലാതെ, നിഷേധഭാവമില്ലാതെ, ചിത്തത്തെ മലിനപ്പെടുത്താതെ ഇരിക്കുക. നിങ്ങളുടെ ആന്തരികാകാശത്തെ ശുദ്ധമായി സൂക്ഷിക്കുക.

നിങ്ങൾ എന്തെങ്കിലും നടപടിയെടുക്കുന്നുണ്ടെങ്കിൽ അതായത് ആ സന്ദർഭത്തിൽനിന്ന് ഒഴിവാകുകയോ അതിനെ മാറ്റുകയോ ചെയ്യുന്നുണ്ടെങ്കിൽ, സാധിക്കുമെങ്കിൽ ആദ്യമായി നിഷേധഭാവത്തെ വിട്ടുകളയുക. ആവശ്യമായതിനെക്കുറിച്ചുള്ള ഉൾക്കാഴ്ചയിൽനിന്നുയരുന്ന പ്രവൃത്തിയാണ് നിഷേധഭാവത്തിൽനിന്നുയരുന്ന പ്രവൃത്തിയെക്കാൾ കൂടുതൽ ഫലപ്രദം.

പ്രത്യേകിച്ചും, അസന്തുഷ്ടമായ ഒരവസ്ഥയിൽ നിങ്ങൾ കുറെക്കാലമായി കുടുങ്ങിക്കിടക്കുകയാണെങ്കിൽ ഒന്നും ചെയ്യാതിരിക്കുന്നതി

നെക്കാൾ ഭേദം എന്തെങ്കിലും ചെയ്യുന്നതാണ്. അതൊരു പിഴവാണെങ്കിൽ അതിൽനിന്നു നിങ്ങൾ എന്തെങ്കിലും പഠിക്കുകയെങ്കിലും ചെയ്യും. അപ്പോൾ അതൊരു പിഴവല്ലാതായിത്തീരുന്നു. നിങ്ങൾ കുടുങ്ങിക്കിടക്കുകയാണെങ്കിൽ നിങ്ങൾ ഒന്നുംതന്നെ ഗ്രഹിക്കുന്നില്ല. നിങ്ങളെ നടപടിയെടുക്കുന്നതിൽനിന്നും തടയുന്നതു ഭീതിയാണോ? ആ ഭീതിയെ അംഗീകരിക്കുകയും വീക്ഷിക്കുകയും അതിനുള്ളിലേക്കു നിങ്ങളുടെ ശ്രദ്ധയെ കൊണ്ടുപോവുകയും, അതിനോടൊപ്പം പൂർണ്ണമായി സന്നിഹിതനാവുകയും ചെയ്യുക. അങ്ങനെ ചെയ്യുന്നത് ഭീതിയും നിങ്ങളുടെ ചിന്തയും തമ്മിലുള്ള ബന്ധത്തെ മുറിക്കുന്നു. ആ ഭീതിയെ നിങ്ങളുടെ മനസ്സിൽ ഉയർന്നുവരാൻ അനുവദിക്കരുത്. വർത്തമാന നിമിഷത്തിന്റെ ശക്തിയെ ഉപയോഗിക്കുക. ഭീതിക്ക് അതിനുമേൽ വിജയം നേടാനാവില്ല.

ഇവിടെ ഇപ്പോഴുള്ളതിനെ മാറ്റാൻ നിങ്ങൾക്ക് ഒന്നും ചെയ്യാനില്ലെങ്കിൽ, ആ സന്ദർഭത്തിൽനിന്നു നിങ്ങൾക്ക് ഒഴിവാകാനും കഴിയുന്നില്ലെങ്കിൽ, എല്ലാവിധ ആന്തരിക പ്രതിരോധത്തെയും താഴെയിട്ട് ഇവിടെ ഇപ്പോഴുള്ളതിനെ പൂർണ്ണമായും സ്വീകരിക്കുക. ദുരിതമനുഭവിക്കാനും നീരസപ്പെടാനും തന്നോടുതന്നെ സഹതാപം തോന്നുവാനും ഇഷ്ടപ്പെടുന്ന അവാസ്തവമായ, അസന്തുഷ്ടമായ വ്യക്തിത്വത്തിനു പിന്നെ നിലനില്ക്കാനാവില്ല. ഇതിനെയാണ് സമർപ്പണം എന്നു വിളിക്കുന്നത്. സമർപ്പണം ദൗർബല്യമല്ല. അതിൽ മഹത്തായ ശക്തി അടങ്ങിയിട്ടുണ്ട്. സമർപ്പിതനായ ഒരു വ്യക്തിക്കേ ആദ്ധ്യാത്മികശക്തി ഉണ്ടാവുകയുള്ളൂ. സമർപ്പണത്തിലൂടെ ആ സന്ദർഭത്തിൽനിന്നു നിങ്ങൾ ആന്തരികമായി സ്വതന്ത്രനാകും. അപ്പോൾ നിങ്ങളുടെ ഭാഗത്തുനിന്നുള്ള ശ്രമമൊന്നുമില്ലാതെ തന്നെ ആ അവസ്ഥ മാറുന്നത് നിങ്ങൾക്കു കാണാനാകും. എന്തായാലും നിങ്ങൾ സ്വതന്ത്രനാകുന്നു.

അതല്ല, നിങ്ങൾ 'ചെയ്യേണ്ട' എന്തോ കാര്യമുണ്ടായിട്ടും നിങ്ങൾ അതു ചെയ്യാതെ ഇരിക്കുകയാണോ? എഴുന്നേറ്റ് ഇപ്പോൾത്തന്നെ അതു ചെയ്യുക. മറിച്ചുള്ളൊരു രീതിയിലാണെങ്കിൽ, ഈ നിമിഷത്തിലുള്ള നിങ്ങളുടെ നിഷ്ക്രിയതയെയും അലസതയെയും നിശ്ചേഷ്ടതയെയും പൂർണ്ണമായും അംഗീകരിക്കുക — അതാണ് നിങ്ങൾ തിരഞ്ഞെടുത്തതെങ്കിൽ അതിനുള്ളിലേക്കു മുഴുവനായും കടന്നുചെല്ലുക. അത് ആസ്വദിക്കുക. നിങ്ങൾക്ക് എത്രത്തോളം അലസനും നിഷ്ക്രിയനുമാവാൻ കഴിയുമോ അത്രത്തോളം അലസനും നിഷ്ക്രിയനുമാവുക. അതിനുള്ളിലേക്കു നിങ്ങൾ മുഴുവനായും അവബോധത്തോടെയും കടന്നുചെന്നാൽ നിങ്ങൾ പെട്ടെന്നുതന്നെ അതിനു പുറത്തു കടക്കും. ചിലപ്പോൾ അങ്ങനെ ഉണ്ടായില്ലെന്നും വരും. ഏതു രീതി ഉപയോഗിച്ചാലും അന്തഃസംഘർഷമോ പ്രതിരോധമോ നിഷേധഭാവമോ ഉണ്ടാവുകയില്ല.

നിങ്ങൾക്ക് പിരിമുറുക്കം അനുഭവപ്പെടാറുണ്ടോ? ഭാവിയിലേക്കു തിരക്കിട്ട് എത്താൻ ശ്രമിക്കുന്നതുകൊണ്ട് അവിടെയെത്താനുള്ള ഒരു മാർഗ്ഗം മാത്രമായി വർത്തമാനകാലം ചുരുങ്ങിപ്പോകുന്നുണ്ടോ? 'ഇവിടെ' ആയിരിക്കുകയും 'അവിടെ'യെത്താൻ ആഗ്രഹിക്കുകയും ചെയ്യുന്നതുകൊണ്ട്, അല്ലെങ്കിൽ വർത്തമാനകാലത്തിലിരുന്നുകൊണ്ടു ഭാവിയിലേക്കെത്താൻ ആഗ്രഹിക്കുന്നതുകൊണ്ടാണ് പിരിമുറുക്കം ഉണ്ടാകുന്നത്. നിങ്ങളെ ഉള്ളിൽനിന്നു കീറിമുറുക്കുന്ന ഒരു വിഭജനമാണത്. അങ്ങനെയൊരു അന്തഃഛിദ്രത്തെ സൃഷ്ടിക്കുകയും അതോടൊപ്പം ജീവിക്കുകയും ചെയ്യുക എന്നതു ഭ്രമാത്മകമാണ്. മറ്റുള്ളവരും ഇതുതന്നെ ചെയ്യുന്നു എന്നത് ഈ ചിത്തഭ്രമത്തെ കുറച്ചു കാണിക്കുന്നില്ല. നിങ്ങൾക്കു വേണമെന്നുണ്ടെങ്കിൽ അതിവേഗം ചലിക്കുകയോ അതിവേഗം ജോലി ചെയ്യുകയോ ഓടുകയോപോലുമാവാം. ഭാവിയിലേക്കു സ്വയം പ്രക്ഷേപണം ചെയ്യാതെയും വർത്തമാനകാലത്തെ നിഷേധിക്കാതെയും ഇതു ചെയ്യാം. നിങ്ങൾ ചലിക്കുമ്പോഴും ജോലികൾ ചെയ്യുമ്പോഴും ഓടുമ്പോഴുമൊക്കെ അതു സമ്പൂർണ്ണമായി ചെയ്യുക. അപ്പോഴത്തെ ഊർജ്ജത്തിന്റെ ഒഴുക്കിനെ, ആ നിമിഷത്തിലെ ഉയർന്ന ഊർജ്ജത്തെ ആസ്വദിക്കുക. ഇപ്പോൾ നിങ്ങൾക്കു പിരിമുറുക്കമില്ല. നിങ്ങൾ സ്വയം രണ്ടായി വിഭജിക്കുന്നില്ല. വെറുതെ ചലിക്കുകയും ഓടുകയും ജോലി ചെയ്യുകയും അതെല്ലാം ആസ്വദിക്കുകയും ചെയ്യുന്നു. അല്ലെങ്കിൽ നിങ്ങൾക്കതു മുഴുവൻ വിട്ടുകളഞ്ഞ് ഉദ്യാനത്തിലെ ഒരു ഇരിപ്പിടത്തിൽ ഇരിക്കാം. പക്ഷേ, അങ്ങനെ ചെയ്യുമ്പോൾ നിങ്ങളുടെ മനസ്സിനെ വീക്ഷിക്കുക. അതു പറഞ്ഞേക്കാം, "നിങ്ങളിപ്പോൾ ജോലി ചെയ്യേണ്ടതായിരുന്നു. നിങ്ങൾ സ്വയം വെറുതെ പാഴാക്കുകയാണ്" എന്ന്. മനസ്സിനെ നിരീക്ഷിക്കുക. അതിനെ നോക്കി പുഞ്ചിരിക്കുക.

നിങ്ങളുടെ ശ്രദ്ധ കൂടുതലും ഭൂതകാലത്തിലാണെന്നുണ്ടോ? ഗുണാത്മകമായിട്ടോ നിഷേധാത്മകമായിട്ടോ നിങ്ങൾ ഭൂതകാലത്തെക്കുറിച്ച് ഇടയ്ക്കിടയ്ക്കു സംസാരിക്കുകയും ചിന്തിക്കുകയും ചെയ്യുന്നുണ്ടോ? നിങ്ങൾ നേടിയെടുത്തിട്ടുള്ള മഹത്തായ കാര്യങ്ങളെക്കുറിച്ചോ നിങ്ങളുടെ സാഹസികകൃത്യങ്ങളെക്കുറിച്ചോ അല്ലെങ്കിൽ അനുഭവങ്ങളെക്കുറിച്ചോ അതുമല്ലെങ്കിൽ നിങ്ങൾതന്നെ 'ഇരയായ' അനുഭവത്തെക്കുറിച്ചോ മറ്റുള്ളവർ അപ്പോൾ നിങ്ങളോടു ചെയ്ത ഭീകരങ്ങളായ കാര്യങ്ങളെക്കുറിച്ചോ, നിങ്ങൾ മറ്റുള്ളവരോടു ചെയ്ത കാര്യങ്ങളെക്കുറിച്ചോ ഒക്കെയാകാം അത്. നിങ്ങളുടെ ചിന്താപ്രക്രിയകൾ കുറ്റബോധമോ അഭിമാനമോ നീരസമോ ദ്വേഷമോ പശ്ചാത്താപമോ അവനവനോടുതന്നെയുള്ള സഹതാപമോ സൃഷ്ടിക്കുന്നുണ്ടോ? നിങ്ങൾ അവാസ്തവമായ ഒരു വ്യക്തിത്വബോധത്തെ ദൃഢീകരിക്കുക മാത്രമല്ല, നിങ്ങളുടെ ചിത്തത്തിൽ ഭൂതകാലത്തിന്റെ കുമിഞ്ഞുകൂടൽ സൃഷ്ടിച്ചുകൊണ്ടു നിങ്ങളുടെ ശരീരത്തിന്റെ വാർദ്ധക്യത്തിലേക്കു

കടക്കുന്ന പ്രക്രിയയെ ത്വരിതപ്പെടുത്താൻ സഹായിക്കുകകൂടിയാണു ചെയ്യുന്നത്. ഭൂതകാലത്തോട് അള്ളിപ്പിടിക്കാൻ ശക്തിയായ പ്രവണതയുള്ള നിങ്ങൾക്കു ചുറ്റുമുള്ള ആളുകളെ നിരീക്ഷിക്കുന്നതിലൂടെ നിങ്ങൾക്കിതിന്റെ സത്യാവസ്ഥ അറിയാനാകും.

ഓരോ നിമിഷവും ഭൂതകാലത്തോടു വിട ചൊല്ലുക. അതു നിങ്ങൾക്ക് ആവശ്യമില്ല. വർത്തമാനകാലത്തിൽ പൂർണ്ണമായും പ്രസക്തമാണെങ്കിൽ മാത്രം ഭൂതകാലത്തിലെ നിർദ്ദേശങ്ങൾ സ്വീകരിക്കുക. വർത്തമാനനിമിഷത്തിന്റെ ശക്തിയും ഉണ്മയുടെ സമ്പൂർണ്ണതയും അനുഭവിക്കുക. നിങ്ങളുടെ സാന്നിദ്ധ്യത്തെ അറിയുക.

നിങ്ങൾക്കു വേവലാതിയുണ്ടാകാറുണ്ടോ? ഒരുപാട് 'അങ്ങനെ ഉണ്ടായാലോ' എന്നുള്ള ചിന്തകൾ നിങ്ങൾക്ക് ഉണ്ടാകാറുണ്ടോ? നിങ്ങൾ നിങ്ങളുടെ മനസ്സുമായി താദാത്മ്യപ്പെട്ടിരിക്കുകയാണ്. മനസ്സാകട്ടെ, ഭാവിയിലെ സാങ്കല്പികമായ ഒരു സന്ദർഭത്തിലേക്കു സ്വയം പ്രക്ഷേപണം ചെയ്തു ഭീതി സൃഷ്ടിക്കുകയാണ്. അത്തരം ഒരവസ്ഥയെ നിങ്ങൾക്കു കൈകാര്യം ചെയ്യാനാവില്ല. അതു നിലവിലില്ല എന്നതുതന്നെ കാരണം. അതു മാനസികമായ ഒരു മായാരൂപമാണ്. വർത്തമാനനിമിഷത്തെ അംഗീകരിക്കുന്നതിലൂടെ ആരോഗ്യത്തെയും ജീവനെയും ക്ഷയിപ്പിക്കുന്ന ഈ മതിഭ്രമത്തെ നിങ്ങൾക്കു ലളിതമായി അവസാനിപ്പിക്കാം. നിങ്ങളുടെ ശ്വാസോച്ഛ്വാസത്തെക്കുറിച്ചു ബോധവാനാകുക. നിങ്ങളുടെ ശരീരത്തിനകത്തേക്കും പുറത്തേക്കുമൊഴുകുന്ന വായുവിനെ അനുഭവിക്കുക. നിങ്ങളുടെ ആന്തരികമായ ഊർജ്ജക്ഷേത്രത്തെയും അറിയുക. സാങ്കല്പികമായ മാനസിക പ്രക്ഷേപണങ്ങൾക്കു വിരുദ്ധമായി എപ്പോഴായാലും നിങ്ങൾക്കു യഥാർത്ഥ ജീവിതത്തിൽ കൈകാര്യം ചെയ്യേണ്ടതും നേരിടേണ്ടതും ഈ നിമിഷത്തെ മാത്രമാണ്. 'ഇപ്പോൾ' നിങ്ങൾക്കെന്താണു പ്രശ്നമുള്ളതെന്നു സ്വയം ചോദിക്കുക. അല്ലാതെ അടുത്ത വർഷമോ നാളെയോ അടുത്ത അഞ്ചു മിനിറ്റിനകമോ അല്ല. ഈ നിമിഷത്തിന് എന്താണു കുഴപ്പം? വർത്തമാനനിമിഷത്തെ നിങ്ങൾക്കെപ്പോഴും കൈകാര്യം ചെയ്യാനാവും. പക്ഷേ, നിങ്ങൾക്കൊരിക്കലും ഭാവിയെ കൈകാര്യം ചെയ്യാനാവില്ല. അതിന്റെ ആവശ്യവുമില്ല. ഏതു പ്രശ്നത്തിനുമുള്ള ഉത്തരവും അതു പരിഹരിക്കാനുള്ള ശക്തിയും ശരിയായ നടപടിയും ഉപായങ്ങളുമെല്ലാം നിങ്ങൾക്കാവശ്യമുള്ളപ്പോൾ അവിടെയുണ്ടാകും. ശരിയായ സമയത്തിനുമുമ്പോ അതു കഴിഞ്ഞോ അല്ല അവ ലഭിക്കുക.

"ഒരു ദിവസം ഞാൻ വിജയിക്കും–" നിങ്ങളുടെ ലക്ഷ്യം നിങ്ങളുടെ ശ്രദ്ധയെ അത്രമേൽ ഏറ്റെടുത്തിരിക്കുന്നതിനാൽ വർത്തമാനനിമി

ഷത്തെ നിങ്ങൾ ലക്ഷ്യത്തിലേക്കുള്ള മാർഗ്ഗം മാത്രമായി ചുരുക്കുന്നുണ്ടോ? നിങ്ങൾ ചെയ്യുന്ന കർമ്മങ്ങളുടെ ആനന്ദം അതുമൂലം നഷ്ടമാകുന്നുണ്ടോ? ജീവിതം തുടങ്ങുവാനായി നിങ്ങൾ കാത്തിരിക്കുകയാണോ? അത്തരം ഒരു മാനസികക്രമം നിങ്ങൾ വളർത്തുകയാണെങ്കിൽ, നിങ്ങൾ എന്തൊക്കെ നേടിയാലും നിങ്ങൾക്കെന്തെല്ലാം ലഭിച്ചാലും വർത്തമാനകാലം നിങ്ങൾക്കു നല്ലതായി തോന്നുകയില്ല. പലപ്പോഴും ഭാവിയാണു കൂടുതൽ നല്ലതെന്നു നിങ്ങൾക്കു തോന്നും. സ്ഥിരമായ അസന്തുഷ്ടിക്കും അസംതൃപ്തിക്കുമുള്ള മികച്ച ഉപായം —അല്ലേ?

നിങ്ങളൊരു സ്വാഭാവിക 'കാത്തിരിപ്പുകാരനാണോ?' (waiter). ജീവിതത്തിൽ എത്ര സമയമാണു നിങ്ങൾ കാത്തിരിപ്പിനായി ചെലവഴിക്കുന്നത്? 'ചെറുകിട കാത്തിരിപ്പ് എന്നു ഞാൻ വിളിക്കുന്നതു പോസ്റ്റ് ഓഫീസിൽ വരിയിൽ കാത്തുനില്ക്കുന്നതിനെയോ ട്രാഫിക് കുരുക്കിൽപ്പെട്ടു നില്ക്കുന്നതിനെയോ വിമാനത്താവളത്തിലിരിക്കുന്നതിനെയോ അല്ലെങ്കിൽ ആരെങ്കിലും എത്തിച്ചേരാൻ കാത്തിരിക്കുന്നതിനെയോ ജോലി മുഴുവനാക്കാൻ കാത്തിരിക്കുന്നതിനെയോ ഒക്കെയാണ്. 'വൻകിട കാത്തിരിപ്പ്' എന്നാൽ അടുത്ത ഒഴിവുകാലത്തിനോ കൂടുതൽ നല്ല ഒരു ജോലിക്കോ കുട്ടികൾ വളർന്നുവലുതാകാനോ സാർത്ഥകമായ ഒരു ബന്ധത്തിനോ വിജയത്തിനോ പണമുണ്ടാക്കുന്നതിനോ പ്രമുഖനായ ഒരാളാകാനോ, പ്രബുദ്ധത നേടാനോ ഉള്ള കാത്തിരിപ്പാണ്. ആളുകൾ ജീവിതകാലം മുഴുവൻ 'ജീവിക്കാൻ തുടങ്ങുന്ന'തിനുള്ള കാത്തിരിപ്പിനായി ചെലവഴിക്കുന്നത് അപൂർവ്വമല്ല.

കാത്തിരിപ്പ് മനസ്സിന്റെ ഒരവസ്ഥയാണ്. അടിസ്ഥാനപരമായി അതിന്റെ അർത്ഥം നിങ്ങൾക്കു വർത്തമാനകാലത്തെ ആവശ്യമില്ലെന്നും ഭാവിയെ മാത്രമേ ആവശ്യമുള്ളൂ എന്നുമാണ്. നിങ്ങൾക്കു ലഭിച്ചതിനെ നിങ്ങൾക്കാവശ്യമില്ല. നിങ്ങൾക്കു ലഭിക്കാത്തതിനെ ആവശ്യമുണ്ടുതാനും. ഓരോ കാത്തിരിപ്പിലും നിങ്ങൾ അബോധപൂർവ്വമായി ഒരു ആന്തരികസംഘർഷം സൃഷ്ടിക്കുന്നുണ്ട്. നിങ്ങൾക്കു വസിക്കണമെന്നാഗ്രഹമില്ലാത്ത ഇവിടെ ഇപ്പോൾ എന്ന അവസ്ഥയും നിങ്ങൾ ഉണ്ടായിരിക്കാനാഗ്രഹിക്കുന്ന പ്രക്ഷേപിതഭാവിയും തമ്മിലാണ് ഈ സംഘർഷം. വർത്തമാനകാലത്തെ നിങ്ങളുടെ കൈയിൽനിന്നു നഷ്ടപ്പെടുത്തിക്കൊണ്ട് ഇതു നിങ്ങളുടെ ജീവിതത്തിന്റെ ഗുണനിലവാരത്തെ വളരെയധികം കുറയ്ക്കുന്നു.

നിങ്ങളുടെ ജീവിതാവസ്ഥയെ മെച്ചപ്പെടുത്താൻ പരിശ്രമിക്കുന്നതിൽ ഒരു തെറ്റുമില്ല. നിങ്ങൾക്കു നിങ്ങളുടെ ജീവിതാവസ്ഥയെ മെച്ചപ്പെടുത്താം. പക്ഷേ, ജീവിതത്തെ മെച്ചപ്പെടുത്താനാവില്ല. ജീവിതം പ്രഥമമാണ്. ജീവിതമെന്നാൽ നിങ്ങളുടെ അഗാധമായ അന്തഃസത്തയാണ്. അത് ഇപ്പോൾത്തന്നെ പൂർണ്ണവും അഖണ്ഡവും അന്യൂനവുമാണ്. നിങ്ങളുടെ ജീവിതസാഹചര്യങ്ങളും അനുഭവങ്ങളും അടങ്ങി

യതാണ് നിങ്ങളുടെ ജീവിതാവസ്ഥ. ലക്ഷ്യങ്ങൾ നിർണ്ണയിക്കുന്നതിലും കാര്യങ്ങൾ നേടാൻ പ്രയത്നിക്കുന്നതിലും ഒരു തെറ്റുമില്ല. അതിനെ ജീവൻ എന്ന അനുഭവത്തിനു പകരമായി, ഉണ്മയ്ക്കുപകരമായി ഉപയോഗിക്കുന്നതിലാണ് തെറ്റ്. വർത്തമാനനിമിഷം മാത്രമാണ് ഉണ്മയിലേക്കു പ്രവേശിക്കാനുള്ള ഏക ബിന്ദു. ഭാവിയിൽ ശ്രദ്ധ കേന്ദ്രീകരിക്കുമ്പോൾ, നിങ്ങൾ ഒരു കെട്ടിടത്തിന്റെ അസ്തിവാരമുണ്ടാക്കുന്നതിൽ ശ്രദ്ധിക്കാതെ ഒരുപാടു സമയം മുകളിലുള്ള ഭാഗങ്ങൾ ഉണ്ടാക്കുന്നതിനു ചെലവഴിക്കുന്ന ഒരു ശില്പിയെപ്പോലെയായിത്തീരുന്നു.

ഉദാഹരണത്തിന്, വളരെയധികം ആളുകൾ ഐശ്വര്യമുണ്ടാകാനായി കാത്തിരിക്കുകയാണ്. അതിനു ഭാവിയിൽ വരാൻ കഴിയില്ല. നിങ്ങൾ ആരായാലും എന്തായാലും ഇപ്പോൾ എന്തു പ്രവൃത്തിയാണു ചെയ്യുന്നതെങ്കിലും ശരി, നിങ്ങൾ നിങ്ങളുടെ വർത്തമാന യാഥാർത്ഥ്യത്തെ ആദരിക്കുകയും അംഗീകരിക്കുകയും പൂർണ്ണമായും സ്വീകരിക്കുകയും ചെയ്യുമ്പോൾ, നിങ്ങൾക്കുള്ളതിനെ നിങ്ങൾ പൂർണ്ണമായും അംഗീകരിക്കുമ്പോൾ നിങ്ങൾക്കുള്ളതിനോടെല്ലാം നിങ്ങൾക്കു കൃതജ്ഞതയുണ്ടാകും. ഇപ്പോൾ നിലവിലുള്ളതിനോടും ഉണ്മയോടും നിങ്ങൾക്കു കൃതജ്ഞതയുണ്ടാകും. വർത്തമാനനിമിഷത്തോടുള്ള കൃതജ്ഞതയും വർത്തമാനനിമിഷത്തിലെ ജീവിതത്തിന്റെ പൂർണ്ണതയുമാണ് യഥാർത്ഥ ഐശ്വര്യം. കാലക്രമത്തിൽ ആ ഐശ്വര്യം പല രീതികളിൽ നിങ്ങൾക്കുവേണ്ടി പ്രത്യക്ഷപ്പെടും.

നിങ്ങൾക്കുള്ളതിനോടു നിങ്ങൾക്ക് അതൃപ്തിയുണ്ടെങ്കിൽ, വർത്തമാനകാലത്തിലെ ഇല്ലായ്മയെക്കുറിച്ച് ഇച്ഛാഭംഗവും ദ്വേഷവുമുണ്ടെങ്കിൽ, ഒരു സമ്പന്നനാകാൻ അതു നിങ്ങളെ പ്രചോദിപ്പിച്ചേക്കാം. പക്ഷേ, ദശലക്ഷക്കണക്കിനു രൂപ സമ്പാദിച്ചാലും ഇല്ലായ്മയുടെ അതേ ആന്തരികാവസ്ഥ നിങ്ങൾ തുടർന്നും അനുഭവിച്ചുകൊണ്ടിരിക്കും. നിങ്ങളുടെയുള്ളിൽ ഗാഢമായി നിങ്ങൾ അസംതൃപ്തി അനുഭവിച്ചുകൊണ്ടിരിക്കുന്നത് തുടരും. പണത്തിനു നേടിത്തരാൻ കഴിയുന്ന ഒരുപാട് ആവേശമുണർത്തുന്ന അനുഭവങ്ങൾ നിങ്ങൾക്കുണ്ടായേക്കാം. പക്ഷേ, ഉള്ളിൽ ഒരു ശൂന്യതയുടെ അനുഭവവും കൂടുതൽ ശാരീരികവും മാനസികവുമായ തൃപ്തിക്കുവേണ്ടിയുള്ള ആഗ്രഹവും അവശേഷിപ്പിച്ചുകൊണ്ട് അത്തരം അനുഭവങ്ങൾ വരികയും പോവുകയും ചെയ്യും. നിങ്ങൾ ഉണ്മയിൽ സ്ഥിരമായി വസിക്കാത്തതിനാൽ, യഥാർത്ഥ ഐശ്വര്യമായ വർത്തമാനനിമിഷത്തിലെ ജീവിതത്തിന്റെ പൂർണ്ണത നിങ്ങൾക്ക് അനുഭവിക്കാനാകില്ല.

അതുകൊണ്ട് കാത്തിരിപ്പ് എന്ന മാനസികാവസ്ഥയെ ഉപേക്ഷിക്കുക. കാത്തിരിപ്പിലേക്ക് അറിയാതെ വഴുതിപ്പോകുന്നതു ശ്രദ്ധയിൽപ്പെട്ടാൽ പെട്ടെന്നുതന്നെ അതിൽനിന്നു പുറത്തു കടക്കുക. വർത്തമാനനിമിഷത്തിന്റെ ഉള്ളിലേക്കു വരിക. വെറുതെ ഉണ്ടായിരിക്കുക. ഉണ്ട് എന്ന അവസ്ഥയെ ആസ്വദിക്കുക. നിങ്ങൾ സന്നിഹിതനാണെ

ങ്കിൽ എന്തിനെയെങ്കിലും കാത്തിരിക്കേണ്ട ആവശ്യം നിങ്ങൾക്കുണ്ടാകുന്നില്ല. അതുകൊണ്ട് അടുത്ത പ്രാവശ്യം ആരെങ്കിലും "കാത്തിരിക്കാനിടയാക്കിയതിൽ ക്ഷമിക്കണം." എന്നു പറഞ്ഞാൽ, നിങ്ങൾക്ക് ഇങ്ങനെ മറുപടി പറയാം, "സാരമില്ല, ഞാൻ കാത്തിരിക്കുകയായിരുന്നില്ല. സ്വയം ആസ്വദിച്ചുകൊണ്ട് ഞാനിവിടെ നില്ക്കുകയായിരുന്നു — എന്നിൽത്തന്നെ ആനന്ദിച്ചുകൊണ്ട്." വർത്തമാനനിമിഷത്തെ നിഷേധിക്കുവാനുള്ള മനസ്സിന്റെ സ്വാഭാവികമായ തന്ത്രങ്ങളിൽ ചിലതാണു മേൽ വിവരിച്ചത്. അവ സാധാരണ അബോധത്തിന്റെ ഭാഗങ്ങളാണ്. സാധാരണ ജീവിതത്തിന്റെ ഭാഗമായതിനാൽ നാം അവയെ വളരെ എളുപ്പത്തിൽ അവഗണിച്ചേക്കാം — നിരന്തരമായ അസംതൃപ്തിയുടെ പശ്ചാത്തല മർമ്മരത്തിന്റെ ഭാഗമാണവ. പക്ഷേ, നിങ്ങൾ നിങ്ങളുടെ ആന്തരികമായ മാനസിക—വൈകാരികാവസ്ഥയെ എത്രയധികം നിരീക്ഷിക്കുന്നുവോ, അത്രയും എളുപ്പത്തിൽ നിങ്ങൾ ഭൂതകാലത്തിലോ ഭാവിയിലോ കുടുങ്ങിക്കിടക്കുന്നത് —അതായത് അബോധത്തിലേക്ക് ആഴുന്നത് — അറിയാനാവും. സമയമാകുന്ന സ്വപ്നത്തിൽനിന്നു വർത്തമാനകാലത്തിലേക്കുള്ള ഉണരലും എളുപ്പമാവും. പക്ഷേ, സൂക്ഷിക്കുക: മനസ്സുമായുള്ള താദാത്മ്യത്തിൽനിന്നുണ്ടാകുന്ന വ്യാജവും അസന്തുഷ്ടവുമായ വ്യക്തിത്വം സമയത്തിലാണു ജീവിക്കുന്നത്. വർത്തമാനനിമിഷത്തിലാണു സ്വന്തം നാശം എന്നറിയാവുന്നതുകൊണ്ട്, വർത്തമാനനിമിഷത്തിന്റെ ഭയങ്കരമായ ഭീഷണി അതിന് അനുഭവപ്പെടും. നിങ്ങളെ വർത്തമാനകാലത്തിൽനിന്നു പുറത്തുകടത്താൻ അത് എല്ലാ കൗശലങ്ങളും പ്രയോഗിക്കും. നിങ്ങളെ സമയത്തിൽ കുടുക്കിയിടാൻ അതു ശ്രമിക്കും.

നിങ്ങളുടെ ജീവിതയാത്രയുടെ ആന്തരികമായ ഉദ്ദേശ്യം

അങ്ങു പറയുന്നതിന്റെ സത്യം എനിക്കു മനസ്സിലാകുന്നുണ്ട്. എങ്കിലും ജീവിതയാത്രയിൽ എന്തെങ്കിലും ലക്ഷ്യമുണ്ടായിരിക്കണമെന്ന് എനിക്കിപ്പോഴും തോന്നുന്നു. അല്ലെങ്കിൽ നമ്മൾ ഗതിയില്ലാതെ ഒഴുകിനടക്കും. ഉദ്ദേശ്യമെന്നാൽ ഭാവിതന്നെയല്ലേ? എങ്ങനെയാണു ലക്ഷ്യത്തെയും വർത്തമാനകാലത്തിൽ ജീവിക്കുന്നതിനെയും തമ്മിൽ അനുരഞ്ജിപ്പിക്കുക?

നിങ്ങൾ ഒരു യാത്രയിലാകുമ്പോൾ എവിടേക്കാണു പോകുന്നതെന്നും നിങ്ങൾ പോകുന്നതിന്റെ പൊതുവായ ദിശയേതാണെന്നും അറിയുന്നതു തീർച്ചയായും സഹായകരമാണ്. പക്ഷേ, ഇതു മറക്കരുത്. നിങ്ങളുടെ യാത്രയെ സംബന്ധിച്ചിടത്തോളം അന്തിമമായി യഥാർത്ഥമായ ഒരേയൊരു കാര്യമേയുള്ളൂ— നിങ്ങൾ ഈ നിമിഷത്തിലെടുക്കുന്ന ചുവടുവയ്പ്. എപ്പോഴും അതു മാത്രമേ വാസ്തവമായുള്ളൂ. നിങ്ങ

ളുടെ ജീവിതയാത്രയ്ക്ക് ബാഹ്യമായ ഒരു ഉദ്ദേശ്യവും ആന്തരികമായ ഒരു ഉദ്ദേശ്യവുമുണ്ട്. ബാഹ്യമായ ഉദ്ദേശ്യമെന്നാൽ നിങ്ങളുടെ ലക്ഷ്യത്തിലേക്കോ ലക്ഷ്യസ്ഥാനത്തേക്കോ എത്തിച്ചേരുകയോ നിങ്ങൾ ചെയ്യാൻ ഉദ്ദേശിച്ച കാര്യം വിജയകരമായി നിർവ്വഹിക്കുകയോ അതുമിതുമെല്ലാം നേടുകയോ ഒക്കെയാണ്. തീർച്ചയായും ഇതു ഭാവിയെ ധ്വനിപ്പിക്കുന്നു. നിങ്ങളുടെ ലക്ഷ്യസ്ഥാനത്തിലോ നിങ്ങൾ ഭാവിയിലെടുക്കാൻ പോകുന്ന നടപടികളിലോ നിങ്ങൾ അമിതമായി ശ്രദ്ധിക്കുന്നതുകൊണ്ട്, അവ നിങ്ങളിപ്പോൾ എടുക്കുന്ന ചുവടുവയ്പിനെക്കാൾ പ്രാധാന്യമുള്ളതായിത്തീരുന്നുവെന്നു കരുതുക. അങ്ങനെയെങ്കിൽ യാത്രയുടെ ആന്തരികോദ്ദേശ്യത്തെ നിങ്ങൾ പൂർണ്ണമായി വിട്ടുകളഞ്ഞു എന്നാണർത്ഥം. അതാകട്ടെ, നിങ്ങൾ എവിടേക്കു പോകുന്നുവെന്നതിനോടോ എന്താണു ചെയ്യുന്നത് എന്നതിനോടോ അല്ല, മറിച്ച് എങ്ങനെ ചെയ്യുന്നു എന്നതിനോടാണു ബന്ധപ്പെട്ടിരിക്കുന്നത്. ഭാവിയുമായിട്ട് അതിന് യാതൊരു ബന്ധവുമില്ല. ഈ നിമിഷത്തിലെ നിങ്ങളുടെ ബോധത്തിന്റെ നിലവാരവുമായാണ് അത് എല്ലാംകൊണ്ടും ബന്ധപ്പെട്ടിരിക്കുന്നത്. ബാഹ്യമായ ഉദ്ദേശ്യം ആകാശത്തിന്റെയും സമയത്തിന്റെയും തിരശ്ചീനമായ മാനത്തിലാണുള്ളത്. ആന്തരികമായ ഉദ്ദേശ്യമാകട്ടെ സമയരഹിതമായ വർത്തമാനനിമിഷത്തിന്റെ ലംബമായ മാനത്തിനുള്ളിൽ നിങ്ങളുടെ ഉണ്മയെ അഗാധമാക്കുന്നതിനോടാണു ബന്ധപ്പെട്ടിരിക്കുന്നത്. നിങ്ങളുടെ ബാഹ്യമായ യാത്രയിൽ ദശലക്ഷക്കണക്കിനു ചുവടുവയ്പുകളുണ്ടാവാം. പക്ഷേ, നിങ്ങളുടെ ആന്തരികമായ യാത്രയിൽ ഒരേയൊരു ചുവടു വയ്പേ ഉള്ളൂ. ഇപ്പോൾ ഈ നിമിഷത്തിൽ നിങ്ങളെടുക്കുന്ന ചുവടുവയ്പ്. ഈ ഒരു ചുവടുവയ്പിനെക്കുറിച്ച് കൂടുതൽ ഗാഢമായി മനസ്സിലാക്കുമ്പോൾ അതിനുള്ളിൽ ഇപ്പോൾത്തന്നെ മറ്റെല്ലാ ചുവടുവയ്പുകളും ലക്ഷ്യസ്ഥാനവും അടങ്ങിയിട്ടുണ്ടെന്നു നിങ്ങൾ തിരിച്ചറിയും. ഈ ഒരു ചുവടുവയ്പ്പിന്നെ പൂർണ്ണതയുടെ ഒരാവിഷ്കാരമായി, മഹത്തായ സൗന്ദര്യത്തിന്റെയും ഗുണനിലവാരത്തിന്റെയും പ്രകടനമായി രൂപാന്തരപ്പെടും. അതു നിങ്ങളെ ഉണ്മയുടെ ഉള്ളിലേക്കു കൊണ്ടുപോയിട്ടുണ്ടാവും. അതിലൂടെ ഉണ്മയുടെ പ്രകാശം ജ്വലിക്കുകയും ചെയ്യും. നിങ്ങളുടെ ആന്തരിക യാത്രയുടെ – നിങ്ങളുടെ ഉള്ളിലേക്കുള്ള യാത്രയുടെ ഉദ്ദേശ്യവും നിർവൃതിയും ഇതാണ്.

നാം നമ്മുടെ ബാഹ്യോദ്ദേശ്യം നേടുന്നുണ്ടോ എന്നുള്ളത്, നാം ഈ ലോകത്തു വിജയിക്കുന്നുണ്ടോ അതോ പരാജയപ്പെടുന്നുണ്ടോ എന്നുള്ളതു പ്രധാനമാണോ?

നിങ്ങളുടെ ആന്തരികോദ്ദേശ്യം നിങ്ങൾ സാക്ഷാത്കരിക്കാതിരിക്കുന്നിടത്തോളം കാലം ഇതു നിങ്ങളെ സംബന്ധിച്ചു പ്രധാനമാണ്. അതുകഴിഞ്ഞാൽ ബാഹ്യോദ്ദേശ്യം വെറും ഒരു കളിയായി മാറുന്നു. നിങ്ങൾ അത് ആസ്വദിക്കുന്നതുകൊണ്ടുമാത്രം നിങ്ങൾ അതിൽ തുടർന്നും ഏർപ്പെടുന്നു. ബാഹ്യോദ്ദേശ്യത്തിൽ പൂർണ്ണമായും പരാജയപ്പെടുകയും അതേസമയം ആന്തരികോദ്ദേശ്യത്തിൽ പൂർണ്ണമായി വിജയിക്കുകയും ചെയ്യുക സാദ്ധ്യമാണ്. മറിച്ച്, വളരെ സാധാരണമായ രീതിയിൽ, ബാഹ്യമായ സമ്പത്തും ആന്തരികമായ ദാരിദ്ര്യവും സാദ്ധ്യമാണ്. യേശു പറയുന്നതുപോലെ 'ലോകത്തെ നേടുവാനായി ആത്മാവിനെ നഷ്ടപ്പെടുത്ത്'ലാണത്. അന്തിമമായി, ഓരോ ബാഹ്യോദ്ദേശ്യവും ഇന്നല്ലെങ്കിൽ നാളെ പരാജയപ്പെടുവാനായി വിധിക്കപ്പെട്ടിട്ടുള്ളതാണ്. എല്ലാ വസ്തുക്കളെയുംപോലെ നശ്വരതയുടെ നിയമത്തിന് അധീനമാണ് അത് എന്നതുതന്നെയാണു ലളിതമായി പറഞ്ഞാൽ അതിന്റെ കാരണം. നിങ്ങളുടെ ബാഹ്യോദ്ദേശ്യത്തിനു നീണ്ടുനില്ക്കുന്ന സംതൃപ്തി നല്കാനാകില്ലെന്നു നിങ്ങൾ എത്ര പെട്ടെന്നു തിരിച്ചറിയുന്നുവോ അത്രയും നല്ലത്. നിങ്ങളുടെ ബാഹ്യോദ്ദേശ്യത്തിന്റെ പരിമിതികൾ നിങ്ങൾ മനസ്സിലാക്കിക്കഴിഞ്ഞാൽ അതു നിങ്ങൾക്കു സന്തുഷ്ടി നല്കണമെന്ന അയഥാർത്ഥമായ പ്രതീക്ഷ നിങ്ങൾ കൈവെടിയുന്നു. നിങ്ങളുടെ ആന്തരികോദ്ദേശ്യം നേടുവാനായി നിങ്ങളതിനെ പ്രയോജനപ്പെടുത്തുന്നു.

നിങ്ങളുടെ സാന്നിദ്ധ്യത്തിൽ ഭൂതകാലത്തിനു നിലനില്ക്കാനാവില്ല

അനാവശ്യമായി ഭൂതകാലത്തെക്കുറിച്ചു ചിന്തിക്കുകയും പറയുകയും ചെയ്യുന്നതു വർത്തമാനകാലത്തെ അവഗണിക്കാനായി നാം ഉപയോഗിക്കുന്ന വഴികളിലൊന്നാണെന്ന് അങ്ങ് പരാമർശിച്ചുവല്ലോ. പക്ഷേ, നാം ഓർമ്മിക്കുകയും ചിലപ്പോൾ താദാത്മ്യപ്പെടുകയും ചെയ്യുന്ന ഭൂതകാലത്തിൽനിന്നു വേറിട്ടു നമ്മുടെയുള്ളിൽ ആഴത്തിൽ സ്ഥിതിചെയ്യുന്ന ഭൂതകാലത്തിന്റെ വേറൊരു തലമില്ലേ? നമ്മുടെ ജീവിതങ്ങളെ പരുവപ്പെടുത്തുന്ന അബോധപൂർവ്വമായ ഭൂതകാലത്തെക്കുറിച്ചാണു ഞാൻ പറയുന്നത്. പ്രത്യേകിച്ചും ശൈശവകാലത്തെ ആദ്യാനുഭവങ്ങളിലൂടെയും ചിലപ്പോൾ പൂർവ്വജന്മത്തിലെ അനുഭവങ്ങളിലൂടെയും ഈ സ്വാധീനം ഉണ്ടാകാം. പിന്നെ നാം ഭൂമിശാസ്ത്രപരമായി എവിടെ ജീവിക്കുന്നു എന്നതും നാം ജീവിക്കുന്ന ചരിത്രകാലഘട്ടവും നമ്മെ സാംസ്കാരികമായി പരുവപ്പെടുത്തും. ഇക്കാര്യങ്ങളെല്ലാം നാം ലോകത്തെ വീക്ഷിക്കുന്ന രീതിയെയും നമ്മുടെ പ്രതികരണ രീതിയെയും ചിന്താരീതിയെയും നമ്മുടെ ബന്ധങ്ങളെയും നാം ജീവിക്കുന്ന രീതിയെയും നിർണ്ണയിക്കും. ഇത്രയധികം കാര്യങ്ങളെക്കുറിച്ച് അവ

ബോധമുള്ളവരായിത്തീർന്ന് അവയെ ഉപേക്ഷിക്കുവാൻ നമുക്ക് എപ്പോഴെങ്കിലും കഴിയുമോ? അതിന് ഒരുപാടു സമയമെടുക്കില്ലേ? ഇനി നമ്മുടെ ഭൂതകാലത്തെ നാം ഉപേക്ഷിച്ചെന്നിരിക്കട്ടെ. പിന്നെ എന്താണു ബാക്കിയുണ്ടാവുക?

മിഥ്യ അവസാനിക്കുമ്പോൾ പിന്നെയെന്താണു ബാക്കിയുണ്ടാവുക?

നിങ്ങളുടെ അബോധപൂർവ്വമായ ഭൂതകാലത്തെക്കുറിച്ചു സൂക്ഷ്മാന്വേഷണം നടത്തേണ്ട ആവശ്യമില്ല. അത് ഈ നിമിഷത്തിൽ ഒരു ചിന്തയായോ വികാരമായോ ആഗ്രഹമായോ പ്രതികരണമായോ നിങ്ങൾക്കുണ്ടാകുന്ന ഒരു ബാഹ്യസംഭവമായോ പ്രത്യക്ഷപ്പെടുമ്പോൾ മാത്രം അങ്ങനെ ചെയ്താൽ മതി. വർത്തമാനകാലത്തിലെ വെല്ലുവിളികൾ, നിങ്ങളുടെ അബോധപൂർവ്വമായ ഭൂതകാലത്തെക്കുറിച്ചു നിങ്ങൾക്ക് അറിയേണ്ടതെല്ലാം പുറത്തുകൊണ്ടുവരും. നിങ്ങൾ ഭൂതകാലത്തിലേക്ക് ആഴ്ന്നിറങ്ങുംതോറും അതൊരു നിലയില്ലാത്ത ഗർത്തമായിത്തീരും. എപ്പോഴും ഇനിയും കൂടുതലുണ്ടാകും. ഭൂതകാലത്തെ അറിയാനും അതിൽനിന്നു സ്വതന്ത്രനാകാനും കൂടുതൽ സമയം വേണമെന്നു നിങ്ങൾ ചിന്തിച്ചേക്കാം. മറ്റൊരുതരത്തിൽ പറഞ്ഞാൽ, ഭവിഷ്യത്കാലം ഒടുവിൽ നിങ്ങളെ ഭൂതകാലത്തിൽനിന്നു മോചിതനാക്കും എന്ന ചിന്താഗതിയാണിത്. ഇതൊരു മിഥ്യയാണ്. വർത്തമാനകാലത്തിനുമാത്രമേ നിങ്ങളെ ഭൂതകാലത്തിൽനിന്നു മോചിപ്പിക്കാൻ കഴിയുകയുള്ളൂ. കൂടുതൽ സമയത്തിനു നിങ്ങളെ സമയത്തിൽനിന്നു മോചിപ്പിക്കാനാവില്ല. വർത്തമാനനിമിഷത്തിന്റെ ശക്തിയെ വിനിയോഗിക്കുക. അതാണു താക്കോൽ.

വർത്തമാനനിമിഷത്തിന്റെ ശക്തിയെന്നാലെന്താണ്?

അതു നിങ്ങളുടെ സാന്നിദ്ധ്യത്തിന്റെ ശക്തിയല്ലാതെ മറ്റൊന്നുമല്ല. ചിന്താരൂപങ്ങളിൽനിന്നു വിമുക്തമായ നിങ്ങളുടെ ബോധമാണത്.

അതുകൊണ്ടു വർത്തമാനകാലത്തിന്റെ തലത്തിൽനിന്നുകൊണ്ടു ഭൂതകാലത്തെ കൈകാര്യം ചെയ്യുക. നിങ്ങൾ ഭൂതകാലത്തിന് എത്രത്തോളം ശ്രദ്ധ കൊടുക്കുന്നുവോ, അത്രത്തോളം ഊർജ്ജം അതിനു നല്കുന്നു. അങ്ങനെ അതിൽനിന്ന് ഒരു 'വ്യക്തിത്വ'ത്തെ ഉണ്ടാക്കിയെടുക്കാനുള്ള സാദ്ധ്യതയേറുന്നു. കാര്യങ്ങൾ തെറ്റായി മനസ്സിലാക്കരുത്. ശ്രദ്ധ ആവശ്യമാണ്. ഭൂതകാലത്തിനു ഭൂതകാലം എന്ന നിലയ്ക്കുള്ള ശ്രദ്ധയല്ല നല്കേണ്ടത്. വർത്തമാനകാലത്തിനാണു ശ്രദ്ധ നല്കേണ്ടത്. വർത്തമാനകാലത്തിൽ സംഭവിക്കുന്നതിനനുസരിച്ചു നിങ്ങളുടെ പെരുമാറ്റത്തിലും പ്രതികരണങ്ങൾക്കും മനോഭാവങ്ങൾക്കും ചിന്തകൾക്കും വികാരങ്ങൾക്കും ഭീതികൾക്കും ആഗ്രഹങ്ങൾക്കും ശ്രദ്ധ നല്കുക. ഇവയൊക്കെയാണു നിങ്ങളുടെയുള്ളിലെ ഭൂതകാലം.

വിമർശിക്കാതെയും അപഗ്രഥിക്കാതെയും വിലയിരുത്താതെയും ഇക്കാര്യങ്ങളെയൊക്കെ വീക്ഷിക്കാവുന്ന തരത്തിൽ നിങ്ങൾക്കു സന്നിഹിതനാവാൻ കഴിയുന്നുണ്ടെങ്കിൽ നിങ്ങൾക്കു ഭൂതകാലത്തെ കൈകാര്യം ചെയ്യാനും നിങ്ങളുടെ സാന്നിദ്ധ്യത്തിന്റെ ശക്തിയിലൂടെ അതിനെ അലിയിക്കാനും കഴിയും. ഭൂതകാലത്തിനുള്ളിലേക്കു സഞ്ചരിച്ചു നിങ്ങൾക്കു സ്വയം കണ്ടെത്താനാവില്ല. വർത്തമാനകാലത്തിനുള്ളിലേക്കു വന്നാണു നിങ്ങൾ സ്വയം കണ്ടെത്തേണ്ടത്.

ഭൂതകാലത്തെ മനസ്സിലാക്കുന്നത് നമ്മൾ ചില കാര്യങ്ങൾ എന്തുകൊണ്ടാണു ചെയ്യുന്നതെന്നും എന്തുകൊണ്ടാണു ചില രീതികളിൽ പ്രതികരിക്കുന്നതെന്നും എന്തുകൊണ്ടാണ് അബോധപൂർവ്വമായി നമ്മുടേതുമാത്രമായ പ്രത്യേകതരം നാടകവും ബന്ധങ്ങളിൽ ചില ക്രമങ്ങളും സൃഷ്ടിക്കുന്നതെന്നും മനസ്സിലാക്കാൻ സഹായകമാവില്ലേ?

നിങ്ങളുടെ വർത്തമാനകാല യാഥാർത്ഥ്യത്തെക്കുറിച്ചു നിങ്ങൾക്കു കൂടുതൽ അവബോധമുണ്ടാകുമ്പോൾ എന്തുകൊണ്ടാണ് നിങ്ങളുടെ ക്രമീകരിക്കപ്പെട്ട സ്വഭാവവിശേഷങ്ങൾ പ്രത്യേക രീതികളിൽ പ്രവർത്തിക്കുന്നതെന്നതിനെക്കുറിച്ചുള്ള ചില ഉൾക്കാഴ്ചകൾ നിങ്ങൾക്കു പെട്ടെന്നു ലഭിച്ചേക്കാം. ഉദാഹരണത്തിന്, എന്തുകൊണ്ടാണു നിങ്ങളുടെ ബന്ധങ്ങൾ ചില പ്രത്യേക ക്രമങ്ങളെ പിന്തുടരുന്നതെന്നതിനെക്കുറിച്ചായിരിക്കാം ആ ഉൾക്കാഴ്ച. അതല്ലെങ്കിൽ ഭൂതകാലത്തിൽ സംഭവിച്ച കാര്യങ്ങൾ നിങ്ങൾ ഓർമ്മിക്കുകയോ അവയെ കൂടുതൽ വ്യക്തമായി കാണുകയോ ചെയ്യും. ഇതു നല്ലതും സഹായകരവുമാണ്. പക്ഷേ, അത്യന്താപേക്ഷിതമല്ല. നിങ്ങളുടെ ബോധപൂർവ്വമായ സാന്നിദ്ധ്യമാണ് അത്യന്താപേക്ഷിതമായ കാര്യം. അതു ഭൂതകാലത്തെ അലിയിക്കുന്നു. അതാണു പരിവർത്തന ഹേതുവാകുന്നത്. അതുകൊണ്ട് ഭൂതകാലത്തെ മനസ്സിലാക്കാൻ ശ്രമിക്കാതെ നിങ്ങൾക്കു സാധിക്കുന്നത്ര സന്നിഹിതനാവുക. നിങ്ങളുടെ സാന്നിദ്ധ്യത്തിൽ കഴിഞ്ഞ കാലത്തിനു നിലനില്ക്കാനാവില്ല. നിങ്ങളുടെ അസാന്നിദ്ധ്യത്തിലേ അതിനു നിലനില്ക്കാനാവൂ.

അത് നിങ്ങൾ വിചാരിക്കുന്നതുപോലെയല്ല

സാന്നിദ്ധ്യത്തിന്റെ അവസ്ഥയെക്കുറിച്ചു 'താക്കോൽ' എന്ന് അങ്ങു പറയുന്നു. ബുദ്ധിപരമായി ഞാനതു മനസ്സിലാക്കുന്നുണ്ടെന്നാണ് ഞാൻ വിചാരിക്കുന്നത്. പക്ഷേ, ഞാനെപ്പോഴെങ്കിലും അത് അനുഭ വിച്ചിട്ടുണ്ടോ എന്നെനിക്കറിയില്ല. ഞാൻ വിചാരിക്കുന്നതുതന്നെ യാണോ അത്. അതോ അതു തീർത്തും വ്യത്യസ്തമായ ഒന്നാണോ എന്ന് ഞാൻ അത്ഭുതപ്പെടുന്നു.

നിങ്ങൾ വിചാരിക്കുന്നതുപോലെയല്ല അത്!

സാന്നിദ്ധ്യത്തെക്കുറിച്ചു നിങ്ങൾക്കു ചിന്തിക്കാനാവില്ല. മനസ്സിന് അതിനെ മനസ്സിലാക്കാനാവില്ല. സാന്നിദ്ധ്യത്തെ മനസ്സിലാക്കുക എന്നാൽ 'സന്നിഹിതനാവുക' എന്നാണർത്ഥം.

ഒരു ചെറിയ പരീക്ഷണം ചെയ്തു നോക്കൂ. കണ്ണുകളടച്ചു സ്വയം പറയുക, "എന്റെ അടുത്ത ചിന്ത എന്തായിരിക്കുമെന്നു ഞാൻ അത്ഭു തപ്പെടുന്നു," എന്ന്. പിന്നെ അങ്ങേയറ്റത്തെ ജാഗ്രതയോടെ അടുത്ത ചിന്തയ്ക്കായി കാത്തിരിക്കുക. എലിയുടെ മാളത്തിനരികിൽ കാവ ലിരിക്കുന്ന പൂച്ചയെപ്പോലെയാകുക. ആ എലിമാളത്തിൽനിന്ന് എന്തു ചിന്തയാണു പുറത്തുവരാൻ പോകുന്നത്? ഇപ്പോൾത്തന്നെ അതു ശ്രമിച്ചു നോക്കൂ.

ടോളെ: എന്തായി?

ഒരു ചിന്ത വരുന്നതിനുമുമ്പ് എനിക്ക് ഒരുപാടു നേരം കാത്തിരിക്കേ ണ്ടിവന്നു.

ടോളെ: അതുതന്നെ. നിങ്ങൾ തീവ്രമായ സാന്നിദ്ധ്യത്തിന്റെ അവസ്ഥ യിലായിരിക്കുന്നിടത്തോളം കാലം നിങ്ങൾ ചിന്തയിൽനിന്നു മുക്ത നായിരിക്കും. നിങ്ങൾ നിശ്ചലനും വളരെയധികം ജാഗ്രതയുള്ളവനു മായിരിക്കും. നിങ്ങളുടെ ബോധപൂർവ്വമായ ശ്രദ്ധ ഒരു പ്രത്യേക തലത്തിൽനിന്നു താഴുന്ന നിമിഷത്തിൽ ചിന്തകൾ ഉള്ളിലേക്കു

തിരക്കിവരുന്നു. മാനസികമായ ആരവവും തിരിച്ചുവരുന്നു. നിശ്ചലത ഇല്ലാതാകുന്നു. നിങ്ങൾ വീണ്ടും സമയത്തിലേക്കു തിരിച്ചുവരുന്നു.

തങ്ങളുടെ ശിഷ്യന്മാരുടെ സാന്നിദ്ധ്യത്തിന്റെ അളവ് പരീക്ഷിക്കാനായി ചില സെൻ ആചാര്യന്മാർ അവരുടെ പിറകിൽ പതുങ്ങിച്ചെന്ന് ഒരു വടികൊണ്ടു പെട്ടെന്നു പ്രഹരിക്കുമായിരുന്നുവെന്നു പറഞ്ഞു കേട്ടിട്ടുണ്ട്. അതെത്ര ഞെട്ടലുളവാക്കിയിരിക്കും! ശിഷ്യൻ പൂർണ്ണമായി സന്നിഹിതനും ജാഗ്രതയുടെ അവസ്ഥയിലിരിക്കുന്നവനും ആയിരുന്നെങ്കിൽ, സാന്നിദ്ധ്യത്തിനു സദൃശമായി യേശു ഉപയോഗിച്ചിരുന്ന വാക്യത്തിലേതുപോലെ, 'അരക്കെട്ടു മുറുക്കുകയും തന്റെ വിളക്കു ജ്വലിപ്പിച്ചുകൊണ്ടിരിക്കുകയും' ചെയ്യുകയായിരുന്നുവെങ്കിൽ, ആചാര്യൻ പിറകിൽനിന്നു വരുന്നതു ശ്രദ്ധിച്ച് അദ്ദേഹത്തെ തടയുകയോ തെന്നിമാറുകയോ ചെയ്തേനെ. ശിഷ്യന് പ്രഹരം ഏറ്റിട്ടുണ്ടെങ്കിൽ അതിനർത്ഥം അയാൾ ചിന്തയിൽ മുഴുകിയിരിക്കുകയായിരുന്നു എന്നാണ്. അയാൾ സന്നിഹിതനായിരുന്നില്ല. ബോധശൂന്യനായിരുന്നു എന്നൊക്കെ പറയാം.

നിങ്ങൾ നിങ്ങളുടെ ഉള്ളിൽത്തന്നെ ആഴത്തിൽ വേരൂന്നുന്നത്, ദൈനംദിന ജീവിതത്തിൽ സന്നിഹിതനായിരിക്കാൻ സഹായിക്കും. അല്ലെങ്കിൽ അവിശ്വസനീയമായ ആയമുള്ള മനസ്സ് വന്യമായ ഒരു നദി പോലെ നിങ്ങളെയും വലിച്ചുകൊണ്ടുപോകും.

നിങ്ങളുടെയുള്ളിൽത്തന്നെ ആഴത്തിൽ വേരൂന്നുക എന്നതുകൊണ്ട് അങ്ങ് എന്താണുദ്ദേശിക്കുന്നത്?

നിങ്ങളുടെ ശരീരത്തിൽ പൂർണ്ണമായും അധിവസിക്കുക എന്നാണതിന്റെ അർത്ഥം. എപ്പോഴും നിങ്ങളുടെ കുറച്ചു ശ്രദ്ധ നിങ്ങളുടെ ശരീരത്തിലെ ആന്തരിക ഊർജ്ജക്ഷേത്രത്തിനു നല്കുക. അതായത്, നിങ്ങളുടെ ശരീരത്തെ ഉള്ളിൽനിന്ന് അനുഭവിക്കുക. ശരീരത്തെക്കുറിച്ചുള്ള അവബോധം നിങ്ങളെ സന്നിഹിതനായിരിക്കാൻ സഹായിക്കും. അതു നിങ്ങളെ വർത്തമാനനിമിഷത്തിൽ സ്ഥിരമായി നിലനിർത്തും. (6-ാം അദ്ധ്യായം കാണുക).

'കാത്തിരിപ്പി'ന്റെ ഗൂഢമായ അർത്ഥം

ഒരർത്ഥത്തിൽ, സാന്നിദ്ധ്യത്തിന്റെ അവസ്ഥയെ കാത്തിരിപ്പിനോട് ഉപമിക്കാം. യേശു തന്റെ ചില നീതികഥകളിൽ, 'കാത്തിരിപ്പ്' എന്ന ഉപമാനം ഉപയോഗിച്ചിരുന്നു. ഇതു വർത്തമാനകാലത്തിന്റെ നിഷേധമായ, സാധാരണ കാണപ്പെടുന്ന വിരസവും അവിശ്രാന്തവുമായ കാത്തിരിപ്പല്ല. അതിനെക്കുറിച്ച് ഞാൻ നേരത്തേ സംസാരിച്ചുകഴിഞ്ഞു. ഭാവിയിലെ ഏതോ ബിന്ദുവിൽ നിങ്ങളുടെ ശ്രദ്ധയെ കേന്ദ്രീകരിക്കുന്ന

ഒരു കാത്തിരിപ്പല്ല അത്. അതുപോലെ, നിങ്ങൾക്കാവശ്യമുള്ളതിനെ നേടുന്നതു തടസ്സപ്പെടുത്തുന്ന ഒരു അനഭിലഷണീയമായ പ്രതിബന്ധമായി വർത്തമാനകാലത്തെ കണക്കാക്കുന്ന ഒരു കാത്തിരിപ്പുമല്ല അത്. ഗുണപരമായി വ്യത്യസ്തമായ ഒരു കാത്തിരിപ്പുണ്ട്. നിങ്ങളുടെ മുഴുവൻ ജാഗ്രതയും അതിനാവശ്യമാണ്. ഏതു നിമിഷവും എന്തെങ്കിലും സംഭവിക്കാം. നിങ്ങൾ പൂർണ്ണമായും ഉറക്കമുണർന്നിട്ടില്ലെങ്കിൽ, പൂർണ്ണമായി നിശ്ചലനല്ലെങ്കിൽ, നിങ്ങളതു വിട്ടുകളഞ്ഞേക്കും. ഇത്തരം കാത്തിരിപ്പിനെക്കുറിച്ചാണ് യേശു സംസാരിക്കുന്നത്. ആ അവസ്ഥയിൽ നിങ്ങളുടെ മുഴുവൻ ശ്രദ്ധയും വർത്തമാനനിമിഷത്തിലാണ്. പകൽക്കിനാവുകാണാനോ, ചിന്തിക്കാനോ, ഓർമ്മിക്കാനോ, പ്രതീക്ഷിക്കാനോ ശ്രദ്ധയൊന്നും ബാക്കിയില്ല. അവിടെ പിരിമുറുക്കമോ ഭയമോ ഇല്ല. വെറും ജാഗ്രതയുള്ള സാന്നിദ്ധ്യം മാത്രം. നിങ്ങളുടെ മുഴുവൻ ഉണ്മയോടും, ശരീരത്തിലെ ഓരോ കോശത്തോടും കൂടി നിങ്ങൾ സന്നിഹിതനാണ്. ആ അവസ്ഥയിൽ, ഭൂതകാലവും ഭവിഷ്യത്കാലവുമുള്ള 'നിങ്ങൾ' അല്ലെങ്കിൽ നിങ്ങളുടെ 'വ്യക്തിത്വം' ഇല്ലാതാകുന്നു. എങ്കിലും മൂല്യമുള്ള ഒന്നുംതന്നെ നഷ്ടപ്പെടുന്നില്ല. അടിസ്ഥാനപരമായി നിങ്ങൾ നിങ്ങൾതന്നെയാണ്. സത്യത്തിൽ മുമ്പത്തേക്കാളധികം മുഴുവനായി നിങ്ങൾ 'നിങ്ങളാ'കുന്നു. അല്ലെങ്കിൽ ഇപ്പോഴാണ് നിങ്ങൾ യഥാർത്ഥത്തിൽ നിങ്ങളായത്.

"യജമാനന്റെ തിരിച്ചുവരവ് കാത്തിരിക്കുന്ന ഒരു ഭൃത്യനെപ്പോലെയാവുക", എന്ന് യേശു പറയുന്നുണ്ട്. തന്റെ യജമാനൻ എപ്പോഴാണു തിരിച്ചുവരിക എന്ന് ഭൃത്യന് അറിയില്ല. അതുകൊണ്ട്, യജമാനന്റെ വരവ് അറിയാതെപോകാതിരിക്കാൻ അയാൾ ഉണർന്ന്, ജാഗരൂകനായി, സമനിലയുള്ളവനായി നിശ്ചലനായിരിക്കുന്നു. മറ്റൊരു നീതികഥയിൽ യേശു മറവിക്കാരായ (ബോധശൂന്യരായ) അഞ്ചു കന്യകമാരെക്കുറിച്ചു പറയുന്നുണ്ട്. അവരുടെ വിളക്കുകൾ കത്തിച്ചുവയ്ക്കാൻ (സന്നിഹിതരായിരിക്കാൻ) വേണ്ടത്ര എണ്ണ (അവബോധം) അവരുടെ കൈവശമില്ലാത്തതിനാൽ മണവാളൻ (വർത്തമാനനിമിഷം) വന്നത് അവർ അറിയാതെപോവുകയും അവർക്കു വിവാഹവിരുന്നിൽ (ബോധോദയം) പങ്കെടുക്കാൻ കഴിയാതിരിക്കുകയും ചെയ്യുന്നു. ഈ അഞ്ചു കന്യകമാരും തങ്ങളുടെ കൈവശം വേണ്ടത്ര എണ്ണ (അവബോധത്തോടെ ഇരിക്കൽ) ഉള്ള അഞ്ചു വിവേകികളായ സ്ത്രീകളിൽ നിന്നു വിരുദ്ധതയോടെ നില്ക്കുന്നു.

സുവിശേഷങ്ങളെഴുതിയ വ്യക്തികൾപോലും ഈ നീതികഥകളുടെ സാരം മനസ്സിലാക്കിയിരുന്നില്ല. അതുകൊണ്ട് അവർ അത് എഴുതിയെടുക്കുമ്പോൾത്തന്നെ ആദ്യത്തെ തെറ്റായ വ്യാഖ്യാനങ്ങളും വളച്ചൊടിക്കലുകളും അവരുടെ എഴുത്തിൽ കടന്നുകൂടി. അതിനെത്തുടർന്നുണ്ടായ തെറ്റായ വ്യാഖ്യാനങ്ങളിലൂടെ യഥാർത്ഥ അർത്ഥം പൂർണ്ണമായി നഷ്ടപ്പെട്ടു. ലോകാവസാനത്തെക്കുറിച്ചുള്ള നീതികഥകളല്ല അവ.

മറിച്ച് മാനസികസമയത്തിന്റെ അവസാനത്തെക്കുറിച്ചുള്ളതാണ്. അഹന്താത്മകമായ മനസ്സിനപ്പുറത്തേക്കു കടക്കുന്നതിലേക്കും, തീർത്തും നവീനമായ ഒരു ബോധാവസ്ഥയിൽ ജീവിക്കുന്നതിനുള്ള സാദ്ധ്യതയിലേക്കുമാണ് അവ വിരൽ ചൂണ്ടുന്നത്.

നിങ്ങളുടെ സാന്നിദ്ധ്യത്തിന്റെ നിശ്ചലതയിൽ സൗന്ദര്യം ഉദയംചെയ്യുന്നു

അങ്ങ് ഇപ്പോൾ വിവരിച്ചത് ഞാൻ ചിലപ്പോഴൊക്കെ ഏതാനും നിമിഷനേരത്തേക്ക്, ഏകനായി പ്രകൃതിയാൽ വലയംചെയ്യപ്പെട്ടിരിക്കുമ്പോൾ അനുഭവിക്കാറുള്ള ഒരു കാര്യമാണ്.

അതെ. ഉൾക്കാഴ്ചയുടെ ഒരു മിന്നായത്തെയോ, മനസ്സില്ലായ്മയുടെ ഒരു നിമിഷത്തെയോ, പൂർണ്ണമായ സാന്നിദ്ധ്യത്തെയോ വിവരിക്കാൻ 'സട്ടോരി' (satori) എന്ന വാക്കാണ് സെൻ ആചാര്യന്മാർ ഉപയോഗിക്കുന്നത്. സട്ടോരി ശാശ്വതമായ പരിവർത്തനമല്ലെങ്കിലും അതു വരുമ്പോൾ കൃതജ്ഞനാവുക. കാരണം അതു ബോധോദയത്തിന്റെ പ്രഥമാസ്വാദനം നിങ്ങൾക്കു നല്കുന്നു. പലപ്പോഴും അതെന്താണെന്ന് അറിയാതെയോ, അതിന്റെ പ്രാധാന്യം മനസ്സിലാക്കാതെയോ നിങ്ങൾ അത് അനുഭവിച്ചിരിക്കാം. പ്രകൃതിയുടെ സൗന്ദര്യത്തെക്കുറിച്ചും പ്രഭാവത്തെക്കുറിച്ചും പരിശുദ്ധിയെക്കുറിച്ചും അവബോധമുണ്ടാകണമെങ്കിൽ സാന്നിദ്ധ്യം ആവശ്യമാണ്. പ്രസന്നമായ ഒരു രാത്രിയിൽ, ആകാശത്തിന്റെ അനന്തതയിലേക്കു കണ്ണുനട്ട്, അതിന്റെ പൂർണ്ണമായ നിശ്ചലതയിലും സങ്കല്പാതീതമായ വിശാലതയിലും വിസ്മയപ്പെട്ടുകൊണ്ടു നിങ്ങൾ ഇരുന്നിട്ടുണ്ടോ? എപ്പോഴെങ്കിലും കാട്ടിനുള്ളിൽ, മലയിൽനിന്നൊഴുകിവരുന്ന നീർച്ചോലയുടെ ശബ്ദം നിങ്ങൾ ശരിക്കും ശ്രദ്ധിച്ചിട്ടുണ്ടോ? നിശ്ശബ്ദമായ ഒരു വേനൽക്കാല സായാഹ്നത്തിൽ, സന്ധ്യാസമയത്തുള്ള കറുത്തപക്ഷിയുടെ പാട്ട് നിങ്ങൾ കേട്ടിട്ടുണ്ടോ? അത്തരം കാര്യങ്ങളെക്കുറിച്ച് അവബോധമുണ്ടാകണമെങ്കിൽ, മനസ്സു നിശ്ചലമാകണം. പ്രശ്നങ്ങളും ഭൂതഭാവികാലങ്ങളും നിങ്ങളുടെ എല്ലാ അറിവുകളുമടങ്ങിയ നിങ്ങളുടെ വ്യക്തിപരമായ ഭാണ്ഡക്കെട്ട് നിങ്ങൾ ഒരു നിമിഷം താഴെ വയ്ക്കണം. അല്ലെങ്കിൽ നിങ്ങൾ കാണുമ്പോഴും കാണുന്നുണ്ടാകില്ല. കേൾക്കുമ്പോഴും കേൾക്കുന്നുണ്ടാകില്ല. നിങ്ങളുടെ പൂർണ്ണമായ സാന്നിദ്ധ്യം ആവശ്യമാണ്.

ഇവിടെ ബാഹ്യരൂപങ്ങളുടെ സൗന്ദര്യത്തിനപ്പുറത്തു കൂടുതലായെന്തോ ഉണ്ട്. നമുക്കു പേരിടാനാവാത്ത അവാച്യമായ എന്തോ ഒന്ന്. ഏതോ അഗാധമായ ആന്തരികവും പരിപാവനവുമായ സത്ത. സൗന്ദര്യം എപ്പോൾ എവിടെ ഉണ്ടെങ്കിലും ഈ ആന്തരികസത്ത പുറത്തേക്കു തിളങ്ങുന്നത് കാണാനാവും. നിങ്ങൾ സന്നിഹിതനാവുമ്പോൾ

മാത്രമേ അതു സ്വയം വെളിപ്പെടുത്തുകയുള്ളൂ. ഈ നാമരഹിതമായ അന്തഃസത്തയും നിങ്ങളുടെ സാന്നിദ്ധ്യവും ഒന്നാണെന്നു വരുമോ? നിങ്ങളുടെ സാന്നിദ്ധ്യമില്ലാതെ അതവിടെ ഉണ്ടാകുമോ? അതിലേക്ക് ആഴത്തിൽ പോകുക. നിങ്ങൾതന്നെ ഉത്തരം കണ്ടുപിടിക്കുക.

സാന്നിദ്ധ്യത്തിന്റെ ആ നിമിഷങ്ങൾ നിങ്ങൾ അനുഭവിച്ചപ്പോൾ, കുറച്ചു നേരത്തേക്കു 'മനസ്സില്ലായ്മ'യുടെ ഒരവസ്ഥയിലായിരുന്നു നിങ്ങളെന്നു നിങ്ങൾ തിരിച്ചറിഞ്ഞിട്ടുണ്ടാവില്ല. ആ അവസ്ഥയ്ക്കും ചിന്തകളുടെ അകത്തേക്കുള്ള പ്രവാഹത്തിനും ഇടയ്ക്കുള്ള വിടവ് തീരെ ഇടുങ്ങിയതാണ് എന്നതാണ് അതിനു കാരണം. നിങ്ങളുടെ സട്ടോരി ഏതാനും നിമിഷങ്ങൾ മാത്രമേ നീണ്ടുനിന്നിട്ടുണ്ടാവുകയുള്ളൂ. അപ്പോഴേക്കും മനസ്സ് അകത്തു കടന്നിരിക്കും. പക്ഷേ, അതവിടെ ഉണ്ടായിരുന്നു. അല്ലെങ്കിൽ ആ സൗന്ദര്യം നിങ്ങൾക്ക് അനുഭവവേദ്യമാകുമായിരുന്നില്ല. മനസ്സിനു സൗന്ദര്യത്തെ തിരിച്ചറിയാനോ സൃഷ്ടിക്കാനോ കഴിയില്ല. നിങ്ങൾ പൂർണ്ണമായും സന്നിഹിതനായിരുന്ന കുറച്ചു നിമിഷത്തേക്കു മാത്രമേ ആ സൗന്ദര്യവും അല്ലെങ്കിൽ ആ പരിശുദ്ധിയും അവിടെ ഉണ്ടായിരുന്നുള്ളൂ. ആ വിടവിന്റെ ഇടുങ്ങിയ അവസ്ഥകൊണ്ടും നിങ്ങളുടെ ഭാഗത്തുള്ള കരുതലിന്റെയും ജാഗ്രതയുടെയും അഭാവം മൂലവും സൂക്ഷ്മജ്ഞാനമെന്ന സൗന്ദര്യത്തെക്കുറിച്ചുള്ള ചിന്താരഹിതമായ അവബോധത്തിനും അതിനു ചിന്തയാൽ പേരിടുകയും അതിനെ വ്യാഖ്യാനിക്കുകയും ചെയ്യുന്ന പ്രക്രിയയ്ക്കുമിടയിലുള്ള അടിസ്ഥാനപരമായ വ്യത്യാസം നിങ്ങൾക്കു കാണാൻ കഴിഞ്ഞില്ല. സമയത്തിന്റെ വിടവ് അത്രയേറ്റം ചെറുതായതിനാൽ അതൊരൊറ്റ പ്രക്രിയയായി തോന്നിച്ചു. സത്യമെന്താണെന്നുവച്ചാൽ, ചിന്ത കടന്നുവന്നപ്പോൾ ആ അനുഭവത്തെക്കുറിച്ചുള്ള ഓർമ്മ മാത്രമേ നിങ്ങൾക്കു ബാക്കിയുണ്ടായിരുന്നുള്ളൂ.

സൂക്ഷ്മജ്ഞാനത്തിനും ചിന്തയ്ക്കുമിടയിലുള്ള വിടവിനു വീതിയേറുംതോറും മനുഷ്യനെന്ന നിലയ്ക്കു നിങ്ങൾ കൂടുതൽ ആഴമുള്ളവനായിത്തീരും. അതായത് കൂടുതൽ അവബോധമുള്ളവനായിത്തീരും.

മിക്ക ആളുകളും മനസ്സിന്റെ തടവറയിൽ അടയ്ക്കപ്പെട്ടിരിക്കുന്നതുകൊണ്ടു പ്രകൃതിയുടെ സൗന്ദര്യം അവരെ സംബന്ധിച്ച് യഥാർത്ഥത്തിൽ നിലവിലില്ല. അവർ പറഞ്ഞേക്കാം, "എത്ര മനോഹരമായ പുഷ്പം," എന്ന്. പക്ഷേ, അതു മനസ്സിന്റെ തലത്തിലുള്ള യാന്ത്രികമായ ഒരു പേരിടൽ മാത്രമാണ്. അവർ നിശ്ചലരല്ലാത്തതുകൊണ്ട്, സന്നിഹിതരല്ലാത്തതുകൊണ്ട്, അവർക്ക് യഥാർത്ഥത്തിൽ ആ പുഷ്പത്തെ കാണാനോ, അതിന്റെ അന്തഃസത്തയെയോ പവിത്രതയെയോ അനു

ഭവിക്കാനോ കഴിയുന്നില്ല. അവർ സ്വയം അറിയാത്തതുപോലെ, അവർക്കു സ്വന്തം അന്തഃസാരത്തെയോ പവിത്രതയെയോ അനുഭവിക്കാൻ കഴിയാത്തതുപോലെ തന്നെയാണത്.

നാം മനസ്സിന്റെ അങ്ങേയറ്റത്ത മേധാവിത്വമുള്ള ഒരു സംസ്കാരത്തിൽ ജീവിക്കുന്നതുകൊണ്ട് ആധുനിക കലകളിലും ശില്പകലയിലും സംഗീതത്തിലും സാഹിത്യത്തിലുമൊന്നും ചുരുക്കം ചിലതിനെ മാറ്റിനിർത്തിയാൽ, സൗന്ദര്യമോ ആന്തരികസത്തയോ ഇല്ലെന്നു കാണാം. കാരണം ഇവ സൃഷ്ടിക്കുന്ന വ്യക്തികൾക്ക് ഒരു നിമിഷംപോലും മനസ്സിൽനിന്നു സ്വതന്ത്രരാകാൻ കഴിയുന്നില്ല. അതുകൊണ്ടു തങ്ങളുടെയുള്ളിൽ യഥാർത്ഥ ക്രിയാത്മകതയും സൗന്ദര്യവും ഉദയം ചെയ്യുന്ന ഇടത്തിനോട് അവർക്ക് ബന്ധമൊന്നുമില്ല. മനസ്സിനെ ഒറ്റയ്ക്കുവിട്ടാൽ അതു ഭീകരതകൾ മാത്രമേ സൃഷ്ടിക്കുകയുള്ളൂ. ആർട്ട് ഗാലറികളിൽ മാത്രമല്ല അതു സംഭവിക്കുന്നത്. നമ്മുടെ നാഗരിക ദൃശ്യങ്ങളോ വ്യാവസായിക മാലിന്യനിക്ഷേപ കേന്ദ്രങ്ങളോ കാണുക. ഇത്രയും വൈരൂപ്യം മറ്റൊരു സംസ്കാരവും ഒരിക്കലും സൃഷ്ടിച്ചിട്ടില്ല.

ശുദ്ധബോധത്തെ സാക്ഷാത്കരിക്കൽ

സാന്നിദ്ധ്യവും ഉണ്മയും ഒന്നുതന്നെയാണോ?

നിങ്ങൾ ഉണ്മയെക്കുറിച്ചു ബോധവാനാകുമ്പോൾ ശരിക്കുണ്ടാകുന്നതെന്താണെന്നു വച്ചാൽ, ഉണ്മയ്ക്ക് അതിനെക്കുറിച്ചുതന്നെ അവബോധമുണ്ടാകുന്നു. ഉണ്മയ്ക്കു സ്വയം അവബോധമുണ്ടാകുന്നതാണു സാന്നിദ്ധ്യം. ഉണ്മയും ബോധവും ജീവനുമെല്ലാം സമാനാർത്ഥ പദങ്ങളായതുകൊണ്ട് ബോധത്തിന് അതിനെക്കുറിച്ചുതന്നെ അവബോധമുണ്ടാകുന്നതോ അല്ലെങ്കിൽ ജീവന് ആത്മബോധമുണ്ടാകുന്നതോ ആണ് സാന്നിദ്ധ്യം എന്നു നമുക്കു പറയാം. പക്ഷേ, വാക്കുകളോടു മമതയുണ്ടാകാതെ നോക്കണം. മേൽ വിവരിച്ച കാര്യം മനസ്സിലാക്കാൻ ശ്രമിക്കുകയുമരുത്. നിങ്ങൾക്കു സന്നിഹിതനാവാൻ കഴിയുന്നതിനു മുമ്പ് നിങ്ങൾക്ക് ഒന്നുംതന്നെ മനസ്സിലാക്കേണ്ടതായില്ല.

അങ്ങ് പറയുന്നത് ഞാൻ മനസ്സിലാക്കുന്നു. പക്ഷേ, അന്തിമമായ അതിന്ദ്രീയ സത്യമായ ഉണ്മ ഇനിയും പൂർണ്ണത പ്രാപിച്ചിട്ടില്ലെന്നും, അതു വളർച്ചയുടെ ഒരു പ്രക്രിയയ്ക്കു വിധേയമാവുകയാണ് എന്നും അതു സൂചിപ്പിക്കുന്നതുപോലെ തോന്നുന്നു. ഈശ്വരന് വ്യക്തിപരമായ വളർച്ചയ്ക്കു സമയമാവശ്യമുണ്ടോ?

ഉണ്ട്. പ്രത്യക്ഷീഭവിച്ചിട്ടുള്ള പ്രപഞ്ചത്തിന്റെ പരിമിതമായ വീക്ഷണകോണിൽനിന്നു നോക്കുമ്പോൾ മാത്രം. ബൈബിളിൽ ദൈവം പ്രഖ്യാപിക്കുന്നു: "ഞാനാണ് ആദിയും അന്തവും. ഞാൻ ഞാൻ തന്നെ"

എന്ന്. ഈശ്വരൻ വസിക്കുന്ന സമയരഹിതമായ മണ്ഡലത്തിൽ—അതുതന്നെയാണ് നിങ്ങളുടെയും സ്വന്തം വീട്—ആദിയും അന്തവും ഒന്നാണ്. അവിടെ ഇതുവരെ ഉണ്ടായിട്ടുള്ളതും ഇനി ഉണ്ടാകാൻ പോകുന്നതുമായ എല്ലാ വസ്തുക്കളുടെയും സാരാംശം ഏകതയുടെയും പൂർണ്ണതയുടെയും അനാവിഷ്കൃതമായ അവസ്ഥയിൽ ശാശ്വതമായി നിലകൊള്ളുന്നു. ഇതു മനുഷ്യമനസ്സിന് സങ്കല്പിക്കാനോ മനസ്സിലാക്കാനോ കഴിയുന്ന എന്തിനും അപ്പുറത്താണുള്ളത്. പുറമേക്ക് വ്യത്യസ്തമായ രൂപങ്ങളുള്ള നമ്മുടെ ലോകത്ത്, ഏതായാലും സമയരഹിതമായ പൂർണ്ണത സങ്കല്പാതീതമായ ഒരു ധാരണയാണ്. ഇവിടെ അനന്തമായ ഉറവിടത്തിൽനിന്നു പ്രസരിക്കുന്ന പ്രകാശമാകുന്ന ബോധം പോലും വളർച്ചയുടെ പ്രക്രിയയ്ക്കു വിധേയമാകുന്നതായി തോന്നുന്നു. പക്ഷേ, നമ്മുടെ പരിമിതമായ കാഴ്ചപ്പാടുകൊണ്ടാണ് അങ്ങനെ തോന്നുന്നത്. അല്ലാതെ അന്തിമമായ രീതിയിലല്ല അതുള്ളത്. എങ്കിലും ഈ ലോകത്തുള്ള ബോധത്തിന്റെ പരിണാമത്തെക്കുറിച്ച് ഒരു നിമിഷത്തേക്കു തുടർന്നു സംസാരിക്കുവാൻ ഞാനാഗ്രഹിക്കുന്നു.

നിലനില്ക്കുന്ന എല്ലാ വസ്തുക്കൾക്കും ഉണ്മയും ഈശ്വര ചൈതന്യവും ചെറിയ ഒരളവിലെങ്കിലുമുള്ള ബോധവുമുണ്ട്. ഒരു കല്ലിനു പോലും ആരംഭദിശയിലുള്ള ബോധമുണ്ട്. അല്ലെങ്കിൽ അതു നിലനില്ക്കില്ല. അതിന്റെ പരമാണുക്കളും തന്മാത്രകളും ചിന്നിച്ചിതറിപ്പോകും. എല്ലാം ചൈതന്യം നിറഞ്ഞതാണ്. സൂര്യനും ഭൂമിയും സസ്യങ്ങളും മൃഗങ്ങളും മനുഷ്യരുമെല്ലാം ബോധത്തിന്റെ വിവിധ അളവുകളിലുള്ള ആവിഷ്കാരങ്ങളാണ്. ബോധം ആകാരങ്ങളായി പ്രകടമാകുകയാണ്.

ബോധം വിവിധ രൂപങ്ങളിലും ആകൃതികളിലും പ്രത്യക്ഷപ്പെടുമ്പോഴാണ് ലോകം ഉണ്ടാകുന്നത്. ഈ ഭൂമിയിൽ മാത്രമുള്ള ദശലക്ഷക്കണക്കിനു ജീവരൂപങ്ങളെ നോക്കുക. കടലിലും കരയിലും വായുവിലുമുള്ളവയെ. ഓരോ ജീവരൂപത്തിന്റെയും തനിപ്പകർപ്പുകൾ ദശലക്ഷം പ്രാവശ്യമെങ്കിലും സൃഷ്ടിക്കപ്പെടുന്നു. എന്താവശ്യത്തിന്! ആരോ അല്ലെങ്കിൽ എന്തോ ഒരു കളി കളിക്കുകയാണോ? രൂപങ്ങൾ വച്ചുള്ള ഒരു കളി? ഇതാണ് ഇന്ത്യയിലെ പുരാതന ഋഷിമാർ തങ്ങളോടു തന്നെ ചോദിച്ചത്. അവർ പ്രപഞ്ചത്തെ ഒരു 'ലീല'യായിട്ടാണു കണ്ടത്. ഈശ്വരൻ ആടുന്ന ഒരുതരം ദിവ്യമായ ലീല. ഈ കളിയിൽ സ്പഷ്ടമായും വ്യക്തിഗതമായ ജീവരൂപങ്ങൾ വളരെ പ്രധാനമല്ല. കടലിൽ മിക്ക ജീവരൂപങ്ങളും പിറന്നതിനുശേഷം ഏതാനും നിമിഷങ്ങൾക്കുമീതേ നിലനില്ക്കുന്നില്ല. മനുഷ്യരൂപവും വളരെ പെട്ടെന്നുതന്നെ നശിച്ചുപോകുന്നു. അതു പോയിക്കഴിഞ്ഞാൽ, അതവിടെ ഉണ്ടായിരുന്നേയില്ല എന്നു തോന്നിപ്പിക്കും. ഇതു ദുരന്തപൂർണ്ണമോ അതോ ക്രൂരമോ? ഓരോ രൂപത്തിനും വ്യത്യസ്തമായ വ്യക്തിത്വത്തെ നിങ്ങൾ സൃഷ്ടിക്കുകയാണെങ്കിൽ, ബോധമെന്നാൽ ദൈവചൈതന്യം വ്യത്യസ്തരൂപങ്ങളിൽ പ്രകടമാകുന്നതാണെന്നു നിങ്ങൾ മറന്നുപോവുകയാണെ

ങ്കിൽ മാത്രമേ അതു ദുരന്തപൂർണ്ണമാകുന്നുള്ളൂ. പക്ഷേ, നിങ്ങളുടെ സ്വന്തം ദൈവചൈതന്യത്തെ ശുദ്ധബോധമായി നിങ്ങൾ സാക്ഷാത് കരിക്കുന്നതുവരെ അതിനെക്കുറിച്ചു നിങ്ങൾക്ക് യഥാർത്ഥത്തിൽ അറിയാനാകില്ല.

ഒരു അക്വേറിയത്തിൽ ഒരു മത്സ്യം പിറന്നുവെന്നിരിക്കട്ടെ. നിങ്ങ ളതിനെ 'ജോൺ' എന്നു വിളിക്കുകയും അതിനൊരു ജനനസർട്ടിഫി ക്കറ്റ് എഴുതിക്കൊടുക്കുകയും അതിനോട് അതിന്റെ കുടുംബചരി ത്രത്തെക്കുറിച്ചു പറയുകയും ചെയ്യുന്നു എന്നു വിചാരിക്കുക. രണ്ടു മിനിട്ടുകൾ കഴിഞ്ഞ് മറ്റൊരു മത്സ്യം അവനെ ഭക്ഷിക്കുകയാണെങ്കിൽ അതു ദുരന്തപൂർണ്ണമാണ്. വ്യക്തിത്വമൊന്നും ഇല്ലാത്തിടത്ത് നിങ്ങൾ ഒരു വ്യത്യസ്ത വ്യക്തിത്വത്തെ പ്രക്ഷേപിച്ചു എന്നതുകൊണ്ടാണ് അതു ദുരന്തപൂർണ്ണമാകുന്നത്. ഊർജ്ജസ്വലമായ ഒരു പ്രക്രിയയുടെ അല്ലെ ങ്കിൽ തന്മാത്രകളുടെ നൃത്തത്തിന്റെ ഒരംശത്തെ പിടിച്ചെടുത്ത് നിങ്ങ ളതിൽനിന്നു വ്യത്യസ്തമായ ഒരസ്തിത്വത്തെ ഉണ്ടാക്കിയെടുത്തു.

ബോധം വിവിധരൂപങ്ങളുടെ പ്രച്ഛന്നവേഷത്തിൽ അവ വളരെയ ധികം സങ്കീർണ്ണമാവുന്നതുവരെ പ്രത്യക്ഷപ്പെടുന്നു. രൂപങ്ങളുടെ അതി സങ്കീർണ്ണതയിൽ അതു പൂർണ്ണമായും സ്വയം നഷ്ടപ്പെടുത്തുന്നു. ഇന്നത്തെ കാലത്തെ മനുഷ്യരിൽ ബോധം അതിന്റെ വേഷപ്പകർപ്പി നോടു പൂർണ്ണമായും താദാത്മ്യപ്പെട്ടിരിക്കുന്നു. അതു സ്വയം ഒരു രൂപ മായി മാത്രം മനസ്സിലാക്കുന്നതുകൊണ്ട് സ്വന്തം ഭൗതികവും മാനസി കവുമായ രൂപത്തിന്റെ ഉന്മൂലനത്തെക്കുറിച്ചുള്ള ഭയവുമായാണ് അതു ജീവിക്കുന്നത്. ഇതാണ് അഹന്താത്മകമായ മനസ്സ്. ഇവിടെ നിന്നാണ് ഗണനീയമായ രീതിയിൽ പ്രവർത്തനവൈകല്യം ആരംഭി ക്കുന്നത്. പരിണാമത്തിന്റെ വഴിയിൽ എവിടെയോ എന്തോ വല്ലാതെ പിഴച്ചുപോയി എന്നു നമുക്കിപ്പോൾ തോന്നാം. പക്ഷേ, അതുപോലും ദിവ്യമായ കളിയുടെ, ലീലയുടെ ഭാഗമാണ്. ഒടുവിൽ സുവ്യക്തമായ ഈ പ്രവർത്തനവൈകല്യം സൃഷ്ടിക്കുന്ന ദുരിതത്തിന്റെ സമ്മർദ്ദം, ബോധത്തെ രൂപത്തിൽനിന്നുള്ള താദാത്മ്യവിമുക്തിക്കു പ്രേരിപ്പിക്കു കയും രൂപമാകുന്ന സ്വപ്നത്തിൽനിന്ന് ഉണർത്തുകയും ചെയ്യുന്നു. അങ്ങനെ അത് ആത്മബോധം വീണ്ടെടുക്കുന്നു. പക്ഷേ, നഷ്ടപ്പെടു മ്പോൾ ഉണ്ടായിരുന്നതിനെക്കാൾ അഗാധമായ ഒരു തലത്തിലാണ് അത് ഇപ്പോൾ അനുഭവപ്പെടുക.

തന്റെ അച്ഛന്റെ വീടു വിട്ടുപോവുകയും തന്റെ സ്വത്തെല്ലാം ധൂർ ത്തടിച്ചു കളയുകയും അനാഥനായിത്തീർന്ന് തന്റെ ദുരിതങ്ങളാൽ പൊറുതിമുട്ടി വീട്ടിലേക്കു തിരിച്ചെത്തുകയും ചെയ്യുന്ന 'മുടിയനായ പുത്രന്റെ' നീതികഥയിലൂടെ യേശു ഈ പ്രക്രിയയെ വിശദീകരിക്കു ന്നുണ്ട്. മകൻ തിരിച്ചുവരുമ്പോൾ അച്ഛൻ പണ്ടത്തേക്കാളുമധികം അവനെ സ്നേഹിക്കുന്നു. മകന്റെ അവസ്ഥ പണ്ടത്തേതുതന്നെ എങ്കിലും വ്യത്യസ്തവുമാണ്. അഗാധതയുടെ ഒരു മാനംകൂടി അതിലേക്കു

കൂട്ടിച്ചേർക്കപ്പെട്ടിട്ടുണ്ട്. അബോധപൂർവ്വമായ പൂർണ്ണതയിൽനിന്നും പുറമേ കാണുന്ന അപൂർണ്ണതയിലൂടെയും തിന്മയിലൂടെയും ബോധ പൂർവ്വമായ പൂർണ്ണതയിലേക്കുള്ള ഒരു യാത്രയെയാണ് ഈ നീതികഥ വിശദീകരിക്കുന്നത്.

നിങ്ങളുടെ മനസ്സിന്റെ നിരീക്ഷകനായി സന്നിഹിതനാവുന്നതിന്റെ അഗാധവും വിശാലവുമായ പ്രസക്തിയെന്തെന്നു നിങ്ങൾക്കിപ്പോൾ അറിയാനാകുന്നുണ്ടോ? നിങ്ങൾ മനസ്സിനെ നിരീക്ഷിക്കുമ്പോഴൊക്കെ മാനസികരൂപങ്ങളിൽനിന്നു ബോധത്തെ പിൻവലിക്കുകയാണ്. അപ്പോൾ അതു നാം വിളിക്കുന്നതുപോലെ നിരീക്ഷകനോ സാക്ഷിയോ ആയി മാറുന്നു. തത്ഫലമായി, നിരീക്ഷകൻ അതായത് രൂപങ്ങൾക്കപ്പുറ ത്തുള്ള ശുദ്ധബോധം —ശക്തിപ്രാപിക്കുകയും മാനസിക രൂപീകര ണങ്ങൾ ദുർബലപ്പെടുകയും ചെയ്യുന്നു. മനസ്സിനെ നിരീക്ഷിക്കുന്ന തിനെക്കുറിച്ചു നാം പറയുമ്പോൾ ശരിക്കും പ്രാപഞ്ചിക പ്രാധാ ന്യമുള്ള ഒരു സംഭവത്തെ നാം വ്യക്തിവത്കരിക്കുകയാണ്. നിങ്ങളി ലൂടെ ബോധം, രൂപങ്ങളുമായുള്ള താദാത്മ്യം എന്ന സ്വപ്നത്തിൽനിന്ന് ഉണരുകയും രൂപങ്ങളിൽനിന്നു പിൻവാങ്ങുകയും ചെയ്യുകയാണ്. ഇതു കാലാനുസാരിയായ സമയത്തെ സംബന്ധിച്ചിടത്തോളം ഇപ്പോഴും ഒരുപക്ഷേ, വിദൂരഭാവിയിലുള്ള ഒരു സംഭവത്തിന്റെ മുന്നറിയിപ്പും ഇപ്പോഴേ അതിന്റെ ഭാഗവുമാണ്. ആ സംഭവത്തെയാണ് നാം ലോകാ വസാനം എന്നു വിളിക്കുന്നത്.

ഭൗതികവും മാനസികവുമായ രൂപങ്ങളുമായുള്ള താദാത്മ്യത്തിൽ നിന്നു ബോധം സ്വയം സ്വതന്ത്രമാകുമ്പോൾ, അതു ശുദ്ധമായ അല്ലെ ങ്കിൽ പ്രബുദ്ധമായ ബോധമെന്നോ, സാന്നിദ്ധ്യമെന്നോ നമുക്കു വിളി ക്കാവുന്ന ഒന്നായിത്തീരുന്നു. ഇതു ചില വ്യക്തികളിൽ ഇപ്പോഴേ സംഭവിച്ചുകഴിഞ്ഞിരിക്കുന്നു. അടുത്തുതന്നെ വലിയ തോതിൽ അതു സംഭവിക്കുമെന്നു വിധിക്കപ്പെട്ടിട്ടുണ്ടെന്നു തോന്നുന്നു. പക്ഷേ, അതു സംഭവിക്കുമെന്നു പൂർണ്ണമായ ഉറപ്പൊന്നുമില്ല. മിക്ക മനുഷ്യരും ഇപ്പോഴും ബോധത്തിന്റെ അഹന്താത്മകമായ വൃത്തിയുടെ പിടിയി ലാണ്. മനസ്സുമായി താദാത്മ്യപ്പെട്ട് അതിനാൽ നിയന്ത്രിക്കപ്പെടുന്ന അവസ്ഥയാണത്. തക്കസമയത്തു മനസ്സിൽനിന്നു സ്വയം വിമുക്തരാ യില്ലെങ്കിൽ അവർ അതിനാൽത്തന്നെ നശിപ്പിക്കപ്പെടും. വർദ്ധിച്ചു വരുന്ന ആശയക്കുഴപ്പവും സംഘർഷവും അക്രമവും രോഗങ്ങളും നിരാശയും ബുദ്ധിഭ്രമവുമെല്ലാം അവർ അനുഭവിക്കാനിടയാകും. അഹന്താത്മകമായ മനസ്സ് മുങ്ങിക്കൊണ്ടിരിക്കുന്ന ഒരു കപ്പലിനെപ്പോ ലെയായിരിക്കുന്നു. നിങ്ങളതിൽനിന്നു പുറത്തു കടന്നില്ലെങ്കിൽ അതി നോടൊപ്പം മുങ്ങിത്താഴും. സമഷ്ടിയുടെ അഹന്താത്മകമായ മനസ്സാണ്

ഈ ഭൂമിയിൽ ഇതുവരെ അധിവസിച്ചിട്ടുള്ളതിൽവച്ച് ഏറ്റവും അപകടകരമായ തരത്തിൽ ഭ്രാന്തവും വിനാശകരവുമായ അസ്തിത്വം. മനുഷ്യബോധം മാറ്റമില്ലാതെ അവശേഷിക്കുകയാണെങ്കിൽ ഈ ഗ്രഹത്തിന് എന്തു സംഭവിക്കുമെന്നാണ് നിങ്ങൾ കരുതുന്നത്?

ഇപ്പോൾത്തന്നെ മിക്ക മനുഷ്യർക്കും അവരുടെ മനസ്സുകളിൽനിന്നു ലഭിക്കുന്ന ഒരേയൊരു വിശ്രാന്തി, ഇടയ്ക്കെങ്കിലും ചിന്തയ്ക്കു താഴെയുള്ള ബോധത്തിന്റെ തലത്തിലേക്കു തിരിച്ചുപോകുന്നതാണ്. എല്ലാവരും ഓരോ രാത്രിയിലും ഉറങ്ങുമ്പോൾ ഇതാണ് ചെയ്യുന്നത്. പക്ഷേ, ലൈംഗികതയിലൂടെയും മദ്യത്തിലൂടെയും അമിതമായ മാനസിക പ്രവർത്തനങ്ങളെ അമർച്ച ചെയ്യുന്ന മരുന്നുകളിലൂടെയും ചെറിയൊരളവിൽ ഇതുതന്നെ സംഭവിക്കുന്നുണ്ട്.

ധാരാളമായി ഉപയോഗിക്കപ്പെടുന്ന മദ്യവും വേദനാസംഹാരികളും വിഷാദരോഗത്തെ ശമിപ്പിക്കുന്ന ഔഷധങ്ങളും നിയമവിരുദ്ധമായ മരുന്നുകളും ഇല്ലായിരുന്നുവെങ്കിൽ മനുഷ്യമനസ്സിന്റെ ഭ്രാന്ത് ഇപ്പോൾ കാണുന്നതിനേക്കാൾ ഒന്നുകൂടി സുസ്പഷ്ടമാകുമായിരുന്നു. തങ്ങളുടെ ഔഷധങ്ങൾ വിലക്കപ്പെട്ടാൽ, ജനസംഖ്യയുടെ വലിയൊരു ഭാഗം ആളുകളും അവരവർക്കും മറ്റുള്ളവർക്കും അപകടകാരികളാവുമെന്ന് ഞാൻ വിശ്വസിക്കുന്നു. തീർച്ചയായും ഈ ഔഷധങ്ങൾ നിങ്ങളെ മനസ്സിന്റെ പ്രവർത്തനവൈകല്യത്തിൽത്തന്നെ കുടുക്കിയിടും. അവയുടെ വ്യാപകമായ ഉപയോഗം പഴയ മാനസികഘടനകളുടെ തകർച്ചയെയും ഉയർന്ന തലത്തിലുള്ള ബോധത്തിന്റെ ആവിർഭാവത്തെയും വൈകിക്കാൻ മാത്രമേ ഉതകൂ. അത്തരം ഔഷധങ്ങൾ ഉപയോഗിക്കുന്ന വ്യക്തികൾക്കു തങ്ങളുടെ മനസ്സുകൾ തങ്ങളുടെ മേൽ എല്ലാ ദിവസവും അടിച്ചേൽപ്പിക്കുന്ന പീഡനത്തിൽനിന്നു കുറച്ച് ആശ്വാസം ലഭിച്ചേക്കാം. പക്ഷേ, ചിന്തയ്ക്കു മീതെ ഉയരാനും അങ്ങനെ യഥാർത്ഥ മുക്തി കണ്ടെത്താനുമുള്ള ബോധപൂർവ്വമായ സാന്നിദ്ധ്യത്തെ ആവശ്യത്തിന് ഉണ്ടാക്കാൻ അവർക്കു കഴിയാതെ പോകുന്നു.

വളരെക്കാലം മുമ്പുള്ള നമ്മുടെ പൂർവ്വികരുടെയും മൃഗങ്ങളുടെയും സസ്യങ്ങളുടെയും ചിന്ത ഉണ്ടാകുന്നതിനുമുമ്പുള്ള തലത്തിലേക്ക്, മനസ്സിന്റെ താഴെയുള്ള ബോധത്തിന്റെ തലത്തിലേക്കു വീണ്ടും വീണുപോകുന്നതു നമുക്കു തിരഞ്ഞെടുക്കാനാവില്ല. തിരിച്ചുപോവാൻ വഴിയില്ല. മനുഷ്യവർഗ്ഗത്തിനു നിലനില്ക്കണമെങ്കിൽ അടുത്ത ഘട്ടത്തിലേക്കു കടന്നേ മതിയാവൂ. ലക്ഷം കോടി രൂപങ്ങളിലൂടെ ബോധം ഈ പ്രപഞ്ചത്തിലെങ്ങും ക്രമാനുഗതമായി വികസിച്ചുകൊണ്ടിരിക്കുന്നു. അപ്പോൾ നാം വിജയിച്ചില്ലെങ്കിൽക്കൂടി, പ്രാപഞ്ചികമായ അളവുകോൽ വച്ചുനോക്കിയാൽ അതൊരു പ്രശ്നമല്ല. ബോധാവസ്ഥയിലുണ്ടാകുന്ന ചെറിയ ഉയർച്ചപോലും ഒരിക്കലും നഷ്ടപ്പെടുന്നില്ല. മറ്റൊരു രൂപത്തിലൂടെ അതു പ്രകടിപ്പിക്കപ്പെടും. പക്ഷേ, ഞാനിപ്പോൾ ഇവിടെ സംസാരിക്കുന്നു. നിങ്ങളതു കേൾക്കുകയോ വായിക്കുകയോ ചെയ്യുന്നു

എന്ന വസ്തുതതന്നെ ഈ ഭൂമിയിൽ നവീനമായ ബോധം കാലുറപ്പിച്ചിരിക്കുന്നു എന്നതിനു വ്യക്തമായ സൂചനയാണ്.

ഇതിൽ വ്യക്തിപരമായ ഒന്നുംതന്നെയില്ല. ഞാൻ നിങ്ങളെ പഠിപ്പിക്കുകയല്ല. നിങ്ങൾ ബോധമാണ്. നിങ്ങൾ നിങ്ങൾ പറയുന്നതു തന്നെയാണു ശ്രദ്ധിക്കുന്നത്. “ഗുരുവും ശിഷ്യനും ഒരുമിച്ചാണു ബോധനരീതിയെ സൃഷ്ടിക്കുന്നത്.” എന്ന പൗരസ്ത്യരുടെ ഒരു ചൊല്ലുണ്ട്. എന്തായാലും വാക്കുകൾ അവയിൽത്തന്നെ പ്രാധാന്യമുള്ളവയല്ല. അവയല്ല സത്യം. അവ സത്യം ചൂണ്ടിക്കാണിക്കുക മാത്രം ചെയ്യുന്നു. സാന്നിദ്ധ്യത്തിൽനിന്നാണ് ഞാൻ സംസാരിക്കുന്നത്. ഞാൻ സംസാരിക്കുമ്പോൾ ആ അവസ്ഥയിൽ നിങ്ങൾക്കും എന്നോടൊപ്പം ചേരാനായേക്കും. ഞാനുപയോഗിക്കുന്ന ഓരോ വാക്കിനും തീർച്ചയായും ഒരു ചരിത്രമുണ്ടെങ്കിലും എല്ലാ ഭാഷകളെയുംപോലെ അവ ഭൂതകാലത്തുനിന്നാണു വരുന്നതെങ്കിലും ഇപ്പോൾ ഞാൻ നിങ്ങളോടു പറയുന്ന വാക്കുകൾ അവ സൂചിപ്പിക്കുന്ന അർത്ഥത്തിനു പുറമേ സാന്നിദ്ധ്യത്തിന്റെ ഉയർന്ന ആവൃത്തി വഹിക്കുകകൂടി ചെയ്യുന്നു.

സാന്നിദ്ധ്യത്തിന്റെ കൂടുതൽ ശക്തിയുള്ള വാഹിനിയാണ് മൗനം. അതുകൊണ്ടു നിങ്ങൾ ഇതു വായിക്കുകയോ ഞാൻ സംസാരിക്കുന്നതു കേൾക്കുകയോ ചെയ്യുമ്പോൾ, വാക്കുകൾക്കിടയിലും താഴെയുമുള്ള നിശ്ശബ്ദതയെ അറിയുക. വിടവുകളെ അറിയുക. നിങ്ങളെവിടെയാണെങ്കിലും നിശ്ശബ്ദതയെ ശ്രദ്ധിക്കുന്നത് സന്നിഹിതനാവാനുള്ള എളുപ്പമുള്ള, ഋജുവായ വഴിയാണ്. ഒച്ചപ്പാടുണ്ടെങ്കിൽ കൂടി ശബ്ദങ്ങളുടെ താഴെയോ അവയ്ക്കിടയിലോ എപ്പോഴും കുറച്ചു നിശ്ശബ്ദതയുണ്ടാവും. ആ നിശ്ശബ്ദതയ്ക്കു ചെവിയോർക്കുന്നത് പെട്ടെന്നുതന്നെ നിങ്ങളുടെ ഉള്ളിൽ നിശ്ചലത സൃഷ്ടിക്കും. നിങ്ങളുടെയുള്ളിലെ നിശ്ചലതയ്ക്കേ പുറത്തുള്ള നിശ്ചലതയെ അറിയാൻ കഴിയൂ. നിശ്ചലതയെന്നാൽ ചിന്താരൂപങ്ങളിൽനിന്നു വിമുക്തമായ ബോധമല്ലാതെ, സാന്നിദ്ധ്യമല്ലാതെ മറ്റെന്താണ്? നാം ഇതുവരെ സംസാരിച്ചുകൊണ്ടിരുന്നതിന്റെ ജീവിക്കുന്ന സാക്ഷാത്കാരമാണിത്.

ക്രിസ്തു: നിങ്ങളുടെ ദിവ്യസാന്നിദ്ധ്യത്തിന്റെ യാഥാർത്ഥ്യം

ഏതെങ്കിലും ഒരു വാക്കിനോടു മമമതയുണ്ടാകാതെ നോക്കുക. സാന്നിദ്ധ്യത്തിനുപകരം നിങ്ങൾക്കു ‘ക്രിസ്തു’ എന്ന വാക്ക് ഉപയോഗിക്കാം — അതു നിങ്ങൾക്കു കൂടുതൽ അർത്ഥപൂർണ്ണമായി തോന്നുന്നുവെങ്കിൽ. ക്രിസ്തുവാണ് നിങ്ങളുടെ ദൈവചൈതന്യം. അല്ലെങ്കിൽ പൗരസ്ത്യദേശങ്ങളിൽ വിളിക്കുന്നതുപോലെ നിങ്ങളുടെ അന്തരാത്മാവ്. ‘ക്രിസ്തു’ എന്ന വാക്കും ‘സാന്നിദ്ധ്യം’ എന്ന വാക്കും തമ്മിലുള്ള ഒരേയൊരു വ്യത്യാസമെന്താണെന്നോ? നിങ്ങളുടെ ഉള്ളിൽ വസിക്കുന്ന

ദൈവികതയെയാണ് നിങ്ങൾ അതിനെക്കുറിച്ചു ബോധവാനാണെങ്കിലും അല്ലെങ്കിലും ക്രിസ്തു എന്ന പദം സൂചിപ്പിക്കുന്നത്. സാന്നിദ്ധ്യമെന്നാൽ നിങ്ങളുടെ ഉദ്ബുദ്ധമായ ദൈവികതയാണ് —അല്ലെങ്കിൽ ദൈവചൈതന്യമാണ്.

ക്രിസ്തുവിൽ ഭൂതകാലമോ ഭാവിയോ ഇല്ലെന്നു തിരിച്ചറിഞ്ഞാൽ പല തെറ്റിദ്ധാരണകളും അവാസ്തവമായ വിശ്വാസങ്ങളും ഇല്ലാതാകും. ക്രിസ്തു ഉണ്ടായിരുന്നെന്നോ ഇനി ഉണ്ടാകുമെന്നോ പറയുന്നതു പദങ്ങളിലുള്ള ഒരു വൈരുദ്ധ്യമാണ്. 'യേശു' ഉണ്ടായിരുന്നു. രണ്ടായിരം വർഷങ്ങൾക്കുമുമ്പ് ജീവിക്കുകയും തന്നിലെ ദൈവികമായ സാന്നിദ്ധ്യത്തെ, യഥാർത്ഥ പ്രകൃതിയെ സാക്ഷാത്കരിക്കുകയും ചെയ്ത ഒരു മനുഷ്യനായിരുന്നു അദ്ദേഹം. അതുകൊണ്ട് അദ്ദേഹം പറഞ്ഞു: "അബ്രഹാം ഉണ്ടായിരുന്നതിനുമുമ്പ് ഞാനുണ്ട്." എന്ന്. "അബ്രഹാം ജനിക്കുന്നതിനുമുമ്പുതന്നെ ഞാൻ നിലനിന്നിരുന്നു" എന്നല്ല അദ്ദേഹം പറഞ്ഞത്. അങ്ങനെ പറഞ്ഞാൽ സമയത്തിന്റെയും രൂപകമായ വ്യക്തിത്വത്തിന്റെയും മാനത്തിനുള്ളിൽത്തന്നെയാണ് അദ്ദേഹം അപ്പോഴും എന്നാണു ധ്വനിപ്പിക്കപ്പെടുക. ഭൂതകാലത്തിൽ ആരംഭിക്കുന്ന ഒരു വാക്യത്തിൽ ഉപയോഗിച്ചിരിക്കുന്ന 'ഞാനുണ്ട്' എന്ന വാക്കുകൾ ഐഹികമായ മാനത്തിലുള്ള സമൂലമായ പരിവർത്തനത്തെ, നൈരന്തര്യത്തിന്റെ അറുതിയെ ആണ് സൂചിപ്പിക്കുന്നത്. സെൻ രീതിയിലുള്ള വളരെ ഗഹനതയുള്ള ഒരു പ്രസ്താവനയാണത്. താർക്കികമായ ചിന്തയിലൂടെയല്ലാതെ ഋജുവായിത്തന്നെ സാന്നിദ്ധ്യത്തിന്റെയും ആത്മസാക്ഷാത്കാരത്തിന്റെയും അർത്ഥം നമ്മെ ധരിപ്പിക്കാനാണ് യേശു ശ്രമിച്ചത്. സമയത്താൽ നിയന്ത്രിക്കപ്പെടുന്ന ബോധത്തിന്റെ മാനത്തിനുമപ്പുറത്തേക്ക്, സമയരാഹിത്യത്തിന്റെ മണ്ഡലത്തിലേക്ക് അദ്ദേഹം കടന്നിരുന്നു. അനന്തതയുടെ മാനം ലോകത്തിലേക്കു കടന്നുവന്നു. അനന്തത എന്നാൽ അനന്തമായ സമയമല്ല, സമയമില്ലായ്മയാണ്. അങ്ങനെ യേശു എന്ന മനുഷ്യൻ ശുദ്ധബോധത്തിന്റെ വാഹകനായ ക്രിസ്തുവായിത്തീർന്നു. ബൈബിളിലുള്ള ദൈവത്തിന്റെ ആത്മനിർവ്വചനമെന്താണ്? "ഞാനെപ്പോഴും ഉണ്ടായിരുന്നു എപ്പോഴും ഉണ്ടാകും." എന്ന് ദൈവം പറഞ്ഞിട്ടുണ്ടോ? തീർച്ചയായും ഇല്ല. അതു ഭൂതകാലത്തിനും ഭാവിക്കും വാസ്തവികത സമ്മാനിച്ചേനേ. ദൈവം പറഞ്ഞത്, "ഞാൻ ഞാൻതന്നെ" എന്നാണ്. ഇവിടെ സമയമില്ല. വെറും സാന്നിദ്ധ്യം മാത്രം.

ക്രിസ്തുവിന്റെ 'രണ്ടാം വരവെ'ന്നാൽ മനുഷ്യബോധത്തിന്റെ പരിവർത്തനവും സമയത്തിൽനിന്നു സാന്നിദ്ധ്യത്തിലേക്കും ചിന്തയിൽനിന്നു ശുദ്ധബോധത്തിലേക്കുള്ള മാറ്റവുമാണ്. അല്ലാതെ ഏതെങ്കിലും പുരുഷന്റെയോ സ്ത്രീയുടെയോ വരവല്ല. ഏതെങ്കിലും ബാഹ്യവത്കൃതരൂപത്തിൽ 'ക്രിസ്തു' നാളെ തിരിച്ചുവരികയാണെങ്കിൽ, നിങ്ങളോട് അവനോ അവൾക്കോ ഇതല്ലാതെ എന്താണു പറയാൻ സാധി

ക്കുക, "ഞാനാണ് സത്യം. ദൈവികമായ സാന്നിദ്ധ്യം ഞാനാണ്. അനന്തമായ ജീവിതം ഞാനാണ്. ഞാൻ നിങ്ങളുടെയുള്ളിലുണ്ട്. ഞാൻ ഇവിടെയുണ്ട്. ഞാൻ വർത്തമാനനിമിഷമാണ്."

ക്രിസ്തുവിനെ ഒരിക്കലും വ്യക്തിവത്കരിക്കരുത്. ക്രിസ്തുവിനെ ഒരു രൂപകവ്യക്തിത്വമായി കാണാതിരിക്കുക. അവതാരങ്ങൾ, ദിവ്യ തയുള്ള അമ്മമാർ, പ്രബുദ്ധരായ ആചാര്യന്മാർ തുടങ്ങിയ 'വാസ്ത വികത'യുള്ള ചുരുക്കം ചില ആളുകൾ, വ്യക്തികൾ എന്ന നിലയ്ക്കു പ്രത്യേകതയുള്ളവരല്ല. ഉയർത്തിപ്പിടിക്കാനും പ്രതിരോധിക്കാനും പുഷ്ടിപ്പെടുത്താനും അവാസ്തവമായ വ്യക്തിത്വമില്ലാത്തതുകൊണ്ട് അവർ സാധാരണ സ്ത്രീപുരുഷന്മാരെക്കാൾ ലാളിത്യമുള്ളവരും സാധാരണത്വമുള്ളവരുമായിരിക്കും. ശക്തമായ അഹന്തയുള്ള ഏതൊ രാളും അവരെ പ്രാധാന്യമില്ലാത്തവരായിട്ടാണു കണക്കാക്കുക. അഹ ന്തയുള്ളവർ അവരെ ഒട്ടുംതന്നെ കാണാതെ പോകാനാണ് കൂടുതൽ സാദ്ധ്യത.

നിങ്ങൾ ഒരു പ്രബുദ്ധനായ ഗുരുവിലേക്ക് ആകർഷിതനായിട്ടുണ്ടെ ങ്കിൽ, അതിനു കാരണം മറ്റൊരാളിലുള്ള സാന്നിദ്ധ്യത്തെ തിരിച്ചറി യാൻ തക്കവണ്ണം നിങ്ങളുടെയുള്ളിൽ ഇപ്പോൾത്തന്നെ ആവശ്യത്തിനു സാന്നിദ്ധ്യമുണ്ടെന്നുള്ളതാണ്. യേശുവിനെയോ ബുദ്ധനെയോ തിരി ച്ചറിയാത്ത എത്രയോ ആളുകളുണ്ടായിരുന്നു. അതുപോലെതന്നെ കപടഗുരുക്കന്മാരിൽ ആകർഷിതരാവുന്ന എത്രയോ ആളുകൾ അന്നും ഇന്നും ഉണ്ടായിട്ടുണ്ട്. അഹന്തകൾ അതിലും വലിയ അഹന്തകളി ലേക്ക് ആകർഷിക്കപ്പെടുന്നു. അന്ധകാരത്തിനു പ്രകാശത്തെ തിരി ച്ചറിയാനാവില്ല. പ്രകാശത്തിനു മാത്രമേ പ്രകാശത്തെ തിരിച്ചറിയാൻ കഴിയുകയുള്ളൂ. അതുകൊണ്ട് പ്രകാശം നിങ്ങൾക്കു പുറത്താണെന്നും ഏതെങ്കിലും ഒരു പ്രത്യേക രൂപത്തിലൂടെ മാത്രമേ അതിനു വരാൻ കഴിയൂ എന്നും വിശ്വസിക്കരുത്. നിങ്ങളുടെ ആചാര്യന്മാർ മാത്രമാണ് ഈശ്വരാവതാരമെങ്കിൽ പിന്നെ നിങ്ങളാരാണ്? ഏതു തരത്തിലുള്ള കേവലമായ അസാധാരണത്വവും രൂപവുമായുള്ള താദാത്മ്യമാണ് രൂപവുമായുള്ള താദാത്മ്യമെന്നാൽ അഹന്തയാണ്. എത്ര നല്ല കപട വേഷം ധരിച്ചു വന്നാലും ശരി.

നാമത്തിനും രൂപത്തിനുമപ്പുറത്തുള്ള നിങ്ങളുടെ സ്വന്തം വ്യക്തി ത്വത്തെ നിങ്ങളിലേക്കു തിരിച്ചു പ്രതിഫലിപ്പിക്കാനും കൂടുതൽ തീവ്ര മായി സന്നിഹിതനാവാനും ആചാര്യന്റെ സാന്നിദ്ധ്യത്തെ വിനിയോ ഗിക്കുക. സാന്നിദ്ധ്യത്തിന്റെ അവസ്ഥയിൽ 'എന്റേതെന്നോ', 'നിന്റേ തെന്നോ' ഇല്ലെന്ന് നിങ്ങൾ വേഗം തിരിച്ചറിയും— സാന്നിദ്ധ്യം ഒന്നേ യുള്ളൂ.

നിങ്ങളുടെ സാന്നിദ്ധ്യത്തിന്റെ പ്രകാശത്തെ തീവ്രമാക്കാൻ കൂട്ടായ പ്രവർത്തനവും സഹായിക്കും. ഒരു സംഘം ആളുകൾ സാന്നിദ്ധ്യ ത്തിന്റെ അവസ്ഥയിൽ ഒരുമിക്കുന്നത് അങ്ങേയറ്റം തീവ്രമായ, കൂട്ടായ

ഒരു ഊർജ്ജക്ഷേത്രത്തെ സൃഷ്ടിക്കുന്നു. അത് ആ സംഘത്തിലെ ഓരോ അംഗത്തിന്റെയും സാന്നിദ്ധ്യത്തിന്റെ അളവു കൂട്ടുകമാത്രമല്ല, മനുഷ്യസമൂഹത്തിന്റെ ബോധത്തെ, മനോമേധാവിത്വമുള്ള അതിന്റെ ഇപ്പോഴത്തെ അവസ്ഥയിൽനിന്നു സ്വതന്ത്രമാക്കാൻ സഹായിക്കുക കൂടി ചെയ്യുന്നു. ഇതു വ്യക്തികൾക്കു സാന്നിദ്ധ്യത്തിന്റെ അവസ്ഥ വർദ്ധിതമായ രീതിയിൽ ലഭ്യമാക്കാൻ സഹായിക്കും. എങ്കിലും ഈ സംഘത്തിലെ ഒരാളെങ്കിലും ആ അവസ്ഥയുടെ ഊർജ്ജത്തിന്റെ ആവൃത്തി ഉൾക്കൊള്ളാൻ തക്കവണ്ണം അതിൽ ദൃഢമായി പ്രതിഷ്ഠി തനായിട്ടില്ലെങ്കിൽ അഹന്താത്മകമായ മനസ്സിനു വളരെ എളുപ്പത്തിൽ വീണ്ടും അതിന്റെ അവകാശം സ്ഥാപിക്കാനും ആ സംഘത്തിന്റെ പരി ശ്രമങ്ങളെ അട്ടിമറിക്കാനും കഴിയും. കൂട്ടായ പ്രവർത്തനം വിലയേ റിയതാണെങ്കിലും അതു മതിയാകില്ല. നിങ്ങൾ അതിനെ ആശ്രയി ക്കുന്ന ഒരവസ്ഥ ഉണ്ടാകരുത്. അതുപോലെ നിങ്ങൾ ഒരു ഗുരുവി നെയോ ആചാര്യനെയോ ആശ്രയിക്കുന്ന അവസ്ഥയും ഉണ്ടാകരുത് —സാന്നിദ്ധ്യത്തിന്റെ അർത്ഥവും അതിന്റെ അഭ്യാസവും മനസ്സിലാ ക്കുന്ന അവസ്ഥാന്തരത്തിന്റെ കാലഘട്ടത്തിലൊഴികെ.

ഉണ്മയാണ് നിങ്ങളുടെ അഗാധമായ സ്വത്വം

നമ്മുടെ ഉള്ളിൽ ആഴത്തിൽ വേരൂന്നുന്നതിന്റെയും അല്ലെങ്കിൽ ശരീരത്തിൽ അധിവസിക്കുന്നതിന്റെയും പ്രാധാന്യത്തെക്കുറിച്ച് അങ്ങ് നേരത്തേ സംസാരിച്ചുവല്ലോ. അങ്ങ് അതുകൊണ്ട് എന്താണുദ്ദേശിച്ചതെന്നു വിശദീകരിക്കാമോ?

ശരീരത്തിന് ഉണ്മയുടെ മണ്ഡലത്തിനുള്ളിലേക്കുള്ള പ്രവേശന ബിന്ദുവാകാൻ കഴിയും. ഇപ്പോൾ നമുക്കതിനെക്കുറിച്ചു കൂടുതൽ ആഴത്തിൽ പഠിക്കാം.

ഉണ്മ എന്നതുകൊണ്ട് അങ്ങ് എന്താണർത്ഥമാക്കുന്നത് എന്ന് ഞാൻ പൂർണ്ണമായും മനസ്സിലാക്കുന്നുണ്ടോ എന്നെനിക്ക് ഇപ്പോഴും ഉറപ്പില്ല.

"വെള്ളമോ?" അതുകൊണ്ടു നിങ്ങൾ എന്താണർത്ഥമാക്കുന്നത്? എനിക്കു മനസ്സിലാകുന്നില്ല. ഒരു മത്സ്യത്തിനു മനുഷ്യമനസ്സാണ് ഉള്ളതെങ്കിൽ അതിങ്ങനെയാണു ചോദിക്കുക:

ഉണ്മയെ മനസ്സിലാക്കാൻ ശ്രമിക്കുന്നതു ദയവായി നിർത്തുക. ഉണ്മയുടെ സാർത്ഥകമായ ചില നൈമിഷിക ദർശനങ്ങൾ നിങ്ങൾക്ക് ഇപ്പോഴേ ലഭിച്ചിട്ടുണ്ട്. പക്ഷേ, മനസ്സ് അതിനെ ഒരു ചെറിയ പെട്ടിയിൽ തിരുകിക്കയറ്റി അതിനൊരു നാമം നല്കാൻ എപ്പോഴും ശ്രമിക്കും. അങ്ങനെ ചെയ്യാൻ സാധിക്കുകയില്ല. ഉണ്മയ്ക്ക് ജ്ഞാനാസ്പദമായ ഒരു വസ്തുവായി മാറാൻ കഴിയില്ല. ഉണ്മയിൽ ഒരു വസ്തുവും അതിന്റെ പൊരുളും ഒന്നായിത്തീരുന്നു.

നാമരൂപങ്ങൾക്കതീതമായ കാലാതീതമായ 'ഞാൻ ഉണ്ട്' എന്ന അവസ്ഥയായി ഉണ്മയെ അനുഭവിക്കാനാവും. അത് അനുഭവിക്കുകയും അങ്ങനെ നിങ്ങൾ ഉണ്ട് എന്നറിയുകയും രൂഢമൂലമായ ഈ അവസ്ഥയിൽ നിലകൊള്ളുകയും ചെയ്യുന്നതിനെയാണു പ്രബുദ്ധതയെന്നു പറയുന്നത്. നിങ്ങളെ സ്വതന്ത്രരാക്കുമെന്ന് യേശു പറയുന്ന സത്യം ഇതാണ്.

എന്തിൽനിന്നാണു നാം സ്വതന്ത്രരാവുക?

നിങ്ങൾ നിങ്ങളുടെ ഭൗതികശരീരത്തിനും മനസ്സിനും അപ്പുറത്ത് ഒന്നുമല്ലെന്ന 'മിഥ്യാബോധ'ത്തിൽനിന്നാണ് നിങ്ങൾ സ്വതന്ത്രരാവുക. ബുദ്ധൻ വിളിക്കുന്നതുപോലെ, ഈ 'സ്വത്വത്തിന്റെ മിഥ്യ'യാണ് കാതലായ പിശക്. ഈ മിഥ്യാബോധത്തിന്റെ അനിവാര്യമായ അനന്തരഫലമായ എണ്ണമില്ലാത്ത കപടവേഷങ്ങളിലെത്തുന്ന ഭീതിയിൽനിന്നാണ് നിങ്ങൾ സ്വതന്ത്രരാവുക. ക്ഷണികവും അരക്ഷിതവുമായ ആകാരത്തിൽ നിന്നുമാത്രം നിങ്ങൾക്ക് നിങ്ങളുടെ വ്യക്തിത്വബോധത്തെ ലഭിക്കുന്നിടത്തോളം കാലം സദാ നിങ്ങളെ പീഡിപ്പിക്കുന്ന ഭീതിയിൽനിന്നാണ് നിങ്ങൾ സ്വതന്ത്രരാവുക. ഈ മായാ വ്യക്തിത്വബോധം നിങ്ങൾ ചിന്തിക്കുന്നതും പറയുന്നതും ചെയ്യുന്നതുമായ കാര്യങ്ങൾ നിയന്ത്രിക്കുന്ന കാലമത്രയും നിങ്ങൾ നിങ്ങളിലും മറ്റുള്ളവരിലും അബോധപൂർവ്വമായി അടിച്ചേല്പിക്കുന്ന ദുരിതമെന്ന 'പാപ'ത്തിൽനിന്നാണ് നിങ്ങൾ സ്വതന്ത്രരാവുക.

വാക്കുകൾക്കപ്പുറം നോക്കുക

പാപം എന്ന വാക്ക് എനിക്കിഷ്ടമല്ല. ഞാൻ വിലയിരുത്തപ്പെടുകയും കുറ്റക്കാരനായിത്തീരുകയും ചെയ്യുന്നു എന്നാണ് അതു സൂചിപ്പിക്കുന്നത്.

അതെനിക്കു മനസ്സിലാക്കാനാവും. നൂറ്റാണ്ടുകളായി, അജ്ഞാനം മൂലവും അബദ്ധധാരണകൾ മൂലവും നിയന്ത്രിക്കാനുള്ള ആഗ്രഹം മൂലവും പല തെറ്റായ വീക്ഷണങ്ങളും വ്യാഖ്യാനങ്ങളും 'പാപം' തുടങ്ങിയ പദങ്ങൾക്കു ചുറ്റും കുമിഞ്ഞുകൂടിയിട്ടുണ്ട്. പക്ഷേ, സത്യത്തിന്റെ അത്യന്താപേക്ഷിതമായ ഒരു സാരം അവയിലടങ്ങിയിട്ടുണ്ട്. അത്തരം വ്യാഖ്യാനങ്ങൾക്കപ്പുറം നിങ്ങൾക്കു നോക്കാൻ കഴിയുന്നില്ലെങ്കിൽ , അങ്ങനെ ആ പദം ചൂണ്ടിക്കാണിക്കുന്ന യാഥാർത്ഥ്യത്തെ നിങ്ങൾക്കു തിരിച്ചറിയാൻ കഴിയുന്നില്ലെങ്കിൽ, ആ പദം ഉപയോഗിക്കരുത്. വാക്കുകളുടെ തലത്തിൽ കുടുങ്ങിക്കിടക്കരുത്. ഒരു പദം ലക്ഷ്യത്തിലേക്കെത്താനുള്ള മാർഗ്ഗത്തിനപ്പുറം ഒന്നുമല്ല. അതൊരു അമൂർത്തമായ കാര്യമാണ്. ഒരു ചൂണ്ടുപലകയെപ്പോലെ അത് അതിനപ്പുറത്തേക്കു ചൂണ്ടിക്കാണിക്കുന്നു. 'തേൻ' എന്ന പദം യഥാർത്ഥത്തിൽ തേനല്ല. നിങ്ങൾക്ക് ഇഷ്ടമുള്ളിടത്തോളം കാലം തേനിനെക്കുറിച്ചു പഠിക്കുകയോ സംസാരിക്കുകയോ ചെയ്യാം. പക്ഷേ, അത് രുചിച്ചു നോക്കുന്നതുവരെ അതിനെക്കുറിച്ചു നിങ്ങൾ യഥാർത്ഥത്തിൽ അറിയുകയില്ല. അതു രുചിച്ചു നോക്കിക്കഴിഞ്ഞാൽ ആ പദം നിങ്ങൾക്ക് അപ്രധാനമാവും. നിങ്ങൾക്കു പിന്നെ അതിനോടു മമതയുണ്ടാകില്ല. അതു

പോലെ നിങ്ങളുടെ ശിഷ്ടജീവിതത്തിൽ 'ഈശ്വരനെ'ക്കുറിച്ചു നിങ്ങൾക്കു നിരന്തരമായി സംസാരിക്കുകയോ ചിന്തിക്കുകയോ ചെയ്യാം. പക്ഷേ, ആ പദം ചൂണ്ടിക്കാണിക്കുന്ന യാഥാർത്ഥ്യത്തെ നിങ്ങൾ മനസ്സിലാക്കിയിട്ടുണ്ടെന്നോ അതിന്റെ ക്ഷണികദർശമെങ്കിലും നിങ്ങൾക്കു ലഭിച്ചിട്ടുണ്ടെന്നോ അതിനർത്ഥമുണ്ടോ? വാസ്തവത്തിൽ ഒരു ചൂണ്ടുപലകയോട്, ഒരു മാനസികബിംബത്തോടുള്ള മനസ്സിൽനിന്നു വിട്ടൊഴിയാത്ത മമതയിൽക്കവിഞ്ഞ് ഒന്നുമല്ല അത്.

തിരിച്ചുള്ളതും ബാധകമാണ്. എന്തെങ്കിലും കാരണംകൊണ്ട് 'തേൻ' എന്ന വാക്ക് നിങ്ങൾക്കിഷ്ടമില്ലെങ്കിൽ, എപ്പോഴെങ്കിലും തേൻ രുചിച്ചു നോക്കുന്നതിൽനിന്ന് അതു നിങ്ങളെ തടയും. ഈശ്വരൻ എന്ന പദത്തോടു നിങ്ങൾക്കു ശക്തമായ നീരസമുണ്ടെങ്കിൽ അതു മമതയുടെ നിഷേധാത്മകമായ രൂപമാണ്— നിങ്ങൾ ആ പദത്തെ മാത്രമല്ല, അതു ചൂണ്ടിക്കാണിക്കുന്ന യാഥാർത്ഥ്യത്തെക്കൂടി നിഷേധിക്കുകയായിരിക്കും. ആ വാസ്തവത്തെ അനുഭവിക്കാനുള്ള സാദ്ധ്യതയിൽനിന്നു നിങ്ങൾ സ്വയം മുറിച്ചുമാറ്റുകയാണ്. തീർച്ചയായും ഇതെല്ലാം മനസ്സുമായുള്ള താദാത്മ്യത്തോടാണു സഹജമായി ബന്ധപ്പെട്ടിരിക്കുന്നത്.

അതുകൊണ്ട്, ഒരു പദം നിങ്ങളെ സംബന്ധിച്ചിടത്തോളം ഫലിക്കുന്നില്ലെങ്കിൽ, അതിനെ വിട്ടുകളഞ്ഞ് അതിനുപകരം ഫലപ്രദമാകുന്ന ഒരു പദത്തെ ഉപയോഗിക്കുക. 'പാപം' എന്ന വാക്ക് നിങ്ങൾക്കിഷ്ടമല്ലെങ്കിൽ, അതിനെ 'അബോധ'മെന്നോ 'ബുദ്ധിഭ്രമ'മെന്നോ വിളിക്കുക. അത്, വളരെക്കാലമായി ദുരുപയോഗം ചെയ്യപ്പെടുന്ന 'പാപം' തുടങ്ങിയ വാക്കുകളേക്കാളധികം നിങ്ങളെ സത്യത്തോട് വാക്കിനു പിറകിലുള്ള യാഥാർത്ഥ്യത്തോട് അടുപ്പിക്കും. അതു കുറ്റബോധത്തിന് ഇടയാക്കുകയേ ഇല്ല.

എനിക്ക് ആ വാക്കുകളും ഇഷ്ടമല്ല. എനിക്കെന്തോ കുഴപ്പമുണ്ടെന്ന് അവ സൂചിപ്പിക്കുന്നു. ഞാൻ വിലയിരുത്തപ്പെടുകയാണ്.

തീർച്ചയായും നിങ്ങൾക്കെന്തോ കുഴപ്പമുണ്ട്. നിങ്ങൾ വിലയിരുത്തപ്പെടുന്നില്ല.

നിങ്ങളെ വ്യക്തിപരമായി വ്യസനിപ്പിക്കണമെന്ന് എനിക്കാഗ്രഹമില്ല. പക്ഷേ, 20-ാം നൂറ്റാണ്ടിൽമാത്രം തങ്ങളുടെ വംശത്തിലെ 100 ദശലക്ഷത്തിലധികം അംഗങ്ങളെ കൊന്നൊടുക്കിയ മനുഷ്യവംശത്തിൽ നിങ്ങൾ പെടുകയില്ലേ?

സംസർഗ്ഗംകൊണ്ടുള്ള കുറ്റബോധമാണോ അങ്ങ് ഉദ്ദേശിക്കുന്നത്?

കുറ്റബോധമല്ല പ്രശ്നം. പക്ഷേ, നിങ്ങൾ അഹന്താത്മകമായ മനസ്സിന്റെ ചൊല്പടിയിലായിരിക്കുന്നിടത്തോളം കാലം നിങ്ങളും കൂട്ടായ ബുദ്ധിഭ്രമത്തിന്റെ ഭാഗമാണ്. അഹന്താത്മകമായ മനസ്സിന്റെ ആധിപത്യമുള്ള

നിലയിലുള്ള മനുഷ്യാവസ്ഥയുടെ ഉള്ളിലേക്കു നിങ്ങൾ അഗാധമായി നോക്കിയിട്ടുണ്ടാകില്ല. കണ്ണുകൾ തുറന്ന് എങ്ങും വ്യാപകമായിരിക്കുന്ന ഭീതിയെയും നിരാശയെയും അത്യാർത്തിയെയും അക്രമത്തെയും നോക്കിക്കാണുക. മനുഷ്യർ പരസ്പരവും ഈ ഭൂമിയിലെ മറ്റു ജീവ ജാലങ്ങളിന്മേലും അടിച്ചേല്പിച്ചിട്ടുള്ള ഇപ്പോഴും അടിച്ചേല്പിക്കുന്ന സങ്കല്പാതീതമായ അളവിലുള്ള ഹീനമായ ക്രൂരതയെയും ദുരിതങ്ങ ളെയും കാണുക. അവയെ അപലപിക്കേണ്ട ആവശ്യമില്ല. വെറുതെ നിരീക്ഷിക്കുക. മേൽപ്പറഞ്ഞതാണ് 'പാപം.' അതാണ് ബുദ്ധിഭ്രമം. അതാണ് അബോധം. എല്ലാത്തിനുമുപരി നിങ്ങളുടെ സ്വന്തം മനസ്സിനെ നിരീക്ഷിക്കാൻ മറക്കാതിരിക്കുക. അവിടെയുള്ള ഭ്രാന്തിന്റെ വേരു കളെ അന്വേഷിക്കുക.

നിങ്ങളുടെ അദൃശ്യവും അനശ്വരവുമായ യാഥാർത്ഥ്യത്തെ കണ്ടെത്തൽ

നമ്മുടെ ഭൗതികരൂപവുമായുള്ള താദാത്മ്യം മിഥ്യബോധത്തിന്റെ ഭാഗ മാണെന്ന് അങ്ങു പറഞ്ഞു. അപ്പോൾ എങ്ങനെയാണ് ശരീരത്തിന്, നമ്മുടെ ഭൗതികരൂപത്തിന് ഉണ്മയുടെ സാക്ഷാത്കാരത്തിലേക്കു നമ്മെ നയിക്കാനാവുക?

നിങ്ങൾക്കു കാണാനും സ്പർശിക്കാനും കഴിയുന്ന ശരീരത്തിനു നിങ്ങളെ ഉണ്മയിലേക്കു കൊണ്ടുപോകാനാകില്ല. പക്ഷേ, ദൃശ്യവും സ്പർശനീയവുമായ ശരീരം ഒരു പുറംതോടു മാത്രമാണ്. അല്ലെങ്കിൽ കൂടുതൽ ആഴമുള്ള യാഥാർത്ഥ്യത്തിന്റെ പരിമിതവും വക്രവുമായ ദർശനമാണ്. ഉണ്മയുമായുള്ള ബന്ധമെന്ന നിങ്ങളുടെ സ്വാഭാവികാ വസ്ഥയിൽ അദൃശ്യമായ ശരീരമായി, നിങ്ങളുടെയുള്ളിലെ ജീവശക്തി പ്രദായകമായ സാന്നിദ്ധ്യമായി ഈ അഗാധമായ യാഥാർത്ഥ്യത്തെ ഓരോ നിമിഷവും അനുഭവിക്കാം. അപ്പോൾ 'ശരീരത്തിൽ അധിവ സിക്കുക' എന്നാൽ ശരീരത്തെ ഉള്ളിൽനിന്ന് അനുഭവിക്കലാണ്. ശരീ രത്തിനുള്ളിലെ ജീവനെ അനുഭവിച്ച്, അങ്ങനെ നിങ്ങൾ നിങ്ങളുടെ ബാഹ്യരൂപത്തിനപ്പുറമാണ് എന്നു മനസ്സിലാക്കലാണ്.

പക്ഷേ, നിങ്ങളെ ഉത്കൃഷ്ടമായ നിശ്ചലതയുടെയും ശാന്തിയു ടെയും അതോടൊപ്പംതന്നെ മഹനീയമായ ശക്തിയുടെയും സചേത നമായ ജീവിതത്തിന്റെയും മണ്ഡലത്തിലേക്കു കൂടുതൽ അഗാധമായി കൊണ്ടുപോകുന്ന ഒരു ആന്തരികയാത്രയുടെ തുടക്കം മാത്രമാണിത്. ആദ്യമാദ്യം നിങ്ങൾക്ക് അതിന്റെ നൈമിഷികദർശനങ്ങൾ മാത്രമായി രിക്കും ലഭിക്കുക. പക്ഷേ, അതിലൂടെ ജനനത്തിനും മരണത്തിനുമി ടയിൽ കുറച്ചുനേരത്തേക്കു തൂക്കിനിർത്തപ്പെട്ട, ഏതാനും അല്പാ യുസ്സായ സുഖങ്ങളും അതിനു പിന്നാലെ വേദനയും അന്തിമമായ

ഉന്മൂലനവും മാത്രം അനുവദിക്കപ്പെട്ട, അന്ത്യമായ പ്രപഞ്ചത്തിലെ അർത്ഥരഹിതമായ ശകലമല്ല നിങ്ങളെന്നു നിങ്ങൾ തിരിച്ചറിയാൻ തുടങ്ങും. നിങ്ങളുടെ ബാഹ്യരൂപത്തിനു താഴെ, അങ്ങേയറ്റം വിശാലവും അപരിമേയവും പരിപാവനവുമായതുകൊണ്ട് നമുക്കു സങ്കല്പിക്കാനോ വിശദീകരിക്കാനോ കഴിയാത്ത ഒന്നുമായി നിങ്ങൾ ബന്ധപ്പെട്ടിരിക്കുന്നു. എന്നിട്ടും അതിനെക്കുറിച്ചാണ് ഞാനിപ്പോൾ സംസാരിക്കുന്നത്. നിങ്ങൾക്കു വിശ്വസിക്കാനുള്ള എന്തെങ്കിലും നല്കുവാനല്ല ഞാനതിനെക്കുറിച്ചു സംസാരിക്കുന്നത്. മറിച്ച് നിങ്ങൾക്കു സ്വയം അതിനെ എങ്ങനെ മനസ്സിലാക്കാം എന്നു കാണിച്ചുതരാനാണ്.

നിങ്ങളുടെ മനസ്സ് നിങ്ങളുടെ മുഴുവൻ ശ്രദ്ധയെയും കൈയേറുമ്പോൾ നിങ്ങൾ ഉണ്മയിൽനിന്നു വേറിട്ട അവസ്ഥയിലാണ്. ഇതു സംഭവിക്കുമ്പോൾ— മിക്ക ആളുകൾക്കും ഇതു തുടർച്ചയായി സംഭവിക്കുന്നു നിങ്ങൾ നിങ്ങളുടെ ശരീരത്തിനുള്ളിലല്ല. മനസ്സ് നിങ്ങളുടെ ബോധത്തെ മുഴുവനായി വലിച്ചെടുക്കുകയും അതിനെ മനോവസ്തുവാക്കി (mind stuff) മാറ്റുകയും ചെയ്യുന്നു. നിങ്ങൾക്കു ചിന്തിക്കുന്നതു നിർത്താൻ കഴിയാതെ വരുന്നു. നിർബന്ധിത ചിന്ത ഒരു സമാഹൃത (collective) രോഗമായിത്തീർന്നിരിക്കുന്നു. മാനസികവ്യാപാരത്തിൽനിന്നാണു നിങ്ങളാരാണെന്നുള്ള നിങ്ങളുടെ മുഴുവൻ ബോധവും ഉണ്ടാകുന്നത്. ഉണ്മയിൽ വേരൂന്നിയിട്ടില്ലാത്തതിനാൽ നിങ്ങളുടെ വ്യക്തിത്വം അരക്ഷിതവും സദാ ആവശ്യങ്ങൾ നിറഞ്ഞതുമായ ഒരു മാനസിക ഘടനയായിത്തീരുന്നു. അത് ഏറ്റവും പ്രബലവും അടിസ്ഥാനപരവുമായ വികാരമായി ഭീതിയെ സൃഷ്ടിക്കുന്നു. അപ്പോൾ പ്രാധാന്യമുള്ള ഒരേയൊരു കാര്യം നിങ്ങളുടെ ജീവിതത്തിൽ ഉണ്ടാവുകയില്ല. നിങ്ങളുടെയുള്ളിലെ അദൃശ്യവും അനശ്വരവുമായ സത്യത്തെക്കുറിച്ച്, നിങ്ങളുടെ തന്നെ അഗാധമായ സ്വത്വത്തെക്കുറിച്ചുള്ള അവബോധം.

ഉണ്മയെക്കുറിച്ചു ബോധമുണ്ടാകാൻ മനസ്സിൽ കുടുങ്ങിക്കിടക്കുന്ന ബോധത്തെ നിങ്ങൾ തിരിച്ചുവിളിക്കേണ്ടിയിരിക്കുന്നു. നിങ്ങളുടെ ആത്മീയയാത്രയിലെ ഏറ്റവും അത്യന്താപേക്ഷിതമായ കർത്തവ്യങ്ങളിലൊന്ന് ഇതാണ്. ഉപയോഗശൂന്യവും നിർബന്ധിതവുമായ ചിന്തയിൽ നേരത്തേതന്നെ കുടുങ്ങിക്കിടക്കുന്ന പല അളവുകളിലുള്ള ബോധത്തെ അതു സ്വതന്ത്രമാക്കും. ഇതു ചെയ്യാനുള്ള ഏറ്റവും ഫലപ്രദമായ വഴിയെന്താണെന്നോ? നിങ്ങളുടെ ശ്രദ്ധയുടെ കേന്ദ്രസ്ഥാനത്തെ ചിന്തയിൽനിന്നു മാറ്റി ശരീരത്തിലേക്കു തിരിക്കുക. ഭൗതികശരീരമായി നിങ്ങൾ കാണുന്നതിനു ജീവൻ നല്കുന്ന, അദൃശ്യമായ ഊർജ്ജക്ഷേത്രമായി ആദ്യ അവസരത്തിൽത്തന്നെ ഉണ്മയെ നിങ്ങൾക്ക് അനുഭവിക്കാനാകും.

ആന്തരികശരീരവുമായി ബന്ധപ്പെടൽ

അത് ഇപ്പോൾത്തന്നെ ശ്രമിച്ചു നോക്കുക. ഈ അഭ്യാസത്തിനു കണ്ണുകളടച്ചിരിക്കുന്നതു സഹായകമാണ് എന്നു നിങ്ങൾ കണ്ടെത്തും. പിന്നീട്

നിങ്ങൾക്ക് 'ശരീരത്തിനുള്ളിലായിരിക്കുന്നത്' സ്വാഭാവികവും എളുപ്പവുമാകുമ്പോൾ ഇതിന്റെ ആവശ്യമുണ്ടാകില്ല. നിങ്ങളുടെ ശ്രദ്ധയെ ശരീരത്തിനുള്ളിലേക്കു തിരിക്കുക. അതിനെ ഉള്ളിൽനിന്ന് അനുഭവിക്കുക. അതിനു ജീവനുണ്ടോ? നിങ്ങളുടെ കൈപ്പത്തികളിലും കൈകളിലും കാലുകളിലും പാദങ്ങളിലും ഉദരത്തിലും നെഞ്ചിലുമെല്ലാം ജീവനുണ്ടോ? നിങ്ങളുടെ മുഴുവൻ ശരീരത്തിലും വ്യാപിച്ചുകിടക്കുന്ന, ഓരോ അവയവത്തിനും ഓരോ കോശത്തിനും സചേതനമായ ജീവനെ പ്രദാനം ചെയ്യുന്ന സൂക്ഷ്മമായ ഊർജ്ജക്ഷേത്രത്തെ നിങ്ങൾക്ക് അനുഭവിക്കാനാകുന്നുണ്ടോ? ഒരൊറ്റ ഊർജ്ജക്ഷേത്രമായി, ഒരേ സമയത്ത് ശരീരത്തിന്റെ എല്ലാ ഭാഗത്തും നിങ്ങൾക്കതിനെ അനുഭവിക്കാനാകുന്നുണ്ടോ? ഏതാനും നിമിഷം നിങ്ങളുടെ ആന്തരിക ശരീരത്തിന്റെ അനുഭവത്തിലേക്കുതന്നെ ശ്രദ്ധ കേന്ദ്രീകരിക്കുക. അതിനെക്കുറിച്ചു ചിന്തിക്കാൻ തുടങ്ങരുത്. അത് അനുഭവിക്കുക. നിങ്ങൾ അതിന് എത്രയധികം ശ്രദ്ധ നല്കുന്നുവോ അത്രയുമധികം അതു വ്യക്തവും ശക്തവുമായിത്തീരും. നിങ്ങളുടെ ഓരോ കോശവും കൂടുതൽ ചൈതന്യമുള്ളതായിത്തീരുന്നതായി നിങ്ങൾക്ക് അനുഭവപ്പെടും. നിങ്ങൾക്കു ശക്തമായ ദൃശ്യബോധമുണ്ടെങ്കിൽ, നിങ്ങളുടെ ശരീരം പ്രകാശമാനമായിത്തീരുന്നതായുള്ള ഒരു ഭാവന നിങ്ങൾക്കുണ്ടായേക്കാം. അത്തരമൊരു ഭാവന താത്കാലികമായി നിങ്ങളെ സഹായിച്ചേക്കാം. മനസ്സിലുണ്ടാകുന്ന ഏതു കല്പനയെക്കാളുമധികം ശ്രദ്ധ ആ സമയത്തെ അനുഭവത്തിനു കൊടുക്കുക. ഒരു പ്രതിബിംബം അതെത്ര മനോഹരമോ സുശക്തമോ ആയിക്കൊള്ളട്ടെ, നേരത്തേ തന്നെ രൂപനിർണ്ണയം ചെയ്യപ്പെട്ടിട്ടുള്ളതാണ്. അതുകൊണ്ട് അതിനുള്ളിലേക്കു ഗാഢമായി ഇറങ്ങിച്ചെല്ലുന്നതിന് ചെറിയ സാദ്ധ്യതയേ ഉള്ളൂ.

നിങ്ങളുടെ ആന്തരികശരീരത്തിന്റെ അനുഭവം രൂപരഹിതവും പരിധിയില്ലാത്തതും അളക്കാനാവാത്തവിധം അഗാധവുമാണ്. അതിലേക്കെപ്പോഴും കൂടുതൽ ആഴത്തിൽ ഇറങ്ങിച്ചെല്ലാനാകും. ഈ ഘട്ടത്തിൽ നിങ്ങൾക്കു കൂടുതലായൊന്നും അനുഭവിക്കാനാകുന്നില്ലെങ്കിൽ, നിങ്ങൾക്ക് അനുഭവിക്കാൻ സാധിക്കുന്നതിലേക്കു ശ്രദ്ധ കൊടുക്കുക. ചിലപ്പോൾ നിങ്ങളുടെ കൈപ്പത്തികളിലും പാദങ്ങളിലും ചെറിയൊരു തുടിപ്പ് അനുഭവപ്പെട്ടു എന്നു വരാം. തത്കാലത്തേക്ക് അതൊരു നല്ല കാര്യമാണ്. ആ അനുഭവത്തിലേക്കു ശ്രദ്ധ കേന്ദ്രീകരിക്കുക. നിങ്ങളുടെ ശരീരം ഉണർന്നുവരികയാണ്. പിന്നീട് നമുക്കതു കുറച്ചുകൂടി അഭ്യസിക്കാം. ഇപ്പോൾ നിങ്ങളുടെ കണ്ണുകൾ തുറക്കുക. നിങ്ങൾ മുറിക്കു ചുറ്റും നോക്കുമ്പോഴും കുറച്ചു ശ്രദ്ധ ശരീരത്തിന്റെ ആന്തരിക ഊർജ്ജക്ഷേത്രത്തിൽ നിലനിർത്തുക. നിങ്ങളുടെ ആകാരപരമായ വ്യക്തിത്വത്തിനും നിങ്ങളുടെ യഥാർത്ഥ പ്രകൃതിയായ നിങ്ങളുടെ കാതലായ വ്യക്തിത്വത്തിനും ഇടയ്ക്കുള്ള വാതിൽപ്പടിയിലാണ് നിങ്ങളുടെ ആന്തരികശരീരം നിലകൊള്ളുന്നത്. അതുമായുള്ള ബന്ധം ഒരിക്കലും നഷ്ടപ്പെടുത്തരുത്.

ശരീരത്തിലൂടെയുള്ള പരിവർത്തനം

മിക്ക മതങ്ങളും മനുഷ്യശരീരത്തെ നിന്ദിക്കുകയും നിഷേധിക്കുകയും ചെയ്യുന്നതെന്തുകൊണ്ട്? ആത്മീയാന്വേഷകർ എപ്പോഴും ശരീരത്തെ ഒരു തടസ്സമായോ, പാപം നിറഞ്ഞതായോ ആണ് കണക്കാക്കിയിട്ടുള്ളതെന്നു തോന്നുന്നു.

എന്തുകൊണ്ടാണു വളരെ കുറച്ച് അന്വേഷകർ മാത്രം സത്യം കണ്ടെത്തിയിട്ടുള്ളവരായിരിക്കുന്നത്?

ശരീരത്തിന്റെ തലത്തിൽ മനുഷ്യർ മൃഗങ്ങളോടു വളരെ അടുത്തു നില്ക്കുന്നു. സുഖം, വേദന, ശ്വാസോച്ഛ്വാസം ചെയ്യൽ, ഭക്ഷിക്കൽ, പാനം ചെയ്യൽ, വിസർജ്ജിക്കൽ, ഇണയെ കണ്ടെത്താനും സന്താനോത്പാദനം നടത്താനുമുള്ള പ്രേരണ, പിന്നെ തീർച്ചയായും ജനനവും മരണവും തുടങ്ങിയ എല്ലാ അടിസ്ഥാനപരമായ ശരീരധർമ്മങ്ങളും നാം മൃഗങ്ങളോടൊപ്പം പങ്കുവയ്ക്കുന്നു. ദൈവാനുഗ്രഹത്തിന്റെയും ഏകതയുടെയും അവസ്ഥയിൽനിന്ന് മിഥ്യയിലേക്കുള്ള വീഴ്ച കഴിഞ്ഞ് വളരെക്കാലത്തിനുശേഷം മൃഗശരീരമെന്നു തോന്നിക്കുന്ന ഒന്നിലാണു മനുഷ്യർ പെട്ടെന്ന് ഉണർന്നെണീറ്റത്. ഇതു വളരെ അസഹ്യമായി അവർക്ക് അനുഭവപ്പെട്ടു. “സ്വയം കബളിപ്പിക്കേണ്ട. നീ ഒരു മൃഗത്തിൽക്കൂടുതലൊന്നുമല്ല.” അവർ അഭിമുഖീകരിക്കുന്ന സത്യം ഇതാണെന്ന് അവർക്കു തോന്നി. ഈ സത്യം അവർക്കു സഹിക്കാവുന്നതിലുമപ്പുറം വൈഷമ്യമുണ്ടാക്കുന്നതായിരുന്നു. തങ്ങൾ നഗ്നരാണെന്ന് ആദമും ഹവ്വയും തിരിച്ചറിഞ്ഞു. അവർ ഭയചകിതരായി. സ്വന്തം മൃഗീയപ്രകൃതിയെ വളരെ പെട്ടെന്നുതന്നെ അവർ അബോധപൂർവ്വമായി തിരസ്കരിക്കാൻ തുടങ്ങി. ശക്തമായ ജന്മവാസനകളാൽ നിനിയന്ത്രിക്കപ്പെട്ടേക്കാമെന്നും അങ്ങനെ പൂർണ്ണ അബോധത്തിലേക്കു തിരിച്ചു വീണേക്കാമെന്നുമുള്ള ഭീഷണി സത്യത്തിൽ വളരെ യഥാർത്ഥമായിരുന്നു. ശരീരത്തിന്റെ ചില ഭാഗങ്ങൾക്കു ചുറ്റും, പ്രത്യേകിച്ചും ലൈംഗികത അടക്കമുള്ള ശരീരധർമ്മങ്ങൾക്കു ചുറ്റും ലജ്ജയും വിലക്കുകളും പ്രത്യക്ഷപ്പെട്ടു. തങ്ങളുടെ മൃഗീയ പ്രകൃതിയുമായി സൗഹൃദത്തിലാവാൻ തക്കവണ്ണം അവരുടെ ബോധത്തിന്റെ പ്രകാശം ശക്തി പ്രാപിച്ചിരുന്നില്ല. തങ്ങളുടെ മൃഗീയപ്രകൃതിയെ അങ്ങനെതന്നെ ആയിരിക്കാൻ അനുവദിക്കാനും തങ്ങളുടെ ആ സവിശേഷതയെ ആസ്വദിക്കാനും അവർക്കു സാധിക്കുമായിരുന്നില്ല. അതിനുള്ളിലേക്ക് അഗാധമായി പോകാനും ഉള്ളിലൊളിഞ്ഞിരിക്കുന്ന ദൈവികതയെ, അതായത് മിഥ്യയ്ക്കകത്തെ സത്യത്തെ കണ്ടെത്താനും അവർക്കു തീരെ കഴിയുമായിരുന്നില്ല. അതുകൊണ്ട് അവർ ചെയ്യേണ്ടതു

ചെയ്തു. ശരീരത്തിൽനിന്ന് അവർ സ്വയം അടർത്തിമാറ്റാൻ തുടങ്ങി. സ്വന്തം ശരീരമായിരിക്കുന്നതിനുപകരം തങ്ങൾക്ക് ഒരു ശരീരമുണ്ട് എന്ന രീതിയിൽ അവർ സ്വയം കാണാൻ തുടങ്ങി.

മതങ്ങൾ ഉദയം ചെയ്തപ്പോൾ "നിങ്ങൾ നിങ്ങളുടെ ശരീരമല്ല" എന്ന രീതിയിൽ ഈ വേറിടൽ കൂടുതൽ പ്രബലമാവാൻ തുടങ്ങി. നൂറ്റാണ്ടുകളായി, കിഴക്കും പടിഞ്ഞാറുമുള്ള അസംഖ്യം ആളുകൾ ഈശ്വരനെ അല്ലെങ്കിൽ മുക്തിയെ അല്ലെങ്കിൽ പ്രബുദ്ധതയെ, ശരീരത്തിന്റെ തിരസ്കാരത്തിലൂടെ കണ്ടെത്താനായി പരിശ്രമിച്ചിട്ടുണ്ട്. ഇന്ദ്രിയ സുഖങ്ങളുടെ, പ്രത്യേകിച്ചും ലൈംഗികതയുടെ നിരാസമായും ഉപവാസമായും മറ്റു കഠിനവ്രതങ്ങളടങ്ങിയ അഭ്യാസങ്ങളായുമൊക്കെയാണ് അതു പ്രത്യക്ഷപ്പെട്ടത്. ശരീരത്തെ പാപമയമായി കണ്ടതിനാൽ, അതിനെ ദുർബ്ബലപ്പെടുത്താനോ ശിക്ഷിക്കാനോ ഉള്ള ശ്രമത്തിന്റെ ഭാഗമായി അതിൽ വേദന അടിച്ചേല്പിക്കുകകൂടി ചെയ്തു അവർ. ക്രിസ്തുമതത്തിൽ ഇതിനെ 'ശാരീരിക പീഢ'(mortification of the flesh) എന്നാണു വിളിച്ചിരുന്നത്. മറ്റു ചിലരാകട്ടെ, മോഹനിദ്രയുടെ അവസ്ഥയിലേക്കു പ്രവേശിച്ചോ ശരീരബാഹ്യമായ അനുഭവങ്ങൾ തേടിയോ ശരീരത്തിൽനിന്നു രക്ഷപ്പെടാൻ ശ്രമിച്ചു. പലരും ഇപ്പോഴും അതിനു ശ്രമിക്കുന്നു. ശ്രീബുദ്ധൻപോലും ആറു വർഷക്കാലത്തെ ഉപവാസത്തിലൂടെയും തീവ്രരൂപത്തിലുള്ള താപസവൃത്തിയിലൂടെയും ശരീരനിഷേധം പരിശീലിച്ചിരുന്നുവെന്നു പറയപ്പെടുന്നു. പക്ഷേ, ഈ അഭ്യാസം നിർത്തിയതിനുശേഷം മാത്രമേ അദ്ദേഹത്തിനു പ്രബുദ്ധത നേടിയെടുക്കാനായുള്ളൂ.

ശരീരത്തെ നിഷേധിക്കുന്നതിലൂടെയോ അതിനോട് യുദ്ധത്തിലേർപ്പെടുന്നതിലൂടെയോ ശരീരബാഹ്യമായ അനുഭവങ്ങളിലൂടെയോ ഒരാളും പ്രബുദ്ധനായിട്ടില്ല എന്നതാണു വസ്തുത. അത്തരമൊരനുഭവം ഹൃദയഹാരിയായിരിക്കാം. അതു ഭൗതികരൂപത്തിൽനിന്നുള്ള മോചനത്തിന്റെ അവസ്ഥയുടെ ഒരു നൈമിഷിക ദർശനം നിങ്ങൾക്കു തന്നേക്കാം. പക്ഷേ, ഒടുവിൽ നിങ്ങൾക്ക് നിങ്ങളുടെ ശരീരത്തിലേക്കു തന്നെ തിരിച്ചെത്തേണ്ടിവരും. പരിവർത്തനത്തിന്റെ അത്യന്താപേക്ഷിതമായ പ്രവർത്തനങ്ങൾ അവിടെയാണു നടക്കുന്നത്. പരിവർത്തനം ശരീരത്തിലൂടെയാണ് സാദ്ധ്യമാവുക. അല്ലാതെ അതിൽനിന്ന് അകന്നിട്ടല്ല. അതുകൊണ്ടാണ് ഒരു യഥാർത്ഥ ആചാര്യൻ ശരീരത്തോടു പൊരുതാനോ അതിനെ ഉപേക്ഷിക്കാനോ ഒരിക്കലും ശുപാർശ ചെയ്യാത്തത്. എങ്കിലും മനസ്സ് അടിസ്ഥാനമാക്കി പ്രവർത്തിക്കുന്ന അവരുടെ ശിഷ്യന്മാർ പലപ്പോഴും അങ്ങനെ ചെയ്യാറുണ്ട്.

ശരീരത്തെ സംബന്ധിച്ച പുരാതന ബോധനരീതികളിൽ ചില ശകലങ്ങൾ മാത്രമാണു നിലനില്ക്കുന്നത്. "നിങ്ങളുടെ മുഴുവൻ ശരീരവും പ്രകാശംകൊണ്ടു നിറയും." എന്ന യേശുവിന്റെ വചനം അതിലൊ

ന്നാണ്. അതല്ലെങ്കിൽ യേശു ഒരിക്കലും തന്റെ ശരീരത്തെ ഉപേക്ഷിച്ചിരുന്നില്ലെന്നും അതുമായി ഒന്നായിത്തന്നെയിരുന്നിരുന്നുവെന്നും ഉടലോടെ സ്വർഗ്ഗാരോഹണം നടത്തിയെന്നുമുള്ള വിശ്വാസങ്ങളെപ്പോലെയുള്ള ഐതിഹ്യങ്ങളായി അവ ഇപ്പോഴും നിലനില്ക്കുന്നു. ആ ശകലങ്ങളെയോ ചില ഐതിഹ്യങ്ങളിലൊളിഞ്ഞിരിക്കുന്ന അർത്ഥത്തെയോ ആരുംതന്നെ ഇന്നോളം മനസ്സിലാക്കിയിട്ടില്ല. "നിങ്ങൾ നിങ്ങളുടെ ശരീരമല്ല" എന്ന വിശ്വാസം ലോകം മുഴുവൻ വ്യാപിച്ചിട്ടുണ്ട്. അതാണ് ശരീരത്തിന്റെ നിഷേധത്തിലേക്കും അതിൽനിന്നു രക്ഷപ്പെടാനുള്ള ശ്രമങ്ങളിലേക്കും നമ്മെ നയിക്കുന്നത്. അസംഖ്യം ആത്മാന്വേഷകർ അതുമൂലം ആത്മസാക്ഷാത്കാരം നേടുന്നതിൽനിന്നും അങ്ങനെ ആത്മാവിനെ കണ്ടെത്തിയവരായിത്തീരുന്നതിൽനിന്നും വിലക്കപ്പെട്ടിരിക്കുന്നു.

ശരീരത്തിന്റെ പ്രാധാന്യത്തെക്കുറിച്ചുള്ള നഷ്ടപ്പെട്ടുപോയ പ്രബോധനങ്ങളെ വീണ്ടെടുക്കാനും നിലവിലുള്ള ശകലങ്ങളിൽനിന്ന് അവയെ പുനർനിർമ്മിക്കാനും സാധിക്കുമോ?

അതിന്റെ ആവശ്യമില്ല. എല്ലാ ആദ്ധ്യാത്മികപ്രബോധനങ്ങളും ഒരേ ഉറവിടത്തിൽനിന്നാണ് ഉത്ഭവിക്കുന്നത്. ആ അർത്ഥത്തിൽ, പല രൂപങ്ങളിൽ പ്രത്യക്ഷമാകുന്ന ഒരേയൊരു ആചാര്യനേ പണ്ടുണ്ടായിട്ടുള്ളൂ. ഇപ്പോഴും ഉള്ളൂ. ഞാൻ ആ ആചാര്യനാണ്. നിങ്ങളുടെയുള്ളിലെ ഉറവിടത്തിലേക്കു പ്രവേശിക്കാൻ കഴിഞ്ഞാൽ നിങ്ങളും ആചാര്യൻ തന്നെയാകും. ആന്തരികശരീരമാണ് അവിടേക്ക് എത്താനുള്ള വഴി. ഒരേ ഉറവിടത്തിൽനിന്നാണ് എല്ലാ ആദ്ധ്യാത്മികബോധനരീതികളും ഉത്ഭവിക്കുന്നതെങ്കിലും അവയെ പദങ്ങളാക്കി മാറ്റുകയും എഴുതിയെടുക്കുകയും ചെയ്യുമ്പോൾ അവ വ്യക്തമായും വാക്കുകളുടെ വെറും കൂട്ടങ്ങൾ മാത്രമായിത്തീരുന്നു. നാം നേരത്തേ സംസാരിച്ചതുപോലെ വാക്ക് വെറും ഒരു ചൂണ്ടുപലക മാത്രമാണ്. ഉറവിടത്തിലേക്കു തിരിച്ചുപോകാനുള്ള വഴി കാണിച്ചുതരുന്ന ചൂണ്ടുപലകകളാണ് അത്തരം പ്രബോധനങ്ങളെല്ലാം.

നിങ്ങളുടെ ശരീരത്തിലൊളിഞ്ഞിരിക്കുന്ന സത്യത്തെക്കുറിച്ച് ഞാൻ സംസാരിച്ചുകഴിഞ്ഞു. പക്ഷേ, ആചാര്യന്മാരുടെ നഷ്ടപ്പെട്ടുപോയ പ്രബോധനങ്ങളെ നിങ്ങൾക്കുവേണ്ടി ഞാനൊരിക്കൽക്കൂടി സംഗ്രഹിക്കാം— അപ്പോൾ ഇതാ മറ്റൊരു ചൂണ്ടുപലക. നിങ്ങൾ വായിക്കുകയോ ശ്രദ്ധിക്കുകയോ ചെയ്യുമ്പോൾ നിങ്ങളുടെ ആന്തരിക ശരീരത്തെ അനുഭവിക്കാൻ ദയവായി പരിശ്രമിക്കുക.

ശരീരത്തെക്കുറിച്ചുള്ള പ്രസംഗം

ശരീരമെന്നു വിളിക്കുന്നതും കട്ടിയുള്ള ഭൗതികഘടനയായി നിങ്ങൾ കാണുന്നതും രോഗവും വാർദ്ധക്യവും മരണവും ബാധിക്കുന്നതു

മായ അത് അന്തിമമായി യഥാർത്ഥമല്ല— അതു നിങ്ങളല്ല. ജനനമരണങ്ങൾക്കപ്പുറത്തുള്ള നിങ്ങളുടെ അടിസ്ഥാനസത്യത്തെക്കുറിച്ചുള്ള അബദ്ധധാരണയാണ് ശരീരം. അതിനു കാരണം നിങ്ങളുടെ മനസ്സിന്റെ പരിമിതികളാണ്. ഉണ്മയുമായുള്ള ബന്ധം നഷ്ടപ്പെട്ടതിനാൽ, വിഭജനത്തെക്കുറിച്ചുള്ള അതിന്റെ മിഥ്യാവിശ്വാസത്തിന്റെ തെളിവായും ഭീതിനിറഞ്ഞ അതിന്റെ അവസ്ഥയെ ന്യായീകരിക്കാൻവേണ്ടിയുമാണ് ശരീരത്തെ സൃഷ്ടിക്കുന്നത്. പക്ഷേ, ശരീരത്തെ അവഗണിക്കരുത്. കാരണം നശ്വരതയുടെയും പരിമിതികളുടെയും നിങ്ങളുടെ മനസ്സിന്റെ മിഥ്യാസൃഷ്ടിയെന്നു നിങ്ങൾ ധരിച്ചിരിക്കുന്ന മരണത്തിന്റെയും പ്രതീകമായ ശരീരത്തിനുള്ളിലാണ്, നിങ്ങളുടെ അടിസ്ഥാനപരവും അനശ്വരവുമായ യാഥാർത്ഥ്യത്തിന്റെ ദീപ്തി ഒളിപ്പിക്കപ്പെട്ടിരിക്കുന്നത്. സത്യത്തിനായുള്ള നിങ്ങളുടെ അന്വേഷണത്തിൽ മറ്റെവിടെയും നിങ്ങൾ ശ്രദ്ധ തിരിക്കേണ്ട— നിങ്ങളുടെ ശരീരത്തിനുള്ളിലല്ലാതെ മറ്റെവിടെയും അതു കണ്ടെത്താനാവില്ല.

നിങ്ങളുടെ ശരീരവുമായി പൊരുതാതിരിക്കുക. കാരണം അങ്ങനെ ചെയ്യുമ്പോൾ നിങ്ങൾ നിങ്ങളുടെ സ്വന്തം യാഥാർത്ഥ്യത്തോടാണു പൊരുതുന്നത്. നിങ്ങൾ നിങ്ങളുടെ ശരീരമാണ്. നിങ്ങൾക്കു കാണാനും സ്പർശിക്കാനും കഴിയുന്ന ശരീരം ഒരു നേർത്ത മിഥ്യാപരമായ മൂടുപടം മാത്രമാണ്. അതിനു താഴെ, അദൃശ്യമായ ആന്തരികശരീരം സ്ഥിതി ചെയ്യുന്നു. അതാണ് ഉണ്മയിലേക്കും അനാവിഷ്കൃതമായ ജീവനിലേക്കുമുള്ള പ്രവേശനകവാടം. ജനനരഹിതവും മരണരഹിതവും ശാശ്വതമായി സന്നിഹിതവുമായ അനാവിഷ്കൃതമായ ഏകജീവനോട് ആന്തരിക ശരീരത്തിലൂടെ നിങ്ങൾ അവിഭാജ്യമായി ബന്ധപ്പെട്ടിരിക്കുന്നു. ആന്തരിക ശരീരത്തിലൂടെ എല്ലാക്കാലത്തേക്കുമായി നിങ്ങൾ ഈശ്വരനോട് ഒന്നിക്കുന്നു.

നിങ്ങളുടെ ഉള്ളിൽ ആഴത്തിൽ വേരുകളുണ്ടാക്കുക

നിങ്ങളുടെ ആന്തരികശരീരവുമായി സ്ഥിരമായി ബന്ധമുള്ള അവസ്ഥയിൽ ആയിരിക്കുക— എല്ലാ സമയത്തും അതനുഭവിക്കുക എന്നതാണ് താക്കോൽ. ഇതു നിങ്ങളുടെ ജീവിതത്തെ വളരെ പെട്ടെന്ന് അഗാധമാക്കുകയും പരിവർത്തനപ്പെടുത്തുകയും ചെയ്യും. നിങ്ങൾ നിങ്ങളുടെ ആന്തരിക ശരീരത്തെക്കുറിച്ച് എത്രത്തോളം ബോധവാനാകുന്നുവോ അത്രത്തോളം അതിന്റെ കമ്പനാവൃത്തി ഉയരുന്നു. പ്രകാശത്തെ നിയന്ത്രിക്കാനുള്ള സ്വിച്ച് മുകളിലേക്കു തിരിക്കുംതോറും വൈദ്യുതിയുടെ ഒഴുക്കുകൂടുകയും അങ്ങനെ വിളക്ക് കൂടുതൽ പ്രകാശിക്കുകയും ചെയ്യുന്നതുപോലെയാണത്. ഈ ഉയർന്ന ഊർജ്ജതലത്തിൽ നിഷേധപരമായ കാര്യങ്ങൾക്കു നിങ്ങളെ സ്വാധീനിക്കാനാവില്ല. ഈ

ഉയർന്ന കമ്പനത്തെ പ്രതിഫലിപ്പിക്കുന്ന പുതിയ സാഹചര്യങ്ങളെ നിങ്ങൾ ആകർഷിക്കുകയും ചെയ്യും.

നിങ്ങൾക്കു സാധിക്കുമ്പോഴൊക്കെ നിങ്ങളുടെ ശരീരത്തിനുള്ളിൽ ശ്രദ്ധ കേന്ദ്രീകരിച്ചാൽ, നിങ്ങൾ വർത്തമാനകാലത്തിൽ പ്രതിഷ്ഠിതനാവും. ബാഹ്യലോകത്തിൽ നിങ്ങൾ സ്വയം നഷ്ടപ്പെടുകയില്ല. ചിന്തകളും വികാരങ്ങളും ഭീതികളും ആഗ്രഹങ്ങളുമൊക്കെ ചെറിയൊരളവിൽ അവിടെ ഉണ്ടായിരിക്കാം. പക്ഷേ, അവ നിങ്ങളെ കൈയേറുകയില്ല.

ഈ നിമിഷത്തിൽ നിങ്ങളുടെ ശ്രദ്ധ എവിടെയാണെന്നു പരിശോധിക്കുക. നിങ്ങൾ ഞാൻ പറയുന്നതു കേൾക്കുകയാണ്. അല്ലെങ്കിൽ ഈ വാക്കുകൾ ഒരു പുസ്തകത്തിൽ നിങ്ങൾ വായിക്കുകയാണ്. നിങ്ങളുടെ ശ്രദ്ധയുടെ കേന്ദ്രസ്ഥാനം അതാണ്. അപ്രധാനമായ രീതിയിൽ നിങ്ങളുടെ ചുറ്റുപാടുകളെക്കുറിച്ചും മറ്റുള്ള ആളുകളെക്കുറിച്ചുമൊക്കെ നിങ്ങൾ ബോധവാനാണ്. കൂടാതെ നിങ്ങൾ കേൾക്കുകയോ വായിക്കുകയോ ചെയ്യുന്നതിനു ചുറ്റുമായി ഏതെങ്കിലും മാനസികവ്യാപാരവുമുണ്ടാകും— ഏതെങ്കിലും തരത്തിലുള്ള മാനസികമായ സംഭവവിവരണം. എങ്കിലും ഇക്കാര്യങ്ങളിലെല്ലാം നിങ്ങൾ ശ്രദ്ധ ചെലുത്തേണ്ട ആവശ്യമില്ല. അതേസമയത്തുതന്നെ നിങ്ങളുടെ ആന്തരികശരീരവുമായി ബന്ധപ്പെടാൻ കഴിയുന്നുണ്ടോ എന്നു നോക്കുക. കുറച്ചു ശ്രദ്ധയെ നിങ്ങളുടെ ഉള്ളിലും നിലനിർത്തുക. എല്ലാം പുറത്തേക്കൊഴുകാൻ അനുവദിക്കരുത്. നിങ്ങളുടെ മുഴുവൻ ശരീരത്തെയും ഒരൊറ്റ ഊർജ്ജക്ഷേത്രമായി ഉള്ളിൽനിന്ന് അനുഭവിക്കുക. നിങ്ങളുടെ മുഴുവൻ ശരീരവുമുപയോഗിച്ച് നിങ്ങൾ എന്തെങ്കിലും കേൾക്കുകയോ വായിക്കുകയോ ചെയ്യുന്നതുപോലെയാണത്. ഇനി വരുന്ന ദിവസങ്ങളിലും ആഴ്ചകളിലും ഇതാകട്ടെ നിങ്ങളുടെ അഭ്യാസം.

മനസ്സിനും ബാഹ്യലോകത്തിനും നിങ്ങളുടെ മുഴുവൻ ശ്രദ്ധയും കൊടുക്കാതിരിക്കുക. തീർച്ചയായും നിങ്ങൾ ചെയ്യുന്ന കാര്യത്തിൽ ശ്രദ്ധ കേന്ദ്രീകരിക്കാം. പക്ഷേ, അതേസമയം സാധിക്കുമ്പോഴൊക്കെ നിങ്ങളുടെ ആന്തരികശരീരത്തെക്കൂടി അനുഭവിക്കുക. നിങ്ങളുടെ ഉള്ളിൽ വേരുറപ്പിക്കുക.എന്നിട്ട് ഇതു നിങ്ങളുടെ ബോധത്തിന്റെ അവസ്ഥയെയും നിങ്ങൾ ചെയ്യുന്ന കാര്യങ്ങളുടെ ഗുണനിലവാരത്തെയും എങ്ങനെ മാറ്റിമറിക്കുന്നു എന്നു നിരീക്ഷിക്കുക.

നിങ്ങൾ കാത്തിരിക്കുമ്പോഴൊക്കെ, അതെവിടെയായാലും, ആന്തരികശരീരത്തെ അനുഭവിക്കാനായി ആ സമയം വിനിയോഗിക്കുക. ഈ രീതിയിൽ ഗതാഗതക്കുരുക്കുകളും വരിയിൽ നില്ക്കലുമെല്ലാം വളരെ ആസ്വാദ്യകരമായിത്തീരും. വർത്തമാനനിമിഷത്തിൽനിന്നകന്നു മാനസികമായി സ്വയം പ്രക്ഷേപിക്കുന്നതിനുപകരം, നിങ്ങളുടെ ശരീരത്തിനുള്ളിലേക്ക് ആഴത്തിൽ പോവുകയും വർത്തമാനനിമിഷത്തിലേക്കു കൂടുതൽ അഗാധമായി കടന്നുചെല്ലുകയും ചെയ്യുക.

ആന്തരിക ശരീരാവബോധം എന്ന കല പൂർണ്ണമായും നവീനമായ ഒരു ജീവിതരീതിയായി, ഉണ്മയുമായുള്ള സ്ഥിരമായ ബന്ധമെന്ന അവസ്ഥയായി വികസിക്കും. നിങ്ങളിതുവരെ അറിയാത്ത ഒരു അഗാധത അതു നിങ്ങളുടെ ജീവിതത്തിനു സമ്മാനിക്കും.

നിങ്ങൾ നിങ്ങളുടെ ശരീരത്തിനുള്ളിൽ ആഴത്തിൽ വേരുറപ്പിച്ചിട്ടുണ്ടെങ്കിൽ നിങ്ങളുടെ മനസ്സിന്റെ നിരീക്ഷകനായി സന്നിഹിതനാവുന്നത് എളുപ്പമാണ്. പുറത്ത് എന്തും സംഭവിച്ചുകൊള്ളട്ടെ—ഒന്നിനും നിങ്ങളെ ഇളക്കാനാകില്ല.

നിങ്ങൾ സന്നിഹിതനാവാതെ ഇരിക്കുന്നിടത്തോളം കാലം—ശരീരത്തിൽ അധിവസിക്കുന്നത് എപ്പോഴും അതിന്റെ അത്യന്താപേക്ഷിതമായ ഒരു ഘടകമാണ്— നിങ്ങൾ നിങ്ങളുടെ മനസ്സിനാൽ തുടർന്നും നിയന്ത്രിക്കപ്പെടും. നിങ്ങൾ ഒരുപാടു കാലം മുമ്പു പഠിച്ച നിങ്ങളുടെ ശിരസ്സിനകത്തെ തിരക്കഥ, അതായത് സാഹചര്യങ്ങളുടെ സ്വാധീനത്താൽ നിങ്ങളുടെ മനസ്സിനുണ്ടായ ക്രമീകരണം നിങ്ങളുടെ ചിന്തയെയും പെരുമാറ്റത്തെയും നിയന്ത്രിക്കും. ഹ്രസ്വമായ ഇടവേളകളിൽ നിങ്ങളതിൽനിന്നു മുക്തരായിരിക്കും. പക്ഷേ, വിരളമായേ അതു നീണ്ടുനില്ക്കൂ. എന്തെങ്കിലും പ്രശ്നമുണ്ടാകുമ്പോഴോ, ഏതെങ്കിലും തരത്തിലുള്ള നഷ്ടമോ വ്യസനമോ ഉണ്ടാകുമ്പോഴോ ആണ് മേൽപ്പറഞ്ഞത് പ്രത്യേകിച്ചും സത്യമാവുക. ക്രമീകരിക്കപ്പെട്ട നിങ്ങളുടെ പ്രതികരണം അപ്പോൾ ഇച്ഛാപൂർവ്വമല്ലാത്തതും സ്വയം പ്രേരിതവും പ്രവചനീയവുമായിരിക്കും. മനസ്സുമായി താദാത്മ്യപ്പെട്ട ബോധാവസ്ഥയുടെ താഴെ വർത്തിക്കുന്ന ഭീതി എന്ന ഒരേയൊരു അടിസ്ഥാനപരമായ വികാരമാണ് അതിന് ഇന്ധനം നല്കുക.

അതുകൊണ്ട് വെല്ലുവിളികൾ വരുമ്പോൾ അവ—എപ്പോഴും വന്നുകൊണ്ടിരിക്കും—ഉടൻതന്നെ ഉള്ളിലേക്കു തിരിയുകയും നിങ്ങളുടെ ശരീരത്തിന്റെ ആന്തരിക ഊർജ്ജക്ഷേത്രത്തിൽ ശ്രദ്ധ കേന്ദ്രീകരിക്കുകയും ചെയ്യുന്നതു ശീലമാക്കുക. ഇതിന് ഒരുപാടു സമയമൊന്നും എടുക്കുകയില്ല. ഏതാനും നിമിഷങ്ങൾ മാത്രം. പക്ഷേ, വെല്ലുവിളി പ്രത്യക്ഷപ്പെടുന്ന നിമിഷംതന്നെ നിങ്ങൾ അതു ചെയ്തിരിക്കണം. ഏതെങ്കിലും തരത്തിലുള്ള കാലതാമസം, ക്രമീകരിക്കപ്പെട്ട ഒരു മാനസിക വൈകാരിക പ്രതികരണം ഉണ്ടാകാനും, അതു നിങ്ങളെ നിയന്ത്രിക്കാനും ഇടയാക്കും. നിങ്ങൾ ഉള്ളിലേക്കു ശ്രദ്ധ കേന്ദ്രീകരിക്കുകയും ആന്തരികശരീരത്തെ അനുഭവിക്കുകയും ചെയ്യുമ്പോൾ, മനസ്സിൽനിന്നു നിങ്ങൾ ബോധത്തെ പിൻവലിക്കുന്നതിനാൽ നിങ്ങൾ ഉടൻതന്നെ നിശ്ചലനും സന്നിഹിതനുമാവും. ആ പ്രത്യേക സന്ദർഭത്തിൽ ഒരു പ്രതികരണം ആവശ്യമുണ്ടെങ്കിൽ, അത് ഈ അഗാധമായ തലത്തിൽനിന്നാണ് ഉയർന്നുവരിക. ഒരു മെഴുകുതിരിനാളത്തെക്കാൾ അനന്തമായ പ്രകാശം സൂര്യനുള്ളതുപോലെ നിങ്ങളുടെ മനസ്സിലുള്ളതിനെക്കാൾ അനന്തമായ ധിഷണ 'ഉണ്മ'യിൽ അടങ്ങിയിട്ടുണ്ട്.

നിങ്ങളുടെ ആന്തരികശരീരവുമായി ബോധപൂർവ്വമായ ബന്ധം നിങ്ങൾക്കുള്ളിടത്തോളം കാലം, നിങ്ങൾ ഭൂമിയിൽ ആഴത്തിൽ വേരുറച്ചിട്ടുള്ള ഒരു വൃക്ഷത്തെപ്പോലെയോ, ഗാഢവും ഉറപ്പുള്ളതുമായ അടിത്തറയുള്ള ഒരു കെട്ടിടത്തെപ്പോലെയോ ആണ്. രണ്ടാമത്തെ ഉപമ, പൊതുവേ തെറ്റായി വ്യാഖ്യാനിക്കപ്പെട്ടിട്ടുള്ള, 'വീടു പണിത രണ്ടാളുകളെക്കുറിച്ചുള്ള (പാറമേൽ പണിത വീട്) തന്റെ നീതികഥയിൽ യേശു ഉപയോഗിക്കുന്നുണ്ട്. ഒരാൾ അടിത്തറയില്ലാതെ, മണലിലാണു വീടു പണിയുന്നത്. കൊടുങ്കാറ്റും വെള്ളപ്പൊക്കവും വരുമ്പോൾ അയാളുടെ വീട് ഒലിച്ചുപോകുന്നു. മറ്റേയാൾ പാറ കണ്ടെത്തുന്നതുവരെ ആഴത്തിൽ കുഴിക്കുകയും അതിന്മേൽ വീടു പണിയുകയും ചെയ്യുന്നു. വെള്ളപ്പൊക്കത്തിൽ അതൊലിച്ചു പോകുന്നില്ല.

ശരീരത്തിൽ പ്രവേശിക്കുന്നതിനുമുമ്പ് മാപ്പു നല്കുക

ആന്തരികശരീരത്തിൽ ശ്രദ്ധ കേന്ദ്രീകരിക്കാൻ ഞാൻ ശ്രമിച്ചപ്പോൾ എനിക്കു വളരെയധികം അസ്വസ്ഥത തോന്നി. മനസ്സ് കലുഷമാകുന്നതായും ഓക്കാനം വരുന്നതായും അനുഭവപ്പെട്ടു. അതുകൊണ്ട് അങ്ങു പറയുന്ന കാര്യം എനിക്ക് അനുഭവിക്കാൻ കഴിഞ്ഞിട്ടില്ല.

നിങ്ങൾ ശരീരത്തിനുള്ളിലേക്കു ശ്രദ്ധ ചെലുത്താൻ തുടങ്ങുന്നതുവരെ ഒരുപക്ഷേ, നിങ്ങൾ അറിയാതെപോയ, നീണ്ടുനില്ക്കുന്ന ഒരു വികാരത്തെയായിരിക്കും നിങ്ങൾ അനുഭവിച്ചത്. ആ വികാരത്തിന് ആദ്യംതന്നെ അല്പം ശ്രദ്ധ കൊടുത്തില്ലെങ്കിൽ അതിന്റെ താഴെ അഗാധമായ ഒരു തലത്തിൽ സ്ഥിതിചെയ്യുന്ന ആന്തരിക ശരീരത്തിനുള്ളിലേക്കു പ്രവേശിക്കുന്നതിൽനിന്നും അതു നിങ്ങളെ തടയും. അതിനു ശ്രദ്ധ കൊടുക്കുക എന്നാൽ അതിനെക്കുറിച്ചു ചിന്തിക്കുക എന്നല്ല അർത്ഥം. വികാരത്തെ വെറുതെ നിരീക്ഷിക്കുകയും പൂർണ്ണമായി അനുഭവിക്കുകയും അതിനെ അതുപോലെതന്നെ അംഗീകരിക്കുകയും സ്വീകരിക്കുകയും ചെയ്യുക എന്നാണ് അതിന്റെ അർത്ഥം. ചില വികാരങ്ങളെ എളുപ്പത്തിൽ തിരിച്ചറിയാം ദ്വേഷം, ഭയം, വ്യസനം തുടങ്ങിയവയെ. മറ്റു ചില വികാരങ്ങൾക്ക് ഒരു നാമം നല്കാൻ വളരെ ബുദ്ധിമുട്ടാണ്. അസ്വാസ്ഥ്യത്തിന്റെയും ഭാരത്തിന്റെയും സങ്കോചത്തിന്റെയുമൊക്കെ അവ്യക്തമായ ഈ അനുഭവങ്ങൾ വികാരത്തിനും ശാരീരികാനുഭവത്തിനും മദ്ധ്യേ ഉള്ളവയാണ്. ഏതായാലും നിങ്ങൾക്ക് അതിന് ഒരു മാനസികനാമം നല്കാൻ കഴിയുമോ എന്നുള്ളതല്ല, ആ അനുഭവത്തെ നിങ്ങളുടെ അവബോധത്തിലേക്കു കഴിയുന്നത്ര കൊണ്ടുവരാൻ സാധിക്കുമോ എന്നുള്ളതാണ് പ്രധാനം. ശ്രദ്ധയാണ് പരിവർത്തനത്തിലേക്കുള്ള താക്കോൽ. പൂർണ്ണശ്രദ്ധ സ്വീകരിക്കാനുള്ള സന്നദ്ധതയെ സൂചിപ്പിക്കുന്നു. ശ്രദ്ധ ഒരു പ്രകാശരശ്മിയെപ്പോലെയാണ്.

ഓരോന്നിനെയും അതിനുള്ളിലേക്കുതന്നെ രൂപാന്തരപ്പെടുത്തുന്ന നിങ്ങളുടെ ബോധത്തിന്റെ കേന്ദ്രീകൃത ശക്തിയാണത്.

പൂർണ്ണമായി പ്രവർത്തനക്ഷമമായ ഒരു സജീവശരീരത്തിൽ, ഒരു വികാരത്തിന് വളരെ ചെറിയ ആയുസ്സേ ഉള്ളൂ. നിങ്ങളുടെ ഉണ്മയുടെ ഉപരിതലത്തിൽ നൈമിഷികമായ ഒരു ഓളമോ അലയോ പോലെയാണത്. എങ്കിലും നിങ്ങൾ നിങ്ങളുടെ ശരീരത്തിനുള്ളിലല്ലാത്തപ്പോൾ ഒരു വികാരത്തിനു നിങ്ങളുടെയുള്ളിൽ ദിവസങ്ങളോളം അല്ലെങ്കിൽ ആഴ്ചകളോളം നിലനില്ക്കാനാവും. അല്ലെങ്കിൽ അത്, അതേ ആവൃത്തിയുള്ള പരസ്പരം ലയിച്ചു വേദനാശരീരമായിത്തീർന്നിട്ടുള്ള മറ്റു വികാരങ്ങളോട് ഒത്തുചേരും. വേദനാശരീരത്തിനു നിങ്ങളുടെ ഉള്ളിൽ ഒരു പരോപജീവിയായി വർഷങ്ങളോളം ജീവിക്കാനും നിങ്ങളുടെ ഊർജ്ജത്തെ ആഹരിക്കാനും ശാരീരിക രോഗത്തിലേക്കു നിങ്ങളെ നയിക്കാനും നിങ്ങളുടെ ജീവിതത്തെ ദുരിതമയമാക്കിത്തീർക്കാനും കഴിയും. (അദ്ധ്യായം 2 കാണുക).

അതുകൊണ്ട് ആ വികാരത്തെ അനുഭവിക്കുന്നതിലേക്കു നിങ്ങളുടെ ശ്രദ്ധയെ കൊണ്ടുവരിക. ആ വികാരത്തെ പുഷ്ടിപ്പെടുത്തുന്ന പഴിചാരൽ, അവനവനോടുതന്നെയുള്ള സഹതാപം, അല്ലെങ്കിൽ നീരസം തുടങ്ങിയ ഒരു ആവലാതിക്രമത്തിൽ മനസ്സ് തൂങ്ങിനില്ക്കുന്നുണ്ടോ എന്നു പരിശോധിക്കുക. കാര്യം അങ്ങനെയാണെങ്കിൽ നിങ്ങൾ മാപ്പു നല്കിയിട്ടില്ല എന്നാണർത്ഥം. ക്ഷമിക്കാത്തു പലപ്പോഴും മറ്റൊരാളോടോ അല്ലെങ്കിൽ നിങ്ങളോടുതന്നെയോ ആയിരിക്കും. പക്ഷേ, ചിലപ്പോൾ അതു നിങ്ങളുടെ മനസ്സ് അംഗീകരിക്കാൻ വിസമ്മതിക്കുന്ന ഭൂതകാലത്തിലെയോ വർത്തമാനകാലത്തിലെയോ ഭാവിയിലെയോ ഒരു സന്ദർഭത്തോടോ അവസ്ഥയോടോ ആയിരിക്കാം. അതെ, ഭാവിയെ സംബന്ധിച്ചുപോലും ക്ഷമിക്കാൻ കഴിയാത്ത അവസ്ഥ ഉണ്ടാകാം. അനിശ്ചിതാവസ്ഥയെയും ഭാവി അന്തിമമായി അതിന്റെ നിയന്ത്രണത്തിലല്ല ഉള്ളതെന്ന വസ്തുതയെയും അംഗീകരിക്കാനുള്ള മനസ്സിന്റെ വിസമ്മതമാണിത്. ക്ഷമിക്കുക എന്നാൽ നിങ്ങളുടെ ആവലാതിയെയും അങ്ങനെ വ്യസനത്തെയും ഉപേക്ഷിക്കലാണ് അവാസ്തവമായ ഒരു വ്യക്തിത്വബോധത്തെ ശക്തിപ്പെടുത്താനല്ലാതെ നിങ്ങളുടെ ആവലാതികൊണ്ട് ഒരുപകാരവുമില്ലെന്നു നിങ്ങൾ തിരിച്ചറിയുമ്പോൾ അതു സ്വാഭാവികമായി സംഭവിക്കും. ക്ഷമിക്കുക എന്നാൽ ജീവിതത്തെ എതിർക്കാതിരിക്കലാണ്. ജീവിതത്തെ നിങ്ങളിലൂടെ ജീവിക്കാൻ അനുവദിക്കലാണ്. അതല്ലെങ്കിൽ വേദനയും ദുരിതവും ജീവോർജ്ജത്തിന്റെ വളരെയധികം നിയന്ത്രിക്കപ്പെട്ട ഒഴുക്കും പല അവസരങ്ങളിലും ശാരീരികരോഗങ്ങളും മാത്രമേ മറ്റു മാർഗ്ഗങ്ങളായുള്ളൂ.

നിങ്ങൾ യഥാർത്ഥത്തിൽ ക്ഷമിക്കുന്ന നിമിഷത്തിൽ മനസ്സിൽനിന്നു നിങ്ങൾ നിങ്ങളുടെ ശക്തിയെ വീണ്ടെടുക്കുന്നു. ക്ഷമിക്കാൻ കഴിയാ

തിരിക്കുന്നത് മനസ്സിന്റെ യഥാർത്ഥ പ്രകൃതിയാണ്. മനോനിർമ്മിതമായ അവാസ്തവമായ സ്വത്വത്തിന്, അഹന്തയ്ക്ക്, കലമ്പലോ സംഘർഷമോ ഇല്ലാതെ നിലനില്ക്കാനാവാത്തതുംപോലെയാണത്. മനസ്സിനു മാപ്പു നല്കാനാവില്ല. 'നിങ്ങൾക്കു' മാത്രമേ അതിനു കഴിയൂ. നിങ്ങൾ സന്നിഹിതനാവുന്നു. നിങ്ങളുടെ ശരീരത്തിനുള്ളിലേക്കു പ്രവേശിക്കുന്നു. ഉണ്മയിൽനിന്നും പ്രസരിക്കുന്ന സചേതനമായ ശാന്തിയും നിശ്ചലതയും നിങ്ങൾ അനുഭവിക്കുന്നു. അതുകൊണ്ടാണ് യേശു പറഞ്ഞത്, "ദേവാലയത്തിനുള്ളിലേക്കു പ്രവേശിക്കുന്നതിനുമുമ്പ് മാപ്പു നല്കുക" എന്ന്.

അനാവിഷ്കൃതമായതിനോടുള്ള നിങ്ങളുടെ ബന്ധം

സാന്നിദ്ധ്യവും ആന്തരികശരീരവും തമ്മിലുള്ള ബന്ധമെന്താണ്?

സാന്നിദ്ധ്യമെന്നാൽ ശുദ്ധബോധമാണ്. മനസ്സിൽനിന്നും ആകാരങ്ങളുടെ ലോകത്തുനിന്നും വീണ്ടെടുക്കപ്പെട്ട ബോധം. അനാവിഷ്കൃതമായതിനോടു നിങ്ങളെ ബന്ധപ്പെടുത്തുന്ന കണ്ണിയാണ് ആന്തരിക ശരീരം. അതിന്റെ ഏറ്റവും അഗാധമായ തലത്തിൽ അതുതന്നെയാണ് അനാവിഷ്കൃതമായ സത്ത. സൂര്യനിൽനിന്ന് പ്രകാശം പ്രസരിക്കുന്നതുപോലെ ബോധം ആ ഉറവിടത്തിൽനിന്നാണു പ്രസരിക്കുന്നത്. ബോധം അതിന്റെ ഉത്ഭവത്തെ ഓർമ്മിച്ചു സ്വന്തം ഉറവിടത്തിലേക്കു മടങ്ങുന്നതാണ് ആന്തരിക ശരീരത്തിന്റെ അവബോധം.

ഉണ്മയും അനാവിഷ്കൃതമായതും ഒന്നുതന്നെയാണോ?

അതെ. 'അനാവിഷ്കൃതമായത്' എന്ന വാക്കു പറയുവാനോ ചിന്തിക്കുവാനോ സങ്കല്പിക്കുവാനോ കഴിയാത്ത ഒന്നിനെ നിരാകരണത്തിലൂടെ വ്യഞ്ജിപ്പിക്കാൻ ശ്രമിക്കുകയാണു ചെയ്യുന്നത്. അത് എന്തൊക്കെയല്ല എന്നു പറയുന്നതിലൂടെയാണ് അതു സ്വയം എന്താണെന്നു സൂചിപ്പിക്കുന്നത്. മറിച്ച്, 'ഉണ്മ' ഒരു ഗുണാത്മകമായ പദമാണ്. ദയവായി ഈ രണ്ടു വാക്കുകളോടും മമതയുണ്ടാക്കി അവയെ വിശ്വസിക്കാൻ തുടങ്ങാതിരിക്കുക. അവ ചൂണ്ടുപലകകളിൽക്കവിഞ്ഞ് ഒന്നുമല്ല.

മനസ്സിൽനിന്നു വീണ്ടെടുക്കപ്പെട്ട ബോധമാണ് സാന്നിദ്ധ്യമെന്ന് അങ്ങു പറഞ്ഞു. ആരാണ് അതു വീണ്ടെടുക്കുന്നത്?

നിങ്ങൾതന്നെ. പക്ഷേ, നിങ്ങളുടെ സത്തയിൽ നിങ്ങൾ ബോധംതന്നെ ആയതുകൊണ്ട്, രൂപമാകുന്ന സ്വപ്നത്തിൽനിന്നുള്ള ബോധത്തിന്റെ ഉണരൽ എന്നും നമുക്കു പറയാം. പ്രകാശത്തിന്റെ ഒരു പൊട്ടിത്തെറിയിൽ നിങ്ങളുടെ സ്വന്തം രൂപം ഒരു നിമിഷംകൊണ്ടു മാഞ്ഞുപോകുമെന്നൊന്നും അതിനർത്ഥമില്ല. നിങ്ങൾക്കു നിങ്ങളുടെ രൂപത്തിൽത്തന്നെ തുടരാം. പക്ഷേ, അതേസമയം നിങ്ങളുടെയുള്ളിലെ നിരാകാരവും അനശ്വരവുമായ ആഴത്തെക്കുറിച്ചുള്ള അവബോധത്തോടെ ഇരിക്കുകയും ചെയ്യാം.

ഇതൊക്കെ എനിക്കു മനസ്സിലാവുന്നതിനുമപ്പുറത്താണെന്ന് ഞാൻ സമ്മതിക്കുന്നു. പക്ഷേ, അങ്ങെന്താണു പറയുന്നതെന്ന് അഗാധമായ ഏതോ തലത്തിൽ ഞാൻ മനസ്സിലാക്കുന്നതായി തോന്നുന്നു. എന്തിനെക്കാളുമധികം അതൊരു വൈകാരികാനുഭവമായാണ് തോന്നുന്നത്. ഞാൻ സ്വയം കബളിപ്പിക്കുകയാണോ?

അല്ല. നിങ്ങൾ സ്വയം കബളിപ്പിക്കുകയല്ല. വികാരം ചിന്തയെക്കാളും നിങ്ങളാരാണെന്നുള്ള സത്യത്തോടു നിങ്ങളെ അടുപ്പിക്കും. നിങ്ങളുടെയുള്ളിൽ ആഴത്തിൽ നിങ്ങൾ ഇപ്പോഴേ അറിയാത്ത ഒരു കാര്യവും എനിക്കു നിങ്ങളോടു പറയാനില്ല. ആന്തരിക സംയോജനത്തിന്റെ ഒരു ഘട്ടമെത്തിയാൽ, കേൾക്കുമ്പോൾത്തന്നെ സത്യത്തെ നിങ്ങൾ തിരിച്ചറിയും. ഇപ്പോഴും നിങ്ങൾ ആ ഘട്ടത്തിലെത്തിയിട്ടില്ലെങ്കിൽ ശാരീരികാവബോധത്തിന്റെ അഭ്യാസം, ആവശ്യമായ അഗാധത നിങ്ങളിലുണ്ടാക്കും.

വാർദ്ധക്യത്തിലേക്കടുപ്പിക്കുന്ന പ്രക്രിയയെ എങ്ങനെ സാവധാനത്തിലാക്കാം

ആന്തരികശരീരത്തിന്റെ അവബോധംകൊണ്ട് ഭൗതികമണ്ഡലത്തിൽ വേറെയും പ്രയോജനങ്ങളുണ്ട്. അതിലൊന്ന്, ഭൗതികശരീരം വാർദ്ധക്യത്തിലേക്കു കടക്കുന്ന പ്രക്രിയയെ അതു സാരമായിത്തന്നെ മന്ദഗതിയിലാക്കുന്നു എന്നതാണ്.

സാധാരണയായി, ബാഹ്യശരീരം പെട്ടെന്നുതന്നെ വാർദ്ധക്യത്തിലേക്കു കടക്കുകയും വാടിക്കരിയുകയും ചെയ്യുന്നതായി തോന്നിക്കുമ്പോൾ, ആന്തരിക ശരീരം സമയത്തിനനുസരിച്ചു മാറുന്നില്ല. മാത്രമല്ല, അതിനെ നിങ്ങൾ കൂടുതൽ അഗാധമായി അനുഭവിക്കുകയും പൂർണ്ണമായും നിങ്ങൾ അതായിത്തീരുകയും ചെയ്തെന്നു വരാം. നിങ്ങൾക്കിപ്പോൾ ഇരുപതു വയസ്സായെന്നു വയ്ക്കുക. നിങ്ങളുടെ ആന്തരിക ശരീരത്തിന്റെ ഊർജ്ജക്ഷേത്രത്തെ അതേപോലെതന്നെ നിങ്ങൾക്ക് എൺപതു വയസ്സാകുമ്പോഴും അനുഭവിക്കാനാകും. അപ്പോഴും അതു സ്പന്ദിക്കുന്ന ജീവനോടെതന്നെയിരിക്കും. ശരീരത്തിനു പുറ

ത്തായിരിക്കുകയും മനസ്സിൽ കുടുങ്ങിക്കിടക്കുകയും ചെയ്യുന്നതിൽ നിന്നും നിങ്ങളുടെ സഹജാവസ്ഥ ശരീരത്തിനുള്ളിലായിരിക്കുകയും വർത്തമാനകാലത്തിൽ സന്നിഹിതമാവുകയും ചെയ്യുന്ന അവസ്ഥയിലേക്കു മാറുമ്പോൾ പെട്ടെന്നുതന്നെ നിങ്ങളുടെ ശരീരം ഭാരക്കുറവുള്ളതും കൂടുതൽ വ്യക്തവും കൂടുതൽ ചേതനയുള്ളതുമായി അനുഭവപ്പെടും. ശരീരത്തിൽ കൂടുതൽ ബോധമുള്ളതുകൊണ്ട് അതിന്റെ തന്മാത്രാഘടന വാസ്തവത്തിൽ കട്ടി കുറഞ്ഞതായിത്തീരും. കൂടുതൽ ബോധമെന്നാൽ ലൗകികതയാകുന്ന മിഥ്യാധാരണയുടെ ചുരുങ്ങലാണ്.

ബാഹ്യശരീരത്തെക്കാൾ നിങ്ങൾ സമയരഹിതമായ ആന്തരിക ശരീരത്തോടു താദാത്മ്യപ്പെടുമ്പോൾ, സാന്നിദ്ധ്യം നിങ്ങളുടെ ബോധത്തിന്റെ സാധാരണ സമ്പ്രദായമായിത്തീരുമ്പോൾ, ഭൂതവും ഭാവിയും നിങ്ങളുടെ ശ്രദ്ധയുടെ മേൽ ആധിപത്യം ചെലുത്താതിരിക്കുമ്പോൾ, നിങ്ങൾ നിങ്ങളുടെ ചിത്തത്തിലും ശരീരകോശങ്ങളിലും സമയത്തെ കൂട്ടിച്ചേർക്കുന്നത് ഇല്ലാതാകുന്നു. ഭൂതകാലത്തിന്റെയും ഭാവിയുടെയും മാനസികമായ ചുമടെന്ന നിലയിൽ സമയത്തിന്റെ കുമിഞ്ഞുകൂടൽ ആത്മനവീകരണത്തിനുള്ള ജീവകോശങ്ങളുടെ കഴിവിനെ ഒരുപാട് ക്ഷയിപ്പിക്കുന്നു. അതുകൊണ്ട് നിങ്ങൾ ആന്തരിക ശരീരത്തിൽ അധിവസിച്ചാൽ നിങ്ങളുടെ ബാഹ്യശരീരം വളരെ സാവധാനത്തിൽ മാത്രമേ വാർദ്ധക്യത്തിലേക്കു പ്രവേശിക്കൂ. വാർദ്ധക്യത്തിലേക്കു പ്രവേശിച്ചാലും സമയരഹിതമായ നിങ്ങളുടെ സത്ത നിങ്ങളുടെ ബാഹ്യരൂപത്തിലൂടെ പുറത്തേക്കു പ്രകാശിക്കും. അപ്പോൾ കാഴ്ചയിൽ നിങ്ങൾക്കു വയസ്സായതായി തോന്നുകയില്ല.

ഇതിന് ശാസ്ത്രീയമായ വല്ല തെളിവുമുണ്ടോ?

ഇതു ശ്രമിച്ചു നോക്കൂ. നിങ്ങൾതന്നെയായിരിക്കും ഇതിനു തെളിവ്.

പ്രതിരോധവ്യവസ്ഥയെ ശക്തിപ്പെടുത്തൽ

ശരീരത്തിന്റെ പ്രതിരോധവ്യവസ്ഥ വളരെയധികം ശക്തിപ്പെടുമെന്നതാണു ഭൗതികമണ്ഡലത്തിൽ ഈ അഭ്യാസംകൊണ്ടുണ്ടാകുന്ന മറ്റൊരു പ്രയോജനം. നിങ്ങൾ നിങ്ങളുടെ ശരീരത്തിൽ അധിവസിക്കുമ്പോഴാണ് ഇതു സംഭവിക്കുന്നത്. നിങ്ങൾ നിങ്ങളുടെ ശരീരത്തിലേക്കു കൂടുതൽ ബോധത്തെ കൊണ്ടുവരുംതോറും അതിന്റെ പ്രതിരോധ വ്യവസ്ഥയും അത്രമേൽ ശക്തിപ്പെടും. ഓരോ കോശവും ഉണരുകയും ആനന്ദിക്കുകയും ചെയ്യുന്നതുപോലെയാണത്. ശരീരം നിങ്ങളുടെ ശ്രദ്ധയെ ഇഷ്ടപ്പെടുന്നു. സ്വയം രോഗശാന്തി വരുത്താനുള്ള വളരെ വീര്യമുള്ള ഒരു രീതികൂടിയാണിത്. നിങ്ങൾ ശരീരത്തിൽ സന്നിഹിതരല്ലാത്തപ്പോഴാണു മിക്ക രോഗങ്ങളും ഉള്ളിൽ കടന്നുകൂടുന്നത്.

വീട്ടിൽ യജമാനനില്ലെങ്കിൽ അവിടെ പലതരക്കാരായ വിശ്വസ്തരല്ലാത്ത ആളുകൾ താമസിക്കാൻ തുടങ്ങും. നിങ്ങൾ നിങ്ങളുടെ ശരീരത്തിൽ അധിവസിക്കുമ്പോൾ ആവശ്യമില്ലാത്ത അതിഥികൾക്ക് ഉള്ളിലേക്കു പ്രവേശിക്കാൻ ബുദ്ധിമുട്ടാകും.

നിങ്ങളുടെ ശരീരത്തിന്റെ പ്രതിരോധവ്യവസ്ഥ മാത്രമല്ല ശക്തിപ്പെടുന്നത്, നിങ്ങളുടെ ചിത്തത്തിന്റെ പ്രതിരോധവ്യവസ്ഥയും ഇതുമൂലം വളരെയധികം പുഷ്ടിപ്പെടുന്നു. രണ്ടാമതു പറഞ്ഞത്, വളരെയധികം സാംക്രമിക സ്വഭാവമുള്ള മറ്റുള്ള വ്യക്തികളുടെ നിഷേധാത്മകമായ മാനസിക വൈകാരിക ശക്തിക്ഷേത്രങ്ങളിൽനിന്നും നിങ്ങളെ സംരക്ഷിക്കുന്നു. ശരീരത്തിലുള്ള അധിവാസം ഒരു രക്ഷാകവചം തീർത്തല്ല നിങ്ങളെ സംരക്ഷിക്കുന്നത്. മറിച്ച് നിങ്ങളുടെ മൊത്തം ഊർജ്ജക്ഷേത്രത്തിന്റെ കമ്പനാവൃത്തി ഉയർത്തിക്കൊണ്ടാണ്. ഭയം, ദ്വേഷം, വിഷാദം തുടങ്ങി ചെറിയ ആവൃത്തികളിൽ കമ്പനം ചെയ്യുന്ന എന്തും തീർത്തും വ്യത്യസ്തമായ ഒരു വാസ്തവികതയിലാണ് ഇപ്പോൾ നില നില്ക്കുന്നത്. അതു നിങ്ങളുടെ ബോധത്തിന്റെ ക്ഷേത്രത്തിലേക്ക് ഇപ്പോൾ പ്രവേശിക്കുന്നില്ല. പ്രവേശിക്കുകയാണെങ്കിൽത്തന്നെ അതു നിങ്ങളിലൂടെ എളുപ്പം കടന്നുപോകുന്നതുകൊണ്ട് അതിനെ നിങ്ങൾ യാതൊരു രീതിയിലും ചെറുക്കേണ്ട ആവശ്യമില്ല. ദയവായി ഞാൻ പറയുന്നതു വെറുതെ അംഗീകരിക്കുകയോ തിരസ്കരിക്കുകയോ ചെയ്യരുത്. അതു പരീക്ഷിച്ചു നോക്കുക.

നിങ്ങളുടെ പ്രതിരോധവ്യവസ്ഥയെ അഭിവൃദ്ധിപ്പെടുത്തണമെന്നു നിങ്ങൾക്കു തോന്നുമ്പോഴൊക്കെ ചെയ്യാവുന്ന ലളിതവും എന്നാൽ ശക്തവുമായ ആത്മരോഗശാന്തിക്കുള്ള ഒരു ധ്യാനം ഉണ്ട്. ഒരു രോഗത്തിന്റെ പ്രാരംഭലക്ഷണങ്ങൾ കാണുമ്പോൾത്തന്നെ ഇതു പ്രയോഗിക്കുന്നതു പ്രത്യേകിച്ചും ഫലപ്രദമാണ്. പക്ഷേ, അപ്രതിരോധ്യമായിത്തീർന്നിട്ടുള്ള അസുഖങ്ങളുടെ കാര്യത്തിലും നിങ്ങൾ ഈ ധ്യാനം തുടർച്ചയായുള്ള ഇടവേളകളിൽ തീവ്രമായി ശ്രദ്ധ കേന്ദ്രീകരിച്ചു ചെയ്യുകയാണെങ്കിൽ ഫലമുണ്ടാകും. ഏതെങ്കിലും തരത്തിലുള്ള നിഷേധഭാവം മൂലം നിങ്ങളുടെ ഊർജ്ജക്ഷേത്രത്തിലുണ്ടാകുന്ന ഏതു തടസ്സത്തിനും എതിരായി അതു പ്രവർത്തിക്കും. പക്ഷേ, നാം ഓരോ നിമിഷവും അനുഷ്ഠിക്കേണ്ട ശരീരത്തിനുള്ളിലായിരിക്കുക എന്ന അഭ്യാസത്തിനു പകരമാവില്ല അത്. അല്ലെങ്കിൽ അതിന്റെ ഫലം താത്കാലികമായിരിക്കും. ഇതാ ആ ധ്യാനം.

നിങ്ങൾ ഒരു ജോലിയിലുമേർപ്പെടാത്ത സമയത്ത്, കുറച്ചുനേരത്തേക്ക്, പ്രത്യേകിച്ചും രാത്രി ഉറങ്ങാൻ പോകുന്നതിനുമുമ്പ് അവസാന കാര്യമായും രാവിലെ എഴുന്നേൽക്കുന്നതിനുമുമ്പ് ആദ്യത്തെ കാര്യമായും ഇതു ചെയ്യുക. കവിഞ്ഞൊഴുകുമാറ് നിങ്ങളുടെ ശരീരത്തിൽ 'ബോധം' നിറയ്ക്കുക. നിങ്ങളുടെ കണ്ണുകൾ അടയ്ക്കുക. മലർന്നു കിടക്കുക. ആദ്യം, നിങ്ങളുടെ ശരീരത്തിലെ വിവിധ ഭാഗങ്ങൾ തിര

ഞെടുത്തു വളരെ കുറച്ചുസമയത്തേക്ക് അവയിൽ ശ്രദ്ധ കേന്ദ്രീകരിക്കുക. കൈപ്പത്തികൾ, പാദങ്ങൾ, കൈകൾ, കാലുകൾ, ഉദരം, നെഞ്ച്, ശിരസ്സ് തുടങ്ങിയവയിൽ. ആ ഭാഗങ്ങളിലുള്ള ജീവോർജ്ജത്തെ നിങ്ങൾക്കു കഴിയുന്നത്ര തീവ്രമായി അനുഭവിക്കുക. ഓരോ ഭാഗത്തും പതിനഞ്ചു സെക്കൻഡുകളോളം തങ്ങുക. ശരീരത്തിലൂടെ അലയടിക്കുന്നതുപോലെ നിങ്ങളുടെ ശ്രദ്ധയെ പാദം മുതൽ ശിരസ്സുവരെയും തിരിച്ചും ഏതാനും പ്രാവശ്യം ഒഴുകാൻ അനുവദിക്കുക. ഇതു ചെയ്യാൻ ഒരു മിനിറ്റേ ആവശ്യമുള്ളൂ. അതിനുശേഷം ഒരൊറ്റ ഊർജ്ജക്ഷേത്രമായി ആന്തരിക ശരീരത്തെ അതിന്റെ സമ്പൂർണ്ണതയിൽ അനുഭവിക്കുക. ആ അനുഭവത്തെ അല്പനേരം നിലനിർത്തുക. ആ സമയത്തു തീവ്രമായി സന്നിഹിതനാവുക. നിങ്ങളുടെ ശരീരത്തിലെ ഓരോ കോശത്തിലും സന്നിഹിതനാവുക. ഇടയ്ക്കൊക്കെ മനസ്സ് ശരീരത്തിനു പുറത്തേക്കു നിങ്ങളുടെ ശ്രദ്ധയെ വലിച്ചെടുക്കുന്നതിൽ വിജയിക്കുകയും ഏതെങ്കിലും ചിന്തയിൽ നിങ്ങൾ സ്വയം നഷ്ടപ്പെട്ടു പോവുകയുമാണെങ്കിൽ വിഷമിക്കാതിരിക്കുക. ഇതു സംഭവിച്ചിരിക്കുന്നു എന്നു കണ്ടുകഴിഞ്ഞാൽ വെറുതെ നിങ്ങളുടെ ആന്തരിക ശരീരത്തിലേക്ക് നിങ്ങളുടെ ശ്രദ്ധയെ തിരികെ കൊണ്ടുവന്നാൽ മതി.

നിങ്ങളെ നിങ്ങളുടെ ശരീരത്തിനുള്ളിലേക്കു കൊണ്ടുപോകാൻ ശ്വാസത്തെ അനുവദിക്കുക

ചിലപ്പോൾ, എന്റെ മനസ്സ് വല്ലാതെ പ്രവർത്തനനിരതമാവുമ്പോൾ അതു വല്ലാത്ത ഒരു ആശയം കൈവരിക്കുന്നതുകൊണ്ട്, അതിൽ നിന്നു ശ്രദ്ധ തിരിക്കാനോ ആന്തരികശരീരത്തെ അനുഭവിക്കാനോ എനിക്കു കഴിയാതെപോകുന്നു. ഞാനൊരു വേവലാതിയുടെയോ ആകാംക്ഷയുടെയോ ക്രമത്തിൽപ്പെട്ടുപോവുമ്പോഴാണ് ഇതു പ്രത്യേകിച്ചും സംഭവിക്കുന്നത്. അങ്ങേക്ക് എന്തെങ്കിലും നിർദ്ദേശിക്കാനുണ്ടോ?

ഏതെങ്കിലും സമയത്ത് നിങ്ങളുടെ ആന്തരിക ശരീരവുമായി ബന്ധപ്പെടാൻ നിങ്ങൾക്കു ബുദ്ധിമുട്ടുതോന്നുന്നുണ്ടെങ്കിൽ നിങ്ങളുടെ ശ്വാസോച്ഛ്വാസത്തിൽ ആദ്യം ശ്രദ്ധ കേന്ദ്രീകരിക്കുന്നത് സാധാരണഗതിയിൽ എളുപ്പമായിരിക്കും. അതിന്റേതായ രീതിയിൽ സുശക്തമായ ഒരു ധ്യാനമാണ് ബോധപൂർവ്വമുള്ള ശ്വാസോച്ഛ്വാസം. അതു നിങ്ങളെ നിങ്ങളുടെ ശരീരവുമായി ബന്ധപ്പെടുത്തും. ശ്വാസം നിങ്ങളുടെ ശരീരത്തിനുള്ളിലേക്കും പുറത്തേക്കും ഒഴുകുമ്പോൾ നിങ്ങളുടെ ശ്രദ്ധകൊണ്ട് അതിനെ പിന്തുടരുക. ശരീരത്തിനുള്ളിലേക്കു ശ്വസിക്കുക. ഓരോ ശ്വാസത്തോടും ഉച്ഛ്വാസത്തോടുമൊപ്പം നിങ്ങളുടെ ഉദരം ചെറുതായി

വികസിക്കുകയും ചുരുങ്ങുകയും ചെയ്യുന്നത് അനുഭവിക്കുക. ഭാവനയിൽ ദൃശ്യങ്ങൾ കാണുന്നതു നിങ്ങൾക്ക് എളുപ്പമാണെങ്കിൽ കണ്ണുകളടച്ചു സ്വയം പ്രകാശത്താൽ ചൂഴപ്പെട്ടതായോ പ്രകാശപൂർണ്ണമായ ഒരു പദാർത്ഥത്തിൽ—ബോധത്തിന്റെ ഒരു കടലിൽ മുങ്ങിക്കിടക്കുന്നതായോ ഭാവനയിൽ കാണുക. എന്നിട്ട് ആ വെളിച്ചത്തെ ശ്വാസത്തോടൊപ്പം ഉള്ളിലേക്കെടുക്കുക. പ്രഭാപൂർണ്ണമായ ആ പദാർത്ഥം നിങ്ങളുടെ ശരീരത്തിൽ നിറയുന്നതും നിങ്ങളുടെ ശരീരത്തെക്കൂടി പ്രഭാപൂർണ്ണമാക്കുന്നതും അനുഭവിക്കുക. പിന്നെ പതുക്കെ ആ അനുഭവത്തിൽ ശ്രദ്ധ കേന്ദ്രീകരിക്കുക. ഇപ്പോൾ നിങ്ങൾ നിങ്ങളുടെ ശരീരത്തിനുള്ളിലാണ്. ഏതെങ്കിലും ദൃശ്യബിംബത്തോടു മമതയുണ്ടാവാതെ നോക്കുക.

മനസ്സിന്റെ ക്രിയാത്മകമായ ഉപയോഗം

നിങ്ങൾക്കു നിങ്ങളുടെ മനസ്സിനെ ഏതെങ്കിലും പ്രത്യേക ഉദ്ദേശ്യത്തിനായി ഉപയോഗിക്കണമെങ്കിൽ, നിങ്ങളടെ ആന്തരിക ശരീരത്തോടൊപ്പം അതിനെ ഉപയോഗിക്കുക. ചിന്തകളില്ലാതെ ബോധവാനായിരിക്കാൻ നിങ്ങൾക്കു കഴിയുമെങ്കിൽ മാത്രമേ നിങ്ങൾക്കു നിങ്ങളുടെ മനസ്സിനെ ക്രിയാത്മകമായി ഉപയോഗിക്കാൻ കഴിയുകയുള്ളൂ. ആ അവസ്ഥയിലേക്കു പ്രവേശിക്കാനുള്ള ഏറ്റവും എളുപ്പമുള്ള വഴി നിങ്ങളുടെ ശരീരമാണ്. നിങ്ങൾക്ക് ഒരുത്തരമോ ഒരു പരിഹാരമോ ഒരു ക്രിയാത്മകമായ ആശയമോ എപ്പോഴൊക്കെ ആവശ്യമുണ്ടോ, അപ്പോഴൊക്കെ നിങ്ങളുടെ ആന്തരിക ഊർജ്ജക്ഷേത്രത്തിലേക്കു ശ്രദ്ധ കേന്ദ്രീകരിച്ചു ചിന്തകളെ ഒരു നിമിഷനേരത്തേക്കു നിർത്തുക. ഉള്ളിലെ നിശ്ചലതയെക്കുറിച്ചു ബോധവാനാവുക. നിങ്ങൾ വീണ്ടും ചിന്തിക്കാൻ തുടങ്ങുമ്പോൾ, ചിന്തകൾ സ്വച്ഛവും ക്രിയാത്മകവുമായിരിക്കും. ചിന്താപരമായ ഏതു പ്രവൃത്തിയിലേർപ്പെടുമ്പോഴും ഇടയ്ക്കിടയ്ക്കു ചിന്തയ്ക്കും ആന്തരികമായ ശ്രദ്ധയ്ക്കും അല്ലെങ്കിൽ ആന്തരിക നിശ്ചലതയ്ക്കും ഇടയിൽ മാറിമാറി അങ്ങോട്ടുമിങ്ങോട്ടും നീങ്ങാൻ പരിശീലിക്കുക. നമുക്കിങ്ങനെ പറയാം: വെറും ശിരസ്സുകൊണ്ടല്ല ചിന്തിക്കേണ്ടത്. നിങ്ങളുടെ മുഴുവൻ ശരീരവുമുപയോഗിച്ചു ചിന്തിക്കുക.

വേറൊരാൾ പറയുന്നതു നിങ്ങൾ കേൾക്കുമ്പോൾ, നിങ്ങളുടെ മനസ്സുകൊണ്ടല്ലാതെ, നിങ്ങളുടെ മുഴുവൻ ശരീരവുംകൊണ്ടു ശ്രദ്ധിക്കുക. നിങ്ങൾ ശ്രദ്ധിക്കുമ്പോൾ നിങ്ങളുടെ ആന്തരികശരീരത്തിന്റെ ഊർജ്ജക്ഷേത്രത്തെ അനുഭവിക്കുക. ഇതു നിങ്ങളുടെ ശ്രദ്ധയെ ചിന്തയിൽനിന്നകറ്റും. കൂടാതെ മനസ്സിന്റെ ഇടപെടലില്ലാതെ, ശരിയായി ശ്രദ്ധിക്കാൻ നിങ്ങളെ സഹായിക്കുന്ന നിശ്ചലമായ ഒരിടം നിങ്ങളുടെയുള്ളിൽ സൃഷ്ടിക്കുകയും ചെയ്യും. നിങ്ങൾ മറ്റൊരാൾക്ക് ഇടം നല്കുകയാണ്. അയാൾക്ക് അയാളായിരിക്കാനുള്ള ഇടം. മറ്റൊരാൾക്കു നല്കാൻ കഴിയുന്ന ഏറ്റവും അമൂല്യമായ സമ്മാനമാണത്. മിക്ക ആളുകൾക്കും ശ്രദ്ധിക്കേണ്ടതെങ്ങനെയെന്ന് അറിയില്ല. കാരണം അവരുടെ ശ്രദ്ധയുടെ സിംഹഭാഗവും ചിന്തകൾ കൈയേറിയിരിക്കുകയാണ്. മറ്റൊരാൾ പറയുന്ന കാര്യങ്ങളെക്കാൾ അവർ ശ്രദ്ധിക്കുന്നതു സ്വന്തം ചിന്തകളെയാണ്. പ്രാധാന്യമർഹിക്കുന്നതിന് അവർ തീരെ ശ്രദ്ധ നല്കുന്നില്ല: അതായത് ആ വാക്കുകൾക്കും മനസ്സിനും താഴെ വർത്തിക്കുന്ന അപരന്റെ ഉണ്മയ്ക്ക്. തീർച്ചയായും നിങ്ങളുടെ സ്വന്തം ഉണ്മയിലൂടെയല്ലാതെ നിങ്ങൾക്കു മറ്റൊരാളുടെ ഉണ്മയെ അറിയാനാകില്ല. ഇതാണ് ഏകതയുടെ സാക്ഷാത്കാരത്തിന്റെ, അതായത് സ്നേഹത്തിന്റെ തുടക്കം. ഉണ്മയുടെ ഏറ്റവും അഗാധമായ തലത്തിൽ നിലവിലുള്ള എല്ലാ തരമായും നിങ്ങൾ ഒന്നാണ്.

മിക്ക മനുഷ്യബന്ധങ്ങളിലും അടങ്ങിയിട്ടുള്ളത് മനസ്സുകൾ തമ്മിലുള്ള പാരസ്പര്യമാണ്. അല്ലാതെ മനുഷ്യർ തമ്മിലുള്ള ആശയവിനിമയമോ സംസർഗ്ഗമോ അല്ല. അങ്ങനെ ഒരു ബന്ധത്തിനും നിലനില്ക്കാനാവില്ല. അതുകൊണ്ടാണു ബന്ധങ്ങളിൽ ഇത്രമാത്രം സംഘർഷങ്ങളുണ്ടാകുന്നത്. മനസ്സ് നിങ്ങളെ നിയന്ത്രിക്കുന്നിടത്തോളം കാലം സംഘർഷങ്ങളും വഴക്കുകളും പ്രശ്നങ്ങളും അനിവാര്യമാണ്. ആന്തരിക ശരീരവുമായുള്ള നിങ്ങളുടെ ബന്ധം, ബന്ധങ്ങൾക്കു പൂവിടാൻ കഴിയുന്ന മനസ്സില്ലായ്മയുടെ സുവ്യക്തമായ ഒരിടത്തെ സൃഷ്ടിക്കുന്നു.

ശരീരത്തിനുള്ളിലേക്ക് അഗാധമായി പ്രവേശിക്കൽ

എന്റെ ശരീരത്തിനുള്ളിലെ ഊർജ്ജത്തെ എനിക്ക് അനുഭവിക്കാൻ കഴിയുന്നുണ്ട്. പ്രത്യേകിച്ച് എന്റെ കൈകളിലും കാലുകളിലും. പക്ഷേ, അങ്ങ് നേരത്തേ നിർദ്ദേശിച്ചതുപോലെ കൂടുതൽ ആഴത്തിൽ പോകാൻ എനിക്കു കഴിയാത്തതുപോലെ തോന്നുന്നു.

അതിനെ ഒരു ധ്യാനമാക്കുക. അതിന് ഒരുപാടു സമയമൊന്നും എടുക്കേണ്ട ആവശ്യമില്ല. ഘടികാരസമയത്തിലെ പത്തോ പതിനഞ്ചോ മിനിറ്റുകൾ അതിനു മതിയാകും. ടെലിഫോണുകൾ, നിങ്ങളുടെ ധ്യാനം തടസ്സപ്പെടുത്താൻ സാദ്ധ്യതയുള്ള ആളുകൾ തുടങ്ങി നിങ്ങളുടെ ശ്രദ്ധയെ വ്യതിചലിപ്പിക്കാൻ സാദ്ധ്യതയുള്ള ബാഹ്യമായ കാര്യങ്ങളൊന്നുമില്ലെന്ന് ആദ്യതന്നെ ഉറപ്പാക്കണം. ഒരു കസേരയിൽ ചാരാതെ ഇരിക്കുക. നിങ്ങളുടെ നട്ടെല്ല് നിവർന്നിരിക്കട്ടെ. അങ്ങനെ ചെയ്യുന്നത് നിങ്ങളെ ജാഗ്രതയോടെ ഇരിക്കാൻ സഹായിക്കും. മറ്റൊരു രീതിയിലാണെങ്കിൽ ധ്യാനത്തിനുള്ള നിങ്ങൾക്കിഷ്ടപ്പെട്ട നില തിരഞ്ഞെടുക്കാവുന്നതാണ്.

നിങ്ങളുടെ ശരീരം വിശ്രമാവസ്ഥയിലാണെന്ന് ഉറപ്പാക്കുക. നിങ്ങളുടെ കണ്ണുകൾ അടയ്ക്കുക. ഏതാനും പ്രാവശ്യം ദീർഘമായി ശ്വാസം ഉള്ളിലേക്ക് എടുക്കുക. നിങ്ങളുടെ അടിവയറിനുള്ളിലേക്കു ശ്വാസം എടുക്കുന്നത് അനുഭവിക്കുക. ഓരോ ശ്വാസത്തോടും ഉച്ഛ്വാസത്തോടുമൊപ്പം നിങ്ങളുടെ ഉദരം ചെറുതായി വികസിക്കുന്നതും ചുരുങ്ങുന്നതും നിരീക്ഷിക്കുക. പിന്നെ ശരീരത്തിന്റെ മുഴുവൻ ആന്തരിക ഊർജ്ജക്ഷേത്രത്തെക്കുറിച്ചും ബോധവാനാവുക. അതിനെക്കുറിച്ചു ചിന്തിക്കരുത്— അത് അനുഭവിക്കുക. ഇതു ചെയ്യുന്നതിലൂടെ, മനസ്സിൽനിന്നു ബോധത്തെ നിങ്ങൾ വീണ്ടെടുക്കുന്നു. നിങ്ങൾക്ക് ഉപകാരപ്രദമായി തോന്നുന്നുവെങ്കിൽ, ഞാൻ നേരത്തേ വിശദീകരിച്ച പ്രകാശധ്യാനം ഉപയോഗിക്കുക.

ഒരൊറ്റ ഊർജ്ജക്ഷേത്രമായി നിങ്ങളുടെ ആന്തരികശരീരത്തെ നിങ്ങൾക്കു വ്യക്തമായി അറിയാൻ കഴിയുമ്പോൾ, സാധിക്കുമെങ്കിൽ ഏതെങ്കിലും തരത്തിലുള്ള ദൃശ്യബിംബമുണ്ടെങ്കിൽ അതിനെ വിട്ടുക

ളയുകയും ആ അനുഭവത്തിൽ മാത്രം ശ്രദ്ധ കേന്ദ്രീകരിക്കുകയും ചെയ്യുക. നിങ്ങൾക്കു സാധിക്കുമെങ്കിൽ ഭൗതികശരീരത്തെക്കുറിച്ചു നിങ്ങൾക്ക് ഇപ്പോഴും ഉണ്ടാകാനിടയുള്ള ഏതു തരത്തിലുള്ള മാനസികബിംബത്തെയും താഴെയിടുക. അപ്പോൾപ്പിന്നെ ബാക്കിയുള്ളത് എല്ലാറ്റിനെയും ആവരണം ചെയ്യുന്ന സാന്നിദ്ധ്യത്തിന്റെയോ ഉണ്മയുടെയോ ബോധമാണ്. ആന്തരികശരീരം അപ്പോൾ അതിരുകളില്ലാത്തതായി അനുഭവപ്പെടും. അതിനുശേഷം ആ അനുഭവത്തിലേക്കു നിങ്ങളുടെ ശ്രദ്ധയെ കൂടുതൽ അഗാധമായി കൊണ്ടുപോവുക. അതുമായി ഒന്നാവുക. നിരീക്ഷകനും നിരീക്ഷണവസ്തുവും തമ്മിൽ, നിങ്ങളും നിങ്ങളുടെ ശരീരവും തമ്മിൽ ഗോചരമായ ദ്വന്ദ്വഭാവം ഇല്ലാത്ത തരത്തിൽ ആ ഊർജ്ജക്ഷേത്രത്തിൽ ലയിക്കുക. ആന്തരികവും ബാഹ്യവുമായ വേർതിരിവും അലിഞ്ഞുപോകുന്നതിനാൽ, ഇപ്പോൾ ആന്തരിക ശരീരവും ഇല്ലാതാകുന്നു. നിങ്ങളുടെ ശരീരത്തിലേക്ക് അഗാധമായി കടന്നുചെന്നുകൊണ്ട്, നിങ്ങൾ നിങ്ങളുടെ ശരീരത്തെ മറികടന്നിരിക്കുന്നു.

ശുദ്ധമായ ഉണ്മയുടെ ഈ മണ്ഡലത്തിൽ നിങ്ങൾക്കു സുഖകരമായി ഇരിക്കാവുന്ന അത്രയുംനേരം ഇരിക്കുക. പിന്നെ നിങ്ങളുടെ ശരീരത്തെക്കുറിച്ചും ശ്വാസോച്ഛ്വാസത്തെക്കുറിച്ചും പഞ്ചേന്ദ്രിയങ്ങളെക്കുറിച്ചും വീണ്ടും ബോധവാനാവുക. എന്നിട്ടു കണ്ണുകൾ തുറക്കുക. ധ്യാനാത്മകമായ രീതിയിൽ നിങ്ങളുടെ ചുറ്റുപാടുകളെ ഏതാനും നിമിഷം വീക്ഷിക്കുക. അതായത് അവയ്ക്കു മാനസികമായി നാമം നല്കാതെ നോക്കിക്കാണുക. അങ്ങനെ ചെയ്യുമ്പോൾത്തന്നെ ആന്തരിക ശരീരത്തെ തുടർന്നും അനുഭവിക്കുക.

രൂപരഹിതമായ ആ മണ്ഡലത്തിലേക്കു പ്രവേശനം ലഭിക്കുന്നതു ശരിക്കും മുക്തിദായകമാണ്. രൂപത്തോടുള്ള ബന്ധനത്തിൽനിന്നും താദാത്മ്യത്തിൽനിന്നും അതു നിങ്ങളെ മോചിപ്പിക്കുന്നു. അനേകം രൂപങ്ങളായി ശിഥിലീകൃതമാവുന്നതിനുമുമ്പുള്ള അവ്യത്യസ്തമായ അവസ്ഥയിലുള്ള ജീവിതമാണത്. അതിനെ നമുക്ക് അനാവിഷ്കൃതമായതെന്നോ, എല്ലാ വസ്തുക്കളുടെയും അദൃശ്യമായ ഉറവിടമെന്നോ, എല്ലാം ജീവരൂപങ്ങളിലുമുള്ള ഉണ്മയെന്നോ വിളിക്കാം. ഗാഢമായ നിശ്ചലതയുടെയും ശാന്തിയുടെയും മാത്രമല്ല, ആനന്ദത്തിന്റെയും തീവ്രമായ ചേതനയുടെയുംകൂടി മണ്ഡലമാണത്. നിങ്ങൾ സന്നിഹിതനാവുമ്പോഴൊക്കെ ഈ ഉറവിടത്തിൽനിന്നുത്ഭവിക്കുന്ന പ്രകാശത്തിന്, ശുദ്ധബോധത്തിന്, ചെറിയ ഒരളവിലെങ്കിലും നിങ്ങളിലൂടെ കടന്നുപോകാൻ സാധിക്കുന്ന തരത്തിൽ നിങ്ങൾക്കു സുതാര്യതയുണ്ടാവുന്നു. ആ പ്രകാശം നിങ്ങളാരാണ് എന്നുള്ളതിൽനിന്നും ഭിന്നമല്ലെന്നും നിങ്ങളുടെ അന്തഃസത്തയുടെ ഘടകമാണെന്നും നിങ്ങൾ തിരിച്ചറിയുന്നു.

ചീ (**chi**)യുടെ ഉറവിടം

പൗരസ്ത്യർ ചീ എന്നു വിളിക്കുന്ന പ്രാപഞ്ചിക ജീവോർജ്ജവും അനാവിഷ്കൃതമായ സത്തയും ഒന്നുതന്നെയാണോ?

അല്ല. അവ രണ്ടും ഒന്നല്ല. ചീയുടെ ഉറവിടമാണ് അനാവിഷ്കൃതമായ സത്ത. നിങ്ങളുടെ ശരീരത്തിന്റെ ആന്തരിക ഊർജ്ജക്ഷേത്രമാണ് ചീ. നിങ്ങളുടെ ബാഹ്യമായ വ്യക്തിത്വത്തിനും നിങ്ങളുടെ ഉറവിടത്തിനും ഇടയ്ക്കുള്ള പാലമാണത്. ആവിഷ്കൃതമായ ആകാരങ്ങളുടെ ലോകത്തിനും അനാവിഷ്കൃതമായ ആകാരങ്ങളുടെ ലോകത്തിനും അനാവിഷ്കൃതമായതിനും മദ്ധ്യേയാണ് അതു നിലകൊള്ളുന്നത്. 'ചീ'യെ ഒരു നദിയോടോ ഊർജ്ജത്തിന്റെ ഒരു നീർച്ചോലയോടോ ഉപമിക്കാം. നിങ്ങൾ നിങ്ങളുടെ ബോധത്തിന്റെ ശ്രദ്ധാകേന്ദ്രത്തെ ആന്തരിക ശരീരത്തിന്റെ ഉള്ളിലേക്ക് അഗാധമായി കൊണ്ടുപോകുമ്പോൾ, ആ നദിയുടെ സഞ്ചാരപഥത്തെ പിറകോട്ടു പിന്തുടർന്ന്, അതിന്റെ ഉറവിടത്തിലേക്കു തിരിച്ചെത്തുകയാണ്. ചീ ചലനമാണ്. അനാവിഷ്കൃതമായ സത്തയോ, നിശ്ചലതയാണ്. പരിപൂർണ്ണമായ നിശ്ചലതയുണ്ടായിട്ടും ജീവൻ തുടിക്കുന്ന ഒരു ഘട്ടത്തിൽ നിങ്ങൾ എത്തിച്ചേർന്നാൽ, നിങ്ങൾ നിങ്ങളുടെ ആന്തരികശരീരത്തിനും ചീയ്ക്കുമപ്പുറം, നിങ്ങളുടെ ഉറവിടത്തിലേക്ക് അനാവിഷ്കൃതമായ സത്തയിലേക്കുതന്നെ പ്രവേശിച്ചിരിക്കുന്നു എന്ന് അനുമാനിക്കാം. അനാവിഷ്കൃതമായതിനും ഭൗതികമായ പ്രപഞ്ചത്തിനും ഇടയ്ക്കുള്ള കണ്ണിയാണ് ചീ.

നിങ്ങൾ നിങ്ങളുടെ ശ്രദ്ധയെ ആന്തരികശരീരത്തിനുള്ളിലേക്ക് അഗാധമായി കൊണ്ടുപോകുമ്പോൾ അനാവിഷ്കൃതമായതിലേക്കു പ്രപഞ്ചം അലിഞ്ഞില്ലാതാവുകയും അനാവിഷ്കൃതമായ സത്ത ചീയുടെ ഊർജ്ജനിർത്ധരിയായി രൂപം പ്രാപിക്കുകയും അതുതന്നെ പ്രപഞ്ചമായിത്തീരുകയുംചെയ്യുന്ന സവിശേഷമായ ഒരു ബിന്ദുവിൽ എത്തിച്ചേർന്നേക്കാം. ഇതാണ് ജനനമരണങ്ങളുടെ ബിന്ദു. നിങ്ങൾ നിങ്ങളുടെ ബോധത്തെ പുറത്തേക്കുതിരിക്കുമ്പോൾ മനസ്സും പ്രപഞ്ചവും ഉദയം ചെയ്യുന്നു. ബോധത്തെ ഉള്ളിലേക്കു തിരിക്കുമ്പോൾ, അതു സ്വന്തം ഉറവിടത്തെ തിരിച്ചറിയുകയും അനാവിഷ്കൃതമായ സത്ത എന്ന സ്വന്തം ഇടത്തിലേക്കു തിരിച്ചുപോവുകയും ചെയ്യുന്നു. പിന്നീടു നിങ്ങളുടെ ബോധം ആവിഷ്കൃതമായ പ്രപഞ്ചത്തിലേക്കു തിരിച്ചുവരുമ്പോൾ നിങ്ങൾ താത്കാലികമായി ഉപേക്ഷിച്ച രൂപപരമായ വ്യക്തിത്വം നിങ്ങൾ വീണ്ടും കൈക്കൊള്ളുന്നു. നിങ്ങൾക്കൊരു പേരും ഭൂതകാലവും ഒരു ജീവിത സന്ദർഭവും ഭാവിയും വീണ്ടുമുണ്ടാകുന്നു. പക്ഷേ, ഇപ്പോൾ സവിശേഷമായ ഒരു കാര്യത്തിൽ നിങ്ങൾ പണ്ടുണ്ടായിരുന്ന വ്യക്തിയല്ല. 'ഈ ലോകത്തിലേതല്ലാത്ത' ഒരു യാഥാർത്ഥ്യത്തിന്റെ നൈമിഷിക ദർശനം നിങ്ങൾക്കു നിങ്ങളുടെയുള്ളിൽ

നിന്നു ലഭിച്ചിട്ടുണ്ടാവും. അതു നിങ്ങളിൽനിന്നു ഭിന്നമല്ലാത്തതുപോലെ ഈ ലോകത്തിൽനിന്നും ഭിന്നമല്ലാത്തതാണെങ്കിൽക്കൂടി.

ഇപ്പോൾ ഇതായിരിക്കട്ടെ നിങ്ങളുടെ ആത്മീയമായ അഭ്യാസം: നിങ്ങളുടെ നിത്യജീവിതത്തിൽ ബാഹ്യലോകത്തിനും നിങ്ങളുടെ മനസ്സിനും നൂറുശതമാനം ശ്രദ്ധ കൊടുക്കാതിരിക്കുക. കുറച്ചു ശ്രദ്ധ ഉള്ളിലേക്കു കൊടുക്കുക. ഇതിനെക്കുറിച്ച് ഞാൻ നേരത്തേ സംസാരിച്ചുകഴിഞ്ഞു. ദൈനംദിന പ്രവൃത്തികളിലേർപ്പെടുമ്പോഴും ആന്തരിക ശരീരത്തെ അനുഭവിക്കുക. പ്രത്യേകിച്ചും മറ്റുള്ളവരുമായുള്ള നിങ്ങളുടെ ബന്ധങ്ങളിലും പ്രകൃതിയുമായി സംവദിക്കുമ്പോഴും ആന്തരിക ശരീരത്തിന്റെ അഗാധതയിലുള്ള നിശ്ചലതയെ അറിയുക. ആ വാതിൽ തുറന്നുതന്നെ വയ്ക്കുക. നിങ്ങളുടെ ജീവിതത്തിലുടനീളം അനാവിഷ്കൃതമായതിനെക്കുറിച്ച് അവബോധത്തോടെയിരിക്കുക എന്നതു സാദ്ധ്യമാണ്. പശ്ചാത്തലത്തിലെവിടെയോ ഉള്ള ഗാഢമായ ശാന്തിയുടെ ഭാവമായി അതു നിങ്ങൾക്ക് അനുഭവപ്പെടും. ഇവിടെ എന്തൊക്കെ സംഭവിച്ചാലും ആ പ്രശാന്തത നിങ്ങളെ വിട്ടുപോവുകയില്ല. അനാവിഷ്കൃതമായതിനും ആവിഷ്കൃതമായതിനും ഇടയിൽ ഈശ്വരനും പ്രപഞ്ചത്തിനുമിടയിൽ നിങ്ങൾ ഒരു പാലമായിത്തീർന്നു. നാം പ്രബുദ്ധതയെന്നു വിളിക്കുന്ന ഉറവിടവുമായുള്ള ബന്ധത്തിന്റെ അവസ്ഥയാണിത്.

അനാവിഷ്കൃതമായത് ആവിഷ്കൃതമായതിൽനിന്നു ഭിന്നമാണെന്നു ധരിക്കരുത്. അതെങ്ങനെയാണു സാദ്ധ്യമാവുക? ഓരോ രൂപത്തിന്റെയും ഉള്ളിലുള്ള ജീവനും നിലവിലുള്ള സകലതിന്റെയും അന്തഃസത്തയും അതാണ്. അതു പ്രപഞ്ചം മുഴുവൻ വ്യാപിച്ചിരിക്കുന്നു. ഞാൻ വിശദീകരിക്കട്ടെ.

സ്വപ്നരഹിതമായ സുഷുപ്തി

ഓരോ രാത്രിയിലും ഗാഢവും സ്വപ്നരഹിതവുമായ സുഷുപ്തിയുടെ ഘട്ടത്തിലേക്കു പ്രവേശിക്കുമ്പോൾ നിങ്ങൾ അനാവിഷ്കൃതമായതിലേക്ക്, യാത്ര ചെയ്യുന്നു. നിങ്ങൾ ഉറവിടവുമായി ലയിക്കുന്നു. ആവിഷ്കൃതമായതിലേക്ക് ഭിന്നരൂപങ്ങളുടെ ലോകത്തിലേക്ക് നിങ്ങൾ തിരിച്ചുവരുമ്പോൾ നിങ്ങളെ കുറച്ചുനേരത്തേക്കു നിലനിർത്തുന്ന ജീവന് ആധാരമായ ഊർജ്ജത്തെ നിങ്ങൾ അതിൽനിന്നാണുവലിച്ചെടുക്കുന്നത്. ഈ ഊർജ്ജം ഭക്ഷണത്തേക്കാൾ അനുപേക്ഷണീയമാണ്: “അപ്പംകൊണ്ടു മാത്രമല്ല മനുഷ്യൻ ജീവിക്കുന്നത്.” പക്ഷേ, സ്വപ്നരഹിതമായ സുഷുപ്തിയിൽ നിങ്ങൾ അതിനുള്ളിലേക്കു കടന്നുചെല്ലുന്നതു ബോധപൂർവ്വമല്ല. ആ അവസ്ഥയിൽ ശരീരധർമ്മങ്ങളെല്ലാം നിർവ്വഹിക്കപ്പെടുന്നുണ്ടെങ്കിലും ‘നിങ്ങൾ’ നിലനില്ക്കുന്നില്ല. പൂർണ്ണബോധത്തോടെ സ്വപ്നരഹിതമായ സുഷുപ്തിയിലേക്കു കടന്നുചെല്ലുന്നത് എങ്ങനെയായിരിക്കുമെന്ന് നിങ്ങൾക്കു സങ്കല്പിക്കാൻ

കഴിയുന്നുണ്ടോ? അതു സങ്കല്പിക്കുക അസാദ്ധ്യമാണ്. കാരണം ആ അവസ്ഥയ്ക്ക് ഉള്ളടക്കമില്ല.

നിങ്ങൾ അതിനുള്ളിലേക്കു ബോധപൂർവ്വം പ്രവേശിക്കുന്നതുവരെ അനാവിഷ്കൃതമായതു നിങ്ങളെ മുക്തരാക്കില്ല. അതുകൊണ്ടാണ്, "സത്യം നിങ്ങളെ സ്വതന്ത്രരാക്കു"മെന്നു മാത്രം പറയാതെ, "നിങ്ങൾ സത്യത്തെ അറിയും. സത്യം നിങ്ങളെ സ്വതന്ത്രരാക്കും." എന്ന് യേശു പറഞ്ഞത്. ഇതൊരു സങ്കല്പിത സത്യമല്ല. ആകാരങ്ങൾക്കപ്പുറത്തുള്ള ശാശ്വതജീവിതത്തിന്റെ സത്യമാണിത്. നേരിട്ടുമാത്രം അറിയാൻ കഴിയുന്ന ഈ സത്യം വേറൊരുതരത്തിലും അറിയാൻ കഴിയില്ല. പക്ഷേ, സ്വപ്നരഹിതമായ സുഷുപ്തിയിൽ അവബോധത്തോടെയിരിക്കാൻ ശ്രമിക്കാതിരിക്കുക. നിങ്ങൾ വിജയിക്കാനുള്ള സാദ്ധ്യത വളരെ കുറവാണ്. സ്വപ്നങ്ങളുടെ ഘട്ടത്തിൽ നിങ്ങൾ ബോധത്തോടെ ഇരുന്നേക്കാം. പക്ഷേ, അതിനപ്പുറം അതു സാദ്ധ്യമല്ല. ഇതിനെയാണു സ്ഫുടമായി സ്വപ്നം കാണുക എന്നു പറയുന്നത്. ഇതു രസകരവും ചേതോഹരവുമാണ്. പക്ഷേ, മുക്തിദായകമല്ല.

അനാവിഷ്കൃതമായതിലേക്കു നിങ്ങൾക്കു കടക്കാനുള്ള ഒരു പ്രവേശനകവാടമായി നിങ്ങളുടെ ആന്തരികശരീരത്തെ ഉപയോഗിക്കുക. നിങ്ങൾക്ക് എല്ലാ സമയത്തും ഉറവിടവുമായി ബന്ധപ്പെട്ടുകൊണ്ടിരിക്കാൻ സഹായകമാകുന്ന രീതിയിൽ ആ പ്രവേശനകവാടം തുറന്നുവയ്ക്കുക. നിങ്ങളുടെ ആന്തരികശരീരത്തെ സംബന്ധിച്ചിടത്തോളം നിങ്ങളുടെ ഭൗതികശരീരം പ്രായാധിക്യമുള്ളതോ ചെറുപ്പമോ ദുർബ്ബലമോ ശക്തിയുള്ളതോ എന്നത് ഒരു വ്യത്യാസവും ഉണ്ടാക്കുന്നില്ല. ആന്തരികശരീരം സമയരഹിതമാണ്. നിങ്ങൾക്ക് നിങ്ങളുടെ ആന്തരികശരീരത്തെ അനുഭവിക്കാൻ കഴിയുന്നില്ലെങ്കിൽ, മറ്റു പ്രവേശന കവാടങ്ങളിൽ (portals) ഏതെങ്കിലും ഒന്ന് ഉപയോഗിക്കുക—അന്തിമമായി അവയെല്ലാം ഒന്നാണെങ്കിൽക്കൂടി. ചില പ്രവേശന കവാടങ്ങളെക്കുറിച്ചു വിശദമായി ഞാൻ സംസാരിച്ചുകഴിഞ്ഞു. എങ്കിലും അവയെക്കുറിച്ച് ഒരിക്കൽക്കൂടി ഹ്രസ്വമായി ഞാൻ പറയാം.

മറ്റു പ്രവേശനകവാടങ്ങൾ

വർത്തമാനനിമിഷത്തെ മുഖ്യമായ പ്രവേശനകവാടമായി കണക്കാക്കാം. ആന്തരികശരീരമടക്കം ഓരോ പ്രവേശന കവാടത്തിന്റെയും അത്യന്താപേക്ഷിതമായ ഘടകമാണത്. വർത്തമാനനിമിഷത്തിൽ തീവ്രമായി സന്നിഹിതനാവാതെ നിങ്ങൾക്കു നിങ്ങളുടെ ശരീരത്തിനുള്ളിലായിരിക്കാൻ കഴിയില്ല.

സമയരഹിതമായ വർത്തമാനനിമിഷവും അനാവിഷ്കൃതമായതും പരസ്പരം ബന്ധപ്പെട്ടിരിക്കുന്നതുപോലെ സമയവും ആവിഷ്കൃതമായതും വേർതിരിക്കാനാവാത്തവിധം ഗാഢമായി ബന്ധപ്പെട്ടിരിക്കുന്നു. വർത്തമാന നിമിഷത്തിന്റെ തീവ്രമായ അവബോധത്തിലൂടെ നിങ്ങൾ

മാനസികസമയത്തെ അലിയിക്കുമ്പോൾ അനാവിഷ്കൃതമായതിനെക്കുറിച്ചു നിങ്ങൾ നേരിട്ടും അല്ലാതെയും ബോധവാനാകുന്നു. നേരിട്ടാകുമ്പോൾ നിങ്ങളുടെ ബോധപൂർവ്വമായ സാന്നിദ്ധ്യത്തിന്റെ തേജസ്സായും ശക്തിയായും നിങ്ങളതിനെ അനുഭവിക്കുന്നു. ഉള്ളടക്കമൊന്നുമില്ലാതെ വെറും സാന്നിദ്ധ്യമായി. നേരിട്ടല്ലാതെയാകുമ്പോൾ, ഇന്ദ്രിയസംവേദനങ്ങളുടെ മണ്ഡലത്തിനുള്ളിലും അതിലൂടെയും അനാവിഷ്കൃതമായതിനെക്കുറിച്ച് നിങ്ങൾ ബോധവാനാകുന്നു. മറ്റൊരു തരത്തിൽ പറഞ്ഞാൽ, നിങ്ങൾ ഓരോ ജീവിയിലും പൂവിലും കല്ലിലുമുള്ള ദൈവികമായ സത്തയെ അനുഭവിക്കുകയും 'നിലവിലുള്ള എല്ലാം പവിത്രമാണെ'ന്നു തിരിച്ചറിയുകയും ചെയ്യുന്നു. അതുകൊണ്ടാണ് വിശുദ്ധ തോമസിന്റെ സുവിശേഷത്തിൽ പൂർണ്ണമായും തന്റെ അന്തഃസത്തയിൽ അല്ലെങ്കിൽ ക്രിസ്തു എന്ന വ്യക്തിത്വത്തിൽ നിന്നുകൊണ്ട് യേശു പറയുന്നത്, "ഒരു മരക്കഷണത്തെ മുറിക്കുക. ഞാനവിടെയുണ്ട്. ഒരു കല്ലുയർത്തുക. അവിടെ നിങ്ങളെന്നെ കണ്ടെത്തും" എന്ന്.

ചിന്തയെ അവസാനിപ്പിക്കുന്നതിലൂടെ അനാവിഷ്കൃതമായതിനുള്ളിലേക്കു മറ്റൊരു പ്രവേശനകവാടം സൃഷ്ടിക്കാം. ഇതു വളരെ ലളിതമായ ഒരു കാര്യത്തിലൂടെ തുടങ്ങാവുന്നതാണ്. തത്സമയത്തുതന്നെ മാനസികമായ ദൃക്സാക്ഷിവിവരണമില്ലാതിരിക്കാനായി, ബോധപൂർവ്വം ഒന്നു ശ്വസിച്ചുകൊണ്ടോ, അങ്ങേയറ്റം ജാഗ്രതയുള്ള അവസ്ഥയിൽ ഒരു പൂവിനെ വീക്ഷിച്ചുകൊണ്ടോ ഒക്കെ ഇതു തുടങ്ങാം. ചിന്തയുടെ അനുസ്യൂതമായ പ്രവാഹത്തിൽ വിടവ് സൃഷ്ടിക്കാൻ പല വഴികളുണ്ട്. ഇതുതന്നെയാണ് ധ്യാനം. ആവിഷ്കൃതമായതിന്റെ മണ്ഡലത്തിന്റെ ഭാഗമാണ് ചിന്ത. നിരന്തരമായ മാനസികപ്രവർത്തനം ആകാരങ്ങളുടെ ലോകത്തിൽ നിങ്ങളെ തടവിലാക്കും. അത് അനാവിഷ്കൃതമായതിനെക്കുറിച്ചും നിങ്ങളുടെയുള്ളിലും എല്ലാ വസ്തുക്കളിലും എല്ലാ ജീവജാലങ്ങളിലുമുള്ള രൂപരഹിതവും സമയരഹിതവുമായ ദൈവികസത്തയെക്കുറിച്ചും ബോധവാനാകുന്നതിൽനിന്നും നിങ്ങളെ തടയുന്ന ഒരു അസ്പഷ്ടമായ മറയായിത്തീരുന്നു. നിങ്ങൾ തീവ്രമായി സന്നിഹിതനാവുമ്പോൾ, ചിന്തയുടെ വിരാമത്തെക്കുറിച്ചു നിങ്ങൾ വ്യാകുലപ്പെടേണ്ട ആവശ്യമില്ല. കാരണം മനസ്സ് അപ്പോൾ സ്വയമേവ നിലയ്ക്കുന്നു. അതുകൊണ്ടാണ് മറ്റുള്ള ഓരോ പ്രവേശനകവാടത്തിന്റെയും അത്യന്താപേക്ഷിതമായ ഘടകമാണ് വർത്തമാനനിമിഷം എന്നു ഞാൻ പറഞ്ഞത്.

നിലവിലുള്ളതിനോടുള്ള മാനസിക വൈകാരിക പ്രതിരോധത്തെ ഉപേക്ഷിക്കുന്ന സമർപ്പണവും അനാവിഷ്കൃതമായതിലേക്കുള്ള ഒരു പ്രവേശനകവാടമായിത്തീരുന്നു. ഇതിനുള്ള കാരണം ലളിതമാണ്. ആന്തരികമായ പ്രതിരോധം നിങ്ങളെ മറ്റുള്ള ആളുകളിൽനിന്നും നിങ്ങളിൽനിന്നും നിങ്ങൾക്കു ചുറ്റുമുള്ള ലോകത്തിൽനിന്നും ഒറ്റപ്പെടു

ത്തുന്നു. സ്വന്തം നിലനില്പിനായി അഹന്ത ആശ്രയിക്കുന്ന വിഘടന മനോഭാവത്തെ അതു ശക്തിപ്പെടുത്തുന്നു. വിഘടന മനോഭാവം എത്ര മാത്രം ശക്തമാണോ, അത്രയുംതന്നെ ആവിഷ്കൃതമായ വ്യത്യസ്ത ആകാരങ്ങളുടെ ലോകത്തോടു നിങ്ങൾ എത്രയധികം ബന്ധിതനാവുന്നുവോ അത്രമാത്രം കഠിനവും അഭേദ്യവുമായിത്തീരുന്നു നിങ്ങളുടെ രൂപപരമായ വ്യക്തിത്വം. ആ പ്രവേശനകവാടം അടയുകയും ആന്തരികമാനത്തിൽനിന്ന്, അഗാധതയുടെ മാനത്തിൽനിന്നു നിങ്ങൾ ഒറ്റപ്പെടുകയും ചെയ്യുന്നു. സമർപ്പണത്തിന്റെ അവസ്ഥയിലാകട്ടെ, നിങ്ങളുടെ രൂപപരമായ വ്യക്തിത്വം മയപ്പെടുകയും അനാവിഷ്കൃതമായതിനു നിങ്ങളിലൂടെ പ്രകാശിക്കാൻ കഴിയുന്ന തരത്തിൽ അല്പമെങ്കിലും സുതാര്യമായിത്തീരുകയും ചെയ്യുന്നു.

അനാവിഷ്കൃതമായതിലേക്കു ബോധപൂർവ്വമായ പ്രവേശനം നിങ്ങൾക്കു നല്കുന്ന ഏതെങ്കിലും ഒരു പ്രവേശനകവാടം നിങ്ങളുടെ ജീവിതത്തിൽ തുറക്കേണ്ടതു നിങ്ങൾതന്നെയാണ്. നിങ്ങളുടെ ആന്തരിക ശരീരത്തിലെ ഊർജ്ജക്ഷേത്രവുമായി ബന്ധപ്പെടുക, തീവ്രമായി സന്നിഹിതനാവുക, മനസ്സിൽനിന്നു താദാത്മ്യവിമുക്തി നേടുക, നിലവിലുള്ളതിനോടു സ്വയം സമർപ്പിക്കുക —ഇതെല്ലാം നിങ്ങൾക്കുപയോഗിക്കാവുന്ന പ്രവേശനകവാടങ്ങളാണ്. പക്ഷേ, നിങ്ങൾ ഇതിൽ ഏതെങ്കിലും ഒന്ന് ഉപയോഗിച്ചാൽ മതി.

തീർച്ചയായും സ്നേഹം ഈ പ്രവേശനകവാടങ്ങളിൽ ഒന്നായിരിക്കും അല്ലേ?

അല്ല. അതൊരു പ്രവേശന കവാടമല്ല. ഏതെങ്കിലും ഒരു പ്രവേശന കവാടം തുറക്കപ്പെട്ടാൽ ഉടൻതന്നെ ഏകതയുടെ 'വികാര സാക്ഷാത്കാരമായി' സ്നേഹം നിങ്ങളിൽ ഉണ്ടാകും. സ്നേഹം ഒരു പ്രവേശന കവാടമല്ല. മറിച്ച്, പ്രവേശനകവാടത്തിലൂടെ ഈ ലോകത്തിലേക്ക് അണയുന്നതെന്തോ അതാണ് സ്നേഹം. നിങ്ങൾ നിങ്ങളുടെ രൂപപരമായ വ്യക്തിത്വത്തിൽ പൂർണ്ണമായി കുടുങ്ങിക്കിടക്കുന്ന കാലത്തോളം സ്നേഹം ഉണ്ടാവുകയില്ല. സ്നേഹത്തെ അന്വേഷിക്കലല്ല നിങ്ങളുടെ കർത്തവ്യം. മറിച്ച് സ്നേത്തിനു പ്രവേശിക്കാവുന്ന ഒരു പ്രവേശനകവാടം കണ്ടെത്തലാണ്.

നിശ്ശബ്ദത

അങ്ങ് ഇപ്പോൾ പരാമർശിച്ചവയെക്കൂടാതെ വേറെയും പ്രവേശന കവാടങ്ങളുണ്ടോ?

ഉണ്ട്. അനാവിഷ്കൃതമായത് ആവിഷ്കൃതമായതിൽനിന്നു ഭിന്നമല്ല. അതു ലോകം മുഴുവൻ വ്യാപിച്ചുകിടക്കുന്നു. പക്ഷേ, അതു വളരെ

വിദഗ്ദ്ധമായി സ്വന്തം സ്വരൂപത്തെ മറയ്ക്കുന്നതിനാൽ, എല്ലാവരും അതിനെ പൂർണ്ണമായും വിട്ടുകളയുന്നു. എവിടെയാണ് നോക്കേണ്ടതെന്നു നിങ്ങൾക്കറിയാമെങ്കിൽ, എല്ലായിടത്തും നിങ്ങളതിനെ കണ്ടെത്തും. ഓരോ നിമിഷവും ഒരു പ്രവേശനകവാടം തുറക്കപ്പെടുന്നു.

അകലെ ഒരു പട്ടി കുരയ്ക്കുന്നതു നിങ്ങൾ കേൾക്കുന്നുണ്ടോ? അല്ലെങ്കിൽ അരികിലൂടെ കടന്നുപോകുന്ന ഒരു കാറിന്റെ ശബ്ദം? സശ്രദ്ധം കേൾക്കുക. അനാവിഷ്കൃതമായതിന്റെ സാന്നിദ്ധ്യം നിങ്ങൾക്കതിൽ അനുഭവിക്കാനാകുന്നുണ്ടോ? ഇല്ലേ? ശബ്ദങ്ങൾ ഉത്ഭവിക്കുകയും തിരിച്ചുപോവുകയും ചെയ്യുന്ന ആ നിശ്ശബ്ദതയിൽ അതിനെ അന്വേഷിക്കുക. ആ ശബ്ദങ്ങൾക്കു നല്കുന്നതിനെക്കാൾ ശ്രദ്ധ നിശ്ശബ്ദതയ്ക്കു നല്കുക. ബാഹ്യമായ നിശ്ശബ്ദതയ്ക്കു ശ്രദ്ധ നല്കുന്നത് ആന്തരികമായ നിശ്ശബ്ദതയെ സൃഷ്ടിക്കും. മനസ്സ് നിശ്ചലമായിത്തീരും. ഒരു പ്രവേശനകവാടം തുറക്കുകയാണ്.

ശബ്ദംപോലും നിശ്ശബ്ദതയിൽനിന്നാണുണ്ടാവുന്നത്. ശബ്ദം ഒടുങ്ങുന്നതും നിശ്ശബ്ദതയിലാണ്. ശബ്ദം നിലനില്ക്കുന്ന കാലത്തോളം അതു നിശ്ശബ്ദതയാൽ ചൂഴപ്പെട്ടിരിക്കുന്നു. ശബ്ദത്തിന്റെ ഉണ്മയ്ക്കു സഹായകമാകുന്നതു നിശ്ശബ്ദതയാണ്. ഓരോ ശബ്ദത്തിന്റെയും സംഗീതാത്മകമായ ഓരോ സ്വരത്തിന്റെയും ഓരോ വാക്കിന്റെയും അന്തർലീനമായതും എന്നാൽ അനാവിഷ്കൃതവുമായ ഭാഗമാണ് അത്. അനാവിഷ്കൃതമായത് ഈ ലോകത്തിൽ സന്നിഹിതമാവുന്നതു നിശ്ശബ്ദതയായാണ്. അതുകൊണ്ടാണ് നിശ്ശബ്ദതയെപ്പോലെ ഈശ്വരനു സമാനമായി വേറൊന്നും ഈ ലോകത്തില്ല എന്നു പറഞ്ഞിട്ടുള്ളത്. അതിനു ശ്രദ്ധ കൊടുക്കുക മാത്രമേ നിങ്ങൾ ചെയ്യേണ്ടതായുള്ളൂ. ഒരു സംഭാഷണത്തിൽപ്പോലും വാക്കുകൾക്കിടയിലുള്ള വിടവുകളെക്കുറിച്ചും വാക്യങ്ങൾക്കിടയിലെ ഹ്രസ്വവും നിശ്ശബ്ദവുമായ ഇടവേളകളെക്കുറിച്ചും ബോധവാന്മാരാകുക. നിങ്ങളതു ചെയ്യുമ്പോൾ, നിശ്ചലതയുടെ മാനം നിങ്ങൾക്കുള്ളിൽ വളരുന്നു. നിങ്ങളുടെയുള്ളിൽ നിങ്ങൾ തത്സമയം തന്നെ നിശ്ചലരാകാതെ നിശ്ശബ്ദതയ്ക്കു ശ്രദ്ധ കൊടുക്കാൻ കഴിയില്ല. പുറത്ത് നിശ്ശബ്ദതയും അകമേ നിശ്ചലതയും. നിങ്ങൾ അനാവിഷ്കൃതമായതിലേക്കു പ്രവേശിച്ചിരിക്കുന്നു.

ആകാശം

നിശ്ശബ്ദതയില്ലാതെ ശബ്ദത്തിനു നിലനില്ക്കാൻ കഴിയാത്തതുപോലെ 'ഒന്നുമില്ലായ്മ'യില്ലാതെ, അതായത് ഓരോന്നിനും നിലനില്ക്കാൻ സഹായകമാകുന്ന ശൂന്യമായ സ്ഥലമില്ലാതെ ഒന്നിനും നിലനില്ക്കാനാകില്ല. ഓരോ ഭൗതികവസ്തുവും ശരീരവും ശൂന്യതയിൽനിന്നാണു പുറത്തുവന്നിരിക്കുന്നത്. അതു ശൂന്യതയാൽ ചൂഴപ്പെട്ടിരിക്കുന്നു. കാലക്രമത്തിൽ അതു ശൂന്യതയിലേക്കുതന്നെ തിരിച്ചുപോവുകയും ചെയ്യും. അതുമാത്രമല്ല, ഓരോ ഭൗതിക ശരീരത്തിന്റെയും ഉള്ളിൽ

ഷോലും 'എന്തെങ്കിലും' ഉള്ളതിനേക്കാൾ കൂടുതൽ ശൂന്യതയാണുള്ളത്. ഊർജ്ജതന്ത്രജ്ഞർ പറയുന്നത്, പദാർത്ഥത്തിന്റെ ദൃഢത ഒരു മിഥ്യയാണെന്നാണ്. നിങ്ങളുടെ ഭൗതികശരീരമടക്കം ഖവസ്തുക്കളായി കാണപ്പെടുന്ന പദാർത്ഥങ്ങൾപോലും നൂറു ശതമാനവും ശൂന്യമാണ്. പരമാണുക്കൾ തമ്മിലുള്ള അകലം, അവയുടെ വലിപ്പത്തോടു താരതമ്യപ്പെടുത്തിയാൽ അത്രമേൽ വിശാലമാണ്. കൂടാതെ ഓരോ പരമാണുവിനുള്ളിലും കൂടുതലും ശൂന്യമായ സ്ഥലമാണുള്ളത്. ദൃഢപദാർത്ഥത്തിന്റെ കണികകളെക്കാളും കമ്പനാവൃത്തിപോലെയുള്ള എന്തോ ആണ് പിന്നെ ബാക്കിയുള്ളത്— ഒരു ഗാനാത്മകമായ സ്വരം പോലെ. 2500 വർഷത്തിലേറെയായി ബുദ്ധമതാനുയായികൾക്ക് ഇതറിയാം. "ആകാരം ശൂന്യതയാണ്. ശൂന്യത ആകാരവും" എന്ന് ബുദ്ധമതത്തിലെ പുരാതന വചനങ്ങളിൽ ഏറ്റവും അറിയപ്പെടുന്ന ഹൃദയസൂത്രം പറയുന്നു. എല്ലാ വസ്തുക്കളുടെയും സാരാംശം ശൂന്യതയാണ്.

അനാവിഷ്കൃതമായത് ഈ ലോകത്തിൽ നിശ്ശബ്ദതയായി മാത്രമല്ല നിലനില്ക്കുന്നത്. അത് ഈ ഭൗതികപ്രപഞ്ചം മുഴുവനും ആകാശമായി വ്യാപിച്ചു കിടക്കുന്നു. ഉള്ളിൽനിന്നും പുറത്തുനിന്നും നിശ്ശബ്ദതയെ എന്നതുപോലെ അതിനെയും നാം ശ്രദ്ധിക്കാതെ ഇരുന്നേക്കാം. ആകാശത്തിലുള്ള വസ്തുക്കളെ എല്ലാവരും ശ്രദ്ധിക്കാറുണ്ട്. പക്ഷേ, ആകാശത്തെ ആരു ശ്രദ്ധിക്കുന്നു?

ശൂന്യതയും ഒന്നുമില്ലായ്മയും കഴമ്പില്ലാത്തതല്ലെന്നും അവയ്ക്കു നിഗൂഢമായ എന്തോ ഗുണമുണ്ടെന്നും അങ്ങു സൂചിപ്പിക്കുന്നതായി തോന്നുന്നു. ഈ ശൂന്യത എന്താണ്?

നിങ്ങൾക്ക് അങ്ങനെയൊരു ചോദ്യം ചോദിക്കാനാവില്ല. ഒന്നുമില്ലായ്മയെ എന്തോ ആക്കിത്തീർക്കാൻ ശ്രമിക്കുകയാണ് നിങ്ങളുടെ മനസ്സ്. അതിനെ എന്തോ ആക്കിത്തീർക്കുന്ന നിമിഷത്തിൽ നിങ്ങളതിനെ കാണാതെപോവുന്നു. ഇന്ദ്രിയങ്ങളാൽ ഗ്രഹിക്കപ്പെടുന്ന ഒരു ലോകത്തിൽ, ഒരു ബാഹ്യവത്കൃത പ്രതിഭാസമായുള്ള അനാവിഷ്കൃതമായതിന്റെ പ്രത്യക്ഷപ്പെടലാണ് ശൂന്യത അല്ലെങ്കിൽ ആകാശം. അതിനെക്കുറിച്ച് എനിക്കിത്രയേ പറയാൻ കഴിയൂ. അതുപോലും ഒരു വിരോധാഭാസമാണ്. ജ്ഞാനാസ്പദമായ ഒരു വസ്തുവായി മാറാൻ അതിനാവില്ല. 'ഒന്നുമില്ലായ്മ'യെക്കുറിച്ചു നിങ്ങൾക്കു ഗവേഷണം നടത്താനാവില്ല. ശാസ്ത്രജ്ഞർ ശൂന്യാകാശത്തെക്കുറിച്ചു പഠിക്കുമ്പോൾ, അവർ അതിനെ എന്തൊക്കെയോ ആക്കി മാറ്റുകയും അതിന്റെ സാരാംശത്തെ തീരെ കാണാതെ പോവുകയും ചെയ്യുന്നു. ശൂന്യാകാശം ശൂന്യമല്ലെന്നും അത് ഏതോ വസ്തുവിനാൽ നിറയ്ക്കപ്പെട്ടതാണെന്നുമാണ് ഏറ്റവും പുതിയ സിദ്ധാന്തം. ഇതിൽ അത്ഭുതമൊന്നുമില്ല. നിങ്ങൾ ഒരു സിദ്ധാന്തമുണ്ടാക്കിക്കഴിഞ്ഞാൽ, അതു

സ്ഥിരീകരിക്കാൻ തെളിവ് കണ്ടുപിടിക്കുന്നതിനു വലിയ ബുദ്ധിമുട്ടൊന്നുമില്ല. മറ്റൊരു സിദ്ധാന്തം ഉയർന്നുവരുന്നതുവരേക്കെങ്കിലും.

'ശൂന്യത്' എന്തെന്നു ഗ്രഹിക്കുവാനോ അതിനെ മനസ്സിലാക്കാനോ നിങ്ങൾ ശ്രമിക്കാതിരിക്കുയാണെങ്കിൽ മാത്രമേ അനാവിഷ്കൃതമായതിലേക്കുള്ള ഒരു പ്രവേശനകവാടമായി അതു മാറുകയുള്ളൂ.

ഇപ്പോൾ നാം ചെയ്തുകൊണ്ടിരിക്കുന്നത് അതുതന്നെയല്ലേ?

തീർച്ചയായും അല്ല. അനാവിഷ്കൃതമായ സത്തയുടെ മാനം നിങ്ങളുടെ ജീവിതത്തിലേക്ക് എങ്ങനെ കൊണ്ടുവരാൻ കഴിയുമെന്നു കാണിച്ചുതരാൻവേണ്ടി നിങ്ങൾക്കു ചില സൂചകങ്ങൾ നല്കുക മാത്രമാണ് ഞാൻ ചെയ്യുന്നത്. നാം അതിനെ മനസ്സിലാക്കാൻ ശ്രമിക്കുകയല്ല. വാസ്തവത്തിൽ ഒന്നുംതന്നെ മനസ്സിലാക്കാനായില്ല.

ആകാശത്തിനു നിലനില്പില്ല. നിലനില്ക്കുക എന്നതിന്റെ ശബ്ദാർത്ഥം 'വേറിട്ടു നില്ക്കുക' എന്നാണ്. ആകാശം വേറിട്ടു നില്ക്കാത്തതിനാൽ നിങ്ങൾക്കതിനെ മനസ്സിലാക്കാനാവില്ല. അതിനു സ്വയം നിലനില്പില്ലെങ്കിലും മറ്റെല്ലാ വസ്തുക്കളെയും നിലനില്ക്കാൻ അതു സഹായിക്കുന്നു. നിശ്ശബ്ദതയ്ക്കും അതുപോലെ അനാവിഷ്കൃതമായതിനും നിലനില്പില്ല.

ആകാശത്തിലുള്ള വസ്തുക്കളിൽനിന്നു നിങ്ങളുടെ ശ്രദ്ധയെ പിൻവലിച്ച് ആകാശത്തെക്കുറിച്ചുതന്നെ നിങ്ങൾ ബോധവാനായാൽ എന്താണു സംഭവിക്കുക? ഈ മുറിയുടെ ബോധവാനായാൽ എന്താണു സംഭവിക്കുക? ഈ മുറിയുടെ സാരാംശമെന്താണ്? ഗൃഹോപകരണങ്ങളും ചിത്രങ്ങളും മറ്റും ഈ മുറിക്കുള്ളിലാണ്. പക്ഷേ, ഈ മുറിയെന്നാൽ അവയല്ല. നിലവും ചുവരുകളും മേൽത്തട്ടുമെല്ലാം ഈ മുറിയുടെ അതിരുകൾ നിർണ്ണയിക്കുന്നു. പക്ഷേ, അവയും ഈ മുറിയല്ല. അപ്പോൾ ഈ മുറിയുടെ അന്തസ്സാരം എന്താണ്? തീർച്ചയായും അതാണ് ആകാശം. ശൂന്യമായ ആകാശം. അതില്ലാതെ 'മുറി' ഉണ്ടാവുകയില്ല. ആകാശമെന്നാൽ ശൂന്യത ആയതുകൊണ്ട് ഇവിടെയില്ലാത്തത് ഇവിടെ ഉള്ളതിനേക്കാൾ പ്രധാനമാണെന്നു നമുക്കു പറയാം. അതുകൊണ്ടു നിങ്ങൾക്കു ചുറ്റുമുള്ള ആകാശത്തെക്കുറിച്ച് അവബോധമുള്ളവരാകുക. അതിനെക്കുറിച്ചു ചിന്തിക്കരുത്. അതിനെ അനുഭവിക്കുക. 'ശൂന്യത്'യ്ക്കു ശ്രദ്ധ കൊടുക്കുക.

നിങ്ങളതു ചെയ്യുമ്പോൾ നിങ്ങളുടെയുള്ളിൽ ബോധത്തിന് ഒരു സ്ഥാനചലനം ഉണ്ടാകുന്നു. കാരണമിതാണ്. ഗൃഹോപകരണങ്ങൾ, ചുവരുകൾ തുടങ്ങി ആകാശത്തിലുള്ള വസ്തുക്കൾക്കു സമാനമായി നിങ്ങളുടെ ഉള്ളിലുള്ളത് മനോവസ്തുക്കളാണ്: ചിന്തകൾ, വികാരങ്ങൾ, ഇന്ദ്രിയഗോചരങ്ങളായ വസ്തുക്കൾ തുടങ്ങിയവ. ആകാശം എല്ലാ വസ്തുക്കളെയും നിലനില്ക്കാനനുവദിക്കുന്നതുപോലെ നിങ്ങ

ളുടെ മനോവസ്തുക്കളെ നിലനില്ക്കാൻ സഹായിക്കുന്ന ബോധമാണ് ആകാശത്തിനു സമാനമായി നിങ്ങളുടെ ഉള്ളിലുള്ളത്. അതുകൊണ്ടു വസ്തുക്കളിൽനിന്നും, അതായത് ആകാശത്തിലുള്ള വസ്തുക്കളിൽ നിന്നും നിങ്ങൾ ശ്രദ്ധ പിൻവലിക്കുകയാണെങ്കിൽ, മനോവസ്തുക്കളിൽനിന്നുള്ള ശ്രദ്ധയും നിങ്ങൾ സ്വയമേവ പിൻവലിക്കുന്നു. മറ്റൊരു തരത്തിൽ പറഞ്ഞാൽ ആകാശത്തെക്കുറിച്ച് ഒരേസമയം ചിന്തിക്കാനും അവബോധമുള്ളവരായിരിക്കാനും നമുക്കു കഴിയില്ല. നിശ്ശബ്ദതയെ സംബന്ധിച്ചും ഇതു സത്യമാണ്. ചുറ്റുമുള്ള ശൂന്യാകാശത്തെക്കുറിച്ച് നിങ്ങൾ ബോധവാന്മാരാകുമ്പോൾ തത്സമയംതന്നെ നിങ്ങൾ മനസ്സില്ലായ്മയുടെ ആകാശത്തെക്കുറിച്ച്, ശുദ്ധ ബോധത്തെക്കുറിച്ച്, അനാവിഷ്കൃതമായതിനെക്കുറിച്ച്, ബോധവാന്മാരാകുന്നു. ഇങ്ങനെയാണ് ആകാശത്തെക്കുറിച്ചുള്ള നിരൂപണം നിങ്ങൾക്കാവശ്യമുള്ള ഒരു പ്രവേശന കവാടമായിത്തീരുന്നത്.

ആകാശവും നിശ്ശബ്ദതയും ഒരേ വസ്തുവിന്റെ ഒരേ ശൂന്യതയുടെ രണ്ടു വശങ്ങളാണ്. ആന്തരികാകാശത്തിന്റെയും ആന്തരിക നിശ്ശബ്ദതയുടെയും ബാഹ്യവത്കൃതരൂപങ്ങളാണ് അവ. ആന്തരിക നിശ്ശബ്ദത എന്നാൽ നിശ്ചലതയാണ്. എല്ലാ അസ്തിത്വങ്ങളുടെയും അനന്തമായി ക്രിയാത്മകമായ ഗർഭപാത്രം. ഈ ഒരു മാനത്തെക്കുറിച്ചു മിക്ക മനുഷ്യരും പൂർണ്ണമായി അജ്ഞരാണ്. അവരെ സംബന്ധിച്ചിടത്തോളം ആന്തരിക ആകാശമോ നിശ്ചലതയോ ഇല്ല. അവർക്കു സന്തുലനം നഷ്ടപ്പെട്ടിരിക്കുന്നു. മറ്റൊരു തരത്തിൽ പറഞ്ഞാൽ അവർക്കു ലോകത്തെ അറിയാം. അല്ലെങ്കിൽ അറിയാമെന്ന് അവർ വിചാരിക്കുന്നു. പക്ഷേ, അവർക്ക് ഈശ്വരനെ അറിയില്ല. തങ്ങളുടെ അന്തഃസത്തയെക്കുറിച്ചുള്ള ബോധമില്ലാതെ തങ്ങളുടെ ഭൗതികവും മാനസികവുമായ രൂപത്തോടുമാത്രം അവർ താദാത്മ്യപ്പെടുന്നു. ഓരോ രൂപവും അങ്ങേയറ്റം അസ്ഥിരമായതുകൊണ്ട് അവർ ഭീതിയോടെയാണു ജീവിക്കുന്നത്. ഈ ഭീതി തങ്ങളെക്കുറിച്ചും മറ്റുള്ള മനുഷ്യരെക്കുറിച്ചും അങ്ങേയറ്റം തെറ്റായ അറിവ് അവരിലുണ്ടാക്കുന്നു. അതു പ്രപഞ്ചത്തെക്കുറിച്ചുള്ള അവരുടെ ദർശനത്തിൽ വക്രതയുണ്ടാക്കുന്നു.

ഏതെങ്കിലും തരത്തിലുള്ള പ്രാപഞ്ചിക വിക്ഷോഭമുണ്ടായി, നമ്മുടെ ലോകം അവസാനിച്ചുവെന്നു കരുതുക. ഇത് അനാവിഷ്കൃതമായതിനെ ഒട്ടും ബാധിക്കുകയില്ല. 'എ കോഴ്സ് ഇൻ മിറക്കിൾസ്' എന്ന പുസ്തകം ഈ സത്യത്തെ ഹൃദയസ്പൃക്കായി ഇങ്ങനെ അവതരിപ്പിക്കുന്നു: "യഥാർത്ഥമായ ഒന്നിനെയും ഭീഷണിപ്പെടുത്താനാവില്ല. അവാസ്തവമായ ഒന്നുംതന്നെ നിലനില്ക്കുന്നില്ല. ഇവിടെയാണ് ഈശ്വരന്റെ ശാന്തി കുടികൊള്ളുന്നത്."

അനാവിഷ്കൃതമായതുമായി നിങ്ങൾ ബോധപൂർവ്വമായ ബന്ധം നിലനിർത്തുകയാണെങ്കിൽ ആകാരങ്ങൾക്കപ്പുറമുള്ള ഏകജീവന്റെ ആവിഷ്കാരമായി ആവിഷ്കൃതമായതിനെയും അതിനുള്ളിലെ ഓരോ

ജീവരൂപത്തെയും നിങ്ങൾ വിലമതിക്കുകയും സ്നേഹിക്കുകയും ഗാഢമായി ബഹുമാനിക്കുകയും ചെയ്യും. ഓരോ രൂപവും വീണ്ടും അലിഞ്ഞില്ലാതാവാനായി വിധിക്കപ്പെട്ടിട്ടുള്ളതാണെന്നും അന്തിമമായി ഇവിടെയുള്ള ഒന്നിനും വലിയ പ്രാധാന്യമില്ലെന്നുംകൂടി നിങ്ങൾ മനസ്സിലാക്കുന്നു. യേശുവിന്റെ വാക്കുകൾ ഉപയോഗിക്കുകയാണെങ്കിൽ "നിങ്ങൾ ലോകത്തെ മറികടന്നിരിക്കുന്നു." ബുദ്ധൻ പറഞ്ഞതുപോലെയാണെങ്കിൽ നിങ്ങൾ "മറുതീരത്തേക്കു കടന്നിരിക്കുന്നു."

ആകാശത്തിന്റെയും സമയത്തിന്റെയും യഥാർത്ഥ പ്രകൃതി

ഇപ്പോൾ ഇതിനെക്കുറിച്ചു വിചിന്തനം ചെയ്യൂ: നിശ്ശബ്ദതയൊഴിച്ചു ഒന്നുമില്ലായിരുന്നുവെങ്കിൽ, അതു നിങ്ങളെ സംബന്ധിച്ചു നിലനില്പില്ലാത്ത ഒന്നായിരുന്നേനെ. അതെന്താണെന്നു നിങ്ങൾ അറിയുകയില്ല. ശബ്ദം പ്രത്യക്ഷപ്പെടുമ്പോഴേ നിശ്ശബ്ദത ഉണ്ടാവുന്നുള്ളൂ. അതുപോലെ, ആകാശത്തിൽ നിലനില്ക്കുന്ന വസ്തുക്കളൊന്നുമല്ലാതെ ആകാശം മാത്രമേ ഉണ്ടായിരുന്നുള്ളൂവെങ്കിൽ അതു നിങ്ങളെ സംബന്ധിച്ചിടത്തോളം നിലനില്പില്ലാത്തതായേനെ. ആകാശത്തിന്റെ വിശാലതയിൽ ഒഴുകിനടക്കുന്ന ബോധത്തിന്റെ ഒരു ബിന്ദുവായി സ്വയം സങ്കല്പിക്കുക: നക്ഷത്രങ്ങളോ താരാപഥങ്ങളോ ഇല്ലാത്ത വെറും ശൂന്യതയിൽ. പെട്ടെന്ന് ആകാശം വിശാലതയില്ലാത്തതായിത്തീരും. അതവിടെ ഉണ്ടാവുകയില്ല. വേഗതയോ ഒരു സ്ഥലത്തുനിന്നു മറ്റൊരു സ്ഥലത്തേക്കുള്ള ചലനമോ ഉണ്ടാവുകയില്ല. അകലവും ആകാശവും നിലവിൽ വരണമെങ്കിൽ നിർദ്ദേശകങ്ങളായ രണ്ടു ബിന്ദുക്കൾ എങ്കിലും ആവശ്യമാണ്. ഏകമായത് രണ്ടായി മാറുന്ന നിമിഷത്തിൽ ആകാശം നിലവിൽവരുന്നു. രണ്ടായി മാറിയത് ലാവോസേ (Lao Tse) ആവിഷ്കൃതമായ ലോകത്തെ വിളിക്കുന്നതുപോലെ പതിനായിരം വസ്തു' ക്കളായി മാറുമ്പോൾ, ആകാശം കൂടുതൽകൂടുതൽ വിസ്തൃതമായിത്തീരുന്നു. അങ്ങനെ ലോകവും ആകാശവും ഒരേസമയത്തുതന്നെ ഉദയംചെയ്യുന്നു.

ആകാശമില്ലാതെ ഒന്നും ഉണ്ടാവുകയില്ല. എന്നിട്ടും ആകാശമെന്നാൽ ശൂന്യതയാണ്. പ്രപഞ്ചം നിലവിൽ വന്നതിനുമുമ്പ്, നിങ്ങൾക്കു വേണമെങ്കിൽ 'മഹാവിസ്ഫോടന'ത്തിനു മുമ്പ് എന്നും പറയാം, നിറയ്ക്കപ്പെടാൻ കാത്തിരിക്കുന്ന വിശാലമായ ശൂന്യാകാശമൊന്നും ഉണ്ടായിരുന്നില്ല. ആകാശമുണ്ടായിരുന്നില്ല. ഒന്നുംതന്നെ ഉണ്ടായിരുന്നില്ല. അദ്വൈതമായ അനാവിഷ്കൃത സത്ത മാത്രമേ ഉണ്ടായിരുന്നുള്ളൂ. അദ്വൈതമായത് 'പതിനായിരം വസ്തുക്കളായി' മാറിയപ്പോൾ പെട്ടെന്ന് ആകാശം അവിടെയുള്ളതായി കാഴ്ചയിൽ തോന്നിപ്പിക്കുകയും അനേകത്തിനു നിലവിൽവരാൻ സഹായകമാവുകയും ചെയ്തു. അതെവിടെനിന്നു വന്നു? ഈ പ്രപഞ്ചത്തെ ഉൾക്കൊള്ളിക്കുവാനായി ഈശ്വരൻ അതിനെ സൃഷ്ടിച്ചതാണോ? തീർച്ചയായും

അല്ല. ആകാശമെന്നാൽ ഒന്നുമില്ലായ്മയാണ്. അതുകൊണ്ട് അതൊരിക്കലും സൃഷ്ടിക്കപ്പെട്ടതല്ല.

തെളിഞ്ഞ ഒരു രാത്രിയിൽ പുറത്തുചെന്ന് ആകാശത്തേക്കു നോക്കുക. നിങ്ങൾക്കു നഗ്നനേത്രങ്ങളാൽ കാണാൻ കഴിയുന്ന ആയിരക്കണക്കിനു നക്ഷത്രങ്ങൾ വാസ്തവത്തിൽ ആകാശത്തിലുള്ള നക്ഷത്രങ്ങളുടെ അത്യല്പമായ ഒരു അംശം മാത്രമാണ്. അതിശക്തമായ ദൂരദർശിനികളുപയോഗിച്ച് ആയിരം ദശലക്ഷം താരാപഥങ്ങളെ ഇപ്പോഴേ കണ്ടുപിടിക്കാം. അനേകായിരം ദശലക്ഷം നക്ഷത്രങ്ങളടങ്ങുന്ന ഓരോ താരാപഥവും ഒരു 'പ്രപഞ്ച ദ്വീപാ'ണ്. എന്നാൽ ഇതിനെക്കാളേറെ മഹാവിസ്മയമുണർത്തുന്നത് ആകാശത്തിന്റെ തന്നെ അനന്തതയാണ്. ഈ മഹനീയതയെ നിലനില്ക്കാനനുവദിക്കുന്ന അതിന്റെ അഗാധതയും നിശ്ചലതയുമാണ്. ആകാശത്തിന്റെ സങ്കല്പാതീതമായ വിശാലതയെക്കാൾ അതിന്റെ നിശ്ചലതയെക്കാൾ വിസ്മയമുണർത്തുന്നതും മഹനീയമായതുമായ ഒന്നുംതന്നെ ഉണ്ടാകില്ല. എന്നിട്ടും അതെന്താണ്? ശൂന്യത, വിശാലമായ ശൂന്യത.

നമ്മുടെ മനസ്സിലൂടെയും ഇന്ദ്രിയങ്ങളിലൂടെയും നാം ഗ്രഹിക്കുന്ന നമ്മുടെ പ്രപഞ്ചത്തിൽ, ആകാശമായി നമുക്കു തോന്നുന്നതു ബാഹ്യവത്കൃതമായ അനാവിഷ്കൃത സത്തയെയാണ്. അതാണ് ഈശ്വരന്റെ 'ശരീരം.' ഏറ്റവും വലിയ അത്ഭുതം ഇതാണ്: പ്രപഞ്ചത്തെ നിലനില്ക്കാൻ സഹായിക്കുന്ന ആ നിശ്ചലതയും വിശാലതയും പുറത്ത് ആകാശത്തിൽ മാത്രമല്ല ഉള്ളത്. അതു നിങ്ങളുടെ ഉള്ളിലുമുണ്ട്. നിങ്ങൾ മുഴുവനായും പൂർണ്ണമായും സന്നിഹിതരാവുമ്പോൾ അമാനസത്തിന്റെ (മനസ്സില്ലായ്മയുടെ) നിശ്ചലമായ ആന്തരികാകാശമായി നിങ്ങളതിനെ അഭിമുഖീകരിക്കും. നിങ്ങളുടെയുള്ളിൽ അത് അഗാധതയിലാണു വിസ്തൃതമായിരിക്കുന്നത്. വ്യാപ്തിയിലല്ല. ആകാശത്തിന്റെ വ്യാപ്തി എന്നു പറയുന്നത്, അന്തിമമായി, ഏകവും അതിന്ദ്രീയവുമായ യാഥാർത്ഥ്യത്തിന്റെ ഒരു ലക്ഷണമായ അനന്തമായ അഗാധതയെ തെറ്റായി ഗ്രഹിക്കലാണ്.

ഐൻസ്റ്റീന്റെ അഭിപ്രായപ്രകാരം ആകാശവും സമയവും ഭിന്നമല്ല. എനിക്കത് യഥാർത്ഥത്തിൽ മനസ്സിലാവുന്നില്ല. പക്ഷേ, സമയം ആകാശത്തിന്റെ നാലാം മാനമാണെന്നാണ് അദ്ദേഹം പറയുന്നതെന്ന് എനിക്കു തോന്നുന്നു. അദ്ദേഹം അതിനെ സമയാകാശങ്ങളുടെ അവിച്ഛിന്നത (space-time centinuum) എന്നാണു വിളിക്കുന്നത്.

അതെ. ആകാശമായും സമയമായും ബാഹ്യമായി നിങ്ങൾ ഗ്രഹിക്കുന്നവ അന്തിമമായി മിഥ്യാപരമാണ്. പക്ഷേ, അവയിൽ സത്യത്തിന്റെ കാതൽ അടങ്ങിയിട്ടുണ്ട്. ഈശ്വരന്റെ അത്യന്താപേക്ഷിതമായ രണ്ടു ലക്ഷണങ്ങളാണവ. നിങ്ങൾക്കു പുറത്തു നിലനില്പുണ്ടെന്നു നിങ്ങൾ

ഗ്രഹിക്കുന്ന അനന്തതയും നിത്യതയും. ആകാശത്തിനും സമയത്തിനും നിങ്ങളുടെയുള്ളിൽ നിങ്ങളുടെ സ്വന്തം പ്രകൃതിയെയും അവയുടെ യഥാർത്ഥ പ്രകൃതിയെയും വെളിവാക്കുന്ന സമാനമായ ഘടകമുണ്ട്. നിശ്ചലവും അനന്തമായ അഗാധതയുള്ളതുമായ അമാനസത്തിന്റെ മണ്ഡലമാണ് ആകാശമെങ്കിൽ സമയത്തിനു സമാനമായി നിങ്ങളുടെ ഉള്ളിലുള്ളതു സാന്നിദ്ധ്യമാണ്. നിത്യമായ വർത്തമാന നിമിഷത്തെക്കുറിച്ചുള്ള അവബോധം. അവയ്ക്കിടയിൽ ഒരു വേർതിരിവുമില്ലെന്ന് ഓർമ്മിക്കുക. അനാവിഷ്കൃത സത്തയായി—അതായത് അമാനസവും സാന്നിദ്ധ്യവുമായി നിങ്ങളുടെയുള്ളിൽ ആകാശവും സമയവും സാക്ഷാത്കരിക്കപ്പെടുമ്പോൾ, ബാഹ്യമായ ആകാശവും സമയവുമെല്ലാം നിങ്ങളെ സംബന്ധിച്ചിടത്തോളം തുടർന്നും നിലനില്ക്കും. പക്ഷേ, അവയ്ക്കു വലിയ പ്രാധാന്യമില്ലാതെയാകും. ഈ ലോകവും നിങ്ങളെ സംബന്ധിച്ചിടത്തോളം തുടർന്നും നിലനില്ക്കും. പക്ഷേ, അതു നിങ്ങളെ മേലിൽ ബന്ധിക്കുകയില്ല.

അതുകൊണ്ട്, പ്രപഞ്ചത്തിന്റെ അന്തിമമായ ഉദ്ദേശ്യം ലോകത്തിന്റെ ഉള്ളിലല്ല ഉള്ളത്. മറിച്ച് ലോകത്തെ മറികടക്കുന്നതിലാണ് അതുള്ളത്. ആകാശത്തിൽ വസ്തുക്കളൊന്നുമില്ലെങ്കിൽ നിങ്ങൾ ആകാശത്തെക്കുറിച്ച് അവബോധമുള്ളവരാവുകയില്ല. അതുപോലെ അനാവിഷ്കൃതമായതിനെ സാക്ഷാത്കരിക്കാൻ ഈ ലോകത്തിന്റെ ആവശ്യമുണ്ട്. 'മിഥ്യയില്ലെങ്കിൽ പ്രബുദ്ധതയുമുണ്ടാകില്ല' എന്ന ബുദ്ധമതാനുയായികളുടെ വചനം നിങ്ങൾ കേട്ടിട്ടുണ്ടാവും. ഈ ലോകത്തിലൂടെയും അന്തിമമായി നിങ്ങളിലൂടെയുമാണ് അനാവിഷ്കൃതമായത് സ്വയം അറിയുക. പ്രപഞ്ചത്തിന്റെ ദിവ്യമായ ഉദ്ദേശ്യം അനാവൃതമാക്കുന്ന പ്രക്രിയയെ സഹായിക്കാനാണ് നിങ്ങൾ ഇവിടെയുള്ളത്. നിങ്ങൾ അത്രമാത്രം പ്രാധാന്യമുള്ളവരാണ്.

ബോധപൂർവ്വമായ മരണം

ഞാൻ നേരത്തേ പരാമർശിച്ച സ്വപ്നരഹിതമായ സുഷുപ്തിക്കു പുറമേ, ഇച്ഛാപൂർവ്വമല്ലാതെ പ്രവർത്തിക്കുന്ന മറ്റൊരു പ്രവേശനകവാടംകൂടിയുണ്ട്. ഭൗതികശരീരത്തിന്റെ മരണസമയത്ത് അതു ഹ്രസ്വമായി തുറക്കുന്നു. നിങ്ങളുടെ ജീവിതകാലത്ത്, ആത്മീയ സാക്ഷാത്കാരത്തിനുള്ള എല്ലാ അവസരങ്ങളും നിങ്ങൾ അറിയാതെ പോയിട്ടുണ്ടെങ്കിൽക്കൂടി, ശാരീരികമരണം സംഭവിച്ച ഉടൻതന്നെ നിങ്ങൾക്കുവേണ്ടി അവസാനമായി ഒരു പ്രവേശനകവാടം തുറക്കപ്പെടും.

ദീപ്തമായ പ്രകാശമായി ഈ പ്രവേശനകവാടത്തിന്റെ ദൃശ്യപരമായ ധാരണ ലഭിക്കുകയും പൊതുവേ മരണസാമീപ്യാനുഭവമെന്നു (Near death experience) വിളിക്കപ്പെടുന്നതിൽനിന്നു തിരിച്ചെത്തുകയും ചെയ്തിട്ടുള്ള അസംഖ്യം ആളുകളുടെ അനുഭവവിവരണങ്ങളുണ്ട്. അവരിൽ

പലരും ആനന്ദം നിറഞ്ഞ നിരാകലുതയുടെയും ഗാഢമായ ശാന്തിയുടെയും അനുഭവത്തെക്കുറിച്ചു സംസാരിച്ചിട്ടുണ്ട്. ടിബറ്റുകാരുടെ 'മരണത്തിന്റെ പുസ്തക'ത്തിൽ (The Tibetan book of the dead) ഇതിനെ "ശൂന്യതയുടെ വർണ്ണരഹിതമായ പ്രകാശത്തിന്റെ ദീപ്തമായ തേജസ്സ്" എന്നാണു പറയുന്നത്. അതു "നിങ്ങളുടേതായ യഥാർത്ഥ സ്വത്വ" മാണെന്നാണ് ആ പുസ്തകത്തിൽ പറയുന്നത്. ഈ പ്രവേശനകവാടം വളരെ കുറച്ചുനേരത്തേക്കു മാത്രമേ തുറക്കുകയുള്ളൂ. നിങ്ങളുടെ ജീവിതകാലത്ത് അനാവിഷ്കൃതമായതിന്റെ മാനത്തെ നിങ്ങൾ അഭിമുഖീകരിച്ചിട്ടില്ലെങ്കിൽ, നിങ്ങളതിനെ അറിയാതെ പോകാൻ സാദ്ധ്യതയുണ്ട്. അവശിഷ്ടരൂപത്തിലുള്ള പ്രതിരോധങ്ങളെയും ഗാഢമായ ഭയത്തെയും ഇന്ദ്രിയാനുഭവങ്ങളോടുള്ള അങ്ങേയറ്റത്തെ മമതയെയും ആവിഷ്കൃതമായ ലോകത്തോടുള്ള അഗാധമായ താദാത്മ്യഭാവത്തെയും മിക്ക ആളുകളും ചുമക്കുന്നുണ്ട്. അതുകൊണ്ട് ഈ പ്രവേശന കവാടത്തെ കാണുമ്പോൾ അവർ ഭയന്നു മുഖം തിരിക്കുകയും ബോധരഹിതരായിത്തീരുകയും ചെയ്യുന്നു. അതിനുശേഷം സംഭവിക്കുന്നതെല്ലാം അനൈച്ഛികവും സ്വയം പ്രേരിതവുമായിരിക്കും. കാലക്രമത്തിൽ ഒരു ജനനമരണചക്രം കൂടി ഉണ്ടാകും. ബോധപൂർവ്വമായ അമരത്വം ലഭിക്കാൻ തക്കവണ്ണം അവരുടെ സാന്നിദ്ധ്യം ശക്തമല്ലാത്തതാണ് അതിനു കാരണം.

അപ്പോൾ ഈ പ്രവേശനകവാടത്തിലൂടെ കടന്നുപോയാൽ ഉന്മൂലനം സംഭവിക്കും എന്നർത്ഥമില്ല, അല്ലേ?

മറ്റെല്ലാ പ്രവേശനകവാടങ്ങളിലുമെന്നതുപോലെ നിങ്ങളുടെ തേജോമയമായ യഥാർത്ഥ പ്രകൃതി അവശേഷിക്കും. പക്ഷേ, നിങ്ങളുടെ വ്യക്തിത്വം ഉണ്ടാവുകയില്ല. ഏതായാലും നിങ്ങളുടെ വ്യക്തിത്വത്തിൽ വാസ്തവമായും ശരിക്കും മൂല്യമുള്ളതുമായും എന്തൊക്കെയുണ്ടോ അവയെല്ലാം നിങ്ങളുടെ യഥാർത്ഥ പ്രകൃതിയുടെ പുറത്തേക്കുള്ള പ്രകാശനമാണ്. ഇതൊരിക്കലും നഷ്ടപ്പെടുന്നില്ല. യഥാർത്ഥത്തിൽ മൂല്യമുള്ള പരമാർത്ഥമായ ഒന്നുംതന്നെ നഷ്ടപ്പെടുന്നില്ല.

മരണത്തോടടുക്കുന്നതും ഭൗതികശരീരത്തിന്റെ വിഘടനമായ മരണം തന്നെയും എപ്പോഴും ആത്മീയസാക്ഷാത്കാരത്തിനുള്ള ഒരു വലിയ അവസരമാണ്. മരണത്തെക്കുറിച്ചും യഥാർത്ഥത്തിൽ പ്രധാനമായ എന്തിനെക്കുറിച്ചും ഏകദേശം മുഴുവനായിത്തന്നെ അജ്ഞതയുള്ള ഒരു സംസ്കാരത്തിൽ നാം ജീവിക്കുന്നതുകൊണ്ട് ഈ അവസരം മിക്കപ്പോഴും വളരെ ദയനീയമായി നാം വിട്ടുകളയുന്നു.

ഓരോ പ്രവേശനകവാടവും മരണത്തിന്റെ പ്രവേശന കവാടമാണ്. അവാസ്തവമായ വ്യക്തിത്വത്തിന്റെ മരണം. നിങ്ങളതിലൂടെ കടന്നു

പോകുമ്പോൾ, നിങ്ങളുടെ മാനസികവും മനോനിർമ്മിതവുമായ രൂപത്തിൽനിന്നു നിങ്ങളുടെ വ്യക്തിത്വത്തെ നിങ്ങൾക്കു ലഭിക്കാതാകുന്നു. രൂപവുമായുള്ള നിങ്ങളുടെ താദാത്മ്യം വെറും മിഥ്യയായിരുന്നതുപോലെ മരണവും ഒരു മിഥ്യയാണെന്നു നിങ്ങളപ്പോൾ തിരിച്ചറിയുന്നു. മിഥ്യയുടെ അവസാനം മരണമെന്നാൽ അതുമാത്രമാണ്. ഈ മിഥ്യയോടു നിങ്ങൾ അള്ളിപ്പിടിച്ചിരിക്കുന്ന കാലത്തോളമേ അതു വേദനാജനകമാകുന്നുള്ളൂ.

നിങ്ങളെവിടെയാണോ അവിടെനിന്നു വർത്തമാനനിമിഷത്തിലേക്കു പ്രവേശിക്കുക

ഒരു പുരുഷനും ഒരു സ്ത്രീയും തമ്മിലുള്ള സ്നേഹബന്ധത്തിലൂടെയല്ലാതെ യഥാർത്ഥ പ്രബുദ്ധത സാദ്ധ്യമല്ല എന്നാണ് ഞാനെപ്പോഴും വിചാരിച്ചിട്ടുള്ളത്. നമ്മളെ വീണ്ടും പൂർണ്ണരാക്കുന്നത് ഇതല്ലേ? അതു സംഭവിക്കുന്നതുവരെ ഒരാളുടെ ജീവിതം എങ്ങനെയാണു സഫലമാവുക?

നിങ്ങളുടെ അനുഭവത്തിൽ ഇതു സത്യമാണോ? ഇതു നിങ്ങൾക്കു സംഭവിച്ചിട്ടുണ്ടോ?

ഇതുവരെയില്ല. മറ്റേതെങ്കിലും രീതിയിൽ അതെങ്ങനെയാണു സംഭവിക്കുക? അതു സംഭവിക്കുമെന്ന് എനിക്കറിയാം.

മറ്റൊരു രീതിയിൽ പറഞ്ഞാൽ, നിങ്ങളെ രക്ഷിക്കാൻ സമയത്തിനുള്ളിലെ ഒരു സംഭവത്തിനായി നിങ്ങൾ കാത്തിരിക്കുകയാണ്. നാം ഇത്രനേരം സംസാരിച്ചുകൊണ്ടിരുന്ന കാതലായ പിശക് ഇതുതന്നെയല്ലേ? മോക്ഷം വേറേതെങ്കിലും സ്ഥലത്തിലോ സമയത്തിലോ അല്ല. അത് ഇപ്പോൾ ഇവിടെയാണ്.

മോക്ഷം ഇപ്പോൾ ഇവിടെയാണെന്ന പ്രസ്താവനയുടെ അർത്ഥമെന്താണ്? എനിക്കതു മനസ്സിലാകുന്നില്ല. മോക്ഷം എന്നാൽ എന്താണർത്ഥമെന്നുപോലും എനിക്കറിയില്ല.

മിക്ക ആളുകളും ഭൗതികസുഖങ്ങളെയോ മാനസിക സംതൃപ്തിക്കുള്ള വിവിധ വഴികളെയോ പിന്തുടരുന്നു. കാരണം ആ വസ്തുക്കൾ അവരെ സന്തുഷ്ടരാക്കുമെന്നോ ഭീതിയുടെയോ ഇല്ലായ്മയുടെയോ തോന്നലിൽനിന്ന് അവരെ സ്വതന്ത്രരാക്കുമെന്നോ അവർ വിശ്വസിക്കുന്നു. ‘സന്തോഷത്തെ' ഭൗതികസുഖത്തിലൂടെ ലഭിക്കുന്ന ചേതനയുടെ ഉയർന്ന അനുഭവമായോ ഏതെങ്കിലും തരത്തിലുള്ള മാനസിക സംതൃപ്തിയിലൂടെ ലഭിക്കുന്ന കൂടുതൽ സുരക്ഷിതവും പൂർണ്ണവുമായ വ്യക്തിത്വബോധമായോ എല്ലാവരും കണക്കാക്കിയേക്കാം.

അസംതൃപ്തിയുടെയോ അപര്യാപ്തതയുടെയോ അവസ്ഥയിൽനിന്നു മോക്ഷത്തിനുവേണ്ടിയുള്ള അന്വേഷണമാണിത്. അവർ നേടിയെടുക്കുന്ന സംതൃപ്തി എല്ലായ്പോഴും അല്പായുസ്സുള്ളതായിരിക്കും. അതുകൊണ്ട്, സാധാരണയായി സംതൃപ്തിയുടെയോ നിർവൃതിയുടെയോ അവസ്ഥ ഇവിടെ ഇപ്പോഴുള്ളതിൽനിന്നകന്ന്, ഒരിക്കൽക്കൂടി സാങ്കല്പികമായ ഒരു ബിന്ദുവിലേക്കു പ്രക്ഷേപണം ചെയ്യപ്പെടുന്നു. “എനിക്കിതു ലഭിക്കുമ്പോൾ അല്ലെങ്കിൽ ഞാൻ മറ്റേതിൽനിന്നു സ്വതന്ത്രനാകുമ്പോൾ എല്ലാം ശരിയാകും.” —ഈ അബോധപൂർവ്വമായ മനസ്ഥിതിയാണ് ഭാവിയിലുള്ള മോക്ഷം എന്ന മിഥ്യയെ സൃഷ്ടിക്കുന്നത്.

യഥാർത്ഥ മോക്ഷമെന്നാൽ നിർവൃതിയും ശാന്തിയും സമ്പൂർണ്ണതയിലുള്ള ജീവിതവുമാണ്. അതു നിങ്ങളാരാണോ അതുതന്നെ ആയിരിക്കലാണ്. വിപരീതമില്ലാത്ത നന്മയെ നിങ്ങളുടെയുള്ളിൽ അനുഭവിക്കലാണ്. പുറത്തുള്ള ഒന്നിനെയും ആശ്രയിക്കാത്ത ഉണ്മയുടെ ആനന്ദമാണ്. യാദൃച്ഛികമായ അനുഭവമായല്ല, സ്ഥായിയായ സാന്നിദ്ധ്യമായാണ് അത് അനുഭവവേദ്യമാകുക. ആസ്തികരുടെ ഭാഷയിൽ പറഞ്ഞാൽ അത് “ഈശ്വരനെ അറിയലാണ്.” നിങ്ങൾക്കു പുറത്തുള്ള എന്തെങ്കിലുമായിട്ടല്ല, മറിച്ച് നിങ്ങളുടെ സ്വന്തം അന്തഃസത്തയായി. നിലവിലുള്ള സകലതിനും ഉണ്മയേകുന്ന സമയരഹിതവും രൂപരഹിതവുമായ ഏക ജീവന്റെ അഭിന്നമായ ഭാഗമായി സ്വയം അറിയലാണ് യഥാർത്ഥ മോക്ഷം.

യഥാർത്ഥ മോക്ഷം സ്വാതന്ത്ര്യത്തിന്റെ അവസ്ഥയാണ്. ഭീതിയിൽനിന്നും ദുരിതത്തിൽനിന്നുമുള്ള സ്വാതന്ത്ര്യം ഇല്ലായ്മയുടെയും അപര്യാപ്തയുടെയും ജ്ഞാതമായ അവസ്ഥയിൽനിന്നുള്ള സ്വാതന്ത്ര്യം. അതുകൊണ്ടുതന്നെ എല്ലാത്തരത്തിലുമുള്ള ആഗ്രഹങ്ങളിൽനിന്നും ആവശ്യങ്ങളിൽനിന്നും വശപ്പെടുത്തലുകളിൽനിന്നും അള്ളിപ്പിടിക്കലുകളിൽനിന്നുമുള്ള സ്വാതന്ത്ര്യം നിർബന്ധിത ചിന്തയിൽനിന്നും നിഷേധഭാവത്തിൽനിന്നും എല്ലാറ്റിനുമുപരി മാനസികമായ ആവശ്യമെന്ന നിലയ്ക്കു ഭൂതകാലത്തിൽനിന്നും ഭവിഷ്യത്കാലത്തിൽനിന്നുമുള്ള സ്വാതന്ത്ര്യം. ഇവിടെനിന്ന് അവിടേക്കെത്താൻ നിങ്ങൾക്കു കഴിയില്ലെന്നു മനസ്സ് നിങ്ങളോടു പറയുന്നു. എന്തെങ്കിലും സംഭവിക്കണം. അല്ലെങ്കിൽ നിങ്ങൾ സ്വതന്ത്രനും സാഫല്യം നേടിയവനുമാകുന്നതിനുമുമ്പു നിങ്ങൾ ഇതോ അതോ ഒക്കെ ആയിത്തീരണം. സത്യത്തിൽ നിങ്ങൾക്കു സമയം ആവശ്യമാണെന്നു പറയുന്നതുപോലെയാണത്. നിങ്ങൾക്കു സ്വതന്ത്രനും പൂർണ്ണനുമാകാൻ കഴിയുന്നതിനുമുമ്പു നിങ്ങൾ എന്തെങ്കിലുമൊക്കെ കണ്ടെത്തുകയും തരംതിരിക്കുകയും പ്രവർത്തിക്കുകയും നേടുകയും കൈവശമാക്കുകയും ആയിത്തീരുകയും മനസ്സിലാക്കുകയും ചെയ്യണമെന്നു പറയുന്നതുപോലെയാണത്. മോക്ഷത്തിനുള്ള ഒരു മാർഗ്ഗമായിട്ടാണ് നിങ്ങൾ സമയത്തെ

കാണുന്നത്. പക്ഷേ, വാസ്തവത്തിൽ അതാണു മോക്ഷത്തിനുള്ള ഏറ്റവും വലിയ പ്രതിബന്ധം. നിങ്ങൾ ഇപ്പോഴും പൂർണ്ണനും തീർത്തും നല്ലവനും അല്ലാത്തതുകൊണ്ട് നിങ്ങൾ ഈ നിമിഷത്തിൽ എവിടെയാണോ അല്ലെങ്കിൽ ആരാണോ അതിൽനിന്ന് അവിടേക്കെത്താനാവില്ലെന്നു നിങ്ങൾ കരുതുന്നു. പക്ഷേ, ഇവിടെ, ഇപ്പോൾ എന്ന ഈ ബിന്ദുവിൽനിന്നു മാത്രമേ നിങ്ങൾക്കവിടെയെത്താൻ കഴിയുകയുള്ളൂ എന്നതാണ് സത്യം. നിങ്ങൾ ഇപ്പോൾത്തന്നെ അവിടെയാണ് എന്നു തിരിച്ചറിയുന്നതിലൂടെയാണ് നിങ്ങൾ അവിടെയെത്തുക. ഈശ്വരനെ അന്വേഷിക്കേണ്ട ആവശ്യമില്ല എന്ന് തിരിച്ചറിയുന്ന നിമിഷത്തിൽ നിങ്ങൾ ഈശ്വരനെ കണ്ടെത്തുന്നു. അതുകൊണ്ടു മോക്ഷത്തിനായി 'ഒരേ ഒരു വഴി' എന്ന ഒന്നില്ല. ഏതവസ്ഥയെയും ഉപയോഗിക്കാം. പക്ഷേ, ഒരു പ്രത്യേക അവസ്ഥയുടെ ആവശ്യമില്ല. എങ്കിലും അവിടേക്കു പ്രവേശിക്കാനുള്ള ബിന്ദു ഒന്നേയുള്ളൂ. വർത്തമാനനിമിഷം. ഈ നിമിഷത്തിൽനിന്നകന്ന് മോക്ഷം സാദ്ധ്യമല്ല. നിങ്ങൾ ഏകാന്തത അനുഭവിക്കുന്നവനും ഒരു പങ്കാളിയില്ലാത്തവനുമാണോ? അവിടെനിന്നു വർത്തമാനനിമിഷത്തിലേക്കു പ്രവേശിക്കുക. നിങ്ങൾ ഒരു പ്രേമബന്ധത്തിലാണോ? അവിടെനിന്നു വർത്തമാനനിമിഷത്തിലേക്കു കടക്കുക.

എപ്പോഴായാലും നിങ്ങൾക്കു ചെയ്യാനോ നേടിയെടുക്കാനോ സാധിക്കുന്ന ഒന്നിനും വർത്തമാനനിമിഷത്തേക്കാളധികം നിങ്ങളെ മോക്ഷത്തോടടുപ്പിക്കാനാവില്ല. മൂല്യമുള്ള എന്തും ഭാവിയിലാണെന്ന ചിന്താഗതിയോടു പരിചയിച്ച ഒരു മനസ്സിന് ഇതു ഗ്രഹിക്കാൻ പ്രയാസമായിരിക്കും. അതുപോലെ കഴിഞ്ഞകാലത്തു നിങ്ങൾ ചെയ്തതോ മറ്റുള്ളവർ നിങ്ങളോടു ചെയ്തതോ ആയ ഒരു കാര്യത്തിനും നിലവിലുള്ളതിനോടു ശരി എന്നു പറയുന്നതിൽനിന്നും നിങ്ങളുടെ ശ്രദ്ധയെ വർത്തമാനനിമിഷത്തിനുള്ളിലേക്കു ഗാഢമായി കൊണ്ടുപോകുന്നതിൽനിന്നും നിങ്ങളെ തടയാനുമാവില്ല. ഇതു നിങ്ങൾക്കു ഭാവിയിൽ ചെയ്യാനാവില്ല. അതു നിങ്ങൾ ഇപ്പോൾ ചെയ്യുക. അല്ലെങ്കിൽ ഒട്ടും ചെയ്യാതിരിക്കുക.

സ്നേഹത്തിന്റെ/ വെറുപ്പിന്റെ ബന്ധങ്ങൾ

സാന്നിദ്ധ്യത്തിന്റെ ബോധപൂർവ്വമായ ആവൃത്തി നിങ്ങൾ വിനിയോഗിക്കുന്നതുവരെ എല്ലാ ബന്ധങ്ങളും— പ്രത്യേകിച്ച് ഇഴയടുപ്പമുള്ള ബന്ധങ്ങൾ— ആഴത്തിൽ ന്യൂനതകളുള്ളവയും അന്തിമമായി പ്രവർത്തന വൈകല്യമുള്ളവയുമായിരിക്കും. കുറച്ചുകാലത്തേക്ക്, അതായത് നിങ്ങൾ 'പ്രേമ'ത്തിലാവുമ്പോഴും മറ്റും അവ ദോഷമറ്റതാണെന്ന തോന്നലുളവാക്കിയേക്കാം. പക്ഷേ, തീർച്ചയായും വാഗ്വാദങ്ങളും

സംഘർഷങ്ങളും അസംതൃപ്തിയും വൈകാരികമോ ശാരീരികമോ ആയ അക്രമവും വർദ്ധിച്ച തോതിൽ ഉണ്ടാവുകയും കാഴ്ചയിലുള്ള ആ പരിപൂർണ്ണത ചിന്നിച്ചിതറിപ്പോവുകയും ചെയ്യുന്നു. മിക്ക 'പ്രേമ ബന്ധങ്ങളും' അധികം വൈകാതെ പ്രേമ/നീരസബന്ധങ്ങളായി മാറുന്നുവെന്നാണു തോന്നുന്നത്. അപ്പോൾ പ്രേമം, ഒരു സ്വിച്ചിടുന്ന വേഗതയിൽ സംസ്കാരശൂന്യമായ ആക്രമണമായും ശത്രുതാപരമായ വികാരങ്ങളായും സ്നേഹവാത്സല്യങ്ങളുടെ പിൻവലിക്കലായും മാറുന്നു. ഇതു 'സാധാരണ'മായിട്ടാണു കണക്കാക്കപ്പെടുന്നത്. പിന്നെ ആ ബന്ധം പ്രണയത്തിന്റെയും വെറുപ്പിന്റെയും ധ്രുവങ്ങൾക്കിടയിൽ കുറച്ചുകാലത്തേക്ക് അതായതു കുറച്ചു മാസത്തേക്ക് അല്ലെങ്കിൽ കുറച്ചു വർഷത്തേക്കു ചാഞ്ചാടിക്കൊണ്ടിരിക്കുന്നു. അതു നിങ്ങൾക്ക് എത്രമാത്രം വേദന നല്കുന്നുവോ അത്രതന്നെ സുഖവും സമ്മാനിക്കുന്നു. ഇണകൾക്ക് ഈ സമയ 'ചക്ര'ങ്ങളോട് ആസക്തിയുണ്ടാവുന്നത് അസാധാരണമല്ല. അവരുടെ നാടകത്തിന് അവർ കൂടുതൽ ജീവൻ നല്കുന്നതായി അവർക്ക് അനുഭവപ്പെടുന്നു. ഗുണാത്മകവും നിഷേധാത്മകവുമായ ധ്രുവങ്ങൾക്കിടയിലുള്ള സന്തുലനം നഷ്ടപ്പെടുകയും നിഷേധാത്മകവും വിനാശകരവുമായ സമയചക്രങ്ങൾ കൂടക്കൂടെ കൂടുതൽ തീവ്രമായി സംഭവിക്കുകയും ചെയ്യുമ്പോൾ— ഇത് എപ്പോഴായാലും സംഭവിക്കും— ആ ബന്ധം ഒടുവിൽ തകർന്നുവീഴാൻ പിന്നെ അധികം സമയമെടുക്കില്ല.

നിഷേധാത്മകവും വിനാശകരവുമായ സമയചക്രങ്ങളെമാത്രം ഉന്മൂലനം ചെയ്യാൻ സാധിക്കുമെങ്കിൽ എല്ലാം നേരേയാകുമെന്നും ആ ബന്ധം മനോഹരമായി പുഷ്പിക്കുമെന്നും നിങ്ങൾക്കു തോന്നിയേക്കാം. പക്ഷേ, കഷ്ടമെന്നു പറയട്ടെ, അതു സാദ്ധ്യമല്ല. ഈ രണ്ടു ധ്രുവാഭിമുഖതകളും പരസ്പരം ആശ്രയിക്കുന്നു. ഒന്നില്ലാതെ മറ്റേതിനെ മാത്രമായി നിങ്ങൾക്കു ലഭിക്കില്ല. ഗുണാത്മകമായതിന്റെ ഉള്ളിൽ ഇപ്പോഴും അനാവിഷ്കൃതമായ നിഷേധഭാവം അടങ്ങിയിരിക്കുന്നു. വാസ്തവത്തിൽ ഒരേ പ്രവർത്തനവൈകല്യത്തിന്റെ വ്യത്യസ്ത ഘടകങ്ങളാണ് അവ രണ്ടും. സാധാരണയായി നാം കാല്പനിക പ്രണയബന്ധങ്ങൾ എന്നു വിളിക്കുന്നവയെക്കുറിച്ചാണ് ഞാനിപ്പോൾ സംസാരിക്കുന്നത്. അല്ലാതെ യഥാർത്ഥ സ്നേഹത്തെക്കുറിച്ചല്ല. യഥാർത്ഥ സ്നേഹം മനസ്സിനപ്പുറത്തുനിന്ന് ഉദയം ചെയ്യുന്നതിനാൽ അതിനു വിപരീതമില്ല. സ്നേഹം, നിരന്തരാവസ്ഥ എന്ന നിലയ്ക്ക് ഇപ്പോഴും വിരളമാണ്. അവബോധമുള്ള മനുഷ്യരെപ്പോലെ. എങ്കിലും മാനസികപ്രവാഹത്തിൽ വിടവുണ്ടാകുമ്പോഴൊക്കെ സ്നേഹത്തിന്റെ ഹ്രസ്വവും വഴുതിമാറുന്നതുമായ നൈമിഷികദർശനങ്ങൾ സാദ്ധ്യമാണ്.

ഒരു ബന്ധത്തിന്റെ ഗുണാത്മകമായ വശത്തെക്കാൾ, തീർച്ചയായും നിഷേധാത്മകമായ വശത്തെയാണ് പ്രവർത്തനവൈകല്യമായി നാം തിരിച്ചറിയുന്നത്. അതുപോലെ നിങ്ങളുടെയുള്ളിലെ നിഷേധഭാവ

ത്തിന്റെ ഉറവിടത്തെ നിങ്ങളുടെയുള്ളിൽ ഉള്ളതിനെക്കാൾ എളുപ്പത്തിൽ തിരിച്ചറിയാൻ കഴിയും. അതു പലരീതിയിൽ പ്രത്യക്ഷപ്പെടാം. മറ്റൊരാളെ പൂർണ്ണമായും സ്വന്തമാക്കാനുള്ള ആഗ്രഹമായോ, അസൂയയായോ, നിയന്ത്രിക്കലായോ, പിൻവലിയലും വാക്കുകളാൽ പ്രകടിപ്പിക്കപ്പെടാത്ത നീരസവുമായോ തന്റെ ഭാഗം ശരിയാകണമെന്ന ആവശ്യമായോ മറ്റുള്ളവരുടെ വികാരങ്ങൾ മനസ്സിലാക്കാനുള്ള കഴിവില്ലായ്മയും സ്വന്തം കാര്യത്തിൽമാത്രമുള്ള ശ്രദ്ധയുമായോ വൈകാരികമായ ആവശ്യങ്ങളും കൗശലപൂർവ്വമുള്ള കാര്യം സാധിക്കലുമായോ വാഗ്വാദം ചെയ്യാനും വിമർശിക്കാനും വിലയിടുത്താനും കുറ്റപ്പെടുത്താനും അല്ലെങ്കിൽ ആക്രമിക്കാനുമുള്ള പ്രേരണയായോ ദ്വേഷമായോ മാതാപിതാക്കൾ ഭൂതകാലത്ത് അടിച്ചേല്പിച്ച വേദനയ്ക്കുള്ള അബോധപൂർവ്വമായ പകരംവീട്ടലായോ, കടുത്ത കോപവും ശാരീരിക അക്രമവുമായോ ഒക്കെ.

ഗുണാത്മകമായ വശത്തിൽ നിങ്ങൾ നിങ്ങളുടെ പങ്കാളിയുമായി 'പ്രണയ'ത്തിലാണ്. ഇത് ആദ്യമൊക്കെ ഗാഢമായ സംതൃപ്തി തരുന്ന അവസ്ഥയാണ്. തീവ്രമായ ഉണർച്ചയുള്ളതായി നിങ്ങൾക്ക് അനുഭവപ്പെടും. നിങ്ങളുടെ നിലനില്പിന് പെട്ടെന്ന് അർത്ഥമുണ്ടായിരിക്കുന്നു. കാരണം, ആരോ ഒരാൾക്ക് നിങ്ങളുടെ ആവശ്യമുണ്ട്. ആ ആൾ നിങ്ങളെ ആഗ്രഹിക്കുകയും നിങ്ങൾ സവിശേഷതയുള്ള ആളാണെന്ന തോന്നൽ നിങ്ങളിലുളവാക്കുകയും ചെയ്യുന്നു. നിങ്ങൾ തിരിച്ച് അവനോടോ അവളോടോ ഇതുതന്നെ ചെയ്യുന്നു. നിങ്ങൾ രണ്ടുപേരും ഒന്നിച്ചുള്ളപ്പോൾ നിങ്ങൾക്കു പൂർണ്ണതയുള്ളതായി അനുഭവപ്പെടുന്നു. ബാക്കിയുള്ള പ്രപഞ്ചം അപ്രസക്തമാകുന്നവിധത്തിൽ ഈ വികാരം തീവ്രമായേക്കാം.

എങ്കിലും ആ തീവ്രതയ്ക്ക് ആവശ്യങ്ങളുടെയും ഒട്ടിപ്പിടിക്കലിന്റെയും സ്വഭാവമുണ്ടെന്നും നിങ്ങൾ നിരീക്ഷിച്ചിരിക്കാം. നിങ്ങൾ മറ്റേ വ്യക്തിയോട് ആസക്തിയുള്ളവനായിത്തീരുന്നു. അവനോ അല്ലെങ്കിൽ അവളോ ഒരു മയക്കുമരുന്നുപോലെ നിങ്ങളിൽ പ്രവർത്തിക്കുന്നു. ആ മരുന്ന് ലഭ്യമാകുന്ന സമയത്ത് നിങ്ങൾ 'ഉയർച്ച'യിലാണ്. പക്ഷേ, അവനോ അല്ലെങ്കിൽ അവളോ മേലിൽ അവിടെയുണ്ടാകില്ല എന്നതിന്റെ സാദ്ധ്യതയോ അല്ലെങ്കിൽ അതിന്റെ ചിന്തയോപോലും അസൂയയിലേക്കും പങ്കാളിയെ സ്വന്തം അധീനതയിലാക്കാനുള്ള ആഗ്രഹത്തിലേക്കും വൈകാരികമായ ഭീഷണിയിലൂടെ കാര്യം സാധിക്കാനുള്ള ശ്രമങ്ങളിലേക്കും കുറ്റപ്പെടുത്തലിലേക്കും ആരോപണങ്ങളിലേക്കും നിങ്ങളെ നയിക്കും. അതായത് നഷ്ടപ്പെടുമെന്ന ഭീതിയിലേക്ക്. മറ്റേ വ്യക്തി നിങ്ങളെ വിട്ടുപോവുകയാണെങ്കിൽ, അത് അങ്ങേയറ്റം തീവ്രമായ നീരസമോ അല്ലെങ്കിൽ അഗാധമായ വ്യസനമോ നിരാശയോ ഉണ്ടാക്കും. ഒരു നിമിഷംകൊണ്ടു സ്നേഹവാത്സല്യങ്ങൾ പ്രാകൃതമായ ആക്രമണമായോ അല്ലെങ്കിൽ ഭയാനകമായ വ്യസനമായോ മാറുന്നു.

ഇപ്പോൾ സ്നേഹം എവിടെയാണ്? സ്നേഹത്തിന് ഒരു നിമിഷം കൊണ്ട് അതിന്റെ വിപരീതമായി മാറാൻ കഴിയുമോ? ആദ്യമേതന്നെ അതു സ്നേഹമായിരുന്നോ അതോ ആസക്തി നിറഞ്ഞ മുറുകെപ്പിടിക്കലും പറ്റിപ്പിടിക്കലുമായിരുന്നോ?

ആസക്തിയും പൂർണ്ണതയ്ക്കുവേണ്ടിയുള്ള അന്വേഷണവും

നാം മറ്റൊരാളിൽ ആസക്തരാവുന്നതെന്തിന്?

കാല്പനികമായ പ്രണയബന്ധം ഇത്രമേൽ തീവ്രവും സാർവ്വത്രികമായി തേടപ്പെടുന്നതുമായ അനുഭവമായിരിക്കാൻ കാരണമെന്താണെന്നോ? മനുഷ്യാവസ്ഥയുടെ വീണ്ടെടുക്കപ്പെടാത്തതും അപ്രബുദ്ധവുമായ സ്ഥിതിയുടെ ഭാഗമായ ഭീതിയുടെയും ആവശ്യങ്ങളുടെയും പോരായ്മയുടെയും അപൂർണ്ണതയുടെയും രൂഢമൂലമായ അവസ്ഥയിൽ നിന്നുള്ള മോചനം അത് വാഗ്ദാനം ചെയ്യുന്നതായി തോന്നിപ്പിക്കുന്നു എന്നതുതന്നെ. ഈ അവസ്ഥയ്ക്കു ശാരീരികവും മാനസികവുമായ ഒരു മാനമുണ്ട്.

ശാരീരികമായ തലത്തിൽ വ്യക്തമായും നിങ്ങൾ പൂർണ്ണരല്ല. നിങ്ങൾ ഒരിക്കലും പൂർണ്ണരാവുകയുമില്ല. നിങ്ങൾ ഒന്നുകിൽ ഒരു പുരുഷനാണ് അല്ലെങ്കിൽ സ്ത്രീയാണ്. അതായത് മുഴുവനായതിന്റെ നേർപകുതി. ഈ തലത്തിൽ പൂർണ്ണതയ്ക്കായുള്ള ആഗ്രഹം— അതായത് ഏകതയിലേക്കുള്ള തിരിച്ചുപോക്ക് സ്ത്രീപുരുഷ ആകർഷണമായും പുരുഷന് സ്ത്രീയോടുള്ള ആഗ്രഹമായും സ്ത്രീക്കു പുരുഷനോടുള്ള ആഗ്രഹമായും പ്രത്യക്ഷപ്പെടുന്നു. വിപരീത ഊർജ്ജത്തിന്റെ ധ്രുവവുമായി സംഗമിക്കാനുള്ള ഏകദേശം അപ്രതിരോധ്യമായ പ്രേരണയാണത്. ഈ ശാരീരികപ്രേരണയുടെ വേര് ആത്മീയമായ ഒന്നാണ്! ദ്വൈതഭാവത്തെ അവസാനിപ്പിക്കാനും പൂർണ്ണതയുടെ അവസ്ഥയിലേക്കു തിരിച്ചുപോകാനുമുള്ള ആഗ്രഹം. ശാരീരികതലത്തിൽ സ്ത്രീപുരുഷ സംയോഗമാണ് ഈ അവസ്ഥയുടെ ഏറ്റവും അടുത്തു നില്ക്കുന്നത്. അതുകൊണ്ടാണ് അതു ഭൗതികമണ്ഡലത്തിനു നല്കാൻ കഴിയുന്ന ഏറ്റവും ഗാഢമായ സംതൃപ്തി നിറഞ്ഞ അനുഭവമായത്. പക്ഷേ, ലൈംഗികമായ സംയോഗം പൂർണ്ണതയുടെ ഒരു ക്ഷണിക ദർശനം മാത്രമാണ്. ആനന്ദത്തിന്റെ ഒരു നിമിഷം. മോക്ഷത്തിനുള്ള മാർഗ്ഗമായി അബോധപൂർവ്വമായി നിങ്ങളതിനെ തേടുന്ന കാലത്തോളം ആകാരത്തിന്റെ തലത്തിലാണ് ദ്വൈതഭാവത്തിന്റെ അന്ത്യത്തെ നിങ്ങൾ തേടുന്നത്. അതിനെ ഒരിക്കലും ആകാരത്തിന്റെ തലത്തിൽ കണ്ടെത്താനാവില്ല. സ്വർഗ്ഗത്തിന്റെ വ്യാമോഹിപ്പിക്കുന്ന ഒരു നൈമിഷികദർശനം നിങ്ങൾക്കു നല്കപ്പെടുന്നു. പക്ഷേ, അവിടെത്തന്നെ വസിക്കാൻ നിങ്ങൾക്ക് അനുവാദമില്ല. വ്യത്യസ്തമായ ശരീരത്തിൽത്തന്നെ നിങ്ങൾ വീണ്ടും തിരിച്ചെത്തുന്നു.

മാനസികതലത്തിൽ, പോരായ്മയുടെയും അപൂർണ്ണതയുടെയും ബോധം ശാരീരികതലത്തിലുള്ളതിനെക്കാൾ കൂടുതലായി അനുഭവപ്പെടും. നിങ്ങൾ നിങ്ങളുടെ മനസ്സുമായി താദാത്മ്യപ്പെട്ടിരിക്കുന്ന കാലത്തോളം നിങ്ങൾക്കു ബാഹ്യമായി നിർവ്വചിക്കപ്പെട്ട വ്യക്തിത്വബോധമാണുള്ളത്. അതായത്, നിങ്ങളാരാണെന്നുള്ളതിനോട് അന്തിമമായി യാതൊരു ബന്ധവുമില്ലാത്ത വസ്തുക്കളിൽനിന്നാണു നിങ്ങളാരാണെന്നുള്ള ബോധം നിങ്ങൾക്കു ലഭിക്കുന്നത്: നിങ്ങളുടെ സാമൂഹികമായ ചുമതല, സമ്പത്ത്, ബാഹ്യമായ ആകാരം, വിജയങ്ങളും തോൽവികളും വിശ്വാസസമ്പ്രദായങ്ങൾ തുടങ്ങിയവയിൽനിന്ന്. അവാസ്തവമായ മനോനിർമ്മിതമായ ഈ വ്യക്തിത്വത്തിന് അതായത് അഹന്തയ്ക്ക് അരക്ഷിതാവസ്ഥയും സുരക്ഷിതത്വമില്ലായ്മയും അനുഭവപ്പെടുന്നു. സ്വയം നിലനില്ക്കുന്നു എന്ന തോന്നലുളവാക്കാനായി അതു താദാത്മ്യപ്പെടാനുള്ള പുതിയ വസ്തുക്കളെ എപ്പോഴും തേടിക്കൊണ്ടിരിക്കുകയും ചെയ്യും. പക്ഷേ, അതിനു നീണ്ടുനില്ക്കുന്ന സംതൃപ്തി നല്കാൻ ഒന്നും മതിയാകില്ല. അതിന്റെ ഭീതി അവശേഷിക്കുന്നു. പോരായ്മയുടെയും ആവശ്യങ്ങളുടെയും ബോധവും അവശേഷിക്കുന്നു.

അപ്പോഴാണ് സവിശേഷമായ ഒരു ബന്ധം കടന്നുവരുന്നത്. അഹന്തയുടെ എല്ലാ പ്രശ്നങ്ങൾക്കുമുള്ള ഉത്തരവും അതിന്റെ എല്ലാ ആവശ്യങ്ങളും പൂർത്തീകരിക്കാനുള്ള ഉപാധിയും അതാണെന്നു തോന്നും. ഏതായാലും ആദ്യം അത് അങ്ങനെയൊരു തോന്നലാണുണ്ടാക്കുക. മുമ്പു നിങ്ങൾ നിങ്ങളുടെ വ്യക്തിത്വബോധത്തെ ഏതു വസ്തുക്കളിൽനിന്നാണോ നേടിയത് അവയൊക്കെ ഇപ്പോൾ താരതമ്യേന അപ്രസക്തമാവുന്നു. അവയ്ക്കൊക്കെ പകരം നില്ക്കുന്ന നിങ്ങളുടെ ജീവിതത്തിന് അർത്ഥം നല്കുന്ന ഒരേയൊരു ശ്രദ്ധാകേന്ദ്രം ഇപ്പോൾ നിങ്ങളുടെ ജീവിതത്തിലുണ്ട് — ആ ശ്രദ്ധാകേന്ദ്രത്തിലൂടെയാണ് നിങ്ങൾ നിങ്ങളുടെ വ്യക്തിത്വത്തെ നിർവ്വചിക്കുന്നത്— നിങ്ങൾ പ്രണയിക്കുന്ന വ്യക്തി. നിങ്ങൾ ഇനിമേലിൽ അനുതാപരഹിതമായ പ്രപഞ്ചത്തിലെ വേറിട്ടുനില്ക്കുന്ന ഒരു ശകലമല്ല. അങ്ങനെയാണ് അപ്പോൾ തോന്നുക. നിങ്ങളുടെ ലോകത്തിന് ഇപ്പോൾ ഒരു കേന്ദ്രമുണ്ട്. നിങ്ങളുടെ പ്രണയഭാജനം. ആ കേന്ദ്രം നിങ്ങൾക്കു പുറത്താണെന്നും അതുകൊണ്ടു നിങ്ങൾക്കിപ്പോഴും ബാഹ്യമായി നിർവ്വചിക്കപ്പെട്ട ഒരു വ്യക്തിത്വബോധമാണുള്ളതെന്നുമുള്ള വസ്തുത ആദ്യം സാരവത്തായി തോന്നുകയില്ല. അഹന്താത്മകമായ അവസ്ഥയുടെ ലക്ഷണങ്ങളായ താഴെ വർത്തിക്കുന്ന, അപൂർണ്ണത, ഭീതി, പോരായ്മ, അസംതൃപ്തി തുടങ്ങിയ വികാരങ്ങൾ ഇപ്പോൾ അവിടെയില്ല എന്നുള്ളതാണ് സാരവത്തായി തോന്നുക. അവ ഇപ്പോൾ അവിടെയില്ലേ? അവ അലിഞ്ഞില്ലാതായോ അതോ സന്തുഷ്ടമായ ഉപരിതല യാഥാർത്ഥ്യത്തിനു താഴെ അവ തുടർന്നും നിലനില്ക്കുന്നുണ്ടോ?

നിങ്ങൾ നിങ്ങളുടെ ബന്ധങ്ങളിൽ 'പ്രേമ'വും പ്രേമത്തിന്റെ വിപരീതവും— അതായത് ആക്രമണം, വൈകാരികമായ പാരുഷ്യം തുടങ്ങിയവ അനുഭവിക്കുന്നുണ്ടെങ്കിൽ അഹന്താത്മകമായ മമതയെയും ആസക്തിയോടുകൂടിയ പറ്റിപ്പിടിക്കലിനെയും നിങ്ങൾ 'പ്രേമ'മായി തെറ്റിദ്ധരിച്ചിരിക്കാനാണ് സാദ്ധ്യത. നിങ്ങൾക്കു നിങ്ങളുടെ പങ്കാളിയെ ഈ നിമിഷം സ്നേഹിക്കാനും അടുത്ത നിമിഷം അവനെയോ അവളെയോ ആക്രമിക്കാനും കഴിയില്ല. യഥാർത്ഥ സ്നേഹത്തിനു വിപരീതമില്ല. നിങ്ങളുടെ പ്രേമത്തിന് ഒരു വിപരീതമുണ്ടെങ്കിൽ, അതു പ്രേമമല്ല, മറിച്ച് കൂടുതൽ പൂർണ്ണവും ഗാഢവുമായ വ്യക്തിത്വബോധത്തിനുവേണ്ടിയുള്ള അഹന്തയുടെ ശക്തമായ ആവശ്യമാണ്. നിങ്ങളുടെ പങ്കാളി തൽക്കാലം ആ ആവശ്യം നിറവേറ്റിത്തരുന്നു എന്നുമാത്രം. അതിനെയാണ് അഹന്ത മോക്ഷത്തിനു പകരമായി വയ്ക്കുന്നത്. കുറച്ചു കാലത്തേക്കെങ്കിലും അത് ഏകദേശം മോക്ഷം തന്നെയാണെന്നു നമുക്കു തോന്നും.

പക്ഷേ, നിങ്ങളുടെയോ അല്ലെങ്കിൽ നിങ്ങളുടെ അഹന്തയുടെയോ ആവശ്യങ്ങളെ നിറവേറ്റിത്തരാൻ കഴിയാത്ത രീതിയിൽ നിങ്ങളുടെ പങ്കാളി പെരുമാറുന്ന ഒരു ഘട്ടം എത്തിച്ചേരും. അഹന്താത്മകമായ ബോധത്തിന്റെ സ്വാഭാവികമായ ഭാഗവും എന്നാൽ 'പ്രണയബന്ധ'ത്താൽ മൂടിവയ്ക്കപ്പെട്ടതുമായ ഭീതിയുടെയും വേദനയുടെയും പോരായ്മയുടെയും വികാരങ്ങൾ ഇപ്പോൾ പുറത്തുവരാൻ തുടങ്ങും. മറ്റേത് ആസക്തിയെയുംപോലെ ആ മയക്കുമരുന്ന് ലഭ്യമാകുമ്പോൾ നിങ്ങൾ ഉയർച്ചയിലാകുന്നു. പക്ഷേ, അതേ മരുന്നു നിങ്ങൾക്കുവേണ്ടി പ്രവർത്തിക്കാത്ത ഒരു സമയവും തീർച്ചയായും വന്നുചേരും. പഴയ വേദനാപൂർണ്ണമായ വികാരങ്ങൾ വീണ്ടും പ്രത്യക്ഷപ്പെടുമ്പോൾ മുമ്പത്തേക്കാൾ ശക്തമായി നിങ്ങൾക്കവ അനുഭവപ്പെടും. മാത്രമല്ല, നിങ്ങൾ നിങ്ങളുടെ പങ്കാളിയെത്തന്നെ ആ വികാരങ്ങളുടെ ഹേതുവായി കണക്കാക്കാൻ തുടങ്ങും. ഈ വികാരങ്ങളെ പുറത്തേക്കു പ്രക്ഷേപിച്ച്, നിങ്ങളുടെ വേദനയുടെ ഭാഗമായ പ്രാകൃതമായ ആക്രമണോത്സുകത മുഴുവനുപയോഗിച്ച് നിങ്ങൾ നിങ്ങളുടെ പങ്കാളിയെ ആക്രമിക്കുന്നു എന്നാണ് ഇതിനർത്ഥം. ഈ ആക്രമണം പങ്കാളിയുടെ സ്വന്തം വേദനയെ ഉണർത്തിയേക്കാം. അവനോ അല്ലെങ്കിൽ അവളോ നിങ്ങളുടെ ആക്രമണത്തെ ചെറുത്തേക്കാം. ഈ ഘട്ടത്തിൽ നിങ്ങളുടെ അഹന്ത അബോധപൂർവ്വമായി പ്രതീക്ഷിക്കുന്നത് ഇതാണ്— അതിന്റെ ആക്രമണവും പങ്കാളിയെ സ്വന്തം അധീനതയിലാക്കാനുള്ള ശ്രമങ്ങളും അവർക്ക് അവരുടെ പെരുമാറ്റത്തെ മാറ്റാൻ പ്രേരിപ്പിക്കുന്ന തരത്തിലുള്ള പാകമായ ശിക്ഷയായിരിക്കുമെന്ന്. അങ്ങനെ നിങ്ങളുടെ വേദനയ്ക്ക് ഒരു മറയായി വീണ്ടും അവരെ ഉപയോഗിക്കാമെന്നും അഹന്ത അബോധപൂർവ്വമായി പ്രതീക്ഷിക്കുന്നു.

നിങ്ങളുടെ സ്വന്തം വേദനയെ അഭിമുഖീകരിക്കാനും അതിലൂടെ നീങ്ങാനുമുള്ള അബോധപൂർവ്വമായ വിസമ്മതത്തിൽനിന്നാണ് ഓരോ ആസക്തിയും ഉണ്ടാകുന്നത്. ഓരോ ആസക്തിയും വേദനയിൽനിന്നു തുടങ്ങുകയും വേദനയിൽത്തന്നെ അവസാനിക്കുകയും ചെയ്യുന്നു. നിങ്ങൾക്ക് ആസക്തിയുള്ള വസ്തു എന്തായാലും —മദ്യമോ ഭക്ഷണമോ നിയമാനുസൃതമോ അല്ലാത്തതോ ആയ മരുന്നോ ഒരു വ്യക്തിയോ —അങ്ങനെ എന്തുമായിക്കൊള്ളട്ടെ, ആ വസ്തുവിനെയോ അല്ലെങ്കിൽ വ്യക്തിയെയോ സ്വന്തം വേദന മറച്ചുവയ്ക്കാനായി നിങ്ങൾ ഉപയോഗിക്കുകയാണ്. അതുകൊണ്ടാണ് ഗാഢമായ ബന്ധങ്ങളിൽ ആദ്യത്തെ ആവേശം പോയിക്കഴിഞ്ഞാൽ ഇത്രയധികം അസന്തുഷ്ടിയും വേദനയും ഉണ്ടാകുന്നത്. ആ വസ്തുക്കളല്ല വേദനയും അസന്തുഷ്ടിയും ഉണ്ടാക്കുന്നത്. നിങ്ങളുടെയുള്ളിൽ നേരത്തേയുള്ള വേദനയെയും അസന്തുഷ്ടിയെയും അവ പുറത്തു കൊണ്ടുവരുന്നു. ഓരോ ആസക്തിയും അതാണ് ചെയ്യുന്നത്. ഓരോ ആസക്തിയും നിങ്ങൾക്കു വേണ്ടി പ്രവർത്തിക്കാത്ത ഒരു ഘട്ടമെത്തും. അപ്പോൾ നിങ്ങൾക്ക് ആ വേദന മുമ്പൊന്നുമില്ലാത്തവിധം തീവ്രമായി അനുഭവപ്പെടും.

ഈയൊരു കാരണംകൊണ്ടാണ് മിക്ക ആളുകളും വർത്തമാന നിമിഷത്തിൽനിന്നു രക്ഷപ്പെടാൻ എപ്പോഴും ശ്രമിക്കുന്നതും ഭാവിയിലുള്ള ഏതെങ്കിലും തരത്തിലുള്ള മോക്ഷത്തിനായി അന്വേഷിക്കുന്നതും. വർത്തമാനനിമിഷത്തിൽ തങ്ങളുടെ ശ്രദ്ധ കേന്ദ്രീകരിച്ചാൽ അവർ അഭിമുഖീകരിക്കുന്ന ആദ്യത്തെ പ്രശ്നം അവരുടെ സ്വന്തം വേദനയായിരിക്കും. ഇതിനെത്തന്നെയാണ് അവർ ഭയക്കുന്നത്. കഴിഞ്ഞ കാലത്തെയും അതിന്റെ വേദനയെയും അലിയിക്കുന്ന. മിഥ്യയെ ഇല്ലാതാക്കുന്ന, പരമാർത്ഥമായ സാന്നിദ്ധ്യത്തിന്റെ ശക്തിയെ വർത്തമാന നിമിഷത്തിൽ വിനിയോഗിക്കുന്നത് എത്ര എളുപ്പമാണെന്ന് അവർ അറിഞ്ഞിരുന്നെങ്കിൽ! തങ്ങളുടെ സ്വന്തം യാഥാർത്ഥ്യത്തോട്, ഈശ്വരനോട് അവർ എത്രമാത്രം അടുത്താണുള്ളതെന്ന് അവർ അറിഞ്ഞിരുന്നെങ്കിൽ!

വേദനയെ ഒഴിവാക്കാനായി ബന്ധങ്ങളെ ഒഴിവാക്കുന്നതും ഒരു പരിഹാരമല്ല. എന്തായാലും അവിടെ വേദനയുണ്ട്. മൂന്നുവർഷം വെറും മരുഭൂമിയായ ഒരു ദ്വീപിൽ നിങ്ങളുടെ മുറിയിൽ അടച്ചിരിക്കുന്നതിനെക്കാൾ മൂന്നു വർഷങ്ങൾക്കുള്ളിൽ പരാജയപ്പെട്ട മൂന്നു പ്രണയബന്ധങ്ങൾ നിങ്ങളെ ഉണരാൻ നിർബന്ധിതനാക്കിയേക്കാം. പക്ഷേ, നിങ്ങളുടെ ഏകാന്തതയ്ക്കുള്ളിൽ നിങ്ങൾക്കു തീവ്രമായ സാന്നിദ്ധ്യത്തെ കൊണ്ടുവരാൻ കഴിയുമെങ്കിൽ, അതും നിങ്ങളെ സഹായിക്കും.

ആസക്തമായ ബന്ധങ്ങളിൽനിന്നു പ്രബുദ്ധമായ ബന്ധങ്ങളിലേക്ക്

ആസക്തമായ ഒരു ബന്ധത്തെ നമുക്ക് യഥാർത്ഥബന്ധമാക്കി മാറ്റാൻ കഴിയുമോ?

ഉവ്വ്. സന്നിഹിതനാവുകയും വർത്തമാനനിമിഷത്തിലേക്കു നിങ്ങളുടെ ശ്രദ്ധയെ കൂടുതൽ ആഴത്തിൽ കൊണ്ടുചെന്ന്, നിങ്ങളുടെ സാന്നിദ്ധ്യത്തെ തീക്ഷ്ണമാക്കുകയും ചെയ്തുകൊണ്ട്. നിങ്ങൾ ഒറ്റയ്ക്കാണെങ്കിലും ഒരു പങ്കാളിയോടൊപ്പമാണു ജീവിക്കുന്നതെങ്കിലും, ഇതാണ് താക്കോൽ. സ്നേഹത്തിന് ഉത്കർഷമുണ്ടാകണമെങ്കിൽ, നിങ്ങൾ നിങ്ങളുടെ വേദനാശരീരത്താലോ നിങ്ങളുടെയുള്ളിലെ ചിന്തകനാലോ ഏറ്റെടുക്കപ്പെടാതെയും അതാണ് നിങ്ങൾ എന്നു സ്വയം തെറ്റിദ്ധരിക്കാതെയും ഇരിക്കുന്ന തരത്തിൽ നിങ്ങളുടെയുള്ളിലെ സാന്നിദ്ധ്യത്തിന്റെ പ്രകാശം ശക്തമായിരിക്കണം. ചിന്തകനു താഴെയുള്ള ഉണ്മയായും മാനസികാരവത്തിനു കീഴിലുള്ള നിശ്ചലതയായും വേദനയ്ക്കു താഴെയുള്ള സ്നേഹവും ആനന്ദവുമായും നിങ്ങൾ സ്വയം അറിയുന്നതാണു സ്വാതന്ത്ര്യവും മോക്ഷവും പ്രബുദ്ധതയും. വേദനാശരീരത്തിൽനിന്നുള്ള താദാത്മ്യവിമുക്തിയെന്നാൽ, നിങ്ങളിലെ വേദനയിലേക്കു സാന്നിദ്ധ്യത്തെ കൊണ്ടുവന്ന് അങ്ങനെ അതിനെ പരിവർത്തനം ചെയ്യലാണ്. ചിന്തയിൽനിന്നുള്ള താദാത്മ്യവിമുക്തിയെന്നാൽ നിങ്ങളുടെ ചിന്തകളുടെയും പെരുമാറ്റത്തിന്റെയും പ്രത്യേകിച്ച് നിങ്ങളുടെ മനസ്സിന്റെ ആവർത്തിച്ചുവരുന്ന ക്രമങ്ങളുടെയും അഹന്ത സ്വയം ചമയുന്ന വേഷങ്ങളുടെയും നിശ്ശബ്ദ നിരീക്ഷകനായിരിക്കലാണ്.

മനസ്സിൽ നിങ്ങളുടെ സ്വത്വത്തെ നിക്ഷേപിക്കുന്നത് നിങ്ങൾ അവസാനിപ്പിക്കുമ്പോൾ, മനസ്സിന് അതിന്റെ നിർബന്ധിതമായി പ്രവർത്തിക്കുന്ന സ്വഭാവം നഷ്ടപ്പെടുന്നു. അടിസ്ഥാനപരമായി അതു വിലയിരുത്താനുള്ള പ്രേരണയും അങ്ങനെ നിലവിലുള്ളതിനെ പ്രതിരോധിച്ച്, സംഘർഷവും നാടകവും പുതിയ വേദനകളും സൃഷ്ടിക്കലുമാണ്. സത്യത്തിൽ നിലവിലുള്ളതിനെ അംഗീകരിക്കുന്നതിലൂടെ വിലയിരുത്തലുകൾ അവസാനിക്കുന്ന നിമിഷത്തിൽ, നിങ്ങൾ മനസ്സിൽനിന്നു സ്വതന്ത്രനാവുന്നു. സ്നേഹത്തിനും ആനന്ദത്തിനും ശാന്തിക്കും നിങ്ങൾ ഇടമുണ്ടാക്കിയിരിക്കുന്നു. ആദ്യം നിങ്ങൾ സ്വയം വിലയിരുത്തുന്നത് അവസാനിപ്പിക്കുക. പിന്നെ നിങ്ങൾ നിങ്ങളുടെ പങ്കാളിയെ വിലയിരുത്തുന്നതും അവസാനിപ്പിക്കുക. നിങ്ങളുടെ പങ്കാളിയെ വിലയിരുത്തുകയോ മാറ്റുകയോ ചെയ്യേണ്ട ആവശ്യമില്ലാതെ, അവനെ അല്ലെങ്കിൽ അവളെ അതുപോലെ പൂർണ്ണമായി സ്വീകരിക്കലാണ് ഒരു ബന്ധത്തിൽ മാറ്റമുണ്ടാക്കുന്നതിനുള്ള ഏറ്റവും വലിയ രാസത്വരകം. അത് ഉടൻതന്നെ നിങ്ങളെ അഹന്തയ്ക്കപ്പുറത്തേക്കു കൊണ്ടു

പോകും. മനസ്സിന്റെ എല്ലാ കളികളും ആസക്തമായ പറ്റിപ്പിടിക്കലുകളും അതോടെ അവസാനിക്കും. പിന്നെ പീഡകരും ഇരകളും ഉണ്ടാകില്ല. വാദിയും പ്രതിയുമുണ്ടാകില്ല. ഇതു പരസ്പരമുള്ള എല്ലാത്തരം വിധേയത്വത്തിന്റെയും അവസാനമാണ്. അതുപോലെ മറ്റൊരാളുടെ അബോധമാനസിക സമ്പ്രദായത്തിലേക്കു വലിച്ചെടുക്കപ്പെട്ട് അങ്ങനെ അതിനെ തുടരാൻ സഹായിക്കുന്നതിന്റെയും അവസാനമാണ്. അപ്പോൾ നിങ്ങൾ ഒന്നുകിൽ സ്നേഹത്തിൽ പിരിയുകയോ അല്ലെങ്കിൽ ഒരുമിച്ചു കൂടുതൽ ഗാഢമായി വർത്തമാനനിമിഷത്തിലേക്ക്, ഉണ്മയിലേക്ക് —നീങ്ങുകയോ ചെയ്യും. അത് അത്രയ്ക്കു ലളിതമാണോ? അതെ. അത് അത്രയ്ക്കും ലളിതമാണ്.

പ്രേമം ഉണ്മയുടെ ഒരവസ്ഥയാണ്. അതു നിങ്ങൾക്കു പുറത്തല്ല, മറിച്ച്, നിങ്ങളുടെ ഉള്ളിലെ അഗാധതയിലാണുള്ളത്. നിങ്ങൾക്ക് അതൊരിക്കലും നഷ്ടമാകില്ല. അതിന് നിങ്ങളെ വിട്ടുപോകാനുമാകില്ല. അതു മറ്റൊരു ശരീരത്തെ അല്ലെങ്കിൽ ബാഹ്യമായ ആകാരത്തെ ആശ്രയിക്കുന്നില്ല. നിങ്ങളുടെ സാന്നിദ്ധ്യത്തിന്റെ നിശ്ചലതയിൽ, നിങ്ങളുടെ സ്വന്തം ആകാരരഹിതവും സമയരഹിതവുമായ യാഥാർത്ഥ്യത്തെ, നിങ്ങളുടെ ശരീരത്തെ ചൈതന്യവത്താക്കുന്ന അനാവിഷ്കൃത ജീവനായി നിങ്ങൾക്ക് അനുഭവിക്കാനാകും. അപ്പോൾ മറ്റുള്ള ഓരോ മനുഷ്യന്റെയും ഓരോ ജീവിയുടെയും ഉള്ളിൽ, അഗാധതയിൽ, ഇതേ ജീവനെ നിങ്ങൾക്ക് അനുഭവിക്കാനാകും. ആകാരത്തിന്റെയും വിഘടനത്തിന്റെയും മറയ്ക്കപ്പുറം നിങ്ങൾ നോക്കുന്നു. ഇതാണ് ഏകതയുടെ സാക്ഷാത്കാരം. ഇതാണ് സ്നേഹം.

എന്താണ് ഈശ്വരൻ? എല്ലാം ജീവരൂപങ്ങളുടെയും താഴെയുള്ള ശാശ്വതമായ ഏകജീവൻ. എന്താണ് സ്നേഹം? നിങ്ങളുടെയും എല്ലാ ജീവജാലങ്ങളുടെയും ഉള്ളിലെ അഗാധതയിൽ ആ ഏകജീവന്റെ സാന്നിദ്ധ്യത്തെ അനുഭവിക്കൽ. അതായിത്തീരൽ. അതുകൊണ്ട്, എല്ലാ സ്നേഹവും ഈശ്വരനോടുള്ള സ്നേഹമാണ്.

സൂര്യന്റെ പ്രകാശം ഒന്നിനെയും തിരഞ്ഞെടുക്കാത്തതുപോലെ സ്നേഹവും ഒന്നും തിരഞ്ഞെടുക്കുന്നില്ല. അത് ഏതെങ്കിലും ഒരു വ്യക്തിയിൽ സവിശേഷത കാണുന്നില്ല. അതു മറ്റെല്ലാം ഒഴിവാക്കി ഒന്നിനെമാത്രം തിരഞ്ഞെടുക്കുന്നില്ല. അത്തരം തിരഞ്ഞെടുപ്പ് ഈശ്വരനോടുള്ള സ്നേഹമല്ല, മറിച്ച് അഹന്തയോടുള്ള സ്നേഹമാണ്. പക്ഷേ, യഥാർത്ഥ സ്നേഹത്തിന്റെ തീക്ഷ്ണതയ്ക്കു വ്യത്യാസമുണ്ടാവും. നിങ്ങളുടെ സ്നേഹത്തെ മറ്റുള്ളവരെക്കാൾ കൂടുതൽ വ്യക്തമായും തീക്ഷ്ണമായും നിങ്ങളിലേക്കു തിരിച്ചു പ്രതിഫലിപ്പിക്കുന്ന ഏതെങ്കിലും ഒരു വ്യക്തിയുണ്ടാവും. ആ വ്യക്തിക്കും നിങ്ങളോട് അതു

തന്നെ തോന്നുകയാണെങ്കിൽ നിങ്ങൾ അവനുമായോ അല്ലെങ്കിൽ അവളുമായോ പ്രണയബന്ധത്തിലാണെന്നു പറയാം. ആ വ്യക്തിയുമായി നിങ്ങളെ ബന്ധിപ്പിക്കുന്ന സംയോജകശക്തിതന്നെയാണ് ഒരു ബസ്സിൽ നിങ്ങളുടെ അടുത്തിരിക്കുന്ന ആളോടോ, അല്ലെങ്കിൽ ഒരു പക്ഷിയോടോ ഒരു വൃക്ഷത്തോടോ ഒരു പുഷ്പത്തോടോ നിങ്ങളെ ബന്ധിപ്പിക്കുന്നത്. ആ അനുഭവത്തിന്റെ തീവ്രതയ്ക്കു മാത്രമാണു വ്യത്യാസമുണ്ടാവുന്നത്.

മറ്റെല്ലാത്തരത്തിലും ആസക്തി നിറഞ്ഞ ഒരു ബന്ധത്തിൽപ്പോലും കൂടുതൽ യഥാർത്ഥവും പരസ്പരമുള്ള നിങ്ങളുടെ ആസക്തമായ ആഗ്രഹങ്ങൾക്കപ്പുറമുള്ളതുമായ എന്തോ ഒന്നു പുറത്തേക്കു പ്രകാശിക്കുന്ന നിമിഷങ്ങളുണ്ടാവും. നിങ്ങളുടെയും നിങ്ങളുടെ പങ്കാളിയുടെയും മനസ്സുകൾ അല്പസമയത്തേക്ക് അടങ്ങുകയും വേദനാശരീരം താൽക്കാലികമായി സുഷുപ്താവസ്ഥയിലാവുകയും ചെയ്യുന്ന നിമിഷങ്ങളാണവ. ഇതു ചിലപ്പോൾ ശാരീരികബന്ധത്തിന്റെ സമയത്തോ ഒരു കുഞ്ഞിന്റെ ജനനമെന്ന അത്ഭുതത്തിനു നിങ്ങൾ രണ്ടുപേരും സാക്ഷികളാവുന്ന സമയത്തോ മരണത്തിന്റെ സാന്നിദ്ധ്യത്തിലോ നിങ്ങളിലൊരാൾക്കു ഗുരുതരമായ അസുഖമുണ്ടാകുമ്പോഴോ സംഭവിക്കാം — അതായത് നിങ്ങളുടെ മനസ്സിന്റെ ശക്തിയെ ചോർത്തിക്കളയുന്ന എന്തെങ്കിലും സംഭവിക്കുമ്പോഴാണ് അതുണ്ടാവുക. ഇതു സംഭവിക്കുമ്പോൾ സാധാരണയായി നിങ്ങളുടെ മനസ്സിനു താഴെയായി മറയ്ക്കപ്പെടുന്ന നിങ്ങളുടെ ഉണ്മ പ്രകാശിതമാവുന്നു. ഇതാണ് യഥാർത്ഥ ആശയവിനിമയം സാദ്ധ്യമാക്കുന്നത്.

യഥാർത്ഥ ആശയവിനിമയമെന്നാൽ സംഗമമാണ്— ഏകതയുടെ സാക്ഷാത്കാരം. അതായത് സ്നേഹം. സാധാരണയായി മനസ്സിനെയും അതിന്റെ പഴയ സമ്പ്രദായങ്ങളെയും അകറ്റിനിർത്താനുതകുന്ന രീതിയിൽ നിങ്ങൾക്കു സന്നിഹിതനായിരിക്കാൻ കഴിയുന്നില്ലെങ്കിൽ ഇതു പെട്ടെന്നുതന്നെ നഷ്ടപ്പെട്ടുപോകും. മനസ്സും മനസ്സുമായുള്ള താദാത്മ്യവും തിരികെയെത്തുമ്പോൾ വീണ്ടും നിങ്ങൾ നിങ്ങളല്ലാതെ നിങ്ങളുടെ മാനസിക പ്രതിരൂപമായി മാറുന്നു. വീണ്ടും നിങ്ങൾ അഹങ്കാരത്തിന്റെ ആവശ്യങ്ങൾ നിറവേറ്റാനായി കളികൾ കളിക്കാനും വിവിധ വേഷങ്ങളിൽ അഭിനയിക്കാനും തുടങ്ങുന്നു. വീണ്ടും നിങ്ങൾ ഒരു മനുഷ്യനായി അഭിനയിക്കുകയും മറ്റൊരു മനസ്സുമായി സമ്പർക്കം പുലർത്തുകയും 'സ്നേഹ'മെന്ന നാടകമാടുകയും ചെയ്യുന്ന ഒരു മനുഷ്യമനസ്സായി മാറുന്നു.

നൈമിഷികദർശനങ്ങൾ സാദ്ധ്യമാണെങ്കിലും മനസ്സുമായുള്ള താദാത്മ്യത്തിൽനിന്ന് നിങ്ങൾ സ്ഥിരമായി സ്വതന്ത്രനാവുന്നതുവരെ വേദനാശരീരത്തെ അലിയിക്കാൻ ഉതകുന്ന തരത്തിൽ നിങ്ങളുടെ സാന്നിദ്ധ്യം തീക്ഷ്ണമാകുന്നതുവരെ സ്നേഹത്തിനു വളരാനാകില്ല. അല്ലെങ്കിൽ നിങ്ങൾക്ക് ഒരു നിരീക്ഷകനായി സന്നിഹിതനാവുന്നതു തുടരുകയെ

ങ്കിലും ചെയ്യാം. അപ്പോൾ വേദനാശരീരത്തിനു നിങ്ങളെ ഏറ്റെടുക്കാനോ സ്നേഹത്തിന്റെ വിനാശത്തിനു ഹേതുവായിത്തീരാനോ കഴിയില്ല.

ബന്ധങ്ങൾ ആത്മീയ അഭ്യാസമാകുമ്പോൾ

ബോധത്തിന്റെ അഹന്താത്മകമായ വൃത്തിയും അതു സൃഷ്ടിച്ചിട്ടുള്ള സാമൂഹികവും രാഷ്ട്രീയവും സാമ്പത്തികവുമായ ഘടനകളും തകർച്ചയുടെ അവസാനഘട്ടത്തിലേക്കു പ്രവേശിക്കുമ്പോൾ സ്ത്രീപുരുഷന്മാർക്കിടയിലുള്ള ബന്ധങ്ങൾ മനുഷ്യരാശി ഇപ്പോഴെത്തിച്ചേർന്നിട്ടുള്ള ആപത്സന്ധിയുടെ അഗാധമായ അവസ്ഥയെയാണ് പ്രതിഫലിപ്പിക്കുന്നത്. മനുഷ്യർ കൂടുതൽ കൂടുതൽ തങ്ങളുടെ മനസ്സുകളോടു താദാത്മ്യപ്പെട്ടവരായിത്തീർന്നിരിക്കുന്നതിനാൽ മിക്ക ബന്ധങ്ങളും ഉണ്മയിലല്ല വേരൂന്നിയിട്ടുള്ളത്. അതുകൊണ്ട് അവ വേദനയുടെ ഉറവിടങ്ങളായിത്തീരുകയും പ്രശ്നങ്ങളാലും സംഘർഷങ്ങളാലും നിയന്ത്രിക്കപ്പെടുകയും ചെയ്യുന്നു.

ദശലക്ഷക്കണക്കിനാളുകൾ ഇപ്പോൾ ഒറ്റയ്ക്കോ, കുട്ടികളെ ഒറ്റയ്ക്കു വളർത്തുന്ന രക്ഷിതാക്കളായോ ജീവിക്കുന്നു. അവർക്ക് ഗാഢമായ ഒരു ബന്ധം സ്ഥാപിക്കാൻ കഴിയുന്നില്ല. അല്ലെങ്കിൽ കഴിഞ്ഞ കാല ബന്ധങ്ങളിലെ ഭ്രാന്തമായ നാടകം ആവർത്തിക്കാൻ അവർ വിമുഖരാണ്. മറ്റു ചിലരാകട്ടെ, വിപരീത ഊർജ്ജധ്രുവവുമായുള്ള സംഗമത്തിലൂടെയുള്ള നിർവൃതി എന്ന വഴുതിപ്പോകുന്ന ലക്ഷ്യത്തെ അന്വേഷിച്ച് ഒരു ബന്ധത്തിൽനിന്ന് മറ്റൊരു ബന്ധത്തിലേക്കും സുഖത്തിന്റെയും ദുഃഖത്തിന്റെയും ഒരു പരമ്പരയിൽനിന്നു മറ്റൊന്നിലേക്കും മാറിമാറി സഞ്ചരിച്ചുകൊണ്ടിരിക്കുന്നു. വേറേ ചിലർ അനുരഞ്ജനത്തിലെത്തുകയും നിഷേധാത്മകത വ്യാപിച്ചിരിക്കുന്ന പ്രവർത്തനവൈകല്യമുള്ള ഒരു ബന്ധത്തിൽ തുടരുകയും ചെയ്യുന്നു. കുട്ടികൾക്കുവേണ്ടിയോ സുക്ഷിതത്വത്തിനുവേണ്ടിയോ ശീലമായിപ്പോയതുകൊണ്ടോ ഏകാന്തതയെ ഭയന്നോ വേറേ ഏതെങ്കിലും പരസ്പരം പ്രയോജനകരമായ സജ്ജീകരണത്തിനുവേണ്ടിയോ വൈകാരികമായ നാടകവും വേദനയും നല്കുന്ന ഉത്തേജനത്തോടുള്ള അബോധപൂർവ്വമായ ആസക്തികൊണ്ടോ ഒക്കെയാണ് അവർ അതു ചെയ്യുന്നത്. എങ്കിലും ഓരോ പ്രതിസന്ധിയും അപകടത്തെ മാത്രമല്ല അവസരത്തെയും പ്രതിനിധീകരിക്കുന്നു. ബന്ധങ്ങൾ അവ ഇപ്പോൾ ചെയ്യുന്നതുപോലെ മാനസികക്രമങ്ങൾക്ക് ഊർജ്ജം പകരുകയും അവയെ സ്ഥൂലീകരിക്കുകയും വേദനാശരീരത്തെ പ്രവർത്തനക്ഷമമാക്കുകയും ചെയ്യുന്നുണ്ടെങ്കിൽ ആ വസ്തുതയിൽനിന്നു രക്ഷപ്പെടാൻ ശ്രമിക്കുന്നതിനുപകരം അതിനെ അംഗീകരിച്ചുകൂടേ? ബന്ധങ്ങളെ ഒഴിവാക്കുകയും നിങ്ങളുടെ പ്രശ്നങ്ങൾക്കുള്ള ഉത്തരമായും നിർവൃതി

അനുഭവിക്കുന്നതിനുള്ള മാർഗ്ഗമായും ഒരു മാതൃകാപങ്കാളിയുടെ മായാരൂപത്തെ പിന്തുടരുകയും ചെയ്യുന്നതിനുപകരം ആ വസ്തുതയോടു സഹകരിച്ചുകൂടേ? ഒരു പ്രത്യേക സന്ദർഭത്തിലെ വസ്തുതകൾ അംഗീകരിക്കപ്പെടുകയും പൂർണ്ണമായും സ്വീകരിക്കപ്പെടുകയും ചെയ്യാതെ, ഓരോ പ്രതിസന്ധിയിലും ഒളിപ്പിക്കപ്പെട്ട അവസരം ആവിഷ്കൃതമാവില്ല. നിങ്ങൾ അവയെ നിഷേധിക്കുകയും അവയിൽനിന്നു രക്ഷപ്പെടാൻ ശ്രമിക്കുകയും കാര്യങ്ങൾ വ്യത്യസ്തമായിരുന്നെങ്കിൽ എന്ന് ആഗ്രഹിക്കുകയും ചെയ്യുന്ന കാലത്തോളം അവസരത്തിന്റെ ജാലകം തുറക്കുകയില്ല. നിങ്ങൾ ആ സന്ദർഭത്തിൽത്തന്നെ കുടുങ്ങിക്കിടക്കും. ആ സന്ദർഭമാകട്ടെ, അങ്ങനെതന്നെ തുടരുകയോ കൂടുതൽ വഷളാവുകയോ ചെയ്യും.

വസ്തുതകളുടെ അംഗീകാരത്തോടും സ്വീകാരത്തോടുമൊപ്പം അവയിൽനിന്ന് ചെറിയൊരളവിലുള്ള സ്വാതന്ത്ര്യവും ലഭിക്കുന്നു. ഉദാഹരണത്തിന് പൊരുത്തക്കേടുണ്ടെന്നു നിങ്ങൾ അറിയുകയും ആ 'അറിവി'നെ നിലനിർത്തുകയും ചെയ്യുകയാണെങ്കിൽ, ആ അറിവിലൂടെ ഒരു പുതിയ ഘടകം അകത്തേക്കു പ്രവേശിച്ചിട്ടുണ്ട്. അപ്പോൾ ആ പൊരുത്തക്കേടിനു മാറ്റമില്ലാതെ തുടരാനാവില്ല. നിങ്ങളുടെയുള്ളിൽ ശാന്തിയില്ലെന്നു നിങ്ങളറിയുമ്പോൾ ആ അറിവ്, നിങ്ങളുടെ അശാന്തിയെ സ്നേഹമസൃണവും വാത്സല്യപൂർവ്വവുമായ ആലിംഗനത്താൽ ചൂഴുന്ന നിശ്ചലമായ ഒരു ഇടത്തെ സൃഷ്ടിക്കുകയും നിങ്ങളിലെ അശാന്തിയെ പ്രശാന്തതയാക്കി മാറ്റുകയും ചെയ്യുന്നു. നിങ്ങളുടെ ആന്തരികപരിവർത്തനത്തെ സംബന്ധിച്ചിടത്തോളം നിങ്ങൾക്കു ചെയ്യാനായി ഒന്നുമില്ല. നിങ്ങൾക്കു സ്വയം പരിവർത്തനം ചെയ്യാനാവില്ല. നിങ്ങളുടെ പങ്കാളിയെയോ മറ്റൊരാളെയോ തീർച്ചയായും മാറ്റാനാവില്ല. പരിവർത്തനം സംഭവിക്കാനും ഈശ്വരകൃപയ്ക്കും സ്നേഹത്തിനും പ്രവേശിക്കാനും ഉള്ള ഒരിടം സൃഷ്ടിക്കാൻ മാത്രമേ നിങ്ങൾക്കു കഴിയൂ.

അതുകൊണ്ട് നിങ്ങളുടെ ബന്ധം പ്രവർത്തിക്കാതാവുമ്പോഴൊക്കെ, നിങ്ങളിലും നിങ്ങളുടെ പങ്കാളിയിലുമുള്ള 'ചിത്തഭ്രമ'ത്തെ അതു പുറത്തുകൊണ്ടുവരുമ്പോഴൊക്കെ സന്തോഷിക്കുക. അബോധപൂർവ്വമായിരുന്നതു വെളിവാക്കപ്പെടുകയാണ്. ഇതു മോക്ഷത്തിനുള്ള അനുകൂല സന്ദർഭമാണ്. ഓരോ നിമിഷവും ആ നിമിഷത്തെക്കുറിച്ചുള്ള അറിവ്, പ്രത്യേകിച്ച് നിങ്ങളുടെ ആന്തരികാവസ്ഥയെക്കുറിച്ചുള്ള അറിവ് നിലനിർത്തുക. ദ്വേഷമുണ്ടെങ്കിൽ, ദ്വേഷവുമുണ്ടെന്ന് അറിയുക. അസൂയയോ ന്യായീകരിക്കലോ, വാഗ്വാദം ചെയ്യാനുള്ള പ്രേരണയോ, തന്റെ ഭാഗം ശരിയാകണമെന്ന ആഗ്രഹമോ സ്നേഹവും

ശ്രദ്ധയും ആവശ്യപ്പെടുന്ന നിങ്ങളുടെയുള്ളിലെ ശിശുവോ, ഏതെങ്കിലും തരത്തിലുള്ള വൈകാരികമായ വേദനയോ എന്തുമായിക്കൊള്ളട്ടെ, അതവിടെയുണ്ടെങ്കിൽ ആ നിമിഷത്തിലെ വാസ്തവികതയെ അറിയുകയും അതിനെ കൈയിലേന്തുകയും ചെയ്യുക. ആ ബന്ധം അപ്പോൾ നിങ്ങളുടെ 'സാധന'യായിത്തീരുന്നു. നിങ്ങളുടെ ആത്മീയ അഭ്യാസം നിങ്ങളുടെ പങ്കാളിയുടെ അബോധപൂർവ്വമായ പെരുമാറ്റത്തെ നിങ്ങൾ നിരീക്ഷിക്കുകയാണെങ്കിൽ, അതിനോടു പ്രതികരിക്കാത്ത രീതിയിൽ നിങ്ങളുടെ അറിവിന്റെ സ്നേഹമസൃണമായ ആലിംഗനത്തിൽ അതിനെ മുറുകെപ്പിടിക്കുക. അബോധവും അറിവും അധികകാലം ഒരുമിച്ചു നിലനില്ക്കില്ല. അബോധത്തെ അഭിനയിച്ചു തീർക്കുന്ന ആളുടെ ഉള്ളിലല്ലാതെ മറ്റേ വ്യക്തിയുടെ ഉള്ളിൽ മാത്രമാണ് ആ അറിവുള്ളതെങ്കിൽക്കൂടി. വിദ്വേഷ മനോഭാവത്തിനും ആക്രമത്തിനും പിന്നിലുള്ള ഊർജ്ജരൂപത്തിനു സ്നേഹത്തിന്റെ സാന്നിദ്ധ്യം അങ്ങേയറ്റം അസഹനീയമായി അനുഭവപ്പെടുന്നു. നിങ്ങളുടെ പങ്കാളിയുടെ അബോധത്തോടു നിങ്ങൾ പ്രതികരിക്കുകയാണെങ്കിൽ നിങ്ങളും അബോധത്തിലാഴുന്നു. പക്ഷേ, ആ പ്രതികരണത്തെ അറിയണമെന്ന് നിങ്ങൾ ഓർമ്മിക്കുകയാണെങ്കിൽ ഒന്നുംതന്നെ നഷ്ടമാകുന്നില്ല.

പരിണമിക്കാനായി മനുഷ്യരാശിക്കുമേൽ വലിയ സമ്മർദ്ദമാണുള്ളത്. കാരണം അതുമാത്രമാണ് ഒരു വംശമെന്ന നിലയ്ക്കു നിലനില്ക്കാനുള്ള സാദ്ധ്യത നമുക്കു നല്കുന്നത്. ഇതു നിങ്ങളുടെ ജീവിതത്തിന്റെ ഓരോ ഘടകത്തെയും —പ്രത്യേകിച്ച് ഗാഢമായ ബന്ധങ്ങളെ — ബാധിക്കും. ബന്ധങ്ങൾ ഇത്രമാത്രം പ്രശ്നപൂർണ്ണവും സംഘർഷഭരിതവുമായിട്ടുള്ള ഒരവസ്ഥ ഇതിനുമുമ്പുണ്ടായിട്ടില്ല. നിങ്ങൾ നിരീക്ഷിച്ചിട്ടുണ്ടാവും, നിങ്ങളെ സന്തുഷ്ടനാക്കാനോ സംതൃപ്തനാക്കാനോ അല്ല ബന്ധങ്ങൾ ഇന്നു നിലനില്ക്കുന്നത് എന്ന്. ഒരു പ്രണയബന്ധത്തിലൂടെ മോക്ഷമെന്ന ലക്ഷ്യത്തെ പിന്തുടരുന്നത് നിങ്ങൾ തുടരുകയാണെങ്കിൽ വീണ്ടും വീണ്ടും നിങ്ങൾ മോഹഭംഗത്തിനിരയാകും. പക്ഷേ, ആ ബന്ധം ഇവിടെയുള്ളത് നിങ്ങളെ സന്തുഷ്ടനാക്കാനല്ല, മറിച്ച് അവബോധമുള്ളവനാക്കാനാണ് എന്ന വസ്തുത നിങ്ങൾ അംഗീകരിച്ചാൽ ആ ബന്ധംതന്നെ നിങ്ങൾക്കു മോക്ഷം പ്രദാനം ചെയ്യും. മാത്രമല്ല, ഈ ലോകത്തു പിറക്കാനാഗ്രഹിക്കുന്ന ഉയർന്ന ബോധവുമായി നിങ്ങൾ സഖ്യത്തിലാവുകയും ചെയ്യുന്നു. പഴയ മാനസികക്രമങ്ങളെ മുറുകെപ്പിടിക്കുന്നവർക്കു കൂടുതൽ വേദനയും അക്രമവും ആശയക്കുഴപ്പങ്ങളും ചിത്തഭ്രമവും ആയിരിക്കും അനുഭവപ്പെടുക.

അങ്ങു നിർദ്ദേശിച്ചതുപോലെ ഒരു ബന്ധത്തെ ആത്മീയ അഭ്യാസമാക്കി മാറ്റണമെങ്കിൽ രണ്ടുപേരും വിചാരിക്കണമെന്ന് ഞാൻ ഊഹിക്കുന്നു. ഉദാഹരണത്തിന് എന്റെ പങ്കാളി ഇപ്പോഴും അസൂയയുടെയും

നിയന്ത്രണത്തിന്റെയും പഴയ സമ്പ്രദായങ്ങൾതന്നെ അഭിനയിച്ചുതീർക്കുകയാണ്. ഞാനതു പല പ്രാവശ്യം ചൂണ്ടിക്കാണിച്ചിട്ടുണ്ട്. പക്ഷേ, അദ്ദേഹത്തിനതു കാണാനാവുന്നില്ല.

നിങ്ങളുടെ ജീവിതത്തെ ഒരു ആത്മീയ അഭ്യാസമാക്കി മാറ്റാൻ എത്ര പേർ വേണം? നിങ്ങളുടെ പങ്കാളി സഹകരിച്ചില്ലെങ്കിൽക്കൂടി അതു സാരമാക്കേണ്ട. ബുദ്ധിസ്ഥിരതയ്ക്ക്— ബോധനത്തിന് —നിങ്ങളിലൂടെ മാത്രമേ ഈ ലോകത്തേക്കു വരാൻ കഴിയൂ. നിങ്ങൾക്കു പ്രബുദ്ധനാവാൻ കഴിയുന്നതിനുമുമ്പ് ഈ ലോകം സ്വബോധമുള്ളതായിത്തീരാനോ മറ്റൊരാൾ അവബോധമുള്ളവനായിത്തീരുവാനോ നിങ്ങൾ കാത്തിരിക്കേണ്ട ആവശ്യമില്ല. നിങ്ങൾക്ക് അനന്തമായി കാത്തിരിക്കേണ്ടി വന്നേക്കും. അബോധത്തിലാവുന്നതിനു പരസ്പരം പഴിചാരരുത്. നിങ്ങൾ വാഗ്വാദം ചെയ്യാൻ തുടങ്ങുന്ന നിമിഷത്തിൽ ഒരു മാനസികവീക്ഷണവുമായി താദാത്മ്യപ്പെടുന്നു. നിങ്ങളിപ്പോൾ ആ മാനസിക വീക്ഷണത്തെ മാത്രമല്ല, നിങ്ങളുടെ വ്യക്തിത്വബോധത്തെക്കൂടി പരിരക്ഷിക്കുകയാണ്. അഹന്തയാണിപ്പോൾ എല്ലാം നിയന്ത്രിക്കുന്നത്. നിങ്ങൾ അബോധത്തിലായിക്കഴിഞ്ഞു. ചിലപ്പോഴൊക്കെ നിങ്ങളുടെ പങ്കാളിയുടെ പെരുമാറ്റത്തിലെ ചില വശങ്ങൾ ചൂണ്ടിക്കാണിക്കുന്നത് ഉചിതമായിരിക്കും. നിങ്ങൾ വളരെയധികം ജാഗരൂകനും സന്നിഹിതനുമാണെങ്കിൽ അഹന്തയുടെ പങ്കില്ലാതെ കുറ്റപ്പെടുത്തലും പഴിചാരലും മറ്റേ വ്യക്തിയെ തെറ്റുകാരനാക്കലുമില്ലാതെ നിങ്ങൾക്കതു ചെയ്യാനാകും.

നിങ്ങളുടെ പങ്കാളി അബോധപൂർവ്വമായി പെരുമാറുമ്പോൾ എല്ലാ വിലയിരുത്തലുകളെയും വിട്ടുകളയുക. വിലയിരുത്തൽ എന്നാൽ, ഒന്നുകിൽ വേറൊരാളുടെ അബോധപൂർവ്വമായ പെരുമാറ്റത്തെ, അതാണ് അവരെന്നു തെറ്റിദ്ധരിക്കലാണ്. അല്ലെങ്കിൽ നിങ്ങളുടെ സ്വന്തം അബോധത്തെ മറ്റൊരാളിൽ പ്രക്ഷേപിച്ച് അതാണ് അവരെന്നു തെറ്റിദ്ധരിക്കലാണ്. വിലയിരുത്തലുകളെ ഉപേക്ഷിക്കുക എന്നാൽ, മാനസികമായ പ്രവർത്തന വൈകല്യത്തെയോ അബോധത്തെയോ കാണുമ്പോൾ നിങ്ങൾ അതു തിരിച്ചറിയുന്നില്ലെന്ന് അർത്ഥമില്ല. 'പ്രതികരണമോ' വിധികർത്താവോ ആയിരിക്കുന്നതിനു പകരം നിങ്ങൾ 'അറിവ്' തന്നെ ആയിരിക്കുന്നു എന്നാണതിനർത്ഥം. അപ്പോൾ നിങ്ങൾ ഒന്നുകിൽ പ്രതികരണത്തിൽനിന്നു പൂർണ്ണമായും വിമുക്തനായിരിക്കും. അല്ലെങ്കിൽ നിങ്ങൾ പ്രതികരിക്കുകയും എന്നിട്ടും അറിവുതന്നെ ആയിരിക്കുകയും ചെയ്യും— ആ അറിയുന്ന അവസ്ഥയാണു പ്രതികരണത്തെ നിരീക്ഷിക്കുകയും അതിന് നിലനില്ക്കാനുവദിക്കുകയും ചെയ്യുന്ന ഇടം. അന്ധകാരത്തോടു പൊരുതുന്നതിനു പകരം നിങ്ങൾ പ്രകാശത്തെ അകത്തേക്കു കൊണ്ടുവരുന്നു. മിഥ്യാബോധത്തിനെതിരേ പ്രതികരിക്കുന്നതിനുപകരം നിങ്ങൾ മിഥ്യാ

ബോധത്തെ കാണുകയും അതേസമയംതന്നെ അതിനെ അവഗണിക്കുകയും ചെയ്യുന്നു. 'അറിവ്' ആയിരിക്കുന്നത്, എല്ലാ വസ്തുക്കളെയും എല്ലാ വ്യക്തികളെയും അവരെങ്ങനെയാണോ അതുപോലെ തന്നെ ആയിരിക്കാൻ അനുവദിക്കുന്ന സ്നേഹപൂർവ്വമായ സാന്നിദ്ധ്യത്തിന്റെ വ്യക്തമായ ഒരിടത്തെ സൃഷ്ടിക്കുന്നു. പരിവർത്തനത്തിന് ഇതിലും മഹത്തായ ഒരു രാസത്വരകം നിലവിലില്ല. ഇതു നിങ്ങൾ അഭ്യസിക്കുകയാണെങ്കിൽ നിങ്ങളുടെ പങ്കാളിക്കു നിങ്ങളോടൊപ്പം ജീവിക്കുകയും അതേസമയം അബോധത്തിൽ കഴിയുകയും ചെയ്യുക എന്നത് അസാദ്ധ്യമായിരിക്കും.

നിങ്ങളുടെ ബന്ധം നിങ്ങളുടെ ആദ്ധ്യാത്മികസാധനയായിരിക്കും എന്ന് നിങ്ങൾ രണ്ടുപേരും അംഗീകരിക്കുകയാണെങ്കിൽ അത്രയും നല്ലത്. അപ്പോൾ നിങ്ങൾക്കു നിങ്ങളുടെ ചിന്തകളെയും വികാരങ്ങളെയും അവ സംഭവിക്കുന്ന ഉടൻതന്നെയോ അല്ലെങ്കിൽ ഒരു പ്രതികരണം ഉയർന്നുവരുന്ന മാത്രയിലോ പരസ്പരം പ്രകടിപ്പിക്കാം. അപ്പോൾ ഇനിയും പ്രകടിപ്പിക്കാത്തതോ അംഗീകരിക്കാത്തതോ ആയ ഒരു വികാരത്തിനോ ആവലാതിക്കോ ഒരു വ്രണമാകാനോ വലുതാകാനോ ഇടം നല്കുന്ന സമയത്തിന്റേതായ ഒരു വിടവ് നിങ്ങൾ സൃഷ്ടിക്കുന്നില്ല. പരസ്പരം പഴിചാരാതെ നിങ്ങളുടെ വികാരങ്ങളെ പ്രകടിപ്പിക്കാൻ പഠിക്കുക. തുറന്ന മനസ്ഥിതിയോടെ സ്വയം ന്യായീകരിക്കാതെ നിങ്ങളുടെ പങ്കാളി പറയുന്നതു ശ്രദ്ധിക്കാൻ പഠിക്കുക. സ്വയം പ്രകടിപ്പിക്കാനുള്ള ഇടം നിങ്ങളുടെ പങ്കാളിക്കു നല്കുക. സന്നിഹിതനാവുക.

കുറ്റപ്പെടുത്തൽ, ന്യായീകരിക്കൽ, ആക്രമിക്കൽ തുടങ്ങിയ അഹന്തയെ ശക്തിപ്പെടുത്താനോ സംരക്ഷിക്കാനോ അല്ലെങ്കിൽ അതിന്റെ ആവശ്യങ്ങളെ നിറവേറ്റാനോ ഉള്ള എല്ലാ ക്രമങ്ങളും അപ്പോൾ കാലഹരണപ്പെടും. മറ്റുള്ളവർക്കും നിങ്ങൾക്കും ഇടം നല്കുക എന്നതു പരമപ്രധാനമാണ്. സ്നേഹത്തിന് അതില്ലാതെ ഉത്കർഷമുണ്ടാവില്ല. ബന്ധങ്ങൾക്കു വിനാശകരമായ രണ്ടു ഘടകങ്ങളെ നിങ്ങൾ ദൂരീകരിച്ചു കഴിഞ്ഞാൽ, അതായത് വേദനാശരീരം പരിവർത്തനപ്പെടുകയും മനസ്സുമായും മാനസികവീക്ഷണങ്ങളുമായും താദാത്മ്യപ്പെടുന്നത് നിങ്ങൾ അവസാനിപ്പിക്കുകയും നിങ്ങളുടെ പങ്കാളിയിലും അതേ മാറ്റങ്ങൾ ഉണ്ടാവുകയും ചെയ്താൽ, പ്രണയത്തിന്റെ പുഷ്പിക്കലിൽനിന്നുണ്ടാവുന്ന ആനന്ദമെന്തെന്നു നിങ്ങൾ അനുഭവിക്കും. നിങ്ങളുടെ വേദനയെയും അബോധത്തെയും പരസ്പരം പ്രതിഫലിപ്പിക്കുന്നതിനുപകരം, അഹന്തയുടെ ആസക്തമായ ആവശ്യങ്ങളെ അന്യോന്യം നിറവേറ്റുന്നതിനു പകരം നിങ്ങളുടെയുള്ളിലെ ആഴങ്ങളിൽ നിങ്ങളനുഭവിക്കുന്ന സ്നേഹത്തെ, നിലവിലുള്ള സകലതുമായുമുള്ള നിങ്ങളുടെ ഐക്യത്തിന്റെ സാക്ഷാത്കാരത്തിൽ നിന്നുയരുന്ന സ്നേഹത്തെ നിങ്ങൾ പരസ്പരം തിരിച്ചു പ്രതിഫലിപ്പിക്കും. അതാണു വിപരീതങ്ങളില്ലാത്ത പ്രേമം.

നിങ്ങൾ സ്വതന്ത്രനായിട്ടും നിങ്ങളുടെ പങ്കാളി ഇപ്പോഴും മനസ്സുമായും വേദനാശരീരവുമായും താദാത്മ്യപ്പെട്ടിരിക്കുകയാണെങ്കിൽ അത് ഒരു പ്രധാനപ്പെട്ട വെല്ലുവിളിയെ പ്രതിനിധീകരിക്കുന്നു— നിങ്ങൾക്കല്ല നിങ്ങളുടെ പങ്കാളിക്ക്. പ്രബുദ്ധനായ ഒരാളുടെകൂടെ ജീവിക്കാൻ എളുപ്പമല്ല. അല്ലെങ്കിൽ അതു വളരെ എളുപ്പമായതുകൊണ്ട് അഹന്തയ്ക്ക് അത് അത്യന്തം ഭീഷണി ഉയർത്തുന്നതായി അനുഭവപ്പെടും. അഹന്തയുടെ വ്യക്തിത്വം ആശ്രയിക്കുന്ന വിഘടനത്തിന്റെ ബോധത്തെ ശക്തിപ്പെടുത്താനായി, അതിനു പ്രശ്നങ്ങളും സംഘർഷവും 'ശത്രുക്കളു'മൊക്കെ ആവശ്യമാണെന്നോർക്കുക. അതിന്റെ ഉറച്ചുപോയ വീക്ഷണങ്ങൾ ചെറുക്കപ്പെടാത്തതിനാൽ പ്രബുദ്ധത നേടിയിട്ടില്ലാത്ത നിങ്ങളുടെ പങ്കാളിയുടെ മനസ്സിനു ഗാഢമായ മോഹഭംഗമുണ്ടാവും. അതിന്റെ അർത്ഥം ആ വീക്ഷണങ്ങൾ ചഞ്ചലവും ദുർബലവുമാവുമെന്നാണ്. മാത്രമല്ല, വ്യക്തിത്വബോധംതന്നെ നഷ്ടപ്പെടാനിടയാക്കുന്ന വിധത്തിൽ അവ പൂർണ്ണമായും തകർന്നടിഞ്ഞേക്കാം എന്ന 'അപകടം' കൂടിയുണ്ട്. വേദനാശരീരം പ്രതികരണമാവശ്യപ്പെടുകയും അതിന് അതു ലഭിക്കാതിരിക്കുകയും ചെയ്യുന്നു. വാഗ്വാദത്തിനും നാടകത്തിനും സംഘർഷത്തിനുമുള്ള അതിന്റെ ആഗ്രഹം നിറവേറ്റപ്പെടുന്നില്ല. പക്ഷേ, സൂക്ഷിക്കുക: പ്രതികരിക്കാത്തവരും പിൻവലിയുന്നവരും മറ്റുള്ളവരുടെ വികാരങ്ങളെ മാനിക്കാത്തവരും സ്വന്തം വികാരങ്ങളിൽനിന്നു വേറിട്ടു നില്ക്കുന്നവരുമായ ചില ആളുകൾ, തങ്ങൾ പ്രബുദ്ധരാണെന്നും അല്ലെങ്കിൽ തങ്ങൾക്കൊരു 'കുഴപ്പവു'മില്ലെന്നും എല്ലാ കുഴപ്പവും പങ്കാളിയുടേതാണെന്നും ചിന്തിക്കുകയും മറ്റുള്ളവരെ ബോദ്ധ്യപ്പെടുത്താൻ ശ്രമിക്കുകയും ചെയ്തേക്കാം. സ്ത്രീകളെക്കാളധികം പുരുഷന്മാരാണ് ഇതു ചെയ്യുന്നത്. തങ്ങളുടെ കൂട്ടാളികളായ സ്ത്രീകളെ യുക്തിസഹമായി ചിന്തിക്കാത്തവരായും വികാരജീവികളായും അവർ കണ്ടേക്കാം. പക്ഷേ, നിങ്ങൾക്കു നിങ്ങളുടെ വികാരങ്ങളെ അനുഭവിക്കാൻ കഴിയുന്നുണ്ടെങ്കിൽ തൊട്ടുതാഴെയുള്ള തേജോമയമായ ആന്തരികശരീരത്തിൽനിന്നു നിങ്ങൾ അകലെയല്ല. നിങ്ങൾ നിങ്ങളുടെ ശിരസ്സിനകത്താണെങ്കിൽ ദൂരം അധികമായിരിക്കും. ആന്തരിക ശരീരത്തിനുള്ളിലേക്ക് എത്താൻ കഴിയുന്നതിനുമുമ്പ് നിങ്ങൾക്കു നിങ്ങളുടെ ബോധത്തെ വൈകാരികശരീരത്തിനുള്ളിലേക്കു കൊണ്ടുവരേണ്ടതായി വരും.

സ്നേഹത്തിന്റെയും ആനന്ദത്തിന്റെയും പ്രസരണവും സമ്പൂർണ്ണമായ സാന്നിദ്ധ്യവും എല്ലാ ജീവജാലങ്ങളോടുമുള്ള തുറന്ന സമീപനവുമില്ലെങ്കിൽ അതു പ്രബുദ്ധതയല്ല. വിഷമകരവും വെല്ലുവിളി ഉയർത്തുന്നതുമായ സന്ദർഭങ്ങളിലോ കാര്യങ്ങൾ 'തകിടം മറിയു'മ്പോഴോ ഒരാൾ എങ്ങനെ പെരുമാറുന്നു എന്നതും മറ്റൊരു സൂചകമാണ്. നിങ്ങളുടെ പ്രബുദ്ധത, അഹന്തയുടെ ആത്മവ്യാമോഹം മാത്രമാണെങ്കിൽ നിങ്ങളുടെ അബോധത്തെ ഏതെങ്കിലും രൂപത്തിൽ പുറത്തുകൊണ്ടു

വരുന്ന ഒരു വെല്ലുവിളിയെ അധികം വൈകാതെ ജീവിതം നിങ്ങൾക്കു തരും— ഭീതിയായോ കോപമായോ ന്യായീകരിക്കാനുള്ള വാസനയായോ തീർപ്പുകല്പിക്കലായോ വിഷാദമായോ ഒക്കെ അബോധം പുറത്തേക്കുവരും. നിങ്ങൾ ഒരു പ്രണയബന്ധത്തിലാണെങ്കിൽ നിങ്ങളുടെ പങ്കാളിയിലൂടെയായിരിക്കും നിങ്ങളുടെ വെല്ലുവിളികൾ പലതും വരിക. ഉദാഹരണത്തിന് ഏകദേശം പൂർണ്ണമായും തന്റെ ശിരസ്സിനകത്തു ജീവിക്കുന്ന, പ്രതികരിക്കാൻ വിസമ്മതിക്കുന്ന പുരുഷപങ്കാളി, ഒരു സ്ത്രീക്കു വെല്ലുവിളിയായിരിക്കാം. സാന്നിദ്ധ്യത്തിന്റെ അഭാവം കൊണ്ട് അവൾ പറയുന്നതു കേൾക്കാനോ അവൾക്കു ശ്രദ്ധ കൊടുക്കാനോ നിലനില്ക്കാനുള്ള ഇടംകൊടുക്കാനോ ഉള്ള പുരുഷപങ്കാളിയുടെ കഴിവില്ലായ്മ അവൾക്കു വെല്ലുവിളിയുയർത്തും. ആ ബന്ധത്തിലെ സ്നേഹത്തിന്റെ അസാന്നിദ്ധ്യം —സാധാരണയായി പുരുഷനെക്കാൾ അതു സ്ത്രീക്കാണു വ്യക്തമായി അനുഭവപ്പെടുക. സ്ത്രീയുടെ വേദനാശരീരത്തെ ഉത്തേജിപ്പിക്കുകയും അതിലൂടെ അവൾ തന്റെ പങ്കാളിയെ ആക്രമിക്കുകയും ചെയ്യും. അവൾ തന്റെ പങ്കാളിയെ കുറ്റപ്പെടുത്തുകയും വിമർശിക്കുകയും അയാളോട് അന്യായമായി പെരുമാറുകയുമൊക്കെ ചെയ്യും. പുരുഷപങ്കാളിയെ സംബന്ധിച്ചിടത്തോളം ഇതായിരിക്കും അയാൾക്കുള്ള വെല്ലുവിളി. ഒട്ടും ന്യായീകരിക്കാൻ കഴിയാത്തതെന്ന് അവൻ കരുതുന്ന അവളുടെ വേദനാശരീരത്തിന്റെ ആക്രമണത്തെ പ്രതിരോധിക്കാനായി അവൻ സ്വയം ന്യായീകരിക്കുകയും പ്രതിരോധിക്കുകയും പ്രത്യാക്രമണം നടത്തുകയും ചെയ്യുമ്പോൾ തന്റെ മാനസികവീക്ഷണങ്ങളിൽത്തന്നെ അവൻ കൂടുതൽ ഗാഢമായും ദൃഢമായും ഉറച്ചുപോകും. കാലക്രമത്തിൽ, ഇത് അവന്റെ സ്വന്തം വേദനാശരീരത്തെ പ്രവർത്തനക്ഷമമാക്കിയേക്കും. രണ്ടു പങ്കാളികളും അങ്ങനെ ഏറ്റെടുക്കപ്പെട്ടു കഴിഞ്ഞാൽ വൈകാരികമായ പാരുഷ്യത്തിന്റെയും പ്രാകൃതമായ ആക്രമണത്തിന്റെയും പ്രത്യാക്രമണത്തിന്റെയുമൊക്കെ അഗാധമായ അബോധത്തിന്റെ തലത്തിലേക്ക് അവർ എത്തിക്കഴിഞ്ഞിരിക്കും. ഇരു വേദനാശരീരങ്ങളും വീണ്ടും സ്വയം നിറയ്ക്കുകയും സുഷുപ്താവസ്ഥയിലേക്കു പ്രവേശിക്കുകയും ചെയ്യാതെ അതു കെട്ടടങ്ങില്ല, അടുത്ത തവണത്തേക്കു വരെ.

സംഭവിക്കാൻ സാദ്ധ്യതയുള്ള അസംഖ്യം സാഹചര്യങ്ങളിൽ ഒന്നുമാത്രമാണ് ഇത്. സ്ത്രീപുരുഷബന്ധങ്ങളിൽ അബോധം പുറത്തേക്കു വരുന്ന രീതികളെക്കുറിച്ച് അനേകം പുസ്തകങ്ങൾ എഴുതപ്പെട്ടിട്ടുണ്ട്. ഇനിയും എഴുതപ്പെട്ടേക്കാം. പക്ഷേ, ഞാൻ നേരത്തേ പറഞ്ഞതുപോലെ പ്രവർത്തന വൈകല്യത്തിന്റെ അടിസ്ഥാനമെന്തെന്നു മനസ്സിലാക്കിക്കഴിഞ്ഞാൽ, അതിന്റെ അസംഖ്യം ആവിഷ്കാരങ്ങളെക്കുറിച്ചു നിങ്ങൾക്കു പര്യവേക്ഷണം നടത്തേണ്ട ആവശ്യമില്ല.

ഞാനിപ്പോൾ വിശദീകരിച്ച സാഹചര്യത്തെ നമുക്കു ഹ്രസ്വമായി ഒന്നുകൂടി നോക്കിക്കാണാം. അതുൾക്കൊള്ളുന്ന ഓരോ വെല്ലുവിളിയും മോക്ഷത്തിനുള്ള മൂടിവയ്ക്കപ്പെട്ട അവസരമാണ്. പ്രവർത്തന വൈകല്യമെന്ന പ്രക്രിയയുടെ അനാവരണത്തിന്റെ ഓരോ ഘട്ടത്തിലും അബോധത്തിൽ നിന്നുള്ള മോചനം സാദ്ധ്യമാണ്. ഉദാഹരണത്തിന്, സ്ത്രീയുടെ ശത്രുതാമനോഭാവം, പുരുഷനു തന്റെ മനസ്സുമായി കൂടുതൽ താദാത്മ്യപ്പെട്ട്, കൂടുതൽ അബോധത്തിലാഴുന്നതിനുപകരം മനസ്സുമായി താദാത്മ്യപ്പെട്ട തന്റെ അവസ്ഥയിൽനിന്നു പുറത്തുവന്നു വർത്തമാനനിമിഷത്തിലേക്ക് ഉണരാനും സന്നിഹിതനാവാനുമുള്ള ഒരു സൂചനയായിത്തീരാവുന്നതാണ്. അതുപോലെ സ്ത്രീക്ക് വേദനാശരീരമായിത്തീരാതെ, തന്റെയുള്ളിലെ വൈകാരികവേദനയെ നിരീക്ഷിക്കുന്ന അറിവായിത്തീരാവുന്നതാണ്. അങ്ങനെ അവൾക്കു വർത്തമാനനിമിഷത്തിന്റെ ശക്തിയെ വിനിയോഗിക്കുകയും ആ വേദനയുടെ പരിവർത്തനത്തിനു തുടക്കമിടുകയും ചെയ്യാം. ഇതു വേദനയുടെ നിർബന്ധിതവും സ്വയം പ്രേരിതവുമായ ബാഹ്യപ്രക്ഷേപണത്തെ ഇല്ലാതാക്കും. അപ്പോൾ അവൾക്ക് അവളുടെ വികാരങ്ങൾ പങ്കാളിയോടു പ്രകടിപ്പിക്കാനാവും. തീർച്ചയായും അവൻ അതു ശ്രദ്ധിക്കുമെന്നതിന് ഉറപ്പൊന്നുമില്ല. പക്ഷേ, സന്നിഹിതനാവാനുള്ള നല്ലൊരവസരം അതവനു നല്കുന്നു. പഴകിയ മാനസികക്രമങ്ങളിൽനിന്നുകൊണ്ട് ഇച്ഛാപൂർവ്വമല്ലാതെ പ്രവർത്തിക്കുന്ന ഭ്രാന്തമായ ആവർത്തനങ്ങളെ അതു തീർച്ചയായും ഉടച്ചുകളയുന്നു. സ്ത്രീക്ക് ആ അവസരം നഷ്ടപ്പെടുകയാണെങ്കിൽ, പുരുഷന്, 'പ്രതികരണ'മായിരിക്കുന്നതിനുപകരം അവളുടെ വേദനയോടുള്ള തന്റെ സ്വന്തം മാനസിക വൈകാരിക പ്രതികരണത്തെയും സാധൂകരിക്കാനുള്ള മനോഭാവത്തെയും നിരീക്ഷിക്കാവുന്നതാണ്. അവന് പിന്നെ സ്വന്തം വേദനാശരീരം ഉത്തേജിതമാവുന്നതു നിരീക്ഷിക്കുകയും സ്വന്തം വികാരങ്ങളിലേക്കു ബോധത്തെ കൊണ്ടുവരികയും ചെയ്യാം. ഈ രീതിയിലൂടെ ശുദ്ധമായ അവബോധത്തിന്റെ തെളിഞ്ഞതും നിശ്ചലവുമായ ഒരിടം നിലവിൽ വരും— അതാണ് അറിവ്, നിശ്ശബ്ദനായ സാക്ഷി, നിരീക്ഷകൻ. ഈ അറിവ് വേദനയെ നിഷേധിക്കുന്നില്ല. എന്നിട്ടും അത് ആ വേദനയ്ക്കപ്പുറമാണ്. ഒരേസമയം അതു വേദനയെ നിലനില്ക്കാനനുവദിക്കുകയും അതിനെ പരിവർത്തനപ്പെടുത്തുകയും ചെയ്യുന്നു. അതു സകലതിനെയും സ്വീകരിക്കുകയും രൂപാന്തരപ്പെടുത്തുകയും ചെയ്യുന്നു. അവനോടൊപ്പം ആ ഇടത്തിൽ എളുപ്പത്തിൽ ഒത്തുചേരാനുള്ള ഒരു വാതിൽ അവൾക്കായി തുറന്നിട്ടുണ്ടാവും.

നിങ്ങൾ നിങ്ങളുടെ ബന്ധത്തിൽ സ്ഥിരതയോടെയും പ്രബലമായ രീതിയിലെങ്കിലും സന്നിഹിതനാണെങ്കിൽ, നിങ്ങളുടെ പങ്കാളിക്കുള്ള ഏറ്റവും വലിയ വെല്ലുവിളി ഇതായിരിക്കും. നിങ്ങളുടെ സാന്നിദ്ധ്യത്തെ വളരെ നേരത്തേക്കു സഹിക്കുകയും അബോധത്തിൽ തുടരുകയും

ചെയ്യാൻ അവർക്കു കഴിയില്ല. അവർ തയ്യാറാണെങ്കിൽ നിങ്ങൾ അവർക്കുവേണ്ടി തുറന്ന വാതിലിലൂടെ അവർ അകത്തേക്കു കടക്കുകയും ആ അവസ്ഥയിൽ നിങ്ങളോട് ഒരുമിക്കുകയും ചെയ്യും. അവർ തയ്യാറായിട്ടില്ലെങ്കിൽ എണ്ണയും ജലവുംപോലെ നിങ്ങൾ വേർപിരിയും. അന്ധകാരത്തിൽ തുടർന്നും കഴിയാനാഗ്രഹിക്കുന്ന ഒരാൾക്ക് പ്രകാശം വളരെയധികം വേദനാജനകമാണ്.

സ്ത്രീകൾ പ്രബുദ്ധതയോട് അടുത്തിരിക്കുന്നത് എന്തുകൊണ്ട്?

പ്രബുദ്ധതയ്ക്കുള്ള പ്രതിബന്ധങ്ങൾ സ്ത്രീക്കും പുരുഷനും ഒരുപോലെയാണോ?

അതെ. പക്ഷേ, അവയുടെ പ്രാമുഖ്യം വ്യത്യസ്തരീതിയിലാണ്. പൊതുവേ, സ്ത്രീക്ക് തന്റെ ശരീരത്തെ അനുഭവിക്കാനും ശരീരത്തിനുള്ളിലായിരിക്കാനും താരതമ്യേന എളുപ്പമാണ്. അതുകൊണ്ട് പുരുഷനെ അപേക്ഷിച്ച് അവൾ ഉണ്മയോട് സ്വാഭാവികമായും പ്രബുദ്ധതയോട് സംഭാവ്യമായ രീതിയിലും അടുത്തുനില്ക്കുന്നു. അതുകൊണ്ടാണ് പല പ്രാചീന സംസ്കാരങ്ങളും രൂപരഹിതവും അതിന്ദ്രീയവുമായ യാഥാർത്ഥ്യത്തെ പ്രതിനിധീകരിക്കാനും വിശദീകരിക്കാനും സ്ത്രൈണമായ ആകാരങ്ങളെയോ സദൃശമായവയെയോ നൈസർഗ്ഗികമായിത്തന്നെ തിരഞ്ഞെടുത്തത്. സൃഷ്ടിയിലുള്ള ഓരോന്നിനും ജന്മം നല്കുന്ന, ഓരോ സൃഷ്ടിയുടെയും ആകാരപൂർണ്ണമായ ജീവിതകാലത്ത് അതിനെ നിലനിർത്തുകയും പരിപോഷിപ്പിക്കുകയും ചെയ്യുന്ന ഗർഭപാത്രമായാണ് മിക്കപ്പോഴും അതിനെ കണ്ടിരുന്നത്. ഇതുവരെ എഴുതപ്പെട്ടിട്ടുള്ളതിൽവച്ച് ഏറ്റവും പ്രാചീനവും മഹനീയവുമായ പുസ്തകങ്ങളിലൊന്നായ 'ടൗടെ ചിങ്ങ്'ൽ, ഉണ്മ എന്നു പരിഭാഷപ്പെടുത്താവുന്ന ടൗ (Tao)യെ "അനന്തം, നിത്യമായി സന്നിഹിതം, പ്രപഞ്ചത്തിന്റെ മാതാവ്," എന്നൊക്കെയാണു വിളിക്കുന്നത്. സ്ത്രീകൾ അനാവിഷ്കൃതമായതിനെ ഫലത്തിൽ രൂപവത്കരിക്കുന്നതുകൊണ്ട്, സ്വാഭാവികമായും സ്ത്രീകളാണ് അതിനോട് അടുത്തുനില്ക്കുന്നത്. എന്തിനധികം, എല്ലാ ജീവജാലങ്ങളും വസ്തുക്കളും കാലക്രമത്തിൽ ഉറവിടത്തിലേക്കുതന്നെ മടങ്ങണം. "എല്ലാ വസ്തുക്കളും 'ടൗ'വിനുള്ളിലേക്കു മറയുന്നു. അതുമാത്രമേ ശാശ്വതമായി നിലനില്ക്കുന്നുള്ളൂ." ഉറവിടത്തെ സ്ത്രൈണമായി കാണുന്നതുകൊണ്ട്, അതു മനഃശാസ്ത്രത്തിലും പുരാണങ്ങളിലും പ്രാഗ്രൂപമായ സ്ത്രൈണതയുടെ പ്രകാശപൂർണ്ണവും ഇരുണ്ടതുമായ വശങ്ങളായാണ് പ്രതിനിധീകരിക്കപ്പെട്ടിട്ടുള്ളത്. ദേവിക്ക് അല്ലെങ്കിൽ പരാശക്തിക്കു രണ്ടു വശങ്ങളുണ്ട്. അവൾ ജീവൻ കൊടുക്കുകയും എടുക്കുകയും ചെയ്യുന്നു.

മനസ്സ് കാര്യങ്ങൾ ഏറ്റെടുക്കുകയും തങ്ങളുടെ ദൈവികമായ സത്തയുടെ യാഥാർത്ഥ്യവുമായി മനുഷ്യർക്കുള്ള ബന്ധം നഷ്ടപ്പെടുകയും ചെയ്തപ്പോൾ ഈശ്വരനെ ഒരു പുരുഷരൂപമായി അവർ കണക്കാക്കാൻ തുടങ്ങി. സമൂഹം പുരുഷാധിപത്യമുള്ളതായി മാറുകയും, സ്ത്രീ പുരുഷന്റെ അധീനതയിലാക്കപ്പെടുകയും ചെയ്തു.

ദിവ്യതയുടെ പണ്ടത്തെ സ്ത്രൈണമായ പ്രതിരൂപങ്ങളിലേക്കു തിരിച്ചുപോകണമെന്ന് ഞാൻ നിർദ്ദേശിക്കുകയില്ല. ഈശ്വരൻ എന്ന പദത്തിനു പകരമായി ഇപ്പോൾ ചില ആളുകൾ ദേവി (Goddess) എന്ന പദം ഉപയോഗിക്കുന്നുണ്ട്. സ്ത്രീക്കും പുരുഷനുമിടയിൽ ഒരുപാടു കാലംമുമ്പ് നഷ്ടപ്പെട്ടുപോയ സന്തുലനത്തെ അവർ വീണ്ടെടുക്കുകയാണ്. അതു നല്ലതുതന്നെ. പക്ഷേ, എന്നിട്ടും അതൊരു പ്രതിരൂപമോ സങ്കല്പമോ മാത്രമാണ്. ഒരുപക്ഷേ, അതു താത്കാലികമായി ഉപകാരപ്രദമായേക്കാം. ഒരു ഭൂപടമോ ചൂണ്ടുപലകയോ താൽക്കാലികമായി ഉപകാരപ്രദമാവുന്നതുപോലെ. പക്ഷേ, സങ്കല്പങ്ങൾക്കും പ്രതിരൂപങ്ങൾക്കുമപ്പുറത്തുള്ള സത്യത്തെ സാക്ഷാത്കരിക്കാൻ നിങ്ങൾ ഒരുങ്ങിയിരിക്കുമ്പോൾ അത് ഉപകാരത്തേക്കാളധികം തടസ്സമാണുണ്ടാക്കുക. മാനസികോർജ്ജത്തിന്റെ ആവൃത്തി അടിസ്ഥാനപരമായി പൗരുഷമുള്ളതാണെന്നു തോന്നിക്കുന്നുവെന്നതു സത്യമായി അവശേഷിക്കുന്നു. മനസ്സു ചെറുക്കുകയും നിയന്ത്രണത്തിനായി പൊരുതുകയും മറ്റുള്ളവരെ ഉപയോഗിക്കുകയും അവിഹിതമായി സ്വാധീനം ചെലുത്തുകയും ആക്രമിക്കുകയും മുറുകെപ്പിടിക്കുകയും മറ്റുള്ളവരെ സ്വന്തം അധീനതയിലാക്കാൻ ശ്രമിക്കുകയുമൊക്കെ ചെയ്യും. ഇതുകൊണ്ടാണ് പാരമ്പര്യരീതിയിലുള്ള ഈശ്വരൻ ഗോത്രപിതാവും എല്ലാം നിയന്ത്രിക്കുന്ന അധികാരസ്വരൂപവും പഴയ നിയമം നിർദ്ദേശിക്കുന്നതുപോലെ നിങ്ങൾ എപ്പോഴും ഭയപ്പാടോടെ കാണേണ്ട, മിക്കപ്പോഴും കോപിഷ്ഠനായ ഒരു മനുഷ്യനുമാകുന്നത്. ഈ ഈശ്വരൻ മനുഷ്യമനസ്സിന്റെ ഒരു പ്രക്ഷേപണമാണ്.

മനസ്സിനപ്പുറത്തേക്കു പോകാനും ഉണ്മയുടെ ഗാഢമായ യാഥാർത്ഥ്യത്തോടു വീണ്ടും ബന്ധപ്പെടുവാനും വളരെ വ്യത്യസ്തമായ ഗുണങ്ങളാണ് ആവശ്യം. സമർപ്പണം, തീർപ്പുകല്പിക്കാതിരിക്കൽ, ജീവിതത്തെ പ്രതിരോധിക്കുന്നതിനുപകരം അതിനെ അങ്ങനെതന്നെ ആയിരിക്കാൻ അനുവദിക്കുന്ന തുറന്ന മനോഭാവം, നിങ്ങളുടെ അറിവിന്റെ സ്നേഹപൂർവ്വമായ ആലിംഗനത്തിൽ എല്ലാ വസ്തുക്കളെയും ചേർത്തുനിർത്താനുള്ള കഴിവ് മുതലായവ. ഈ ഗുണങ്ങളെല്ലാംതന്നെ സ്ത്രൈണമായ തത്ത്വത്തോടാണ് കൂടുതൽ ഗാഢമായി ബന്ധപ്പെട്ടിരിക്കുന്നത്. മാനസികോർജ്ജം കഠിനവും അയവില്ലാത്തതുമാണെങ്കിൽ ഉണ്മയുടെ ഊർജ്ജം മൃദുവായതും വിധേയത്വമുള്ളതും എന്നിട്ടും മനസ്സിനെക്കാൾ അനന്തമായി ശക്തിയേറിയതുമാണ്. നമ്മുടെ സംസ്കാരത്തെ നിയന്ത്രിക്കുന്നതു മനസ്സാണ്. എന്നാൽ നമ്മുടെ ഗ്രഹത്തിലും

അതിനപ്പുറവുമുള്ള സകലജീവനെയും പരിപാലിക്കുന്നത് ഉണ്മയാണ്. ഏതൊരു ധിഷണയുടെ ദൃശ്യമായ ആവിഷ്കാരമാണോ ഈ ഭൗതിക പ്രപഞ്ചം, ആ ധിഷണയാണ് ഉണ്മ. സ്ത്രീകൾ സംഭാവ്യമായ രീതിയിൽ അതിനോടടുത്തു നില്ക്കുന്നുവെങ്കിലും പുരുഷന്മാർക്കും തങ്ങളുടെയുള്ളിൽത്തന്നെ അതു പ്രാപ്യമാണ്.

ഈ കാലഘട്ടത്തിൽ ബഹുഭൂരിഭാഗം സ്ത്രീകളും പുരുഷന്മാരും മനസ്സിന്റെ പിടിയിലാണ്. അവർ ചിന്തകനോടോ വേദനാശരീരത്തോടോ താദാത്മ്യപ്പെട്ടിരിക്കുന്നു. തീർച്ചയായും ഇതാണു പ്രബുദ്ധതയെയും സ്നേഹത്തിന്റെ പൂവിടലിനെയും തടയുന്നത്. ഒരു പൊതുനിയമമെന്ന നിലയ്ക്കു പുരുഷന്മാർക്കുള്ള പ്രധാനപ്പെട്ട പ്രതിബന്ധം ചിന്തിക്കുന്ന മനസ്സും സ്ത്രീകൾക്കുള്ള പ്രതിബന്ധം വേദനാശരീരവുമാണ്. ചില പ്രത്യേക സന്ദർഭങ്ങളിൽ ഇതിന്റെ വിപരീതമായിരിക്കും സത്യം. മറ്റു ചില സന്ദർഭങ്ങളിൽ ഈ രണ്ടു ഘടകങ്ങളും തുല്യവുമായിരിക്കും.

സമഗ്രമായ സ്ത്രീവേദനാശരീരത്തെ അലിയിക്കൽ

എന്തുകൊണ്ടാണ് വേദനാശരീരം സ്ത്രീകൾക്കു കൂടുതൽ വലിയ പ്രതിബന്ധമാകുന്നത്?

സാധാരണയായി വേദനാശരീരത്തിനു സമഗ്രവും വ്യക്തിപരവുമായ ഘടകങ്ങളുണ്ട്. ഒരാളുടെ സ്വന്തം ഭൂതകാലത്തിൽ അയാളനുഭവിച്ച വൈകാരികവേദനയുടെ കുമിഞ്ഞുകൂടിയ അവശിഷ്ടമാണു വ്യക്തിപരമായ ഘടകം. രോഗങ്ങൾ, പീഡനം, യുദ്ധം, കൊലപാതകം, ക്രൂരത, ചിത്തഭ്രമം തുടങ്ങിയവയിലൂടെ ആയിരക്കണക്കിനു വർഷങ്ങളായി മനുഷ്യന്റെ സമഷ്ടിചിത്തത്തിൽ കുമിഞ്ഞുകൂടിയിട്ടുള്ള വേദനയാണു സമഗ്രമായ ഘടകം. ഈ സമഗ്രമായ വേദനാശരീരത്തിൽ ഓരോരുത്തരുടെയും വ്യക്തിപരമായ വേദനാശരീരവും ഭാഗഭാക്കാവുന്നു. സമഗ്രമായ വേദനാശരീരം വ്യത്യസ്ത ഇഴകൾ ചേർന്നതാണ്. ഉദാഹരണത്തിന്, യുദ്ധത്തിന്റെ തീക്ഷ്ണരൂപങ്ങളും അക്രമവുമൊക്കെ ഉണ്ടാകുന്ന ചില രാജ്യങ്ങൾക്കും വംശങ്ങൾക്കും മറ്റുള്ളവരെ അപേക്ഷിച്ചു ഭാരമേറിയ സമഗ്ര വേദനാശരീരമാണുണ്ടാവുക. ശക്തമായ വേദനാശരീരമുള്ള, എന്നാൽ അതിൽനിന്നു താദാത്മ്യവിമുക്തി നേടാൻ തക്കവണ്ണം അവബോധമില്ലാത്ത ഒരാൾ, നിരന്തരമായോ അല്ലെങ്കിൽ നിശ്ചിത ഇടവേളകളിലോ അവരുടെ വൈകാരിക വേദനയെ പുനരനുഭവിക്കാൻ മാത്രമല്ല നിർബന്ധിതനാവുക. അവരുടെ വേദനാശരീരം പ്രബലമായി സജീവമാണോ നിഷ്ക്രിയമാണോ എന്നതിനനുസരിച്ച് അക്രമം ചെയ്യുന്നവനോ അല്ലെങ്കിൽ അതിനിരയാവുന്നവനോ ആയി മാറുകകൂടി ചെയ്യും. മറിച്ച്, അവർ പ്രബുദ്ധതയോടു സംഭാവ്യമായ രീതിയിൽ അടുത്തിരിക്കുന്നു എന്നുവരാം. തീർച്ചയായും ഈ

സാദ്ധ്യത സാക്ഷാത്കരിക്കപ്പെടുമെന്നതിന് ഉറപ്പൊന്നുമില്ല. പക്ഷേ, നിങ്ങൾ ഒരു പേടിസ്വപ്നത്തിൽ കുടുങ്ങിക്കിടക്കുകയാണെങ്കിൽ ഒരു സാധാരണ സ്വപ്നത്തിന്റെ ഉയർച്ചതാഴ്ചകളിൽപെട്ടുപോയ ഒരാളെക്കാൾ ഉണരാനുള്ള ശക്തമായ പ്രചോദനം നിങ്ങൾക്കുണ്ടാകാൻ സാദ്ധ്യതയുണ്ട്.

ഓരോ സ്ത്രീക്കും അവൾ പൂർണ്ണമായും അവബോധം നേടിയിട്ടില്ലെങ്കിൽ തന്റെ വ്യക്തിപരമായ വേദനാശരീരത്തെക്കൂടാതെ, സമഗ്രമായ സ്ത്രീശരീരമെന്നു നമുക്കു വിളിക്കാവുന്ന ആ അസ്തിത്വത്തിലും സ്വന്തമായ ഓഹരിയുണ്ട്. പുരുഷന്മാരാൽ അടിച്ചമർത്തപ്പെടുന്നതിലൂടെ ഭാഗികമായും അടിമത്തം, ചൂഷണം, ബലാത്കാരം, പ്രസവം, കുഞ്ഞുങ്ങളുടെ മരണം തുടങ്ങിയവയിലൂടെയും ആയിരത്തിലധികം വർഷങ്ങളായി സ്ത്രീകൾ അനുഭവിക്കുന്ന കുമിഞ്ഞുകൂടിയ വേദനയാണ് ഇതിലടങ്ങിയിട്ടുള്ളത്. ആർത്തവരക്തസ്രാവത്തിനു മുന്നോടിയായും അതിനോടൊപ്പവും മിക്ക സ്ത്രീകൾക്കും ഉണ്ടാകുന്ന വൈകാരികവും ശാരീരികവുമായ വേദന, ആ സമയത്ത് അതിന്റെ സുഷുപ്താവസ്ഥയിൽ നിന്നുണരുന്ന വേദനാശരീരത്തിന്റെ സമഗ്രമായ ഭാവമാണ്— മറ്റു സമയങ്ങളിലും അത് ഉത്തേജിപ്പിക്കപ്പെടാമെങ്കിൽക്കൂടി. അതു ശരീരത്തിലൂടെയുള്ള ജീവോർജ്ജത്തിന്റെ സ്വതന്ത്രമായ ഒഴുക്കിനെ ക്ലിപ്തപ്പെടുത്തുന്നു. ജീവോർജ്ജത്തിന്റെ ശാരീരിക ആവിഷ്കാരമാണ് ആർത്തവം. ഒരു നിമിഷം നമുക്കതിൽ ശ്രദ്ധ പതിപ്പിക്കുകയും അതിനെ എങ്ങനെ പ്രബുദ്ധതയ്ക്കുള്ള ഒരവസരമാക്കി മാറ്റാമെന്നു നോക്കുകയും ചെയ്യാം.

മിക്കപ്പോഴും ആ സമയത്ത്, സ്ത്രീ വേദനാശരീരത്തിൽ 'ഏറ്റെടുക്കപ്പെടുന്നു. അതിന് അങ്ങേയറ്റം ശക്തവും വീര്യമുള്ളതുമായ വൈദ്യുതോർജ്ജമുള്ളതിനാൽ അതിനു വളരെയെളുപ്പം നിങ്ങളെ അതുമായുള്ള അബോധപൂർവ്വമായ താദാത്മ്യത്തിലേക്കു വലിച്ചെടുക്കാനാവും. നിങ്ങളുടെ ആന്തരിക ആകാശത്തിൽ കുടിയേറിപ്പാർക്കുകയും നിങ്ങളായി അഭിനയിക്കുകയും ചെയ്യുന്ന ഒരു ഊർജ്ജക്ഷേത്രത്താൽ നിങ്ങൾ സജീവമായിത്തന്നെ ഗ്രസിക്കപ്പെടുന്നു. പക്ഷേ, തീർച്ചയായും അതു നിങ്ങളല്ല. അതു നിങ്ങളിലൂടെ സംസാരിക്കുകയും പ്രവർത്തിക്കുകയും ചിന്തിക്കുകയും ചെയ്യുന്നു. നിഷേധാത്മകമായ സാഹചര്യങ്ങളിൽനിന്നുള്ള ഊർജ്ജത്തെ ആഹരിക്കുവാനായി അത് അത്തരം സാഹചര്യങ്ങൾ നിങ്ങളുടെ ജീവിതത്തിൽ സൃഷ്ടിക്കും. ഏതു രൂപത്തിലായാലും കൂടുതൽ വേദന അതിനാവശ്യമുണ്ട്. ഈ പ്രക്രിയയെ ഞാൻ നേരത്തേതന്നെ വിശദീകരിച്ചു കഴിഞ്ഞു. അതു നിർദ്ദയവും വിനാശകരവുമാകാം. അതു ശുദ്ധമായ വേദനയാണ്— കഴിഞ്ഞകാല വേദന. എങ്കിലും അതു നിങ്ങളല്ല.

ഇപ്പോൾത്തന്നെ, പൂർണ്ണമായും അവബോധമുള്ള അവസ്ഥയിലേക്ക് അടുത്തുകൊണ്ടിരിക്കുന്ന സ്ത്രീകളുടെ എണ്ണം പുരുഷന്മാരുടേതി

നെക്കാൾ അധികമാണ്. വരുന്ന വർഷങ്ങളിൽ അത് അതിവേഗം വർദ്ധിക്കും. അവസാനം പുരുഷന്മാരും അവരോടൊപ്പമെത്തിയേക്കാം. പക്ഷേ, സ്ത്രീകളുടെയും പുരുഷന്മാരുടെയും ബോധാവസ്ഥയ്ക്കിടയിൽ വളരെക്കാലം ഒരു വിടവുണ്ടായിരിക്കും. തങ്ങളുടെ ജന്മാവകാശമായ ധർമ്മത്തെ സ്ത്രീകൾ വീണ്ടെടുക്കുകയാണ്. ആവിഷ്കൃതമായതിനും അനാവിഷ്കൃതമായതിനുമിടയിൽ, അതുപോലെ ഭൗതികതയ്ക്കും ആത്മാവിനുമിടയിൽ ഒരു പാലമായിരിക്കുക എന്ന ധർമ്മം. അതവരുടെ ജന്മാവകാശമായതുകൊണ്ട് പുരുഷന്മാരെ അപേക്ഷിച്ച് അതവരിലേക്കു കൂടുതൽ സ്വാഭാവികമായി എത്തുന്നു. ഒരു സ്ത്രീയെന്ന നിലയ്ക്ക് ഇപ്പോൾ നിങ്ങളുടെ പ്രധാന കർത്തവ്യം ഇതാണ്. നിങ്ങൾക്കും നിങ്ങളാരാണെന്നുള്ളതിന്റെ സാരാംശമായ നിങ്ങളുടെ യഥാർത്ഥ സ്വത്വത്തിനുമിടയിൽ കടന്നുവരാത്ത രീതിയിൽ വേദനാശരീരത്തെ പരിവർത്തനം ചെയ്യുക. തീർച്ചയായും പ്രബുദ്ധതയ്ക്കുള്ള മറ്റൊരു പ്രതിബന്ധത്തെക്കൂടി നിങ്ങൾക്കു കൈകാര്യം ചെയ്യേണ്ടിവരും— നിങ്ങളുടെ ചിന്തിക്കുന്ന മനസ്സ്. പക്ഷേ, വേദനാശരീരത്തെ കൈകാര്യം ചെയ്യുമ്പോൾ നിങ്ങളുത്പാദിപ്പിക്കുന്ന തീക്ഷ്ണമായ സാന്നിദ്ധ്യം നിങ്ങളെ മനസ്സുമായുള്ള താദാത്മ്യത്തിൽനിന്നുകൂടി മോചിപ്പിക്കും.

നിങ്ങൾ ഓർമ്മിക്കേണ്ട ആദ്യത്തെ കാര്യം ഇതാണ്: വേദനയിൽനിന്നു നിങ്ങൾ നിങ്ങൾക്കായി ഒരു വ്യക്തിത്വം ഉണ്ടാക്കിയെടുക്കുന്ന കാലത്തോളം നിങ്ങൾക്കതിൽനിന്നു സ്വതന്ത്രനാകാൻ കഴിയില്ല. നിങ്ങളുടെ വ്യക്തിത്വബോധത്തിന്റെ ഒരു ഭാഗം നിങ്ങളുടെ വൈകാരിക വേദനയിൽ നിക്ഷേപിക്കപ്പെട്ടിരിക്കുന്ന കാലത്തോളം ആ വേദനയെ ശമിപ്പിക്കാനുള്ള നിങ്ങളുടെ ഓരോ ശ്രമത്തെയും നിങ്ങൾതന്നെ അബോധപൂർവ്വമായി ചെറുക്കുകയോ അട്ടിമറിക്കുകയോ ചെയ്യും. എന്തുകൊണ്ട്? വളരെ ലളിതമായി പറയുകയാണെങ്കിൽ, നിങ്ങൾക്കു നിങ്ങളെ ഒരു കേടുപാടും കൂടാതെ വേണമെന്നാണ് ആഗ്രഹം. കൂടാതെ ആ വേദന നിങ്ങളുടെ വ്യക്തിത്വത്തിന്റെ അത്യന്താപേക്ഷിതമായ ഭാഗമായിത്തീർന്നിരിക്കുകയും ചെയ്യുന്നു. ഇതൊരു അബോധപൂർവ്വമായ പ്രക്രിയയാണ്. ഇതു മറികടക്കാനുള്ള ഒരേയൊരു വഴി അതിനെ ബോധപൂർവ്വമാക്കുകയെന്നതാണ്.

നിങ്ങൾക്കു നിങ്ങളുടെ വേദനയോടു മമതയുണ്ടെന്നും അല്ലെങ്കിൽ ഇതുവരെ മമതയുണ്ടായിരുന്നെന്നും തിരിച്ചറിയുന്നത് ഞെട്ടലുളവാക്കുന്നതാണ്. ഇതു നിങ്ങൾ തിരിച്ചറിയുന്ന നിമിഷത്തിൽ നിങ്ങൾ ആ മമതയെ മുറിക്കുന്നു. വേദനാശരീരം ഒരു ഊർജ്ജക്ഷേത്രമാണ്. നിങ്ങളുടെ ആന്തരികാകാശത്തിൽ താൽക്കാലികമായി ഉറച്ചുപോയ ഒരു അസ്തിത്വം. കുടുങ്ങിക്കിടക്കുന്ന, ഇപ്പോൾ ഒഴുകാത്ത ജീവോർജ്ജമാണത്. തീർച്ചയായും നിങ്ങളുടെ ഭൂതകാലത്തു സംഭവിച്ച ചില കാര്യങ്ങൾകൊണ്ടാണ് വേദനാശരീരം അവിടെയുള്ളത്. നിങ്ങളുടെ

യുള്ളിലെ ജീവിക്കുന്ന ഭൂതകാലമാണത്. നിങ്ങളതുമായി താദാത്മ്യ പ്പെടുമ്പോൾ, ഭൂതകാലവുമായും താദാത്മ്യപ്പെടുന്നു. കഴിഞ്ഞകാല മാണ് വർത്തമാനകാലത്തേക്കാൾ ശക്തം എന്നുള്ള വിശ്വാസമാണ് പീഡിതന്റേതായ വ്യക്തിത്വം. ഇതു സത്യത്തിനു വിരുദ്ധമാണ്. മറ്റുള്ള വരും അവർ നിങ്ങളോടു ചെയ്തതുമാണ് നിങ്ങളിപ്പോൾ ആരാണെ ന്നതിനും നിങ്ങളുടെ വൈകാരികവേദനയ്ക്കും നിങ്ങൾക്കു നിങ്ങളുടെ യഥാർത്ഥ സ്വത്വമായിരിക്കാനുള്ള കഴിവില്ലായ്മയ്ക്കും കാരണം എന്നുള്ള വിശ്വാസമാണ് അത്. നിലവിലുള്ള ഒരേയൊരു ശക്തി വർ ത്തമാനനിമിഷത്തിലാണ് അടങ്ങിയിരിക്കുന്നത് എന്നതാണ് സത്യം. നിങ്ങളുടെ സാന്നിദ്ധ്യത്തിന്റെ ശക്തിയാണത്. അതു നിങ്ങൾ മനസ്സി ലാക്കുമ്പോൾ വർത്തമാനനിമിഷത്തിലെ നിങ്ങളുടെ ആന്തരികാ കാശത്തിന് ഉത്തരവാദി നിങ്ങൾ മാത്രമാണെന്നും വേറെയൊരു മല്ലെന്നും വർത്തമാനനിമിഷത്തിന്റെ ശക്തിയെ എതിർക്കാൻ ഭൂത കാലത്തിനാവില്ലെന്നുംകൂടി നിങ്ങൾ തിരിച്ചറിയുന്നു.

അപ്പോൾ താദാത്മ്യം, വേദനാശരീരത്തെ കൈകാര്യം ചെയ്യുന്നതിൽ നിന്ന് നിങ്ങളെ തടയുന്നു. 'പീഡിത്'യുടേതായ വ്യക്തിത്വത്തെ വ്യക്തി പരമായ തലത്തിൽ ഉപേക്ഷിക്കാൻ തക്കവണ്ണം ഇപ്പോഴേ അവബോധം നേടിയ ചില സ്ത്രീകൾപോലും, ഇപ്പോഴും സമഗ്രമായ 'പീഡിതകളു്ടേ തായ വ്യക്തിത്വത്തിൽ തൂങ്ങിക്കിടക്കുന്നുണ്ട്: അതായത്, "പുരുഷ ന്മാർ സ്ത്രീകളോടു ചെയ്തതി'നോട്. അവർ പറയുന്നത് ശരിയാണ്– തെറ്റുമാണ്. കോടാനുകോടി വർഷങ്ങളായി ഈ ഗ്രഹത്തിലുടനീളം പുരുഷന്മാർ സ്ത്രീകൾക്കുമേൽ അടിച്ചേല്പിക്കുന്ന അക്രമവും സ്ത്രൈണ തത്ത്വത്തിന്റെ അടിച്ചമർത്തലുമാണ് സമഗ്രമായ സ്ത്രീ വേദനാശരീരത്തിന്റെ മുഖ്യമായ കാരണം എന്നുള്ളിടത്തോളം അവർ പറയുന്നത് ശരിയാണ്. പക്ഷേ, ഈ വസ്തുതയിൽനിന്ന് അവർ ഒരു വ്യക്തിത്വബോധത്തെ നേടിയെടുക്കുകയും അങ്ങനെ സമഗ്രമായ ഒരു പീഡിത വ്യക്തിത്വത്തിൽ സ്വയം തടവിലാവുകയും ചെയ്യുന്നു ണ്ടെങ്കിൽ, അവർ പറയുന്നതു തെറ്റാണ്. ഒരു സ്ത്രീ ഇപ്പോഴും ദ്വേഷം, നീരസം, ആക്ഷേപം തുടങ്ങിയവയിൽ പിടിച്ചുനില്ക്കുന്നുണ്ടെങ്കിൽ അവൾ തന്റെ വേദനാശരീരത്തിൽത്തന്നെ തൂങ്ങിനില്ക്കുന്നുവെന്നാ ണർത്ഥം. അതവൾക്ക് ആശ്വാസകരമായ ഒരു വ്യക്തിത്വബോധത്തെയും മറ്റു സ്ത്രീകളുമായുള്ള ഐക്യബോധത്തെയും നല്കിയേക്കാം. പക്ഷേ, അതവളെ ഭൂതകാലവുമായുള്ള ബന്ധനത്തിൽത്തന്നെ നിലനിർത്തു കയും അന്തഃസാരത്തിലേക്കും യഥാർത്ഥ ഗതിയിലേക്കുമുള്ള അവ ളുടെ പൂർണ്ണമായ പ്രവേശനത്തെ തടസ്സപ്പെടുത്തുകയും ചെയ്യും. സ്ത്രീകൾ പുരുഷന്മാരിൽനിന്നും തീർത്തും വേറിട്ടുനിന്നാൽ അതു

വിഘടനത്തിന്റെ ബോധത്തെയും അങ്ങനെ അഹന്തയുടെ പ്രബലീകരണത്തെയും വളർത്തും. നിങ്ങളുടെ അഹന്ത എത്രത്തോളം ശക്തമാണോ, അത്രത്തോളം നിങ്ങൾ നിങ്ങളുടെ യഥാർത്ഥ പ്രകൃതിയിൽനിന്ന് അകന്നിരിക്കും.

അതുകൊണ്ട്, നിങ്ങൾക്കൊരു വ്യക്തിത്വത്തെ പ്രദാനം ചെയ്യാനായി വേദനാശരീരത്തെ ഉപയോഗിക്കാതിരിക്കുക. പകരം അതിനെ പ്രബുദ്ധതയ്ക്കായി ഉപയോഗിക്കുക. അതിനെ ബോധമാക്കി പരിവർത്തനം ചെയ്യുക. അതിനുള്ള ഏറ്റവും ഉചിതമായ സമയങ്ങളിലൊന്ന് ആർത്തവകാലമാണ്. വരും വർഷങ്ങളിൽ അനേകം സ്ത്രീകൾ ആർത്തവകാലത്തു പൂർണ്ണബോധത്തിന്റെ അവസ്ഥയിലേക്കു പ്രവേശിക്കുമെന്ന് ഞാൻ വിശ്വസിക്കുന്നു. സാധാരണയായി സമഗ്രമായ സ്ത്രൈണ വേദനാശരീരത്താൽ ഏറ്റെടുക്കപ്പെടുന്നതിനാൽ മിക്ക സ്ത്രീകൾക്കും അത് അബോധത്തിന്റെ സമയമാണ്. എങ്കിലും ബോധത്തിന്റെ ഒരു പ്രത്യേക തലത്തിലെത്തിക്കഴിഞ്ഞാൽ, നിങ്ങൾക്ക് ഈ പ്രക്രിയയെ വിപരീത ദിശയിലേക്കു തിരിച്ചുവിടാനാവും. അതുകൊണ്ട്, അബോധത്തിലാഴുന്നതിനുപകരം നിങ്ങൾ കൂടുതൽ ബോധമുള്ളവരായിത്തീരുന്നു. അടിസ്ഥാനപരമായ പ്രക്രിയയെ ഞാൻ വിശദീകരിച്ചു കഴിഞ്ഞു. പക്ഷേ, ഇപ്രാവശ്യം സമഗ്രമായ സ്ത്രൈണ വേദനാശരീരത്തെക്കുറിച്ചു പ്രത്യേകം പരാമർശിച്ചുകൊണ്ട്, അതിലൂടെ ഞാൻ നിങ്ങളെ ഒരിക്കൽക്കൂടി കൊണ്ടുപോകട്ടെ.

ആർത്തവ രക്തസ്രാവം അടുത്തിരിക്കുന്നു എന്നു നിങ്ങളറിയുമ്പോൾ ആർത്തവ പൂർവ്വ പിരിമുറുക്കമെന്നു സാധാരണ വിളിക്കപ്പെടുന്നതിന്റെ, അതായത്, സമഗ്രമായ സ്ത്രൈണ വേദനാശരീരത്തിന്റെ ഉണർച്ചയുടെ ആദ്യസൂചനകൾ നിങ്ങൾക്കനുഭവപ്പെടുന്നതിനുമുമ്പ് അങ്ങേയറ്റം ജാഗരൂകരാവുകയും നിങ്ങൾക്കു സാധിക്കുന്നത്ര പൂർണ്ണമായി നിങ്ങളുടെ ശരീരത്തിൽ അധിവസിക്കുകയും ചെയ്യുക. ആദ്യത്തെ സൂചന പ്രത്യക്ഷപ്പെടുമ്പോൾ, അതു നിങ്ങളെ ഏറ്റെടുക്കുന്നതിനു മുമ്പുതന്നെ അതിനെ 'പിടികൂടാൻ' തക്കവണ്ണം നിങ്ങൾക്കു ജാഗ്രതയുണ്ടാവണം. ഉദാഹരണത്തിന്, പെട്ടെന്നുള്ള ശക്തമായ പ്രകോപനമോ, കോപത്തിന്റെ ഒരു മിന്നായമോ ആയിരിക്കാം ആദ്യസൂചന. അല്ലെങ്കിൽ അതു തീർത്തും ഒരു ശാരീരിക ലക്ഷണമായിരിക്കാം. അതെന്തായാലും അതിനു നിങ്ങളുടെ ചിന്തയെയും പെരുമാറ്റത്തെയും ഏറ്റെടുക്കാൻ കഴിയുന്നതിനുമുമ്പ് അതിനെ പിടികൂടുക. നിങ്ങളുടെ ശ്രദ്ധയുടെ പ്രകാശം അതിന്മേൽ പതിപ്പിക്കുക എന്നു മാത്രമാണ് അതിനർത്ഥം. അതൊരു വികാരമാണെങ്കിൽ അതിനു പുറകിലുള്ള ശക്തമായ ഊർജ്ജപ്രവാഹത്തെ അറിയുക. അതു വേദനാശരീരമാണെന്ന് അറിയുക. അതേസമയം അറിവായിരിക്കുക. അതായത് നിങ്ങളുടെ ബോധപൂർവ്വമായ സാന്നിദ്ധ്യത്തെക്കുറിച്ച് അവബോധമുള്ളവരാവുകയും അതിന്റെ ശക്തിയെ അറിയുകയും

ചെയ്യുക. നിങ്ങൾ നിങ്ങളുടെ സാന്നിദ്ധ്യത്തെ പ്രവേശിപ്പിക്കുന്ന ഏതു വികാരവും പെട്ടെന്ന് കെട്ടടങ്ങുകയും പരിവർത്തനപ്പെടുകയും ചെയ്യും. അതു തീർത്തും ശാരീരികമായ ഒരു ലക്ഷണമാണെങ്കിൽ നിങ്ങള തിനു കൊടുക്കുന്ന ശ്രദ്ധ, ഒരു വികാരമോ ചിന്തയോ ആയി മാറുന്ന തിൽനിന്ന് അതിനെ തടയും. വീണ്ടും ജാഗ്രതയോടെ ഇരിക്കുകയും വേദനാശരീരത്തിന്റെ അടുത്ത സൂചനയ്ക്കായി കാത്തിരിക്കുകയും ചെയ്യുക. അതു പ്രത്യക്ഷപ്പെടുമ്പോൾ നേരത്തെ ചെയ്തതുപോലെ വീണ്ടും അതിനെ പിടികൂടുക.

പിന്നീട് അതിന്റെ സുഷുപ്താവസ്ഥയിൽനിന്നു വേദനാശരീരം പൂർ ണ്ണമായി ഉണർന്നുകഴിയുമ്പോൾ, നിങ്ങൾ നിങ്ങളുടെ ആന്തരികാ കാശത്തിൽ കുറച്ചുസമയത്തേക്ക്, ചിലപ്പോൾ കുറെ ദിവസത്തേക്കു തന്നെ, കാര്യമായ പ്രക്ഷുബ്ധത അനുഭവിച്ചേക്കാം. ഇത് ഏതു രൂപ മെടുത്താലും അവബോധത്തോടെ ഇരിക്കുക. അതിന് നിങ്ങളുടെ പരിപൂർണ്ണ ശ്രദ്ധ കൊടുക്കുക. നിങ്ങളുടെയുള്ളിലെ പ്രക്ഷുബ്ധതയെ നിരീക്ഷിക്കുക. അതവിടെയുണ്ടെന്ന് അറിയുക. ആ അറിവിനെ മുറുകെ പ്പിടിക്കുകയും ആ അറിവായിരിക്കുകയും ചെയ്യുക. ഓർമ്മിക്കുക: നിങ്ങളുടെ മനസ്സിനെ ഉപയോഗിക്കാനോ നിങ്ങളുടെ ചിന്തയെ ഏറ്റെ ടുക്കാനോ വേദനാശരീരത്തെ അനുവദിക്കാതിരിക്കുക. അതിനെ നിരീക്ഷിക്കുക. അതിന്റെ ഊർജ്ജത്തെ നേരിട്ടു നിങ്ങളുടെ ശരീര ത്തിനുള്ളിൽ അനുഭവിക്കുക. നിങ്ങൾക്കറിയാവുന്നതുപോലെ പൂർണ്ണ ശ്രദ്ധ എന്നാൽ പൂർണ്ണമായ സ്വീകാരമാണ്.

സ്ഥിരമായ ശ്രദ്ധയിലൂടെയും അങ്ങനെ സ്വീകാരത്തിലൂടെയും പരിവർത്തനമുണ്ടാകും. വേദനാശരീരം തേജോമയമായ ബോധമായി മാറും. ഒരു മരക്കഷണത്തെ അഗ്നിക്കുള്ളിലോ അഗ്നിയുടെ അരി കിലോ വച്ചാൽ അത് അഗ്നിയായി പരിവർത്തനപ്പെടുന്നതുപോലെ യാണത്. ആർത്തവം അപ്പോൾ സ്ത്രീത്വത്തിന്റെ ആനന്ദപൂർണ്ണവും സംതൃപ്തിദായകവുമായ ആവിഷ്കാരം മാത്രമല്ല, നിങ്ങൾതന്നെ നവീ നമായ ബോധത്തിനു ജന്മം നല്കുന്ന പരിവർത്തനത്തിന്റെ പാവന മായ ഒരു സമയംകൂടിയായിത്തീരുന്നു. അപ്പോൾ നിങ്ങളുടെ യഥാർത്ഥ പ്രകൃതി പുറത്തേക്കു പ്രകാശിക്കും. അതിന്റെ സ്ത്രൈണമായ വശ ത്തിൽ ദേവിയായും അതീന്ദ്രിയമായ വശത്തിൽ സ്ത്രീപുരുഷ ദ്വൈ തഭാവത്തിനപ്പുറമുള്ള നിങ്ങളുടെ ദിവ്യമായ അസ്തിത്വമായും.

നിങ്ങളുടെ പുരുഷപങ്കാളിക്ക് ആവശ്യത്തിന് അവബോധമുണ്ടെ ങ്കിൽ തീവ്രമായ സാന്നിദ്ധ്യത്തിന്റെ ആവൃത്തിയെ നിലനിർത്തി ഞാനി പ്പോൾ വിശദീകരിച്ച അഭ്യാസത്തിൽ അദ്ദേഹത്തിനു നിങ്ങളെ സഹാ യിക്കാനാവും. വേദനാശരീരവുമായുള്ള അബോധപൂർവ്വമായ താദാ ത്മ്യത്തിലേക്കു നിങ്ങൾ വീണുപോകുമ്പോഴെല്ലാം—അങ്ങനെ സംഭ വിച്ചേക്കാം, അല്ലെങ്കിൽ ആദ്യമൊക്കെ സംഭവിക്കും—അദ്ദേഹം സന്നി ഹിതനായിരിക്കുന്നുവെങ്കിൽ, പെട്ടെന്നുതന്നെ നിങ്ങൾക്ക് ആ അവ

സ്ഥയിൽ അദ്ദേഹവുമായി വീണ്ടും ഒത്തുചേരാനാവും. ആർത്തവ കാലത്തോ മറ്റു സമയങ്ങളിലോ വേദനാശരീരം താത്ക്കാലികമായി കാര്യങ്ങൾ നിയന്ത്രിക്കുമ്പോൾ അതാണ് നിങ്ങൾ എന്ന് നിങ്ങളുടെ പങ്കാളി തെറ്റിദ്ധരിക്കുകയില്ല എന്നാണ് ഇതിനർത്ഥം. വേദനാശരീരം അദ്ദേഹത്തെ ആക്രമിക്കുകയാണെങ്കിൽക്കൂടി— മിക്കവാറും അത ങ്ങനെ തന്നെ ചെയ്യും. അത് 'നിങ്ങളാ്ണെന്ന രീതിയിൽ അദ്ദേഹം അതിനോടു പ്രതികരിക്കുകയോ പിൻവലിയുകയോ ഏതെങ്കിലും രീതിയിലുള്ള പ്രതിരോധം കെട്ടിപ്പടുക്കുകയോ ചെയ്യുകയില്ല. തീക്ഷ് ണമായ സാന്നിദ്ധ്യത്തിന്റെ ഒരിടത്തെ അദ്ദേഹം മുറുകെപ്പിടിക്കും. പരിവർത്തനത്തിനായി വേറൊന്നുംതന്നെ ആവശ്യമില്ല. മറ്റു സമയ ങ്ങളിൽ ഇതുതന്നെ അദ്ദേഹത്തിനുവേണ്ടി നിങ്ങൾക്കും ചെയ്തുകൊ ടുക്കാൻ കഴിയും. അല്ലെങ്കിൽ ചിന്തയുമായി അദ്ദേഹം താദാത്മ്യപ്പെ ടുമ്പോഴൊക്കെ, ഇവിടെ ഈ നിമിഷത്തിലേക്ക് അദ്ദേഹത്തിന്റെ ശ്രദ്ധയെ കൊണ്ടുവന്നു മനസ്സിൽനിന്നു ബോധത്തെ വീണ്ടെടുക്കാൻ സഹായിക്കുകയും ചെയ്യാം.

ഈ രീതിയിൽ ശുദ്ധവും ഉയർന്ന ആവൃത്തിയുള്ളതുമായ സ്ഥിര മായൊരു ഊർജ്ജക്ഷേത്രം നിങ്ങൾക്കിടയിൽ ഉയർന്നുവരും. മിഥ്യ യ്ക്കോ വേദനയ്ക്കോ സംഘർഷത്തിനോ അതിൽ നിലനില്ക്കാനാ വില്ല. നിങ്ങളല്ലാത്ത ഒന്നിനും സ്നേഹമല്ലാത്ത ഒന്നിനും അതിൽ നിലനില്ക്കാനാവില്ല. നിങ്ങളുടെ ബന്ധത്തിന്റെ ദിവ്യവും വ്യക്തിപര മായതിനപ്പുറമുള്ളതുമായ ഉദ്ദേശ്യത്തിന്റെ സാക്ഷാത്കാരത്തെയാണ് ഇതു പ്രതിനിധീകരിക്കുന്നത്. അത് അനേകം ആളുകളെ ഉള്ളിലേക്കു വലിച്ചെടുക്കുന്ന ബോധത്തിന്റെ ഒരു ചുഴിയായി മാറുന്നു.

നിങ്ങൾക്ക് നിങ്ങളോടുള്ള ബന്ധത്തെ ഉപേക്ഷിക്കുക

ഒരാൾ പൂർണ്ണമായും ബോധവാനായാൽ, അയാൾക്ക് അപ്പോഴും ഒരു പ്രണയബന്ധത്തിന്റെ ആവശ്യം ഉണ്ടാകുമോ? ഒരു പുരുഷന് അപ്പോഴും സ്ത്രീയോട് ആകർഷണം തോന്നുമോ? ഒരു സ്ത്രീക്ക് അപ്പോഴും പുരുഷനില്ലാതെ അപൂർണ്ണത അനുഭവപ്പെടുമോ?

പ്രബുദ്ധത നേടിയിട്ടുണ്ടെങ്കിലും ഇല്ലെങ്കിലും നിങ്ങൾ ഒരു പുരുഷനോ അല്ലെങ്കിൽ സ്ത്രീയോ ആണ്. അതുകൊണ്ട് രൂപപരമായ വ്യക്തിത്വ ത്തിന്റെ തലത്തിൽ നിങ്ങൾ പൂർണ്ണത നേടിയിട്ടില്ല. സമ്പൂർണ്ണമായ തിന്റെ നേർപകുതിയാണ് നിങ്ങൾ. നിങ്ങൾക്ക് എത്ര അവബോധമു ണ്ടെങ്കിലും ഈ അപൂർണ്ണത സ്ത്രീപുരുഷന്മാർക്കിടയിലുള്ള ആക ർഷണമായും വിപരീത ഊർജ്ജധ്രുവത്തിലേക്കുള്ള ശക്തമായ വലി

വായും അനുഭവപ്പെടും. പക്ഷേ, ഉണ്മയുമായുള്ള ആന്തരികബന്ധത്തിന്റെ അവസ്ഥയിൽ നിങ്ങളുടെ ജീവിതത്തിന്റെ ഉപരിതലത്തിലോ അതിരുകളിലോ മാത്രമേ നിങ്ങൾക്കീ വലിവ് അനുഭവപ്പെടൂ. ആ അവസ്ഥയിൽ നിങ്ങൾക്കനുഭവപ്പെടുന്ന എന്തും ഇതുപോലെയായിരിക്കും. മുഴുവൻ പ്രപഞ്ചവും വിശാലവും അഗാധവുമായ ഒരു കടലിന്റെ ഉപരിതലത്തിലുള്ള അലകളായോ ഓളങ്ങളായോ മാത്രം അപ്പോൾ കാണപ്പെടുന്നു. നിങ്ങൾ ആ കടലാണ്. തീർച്ചയായും നിങ്ങൾ ഒരു ഓളം കൂടിയാണ്. പക്ഷേ, കടലെന്ന നിലയ്ക്കുള്ള തന്റെ യഥാർത്ഥ വ്യക്തിത്വത്തെ സാക്ഷാത്കരിച്ചു കഴിഞ്ഞ ഓളമാണത്. കടലിന്റെ വിശാലതയോടും അഗാധതയോടും താരതമ്യപ്പെടുത്തുമ്പോൾ അലകളുടെയും ഓളങ്ങളുടെയും ലോകം അത്ര പ്രധാനമല്ല.

നിങ്ങൾ മറ്റുള്ളവരോടോ നിങ്ങളുടെ പങ്കാളിയോടോ ഗാഢമായി ബന്ധം പുലർത്തുന്നില്ല എന്ന് ഇതിനർത്ഥമില്ല. വാസ്തവത്തിൽ ഉണ്മയെക്കുറിച്ച് നിങ്ങൾക്ക് അവബോധമുണ്ടാകുമ്പോൾ മാത്രമേ നിങ്ങൾക്ക് യഥാർത്ഥബന്ധം പുലർത്താനാവൂ. ഉണ്മയിൽനിന്നു വരുന്നതുകൊണ്ട്, ആകാരത്തിന്റെ മറയ്ക്കപ്പുറം നിങ്ങൾക്കു ശ്രദ്ധ കേന്ദ്രീകരിക്കാനാവുന്നു. ഉണ്മയിൽ, സ്ത്രീയും പുരുഷനും ഒന്നാണ്. നിങ്ങളുടെ രൂപത്തിന് തുടർന്നും ചില ആവശ്യങ്ങളുണ്ടാവാം. പക്ഷേ, ഉണ്മയ്ക്ക് ആവശ്യങ്ങളൊന്നുംതന്നെയില്ല. അത് ഇപ്പോഴേ പൂർണ്ണവും മുഴുവനായതുമാണ്. ആ ആവശ്യങ്ങൾ നിറവേറിയാൻ അതു സുന്ദരംതന്നെ. പക്ഷേ, അവ നിറവേറ്റപ്പെട്ടോ ഇല്ലയോ എന്നതു നിങ്ങളുടെ അഗാധമായ ആന്തരികാവസ്ഥയെ സംബന്ധിച്ചിടത്തോളം പ്രധാനമല്ല. അതുകൊണ്ട് പ്രബുദ്ധനായ ഒരാളെ സംബന്ധിച്ചിടത്തോളം പുരുഷന്റെയോ സ്ത്രീയുടെയോ ധ്രുവാഭിമുഖതയുടെ ആവശ്യം നിറവേറ്റപ്പെട്ടിട്ടില്ലെങ്കിൽപ്പോലും അവന്റെ അല്ലെങ്കിൽ അവളുടെ ഉണ്മയുടെ ബാഹ്യമായ തലത്തിൽ പോരായ്മയുടെയോ അപൂർണ്ണതയുടെയോ ബോധം അനുഭവിക്കുമ്പോൾത്തന്നെ ഉള്ളിൽ പൂർണ്ണതയും സംതൃപ്തിയും ശാന്തിയും അനുഭവിക്കുക എന്നതു തികച്ചും സാദ്ധ്യമാണ്.

സ്വവർഗ്ഗാനുരാഗിയായ ഒരാളാവുന്നത് പ്രബുദ്ധതയ്ക്കുവേണ്ടിയുള്ള അന്വേഷണത്തിൽ സഹായകമാവുമോ. അതോ തടസ്സമാവുമോ? അതോ ഇതൊരു വ്യത്യാസവും ഉണ്ടാക്കുകയില്ലേ?

നിങ്ങൾ പ്രായപൂർത്തിയോടടുക്കുമ്പോൾ നിങ്ങളുടെ ലൈംഗികതയെക്കുറിച്ചുള്ള അനിശ്ചിതത്വവും തുടർന്നുണ്ടാകുന്ന 'ഞാൻ മറ്റുള്ളവരിൽനിന്നു വ്യത്യസ്തനാണെ'ന്ന തിരിച്ചറിവും സാമൂഹികമായി ക്രമീകരിക്കപ്പെട്ട ചിന്താരീതികളിൽനിന്നും പെരുമാറ്റരീതികളിൽനിന്നും താദാത്മ്യവിമുക്തി നേടാൻ നിങ്ങളെ നിർബന്ധിതനാക്കിയേക്കാം. ഇത് സ്വയമേവ നിങ്ങളുടെ ബോധനിലവാരത്തെ അബോധത്തിലാഴ്ന്നി

ട്ടുള്ള ഭൂരിഭാഗം ആളുകളുടെയും ബോധനിലവാരത്തിൽനിന്നുയർത്തും. ആ വ്യക്തികളാകട്ടെ, പാരമ്പര്യമായി ലഭിച്ച എല്ലാ മാനസികക്രമങ്ങളെയും ചോദ്യങ്ങളൊന്നുമില്ലാതെ പൂർണ്ണമായും സ്വീകരിക്കുന്നവരാണ്. അങ്ങനെ നോക്കുമ്പോൾ സ്വവർഗ്ഗാനുരാഗിയാകുന്നതു പ്രബുദ്ധത നേടുന്നതിനു സഹായകമായേക്കാം. ചെറിയ ഒരളവിലെങ്കിലും അന്യനായിരിക്കുന്നതും മറ്റുള്ളവരുമായി യോജിപ്പില്ലാത്തവനായും അല്ലെങ്കിൽ എന്തു കാരണംകൊണ്ടായാലും അവരാൽ തിരസ്കരിക്കപ്പെട്ടവനായും ഇരിക്കുന്നത് ജീവിതത്തെ വിഷമമുള്ളതാക്കും. പക്ഷേ, പ്രബുദ്ധതയെ സംബന്ധിച്ചിടത്തോളം അതു നിങ്ങൾക്കു ഗുണകരമാണ്. ഏകദേശം ബലം പ്രയോഗിച്ചുതന്നെ അതു നിങ്ങളെ അബോധത്തിൽനിന്നു പുറത്തുകൊണ്ടുവരുന്നു.

മറിച്ച്, നിങ്ങളുടെ സ്വവർഗ്ഗാനുരാഗത്തെ അടിസ്ഥാനപ്പെടുത്തി നിങ്ങൾ ഒരു വ്യക്തിത്വബോധത്തെ വളർത്തിയെടുക്കുകയാണെങ്കിൽ, ഒരു കെണിയിൽനിന്നു രക്ഷപ്പെട്ട് നിങ്ങൾ മറ്റൊരു കെണിയിൽ വീഴുകയാണ്. ഒരു സ്വവർഗ്ഗാനുരാഗിയെന്ന നിലയ്ക്ക് നിങ്ങൾക്കു നിങ്ങളെക്കുറിച്ചുള്ള മാനസികപ്രതിബിംബം ആജ്ഞാപിക്കുന്ന വേഷങ്ങളും കളികളും നിങ്ങളാടിത്തീർക്കും. നിങ്ങൾ അബോധവാനാകും. നിങ്ങൾക്ക് വാസ്തവികത ഇല്ലാതാകും. നിങ്ങളുടെ അഹന്തയുടെ മുഖംമൂടിക്കു താഴെ നിങ്ങൾ വളരെയധികം അസന്തുഷ്ടനായിത്തീരും. ഇതു നിങ്ങൾക്കു സംഭവിക്കുകയാണെങ്കിൽ സ്വവർഗ്ഗാനുരാഗിയായിരിക്കുന്നത് ഒരു പ്രതിബന്ധമായിത്തീർന്നിട്ടുണ്ടാവും. പക്ഷേ, തീർച്ചയായും നിങ്ങൾക്കു മറ്റൊരവസരം ലഭിക്കും. തീക്ഷ്ണമായ അസന്തുഷ്ടി നമ്മെ ഉണർത്താനുള്ള ഉത്കൃഷ്ടമായ ഒരുപകരണമാണ്.

മറ്റൊരാളുമായി സംതൃപ്തമായ ഒരു ബന്ധമുണ്ടാവാൻ സാധിക്കുന്നതിനുമുമ്പ് നിങ്ങൾക്കു നിങ്ങളോടുതന്നെ നല്ലൊരു ബന്ധമുണ്ടാവുകയും നിങ്ങൾ സ്വയം സ്നേഹിക്കുകയും വേണമെന്നതു സത്യമല്ലേ?

നിങ്ങൾ ഒറ്റയ്ക്കിരിക്കുമ്പോൾ സ്വന്തം സാന്നിദ്ധ്യത്തിൽ നിങ്ങൾക്കു സ്വസ്ഥതയില്ലെങ്കിൽ, ആ അസ്വാസ്ഥ്യത്തെ മൂടിവയ്ക്കാനായി നിങ്ങളൊരു ബന്ധത്തെ തേടും. ആ അസ്വാസ്ഥ്യം മറ്റേതെങ്കിലും രൂപത്തിൽ ആ ബന്ധത്തിനുള്ളിൽ വീണ്ടും പ്രത്യക്ഷപ്പെടുമെന്ന് ഉറപ്പാണ്. അതിനു കാരണം നിങ്ങളുടെ പങ്കാളിയാണെന്നു നിങ്ങൾ മിക്കവാറും ആരോപിക്കുകയും ചെയ്യും.

ഈ നിമിഷത്തെ പൂർണ്ണമായും സ്വീകരിക്കുക മാത്രമേ നിങ്ങൾ ചെയ്യേണ്ടതായിട്ടുള്ളൂ. ഇപ്പോൾ ഈ നിമിഷത്തിൽ നിങ്ങളപ്പോൾ സ്വസ്ഥത അനുഭവിക്കുന്നു. സ്വന്തം സാന്നിദ്ധ്യത്തിലും നിങ്ങൾ സ്വസ്ഥനായിരിക്കുന്നു.

പക്ഷേ, നിങ്ങൾക്ക് നിങ്ങളോടുതന്നെ ഒരു ബന്ധം നിലനിർത്തേണ്ട ആവശ്യമുണ്ടോ? നിങ്ങൾക്കു നിങ്ങൾതന്നെ ആയിരുന്നാൽപ്പോരേ? നിങ്ങൾക്കു നിങ്ങളോടുതന്നെ ഒരു ബന്ധമുണ്ടാകുമ്പോൾ നിങ്ങൾ നിങ്ങളെത്തന്നെ രണ്ടായി മുറിക്കുകയാണ്. 'ഞാനും' എന്റെ 'സ്വത്വ'വുമായി. വസ്തു(object)വും അതിന്റെ പൊരുളു(subject)മായി. എല്ലാ അനാവശ്യ സങ്കീർണ്ണതകളുടെയും സംഘർഷങ്ങളുടെയും മൂല കാരണം മനോനിർമ്മിതായ ദ്വൈതഭാവമാണ്. പ്രബുദ്ധതയുടെ അവസ്ഥയിൽ, നിങ്ങൾ നിങ്ങൾതന്നെയായിത്തീരുന്നു. നിങ്ങളും നിങ്ങളുടെ സ്വത്വവും ഒന്നായിത്തീരുന്നു. നിങ്ങൾ നിങ്ങളെത്തന്നെ വിലയിരുത്തുകയോ നിങ്ങളോടുതന്നെ സഹതപിക്കുകയോ നിങ്ങളെക്കുറിച്ചുതന്നെ അഭിമാനിക്കുകയോ നിങ്ങളെത്തന്നെ സ്നേഹിക്കുകയോ വെറുക്കുകയോ ഒന്നും ചെയ്യുന്നില്ല. സ്വയം പ്രതിഫലിപ്പിക്കുന്ന ബോധം ഉണ്ടാക്കിയ വിഘടനം സുഖപ്പെടുന്നു. ശാപം നീക്കപ്പെടുന്നു. നിങ്ങൾ സംരക്ഷിക്കുകയും പ്രതിരോധിക്കുകയും പുഷ്ടിപ്പെടുത്തുകയും ചെയ്യേണ്ട 'വ്യക്തിത്വം' ഇപ്പോഴില്ല. നിങ്ങൾ പ്രബുദ്ധനാകുമ്പോൾ മേലിൽ നിങ്ങൾക്കില്ലാത്ത ഒരേയൊരു ബന്ധമേയുള്ളൂ: നിങ്ങൾക്കു നിങ്ങളോടുതന്നെയുള്ള ബന്ധം. അതു നിങ്ങൾ ഉപേക്ഷിച്ചുകഴിഞ്ഞാൽ ബാക്കിയുള്ള നിങ്ങളുടെ എല്ലാ ബന്ധങ്ങളും സ്നേഹബന്ധങ്ങളായിരിക്കും.

സന്തുഷ്ടിക്കും അസന്തുഷ്ടിക്കുമപ്പുറത്ത് ശാന്തിയുണ്ട്

നന്മയ്ക്കും തിന്മയ്ക്കുമപ്പുറത്തുള്ള ഉയർന്ന നന്മ

സന്തുഷ്ടിക്കും ആന്തരികശാന്തിക്കും തമ്മിൽ എന്തെങ്കിലും വ്യത്യാസമുണ്ടോ?

ഉണ്ട്. സന്തോഷം ഗുണാത്മകമെന്നു ഗ്രഹിക്കപ്പെടുന്ന അവസ്ഥകളെ ആശ്രയിക്കുന്നു. ആന്തരികശാന്തി അവയെ ആശ്രയിക്കുന്നില്ല.

ഗുണാത്മകമായ അവസ്ഥകളെമാത്രം നമ്മുടെ ജീവിതത്തിലേക്ക് ആകർഷിക്കാൻ കഴിയില്ലേ? നമ്മുടെ മനോഭാവവും ചിന്തയും എപ്പോഴും ഗുണാത്മകമാണെങ്കിൽ ഗുണാത്മകമായ സംഭവങ്ങളെയും സാഹചര്യങ്ങളെയുംമാത്രം നാം പ്രത്യക്ഷമാക്കും. അല്ലേ?

എന്താണ് ഗുണാത്മകമായതെന്നും എന്താണു നിഷേധാത്മകമായതെന്നും നിങ്ങൾക്ക് യഥാർത്ഥത്തിൽ അറിയുമോ? അതിന്റെ സമ്പൂർണ്ണമായ ചിത്രം നിങ്ങളുടെ കൈയിലുണ്ടോ? ഏതെങ്കിലും രൂപത്തിലുള്ള പരിമിതിയോ തോൽവിയോ നഷ്ടമോ രോഗമോ വേദനയോ തന്നെ ഏറ്റവും ഉത്കൃഷ്ടഗുരുവായി മാറിയിട്ടുള്ള അനേകം ആളുകളുണ്ട്. അവാസ്തവമായ സ്വന്തം പ്രതിച്ഛായകളെയും ഉപരിപ്ലവവും അഹന്തയാൽ ആജ്ഞാപിതവുമായ ലക്ഷ്യങ്ങളെയും ആഗ്രഹങ്ങളെയും ഉപേക്ഷിക്കാൻ അതവരെ പഠിപ്പിച്ചു. അതവർക്ക് അഗാധതയും വിനയവും കരുണയും സമ്മാനിച്ചു. അതവരെ കൂടുതൽ വാസ്തവികതയുള്ളവരാക്കി മാറ്റി.

നിഷേധാത്മകമായ എന്തെങ്കിലും നിങ്ങൾക്കു സംഭവിക്കുമ്പോഴൊക്കെ അതിനുള്ളിൽ അഗാധമായ ഒരു പാഠം ഒളിഞ്ഞിരിക്കുന്നുണ്ടാവും ആ സമയത്ത് നിങ്ങളതു കണ്ടില്ലെന്നു വരാമെങ്കിൽക്കൂടി. ചെറിയ ഒരസുഖത്തിനോ അപകടത്തിനോപോലും നിങ്ങളുടെ ജീവിതത്തിൽ വാസ്തവമായതെന്ത്, അവാസ്തവമായതെന്ത് എന്നും അന്തിമമായി എന്താണു പ്രധാനമായത് എന്നും എന്താണു നിസ്സാരമായത് എന്നും കാണിച്ചുതരാനാവും.

ഉയർന്ന ഒരു വീക്ഷണകോണിൽനിന്നു നോക്കിയാൽ സാഹചര്യങ്ങൾ എപ്പോഴും ഗുണാത്മകമാണ്. ഒന്നുകൂടി കൃത്യമായി പറയുകയാണെങ്കിൽ അവ ഗുണാത്മകമോ നിഷേധാത്മകമോ അല്ല. അവ എങ്ങനെയാണോ അങ്ങനെതന്നെയാണ്. നിലവിലുള്ളതിനെ പൂർണ്ണമായി അംഗീകരിച്ചുകൊണ്ടു നിങ്ങൾ ജീവിക്കുകയാണെങ്കിൽ— ജീവിക്കാനുള്ള ഒരേയൊരു വിവേകപൂർവ്വമായ വഴിയാണത്— നിങ്ങളുടെ ജീവിതത്തിൽ പിന്നെ 'നല്ലതോ' 'ചീത്തയോ'ഇല്ല. 'ചീത്ത്'യായതിനെക്കൂടി ഉൾക്കൊള്ളുന്ന ഉയർന്ന നന്മ മാത്രമേയുള്ളൂ. പക്ഷേ, മനസ്സിന്റെ വീക്ഷണകോണിൽനിന്നു നോക്കിയാൽ നല്ലതും ചീത്തയും ഇഷ്ടവും അനിഷ്ടവും സ്നേഹവും വെറുപ്പുമൊക്കെയുണ്ടാകും. അതുകൊണ്ടാണ് ഉൽപത്തിയുടെ പുസ്തകത്തിൽ (Book of Genesis) 'നന്മയുടെയും തിന്മയുടെയും അറിവാകുന്ന വൃക്ഷത്തിൽനിന്നു ഭുജിച്ചതു് കൊണ്ട് ആദമും ഹവ്വയും സ്വർഗ്ഗത്തിൽ വസിക്കാൻ അനുവാദമില്ലാത്തവരായി എന്നു പറയുന്നത്.

ഇതു തിരസ്കാരവും ആത്മവഞ്ചനയുമാണ് എന്നാണെനിക്കു തോന്നുന്നത്. എനിക്കോ എന്നോടടുപ്പമുള്ള ഒരാൾക്കോ ഭീതിജനകമായ എന്തെങ്കിലും ഉണ്ടാകുമ്പോൾ, അപകടമോ രോഗമോ— ഏതെങ്കിലും തരത്തിലുള്ള വേദനയോ മരണമോ ഒക്കെ— അതു ചീത്തയല്ല എന്നെനിക്കു വേണമെങ്കിൽ അഭിനയിക്കാം. പക്ഷേ, അതു ചീത്തയാണന്ന സത്യം അവശേഷിക്കുന്നു. അപ്പോൾ അതിനെ നിഷേധിക്കുന്നതെന്തിന്?

നിങ്ങൾ എന്തെങ്കിലും അഭിനയിക്കുകയല്ല. അതെങ്ങനെയാണോ അങ്ങനെതന്നെ ആയിരിക്കാൻ നിങ്ങളതിനെ അനുവദിക്കുകയാണ്. അത്രയേയുള്ളൂ. ഈ 'ആയിരിക്കാൻ അനുവദിക്കൽ', ഗുണാത്മകവും നിഷേധാത്മകവുമായ ധ്രുവങ്ങളെ സൃഷ്ടിക്കുന്ന പ്രതിരോധക്രമങ്ങളോടുകൂടിയ മനസ്സിനപ്പുറത്തേക്കു നിങ്ങളെ കൊണ്ടുപോകുന്നു. 'മാപ്പു നല്കുക' എന്നതിന്റെ അത്യന്താപേക്ഷിതമായ ഘടകമാണത്. കഴിഞ്ഞകാലത്തിനു മാപ്പു നല്കുന്നതിനെക്കാൾ പ്രധാനമാണ് വർത്തമാനകാലത്തിനു മാപ്പു നല്കുന്നത്. ഓരോ നിമിഷത്തിനും നിങ്ങൾ മാപ്പു നല്കുകയും അതിനെ അങ്ങനെതന്നെ ആയിരിക്കാൻ അനുവദിക്കുകയും ചെയ്യുമ്പോൾ പിന്നീടൊരിക്കൽ പൊറുക്കപ്പെടേണ്ടതായ നീരസത്തിന്റെ കുമിഞ്ഞുകൂടലുണ്ടാവില്ല.

സന്തോഷത്തെക്കുറിച്ചല്ല നാം ഇവിടെ സംസാരിക്കുന്നതെന്ന് ഓർക്കുക. ഉദാഹരണത്തിന്, നിങ്ങൾക്ക് പ്രിയപ്പെട്ട ഒരാൾ ഇപ്പോൾ മരിച്ചിട്ടുണ്ടെങ്കിൽ അല്ലെങ്കിൽ നിങ്ങളുടെ സ്വന്തം മരണം അടുത്തുവരുന്നത് നിങ്ങൾ അറിയുന്നുണ്ടെങ്കിൽ സന്തുഷ്ടനായിരിക്കാൻ കഴിയില്ല. അത് അസാദ്ധ്യമാണ്. പക്ഷേ, നിങ്ങൾക്കു പ്രശാന്തതയോടെ

ഇരിക്കാൻ കഴിയും. ദുഃഖവും കണ്ണീരുമെല്ലാം ഉണ്ടായേക്കാം. പക്ഷേ, നിങ്ങൾ പ്രതിരോധത്തെ ഉപേക്ഷിച്ചിട്ടുണ്ടെങ്കിൽ ആ ദുഃഖത്തിനു താഴെ ഗാഢമായ ഒരു പ്രശാന്തതയും നിശ്ചലതയും പവിത്രമായ സാന്നിദ്ധ്യവും നിങ്ങളനുഭവിക്കും. ഇത് ഉണ്മയുടെ പ്രസരണമാണ്, ആന്തരികശാന്തിയാണ് —വിപരീതങ്ങളില്ലാത്ത നന്മയാണ്.

എനിക്ക് എന്തെങ്കിലുമൊക്കെ ചെയ്യാൻ കഴിയുന്ന ഒരു സന്ദർഭമാണ് അതെങ്കിലോ? ആ സാഹചര്യത്തെ നിലനില്ക്കാനനുവദിക്കാനും അതേസമയംതന്നെ അതിനെ മാറ്റുവാനും എനിക്കെങ്ങനെ കഴിയും?

നിങ്ങൾ ചെയ്യേണ്ടതെന്താണെന്നു വച്ചാൽ ചെയ്യുക. അതിനിടയിൽ നിലവിലുള്ളതിനെ അംഗീകരിക്കുക. മനസ്സും പ്രതിരോധവും സമാനാർത്ഥ പദങ്ങളായതുകൊണ്ടു സ്വീകാരം പെട്ടെന്നുതന്നെ മനസ്സിന്റെ ആധിപത്യത്തിൽനിന്നു നിങ്ങളെ മോചിപ്പിക്കുകയും അങ്ങനെ ഉണ്മയുമായി നിങ്ങളെ വീണ്ടും ബന്ധിപ്പിക്കുകയും ചെയ്യും. തത്ഫലമായി, 'പ്രവർത്തിക്കുന്നതിന്' അഹന്തയ്ക്കുള്ള സാധാരണ പ്രചോദനങ്ങൾ, അതായത് ഭീതി, ആർത്തി, നിയന്ത്രിക്കാനും അവാസ്തവമായ വ്യക്തിത്വത്തെ പ്രതിരോധിക്കാനും അതിനെ പുഷ്ടിപ്പെടുത്താനുമുള്ള വാസന തുടങ്ങിയവ പ്രവർത്തിക്കാതാവും. നിങ്ങളുടെ മനസ്സിനെക്കാൾ മഹനീയമായ ഒരു ധിഷണയാണ് ഇപ്പോൾ കാര്യങ്ങൾ നിയന്ത്രിക്കുന്നത്. അപ്പോൾ നിങ്ങളുടെ പ്രവൃത്തികളിലേക്കു വ്യത്യസ്തമായ ഗുണനിലവാരമുള്ള ബോധം ഒഴുകിയെത്തും.

"നിങ്ങളുടെ വിധിയുടെ ചിത്രത്തുന്നലിൽ നെയ്തു ചേർക്കപ്പെട്ടിട്ടുള്ള എന്തിനെയും സ്വീകരിക്കുക. നിങ്ങളുടെ ആവശ്യങ്ങൾക്ക് ഇതിനെക്കാൾ ഉചിതമായി ചേരുന്ന വേറെന്താണുള്ളത്? പ്രാപഞ്ചികമായ അധികാരവും ജ്ഞാനവും കൈയാളിയിരുന്ന അങ്ങേയറ്റം അപൂർവ്വ വ്യക്തികളിൽ ഒരാളായിരുന്ന മാർക്കസ് ഒറേലിയസ് 2000 വർഷങ്ങൾക്കുമുമ്പ് എഴുതിയതാണിത്.

മിക്ക ആളുകൾക്കും പ്രതിരോധത്തെ ഉപേക്ഷിക്കുകയും നിലവിലുള്ളതിനെ അംഗീകരിക്കുകയും ചെയ്യുന്നതിനുമുമ്പ്, പൊറുക്കാൻ കഴിയുന്നതിനുമുമ്പ് ഒരുപാട് ദുരിതങ്ങൾ അനുഭവിക്കേണ്ടതായുണ്ടെന്നു തോന്നുന്നു. അവർ അതു ചെയ്യുമ്പോൾ ഉടൻതന്നെ ഏറ്റവും മഹത്തായ അത്ഭുതങ്ങളിലൊന്നു സംഭവിക്കുന്നു. തിന്മയെന്നു പ്രത്യക്ഷത്തിൽ തോന്നുന്ന ഒന്നിലൂടെ ഉണ്മയാകുന്ന ബോധത്തിന്റെ ഉണർവ്വ്. ആന്തരികശാന്തിയായുള്ള ദുരിതത്തിന്റെ പരിവർത്തനം. തിന്മയുടെയും ദുരിതത്തിന്റെയും അന്തിമ ഫലമിതാണ്— നാമത്തിനും രൂപത്തിനുമപ്പുറത്ത് തങ്ങളെന്താണെന്നു തിരിച്ചറിയാൻ അതു മനുഷ്യരെ നിർബന്ധിതരാക്കുന്നു. അങ്ങനെ നമ്മുടെ പരിമിതമായ വീക്ഷണകോണിൽനിന്നു നോക്കുമ്പോൾ നാം തിന്മയായി കണക്കാക്കുന്നത്, വാസ്ത

വത്തിൽ വിപരീതമില്ലാത്ത ഉയർന്ന തലത്തിലുള്ള നന്മയുടെ ഭാഗമാണ്. പക്ഷേ, മാപ്പു നല്കലിലൂടെയല്ലാതെ ഇതു നിങ്ങളെ സംബന്ധിച്ചു സത്യമാവുകയില്ല. അതു സംഭവിക്കുന്നതുവരെ തിന്മ വീണ്ടെടുക്കപ്പെടാത്തതിനാൽ തിന്മയായിത്തന്നെ അവശേഷിക്കുന്നു.

പൊറുക്കുന്നതിലൂടെ—കഴിഞ്ഞകാലത്തിന്റെ അവാസ്തവികതയെ തിരിച്ചറിയുകയും വർത്തമാനനിമിഷത്തെ അങ്ങനെതന്നെ ആയിരിക്കാൻ അനുവദിക്കുകയും ചെയ്യുക എന്നാണ് അതിന്റെ അടിസ്ഥാനപരമായ അർത്ഥം— നിങ്ങളുടെ ഉള്ളിൽ മാത്രമല്ല, പുറത്തും പരിവർത്തനമെന്ന അത്ഭുതം സംഭവിക്കുന്നു. തീക്ഷ്ണമായ സാന്നിദ്ധ്യത്തിന്റെ നിശ്ശബ്ദമായ ഒരിടം നിങ്ങൾക്കുള്ളിലും നിങ്ങൾക്കു ചുറ്റിലും ഉയർന്നുവരുന്നു. ഈ ഊർജ്ജക്ഷേത്രത്തിലേക്കു പ്രവേശിക്കുന്ന ആരായാലും എന്തായാലും അതിനാൽ സ്വാധീനിക്കപ്പെടും. ചിലപ്പോൾ പ്രത്യക്ഷമായ തരത്തിൽ പെട്ടെന്നുതന്നെ അതുണ്ടാവും. മറ്റു ചിലപ്പോൾ പ്രത്യക്ഷമായ മാറ്റങ്ങൾ പിന്നീടുണ്ടാവുന്ന രീതിയിൽ അഗാധമായ തലങ്ങളിലാണതുണ്ടാവുക. ഒന്നും ചെയ്യാതെതന്നെ നിങ്ങൾ അപസ്വരങ്ങളെ അലിയിക്കുകയും വേദനയെ ശമിപ്പിക്കുകയും അബോധത്തെ ദൂരീകരിക്കുകയും ചെയ്യും— വെറുതെ ഉണ്ടായിരിക്കുകയും തീക്ഷ്ണമായ സാന്നിദ്ധ്യത്തിന്റെ ആവൃത്തിയെ മുറുകെപ്പിടിക്കുകയും ചെയ്തുകൊണ്ട്.

നിങ്ങളുടെ ജീവിതനാടകത്തിന്റെ അവസാനം

സ്വീകാരത്തിന്റെയും ആന്തരികശാന്തിയുടെയും ആ അവസ്ഥയിൽ നിങ്ങൾ 'മോശമായതെ'ന്നു വിളിച്ചില്ലെങ്കിലും സാധാരണ ബോധത്തിന്റെ വീക്ഷണകോണിൽനിന്നു നോക്കുമ്പോൾ 'മോശമായതെ'ന്നു വിളിക്കാവുന്ന എന്തെങ്കിലും നിങ്ങളുടെ ജീവിതത്തിൽ പിന്നെയും കടന്നുവരാനുള്ള സാദ്ധ്യതയുണ്ടോ?

വ്യക്തികളുടെ ജീവിതങ്ങളിൽ സംഭവിക്കുന്ന മോശം കാര്യങ്ങളിൽ മിക്കതും അബോധം മൂലമാണ് സംഭവിക്കുന്നത്. അവ സ്വയം സൃഷ്ടിക്കപ്പെടുന്നതോ അല്ലെങ്കിൽ അഹന്തയാൽ സൃഷ്ടിക്കപ്പെടുന്നതോ ആണ്. ആ കാര്യങ്ങളെ 'നാടകം' എന്ന് ഞാൻ ചിലപ്പോൾ വിളിക്കാറുണ്ട്. നിങ്ങൾ പൂർണ്ണമായി അവബോധമുള്ളവനാകുമ്പോൾ പിന്നെ നിങ്ങളുടെ ജീവിതത്തിൽ 'നാടകം' കടന്നുവരുന്നില്ല. എങ്ങനെയാണ് അഹന്ത പ്രവർത്തിക്കുന്നതെന്നും അത് എങ്ങനെയാണ് നാടകം സൃഷ്ടിക്കുന്നതെന്നും ഹ്രസ്വമായി ഞാൻ നിങ്ങളെ ഓർമ്മിപ്പിക്കട്ടെ.

സാക്ഷിയായ ബോധമായി, നിരീക്ഷകനായി നിങ്ങൾ സന്നിഹിതനാവാതിരിക്കുമ്പോൾ നിങ്ങളുടെ ജീവിതത്തെ നിയന്ത്രിക്കുന്ന നിരീക്ഷിക്കപ്പെടാത്ത മനസ്സാണ് അഹന്ത. ശത്രുതാമനോഭാവമുള്ള ഒരു പ്രപഞ്ചത്തിൽ വേറിട്ട ഒരു ശകലമായാണ് അഹന്ത സ്വയം ഗ്രഹിക്കുന്നത്. മറ്റൊരു അസ്തിത്വവുമായും യഥാർത്ഥമായ ആന്തരിക ബന്ധമില്ലാത്തതായും സംഭാവ്യമായ ഒരു ഭീഷണിയായി അതു കാണുന്ന മറ്റ് അഹന്തകളാൽ ചൂഴപ്പെട്ടതായുമാണ് അതു സ്വയം കാണക്കാക്കുന്നത്. അതു മറ്റുള്ള അഹന്തകളെ സ്വന്തം കാര്യം നേടാനായി ഉപയോഗിക്കാൻ ശ്രമിക്കുകയും ചെയ്യും. അഹന്തയുടെ അടിസ്ഥാനപരമായ രീതികൾ രൂഢമൂലമായ അതിന്റെ സ്വന്തം ഭീതിയെയും പോരായ്മയുടെ ബോധത്തെയും ചെറുക്കാനായി രൂപകല്പന ചെയ്തിട്ടുള്ളതാണ്. പ്രതിരോധം, നിയന്ത്രണം, അധികാരം, ആർത്തി, ന്യായീകരണം, ആക്രമണം തുടങ്ങിയവയാണവ. അഹന്തയുടെ ചില തന്ത്രങ്ങൾ അങ്ങേയറ്റം സമർത്ഥമാണ്. എന്നിട്ടും അവ അതിന്റെ പ്രശ്നങ്ങളെ ഒട്ടും പരിഹരിക്കുന്നില്ല. അഹന്തതന്നെയാണ് പ്രശ്നം എന്നതാണ് അതിനുള്ള ലളിതമായ കാരണം.

വ്യക്തിബന്ധങ്ങളിലോ സംഘടനകളിലോ സ്ഥാപനങ്ങളിലോ അഹന്തകൾ ഒരുമിക്കുമ്പോൾ, 'മോശം' കാര്യങ്ങൾ എപ്പോഴായാലും സംഭവിക്കും. സംഘർഷത്തിന്റെയോ പ്രശ്നങ്ങളുടെയോ അധികാര വടംവലികളുടെയോ വൈകാരികമോ ശാരീരികമോ ആയ അക്രമത്തിന്റെയോ രൂപത്തിൽ ഒരു തരത്തിലല്ലെങ്കിൽ മറ്റൊരുതരത്തിൽ നാടകങ്ങളും മറ്റുമുണ്ടാവും. കൂട്ടായ അബോധം മൂലമുണ്ടാകുന്ന യുദ്ധം, വംശവിച്ഛേദം, ചൂഷണം തുടങ്ങിയ സമഗ്രമായ തിന്മകളെല്ലാം ഇതിലുൾപ്പെടുന്നു. കൂടാതെ, അഹന്തയുടെ നിരന്തരമായ പ്രതിരോധംമൂലം പലതരം രോഗങ്ങളുമുണ്ടാകുന്നു. അവ ശരീരത്തിലൂടെയുള്ള ഊർജ്ജത്തിന്റെ ഒഴുക്കിനു നിയന്ത്രണങ്ങളും തടസ്സങ്ങളും സൃഷ്ടിക്കുന്നു. നിങ്ങൾ ഉണ്മയുമായുള്ള ബന്ധം പുനഃസ്ഥാപിക്കുകയും മനസ്സിനാൽ നിയന്ത്രിക്കപ്പെടാതാവുകയും ചെയ്യുമ്പോൾ അത്തരം കാര്യങ്ങളെ നിങ്ങൾ സൃഷ്ടിക്കുകയില്ല. നിങ്ങൾ നാടകം സൃഷ്ടിക്കുകയോ അതിൽ ഭാഗഭാക്കാവുകയോ ചെയ്യുകയില്ല.

രണ്ടോ അതിലധികമോ അഹന്തകൾ ഒരുമിക്കുമ്പോഴൊക്കെ ഒരു തരത്തിലല്ലെങ്കിൽ മറ്റൊരു തരത്തിലുള്ള നാടകം അവയ്ക്കു പിറകേയുണ്ടാകും. പക്ഷേ, നിങ്ങൾ തീർത്തും ഒറ്റയ്ക്കാണ് ജീവിക്കുന്നതെങ്കിൽക്കൂടി, നിങ്ങൾ നിങ്ങളുടേതായ നാടകത്തെ സൃഷ്ടിക്കും. നിങ്ങൾക്ക് നിങ്ങളോടുതന്നെ സഹതാപം തോന്നുമ്പോൾ അതു നാടകമാണ്. നിങ്ങൾക്കു കുറ്റബോധമോ ആകാംക്ഷയോ തോന്നുമ്പോൾ അതും നാടകമാണ്. വർത്തമാനകാലത്തെ മറയ്ക്കാൻ നിങ്ങൾ ഭൂതകാലത്തെയോ ഭാവിയെയോ അനുവദിക്കുമ്പോൾ നിങ്ങൾ സമയത്തെ സൃഷ്ടിക്കുകയാണ് —മാനസികമായ സമയത്തെ. നാടകത്തിന്റെ നിർ

ജ്ഞിതിക്കായി ഉപയോഗിക്കുന്ന വസ്തു അതാണ്. വർത്തമാനനിമിഷത്തെ നിലനില്ക്കാനനുവദിക്കാതെ നിങ്ങളതിനെ ആദരിക്കാതിരിക്കുമ്പോഴൊക്കെ നിങ്ങൾ നാടകം സൃഷ്ടിക്കുകയാണ്.

മിക്ക ആളുകളും തങ്ങളുടെ പ്രത്യേക ജീവിതനാടകത്തോടു പ്രേമമുള്ളവരാണ്. അവരുടെ കഥയാണ് അവരുടെ വ്യക്തിത്വം. അഹന്തയാണ് അവരുടെ ജീവിതത്തെ നയിക്കുന്നത്. അവരുടെ മുഴുവൻ വ്യക്തിത്വബോധത്തെയും അവർ അതിലാണ് നിക്ഷേപിച്ചിരിക്കുന്നത്. ഏതെങ്കിലും ഉത്തരത്തിനോ പരിഹാരത്തിനോ രോഗശമനത്തിനോ ഉള്ള അവരുടെ അന്വേഷണംപോലും— അതു സാധാരണ വിജയിക്കാറില്ല. അതിന്റെ ഭാഗമായിത്തീരുന്നു. അവരുടെ നാടകത്തിന്റെ അന്ത്യത്തെയാണ് അവർ അങ്ങേയറ്റം ഭയക്കുന്നതും ചെറുക്കുന്നതും. അവർ അവരുടെ മനസ്സായിരിക്കുന്ന കാലത്തോളം അവർ ഏറ്റവും ഭയക്കുന്നതും പ്രതിരോധിക്കുന്നതും സ്വന്തം ഉണർച്ചയെയാണ്.

നിലവിലുള്ളതിനെ പൂർണ്ണമായും സ്വീകരിച്ചുകൊണ്ടു നിങ്ങൾ ജീവിക്കുകയാണെങ്കിൽ, നിങ്ങളുടെ ജീവിതത്തിലെ എല്ലാ നാടകങ്ങളുടെയും അവസാനമായിരിക്കും അത്. നിങ്ങളോട് ആർക്കും ഒരു വാഗ്വാദംപോലും നടത്താനാവില്ല. അവനോ അവളോ എത്ര ശ്രമിച്ചാലും ശരി. പൂർണ്ണമായും അവബോധമുള്ള ഒരാളുമായി നിങ്ങൾക്കു വാഗ്വാദം നടത്താനാവില്ല. മനസ്സുമായുള്ള താദാത്മ്യത്തെയും മാനസികമായ ഒരു കാഴ്ചപ്പാടിനെയുമാണ് വാഗ്വാദം സൂചിപ്പിക്കുന്നത്. കൂടാതെ മറ്റേ വ്യക്തിയുടെ വീക്ഷണത്തോടുള്ള പ്രതിരോധത്തെയും പ്രതികരണത്തെയുംകൂടി സൂചിപ്പിക്കുന്നു അത്. ധ്രുവപരമായ വൈരുദ്ധ്യങ്ങൾ പരസ്പരം ഊർജ്ജം പകരുന്നു എന്നതാണ് അതിന്റെ ഫലം. അബോധത്തിന്റെ പ്രവർത്തനരീതികളാണവ. നിങ്ങൾക്കു നിങ്ങളുടെ കാഴ്ചപ്പാട് വ്യക്തതയോടെയും ദൃഢമായും അവതരിപ്പിക്കാം. പക്ഷേ, അതിനു പിറകിൽ പ്രതികരണത്തിന്റെ ശക്തിയോ, പ്രതിരോധമോ ആക്രമണമോ ഉണ്ടാവുകയില്ല. അതുകൊണ്ട് അതൊരു നാടകമായി മാറുകയില്ല. നിങ്ങൾക്കു പൂർണ്ണമായ അവബോധമുണ്ടാകുമ്പോൾ നിങ്ങൾ സംഘർഷത്തിലാവുന്നത് അവസാനിക്കും. "അവനവനോട് ഒന്നായ ഒരാൾക്കും സംഘർഷത്തെക്കുറിച്ചു സങ്കല്പിക്കാൻ പോലുമാവില്ല" എന്ന് 'എ കോഴ്സ് ഇൻ മിറക്കിൾസ്' എന്ന പുസ്തകത്തിൽ പ്രസ്താവിക്കുന്നുണ്ട്. മറ്റുള്ളവരുമായുള്ള സംഘർഷത്തെക്കുറിച്ചു മാത്രമല്ല, കൂടുതൽ അടിസ്ഥാനപരമായി നിങ്ങളുടെയുള്ളിലെ സംഘർഷത്തെക്കുറിച്ചു കൂടിയാണ് ഇതു പരാമർശിക്കുന്നത്. നിലവിലുള്ളതിനും നിങ്ങളുടെ മനസ്സിന്റെ ആവശ്യങ്ങൾക്കും പ്രതീക്ഷകൾക്കും ഇടയിലുള്ള സംഘട്ടനം ഇല്ലാതാകുമ്പോൾ നിങ്ങളുടെയുള്ളിലെ സംഘർഷവും അവസാനിക്കും.

നശ്വരതയും ജീവിതചക്രങ്ങളും

എങ്കിലും നിങ്ങൾ ഭൗതികമായ മാനത്തിലായിരിക്കുകയും മനുഷ്യന്റെ സമഷ്ടിചിത്തത്തോടു നിങ്ങൾക്കു ബന്ധമുണ്ടായിരിക്കുകയും ചെയ്യുന്ന കാലത്തോളം ശാരീരികവേദനയ്ക്ക് —അതു വിരളമാണെങ്കിൽക്കൂടി—സാദ്ധ്യതയുണ്ട്—ഇതിനെ ദുരിതവുമായി, മാനസിക വൈകാരിക വേദനയുമായി കൂട്ടിക്കുഴയ്ക്കരുത്. എല്ലാ ദുരിതങ്ങളും അഹന്തയാൽ സൃഷ്ടിക്കപ്പെടുന്നതും പ്രതിരോധംമൂലം ഉണ്ടാകുന്നതുമാണ്. കൂടാതെ, നിങ്ങൾ ഈ മാനത്തിൽ ഉണ്ടായിരിക്കുന്ന കാലത്തോളം അതിന്റെ ചാക്രികമായ പ്രകൃതിക്കും എല്ലാ വസ്തുക്കളുടെയും നശ്വരത എന്ന നിയമത്തിനും നിങ്ങൾ അധീനരായിരിക്കും. പക്ഷേ, ഇതിനെ നിങ്ങൾ മേലിൽ 'മോശ'മായി കണക്കാക്കുകയില്ല. അതവിടെ ഉണ്ടെന്നുമാത്രം.

എല്ലാ വസ്തുക്കളുടെയും 'ഉണ്ട് എന്ന അവസ്ഥയെ നിലനില്ക്കാൻ അനുവദിക്കുന്നതിലൂടെ വൈരുദ്ധ്യങ്ങളുടെ കളികൾക്കു താഴെയുള്ള അഗാധമായ മാനം സ്വയം നിങ്ങൾക്കു മുമ്പിൽ അനാവൃതമാകും. സ്ഥിരതയുള്ള സാന്നിദ്ധ്യമായി മാറ്റമില്ലാത്ത നിശ്ചലതയായി, നന്മയ്ക്കും തിന്മയ്ക്കുമപ്പുറമുള്ള അകാരണമായ ആനന്ദമായി അതു വെളിവാക്കപ്പെടും. ഇതാണ് ഉണ്മയുടെ ആനന്ദം. ഈശ്വരന്റെ പ്രശാന്തത.

ആകാരങ്ങളുടെ തലത്തിൽ, പ്രത്യക്ഷത്തിൽ വ്യത്യസ്തമായ രൂപങ്ങളുടെ ജനനവും മരണവും സൃഷ്ടിയും നാശവും വളർച്ചയും വിഘടനവുമെല്ലാമുണ്ട്. ഇതെല്ലായിടത്തും പ്രതിഫലിക്കുന്നു. ഒരു നക്ഷത്രത്തിന്റെയോ അല്ലെങ്കിൽ ഗ്രഹത്തിന്റെയോ ജീവിതചക്രത്തിൽ, ഒരു ഭൗതികശരീരത്തിൽ, ഒരു വൃക്ഷത്തിൽ, ഒരു പൂവിൽ, രാജ്യങ്ങളുടെയും രാഷ്ട്രീയ വ്യവസ്ഥിതികളുടെയും സംസ്കാരങ്ങളുടെയുമൊക്കെ ഉയർച്ച താഴ്ചകളിൽ, ഒരു വ്യക്തിയുടെ ജീവിതത്തിലെ ലാഭങ്ങളുടെയും നഷ്ടങ്ങളുടെയും അനിവാര്യമായ ആവർത്തനങ്ങളിൽ ഒക്കെ.

വിജയത്തിന്റേതായ സമയചക്രങ്ങളുണ്ട്. അപ്പോൾ വസ്തുക്കൾ നിങ്ങളുടെയരികിലേക്കു വരികയും അഭിവൃദ്ധി പ്രാപിക്കുകയും ചെയ്യും. അവ വാടിക്കരിയുകയും അല്ലെങ്കിൽ ശിഥിലമാവുകയും ചെയ്യുന്ന പരാജയത്തിന്റേതായ സമയചക്രങ്ങളുമുണ്ട്. പുതിയ കാര്യങ്ങൾ ഉയർന്നുവരാനോ, പരിവർത്തനം സംഭവിക്കാനോ ഉള്ള ഇടം ഉണ്ടാക്കുവാനായി നിങ്ങൾ അവയെയെല്ലാം വിട്ടുകളയണം. ആ ഘട്ടത്തിൽ നിങ്ങൾ അവയിൽ അള്ളിപ്പിടിക്കുകയോ മാറ്റത്തെ ചെറുക്കുകയോ ചെയ്താൽ ജീവിതത്തിന്റെ ഒഴുക്കിനൊപ്പം നീങ്ങാൻ നിങ്ങൾ വിസമ്മതിക്കുന്നു എന്നാണർത്ഥം. തുടർന്നു നിങ്ങൾ ദുരിതമനുഭവിക്കുകയും ചെയ്യും.

ഉയർച്ചയുടെ സമയചക്രം മാത്രമാണു നല്ലതെന്നും താഴ്ചയുടെ സമയചക്രം മോശമാണെന്നുമുള്ളതു സത്യമല്ല. മനസ്സിന്റെ വിലയിരു

ത്തലിൽ മാത്രമാണ് അതു സത്യമാകുന്നത്. വളർച്ചയെ സാധാരണ യായി ഗുണാത്മകമായാണു കണക്കാക്കുന്നത്. പക്ഷേ, ഒന്നിനും എല്ലാക്കാലത്തേക്കും വളരാനാവില്ല. ഏതു തരത്തിലുള്ളതായാലും വളർച്ച തുടർന്നുകൊണ്ടേയിരുന്നാൽ കാലക്രമത്തിൽ അതു രാക്ഷ സീയവും വിനാശകരവുമായിത്തീരും. പുതിയ വളർച്ച സംഭവിക്കണ മെങ്കിൽ വിഘടനം ആവശ്യമാണ്. ഒന്നില്ലാതെ മറ്റേതിനു നിലനില്ക്കാ നാവില്ല.

ആത്മീയ സാക്ഷാത്കാരത്തിനു താഴ്ചയുടെ സമയചക്രം തീർത്തും ആവശ്യമാണ്. നിങ്ങൾ ആത്മീയമാനത്തിലേക്ക് ആകർഷിക്കപ്പെടാൻ തക്കവണ്ണം ഏതെങ്കിലും തലത്തിൽ നിങ്ങൾ അങ്ങേയറ്റം പരാജയ പ്പെടുകയോ അഗാധമായ നഷ്ടമോ വേദനയോ അനുഭവിക്കുകയോ ചെയ്തിട്ടുണ്ടാകാം. അതല്ലെങ്കിൽ നിങ്ങളുടെ വിജയംതന്നെ ശൂന്യവും അർത്ഥരഹിതവുമായിത്തീരുകയും അങ്ങനെ ഒരു പരാജയമായി മാറുകയും ചെയ്തിട്ടുണ്ടാവാം. ഓരോ വിജയത്തിനുള്ളിലും പരാജ യവും ഓരോ പരാജയത്തിനുള്ളിലും വിജയവും ഒളിഞ്ഞിരിപ്പുണ്ട്. ഈ ലോകത്തിൽ, അതായത് ആകാരങ്ങളുടെ തലത്തിൽ തീർച്ചയായും എല്ലാവരും ഇന്നല്ലെങ്കിൽ നാളെ 'പരാജയപ്പെടുന്നു.' ഓരോ വിജയവും കാലക്രമത്തിൽ വിലയില്ലാത്തതായിത്തീരുകയും ചെയ്യുന്നു. എല്ലാ രൂപങ്ങളും നശ്വരമാണ്.

നിങ്ങൾക്ക് ഊർജ്ജസ്വലരായിരിക്കാം. പുതിയ രൂപങ്ങളും സാഹ ചര്യങ്ങളും ആവിഷ്കരിക്കുകയും സൃഷ്ടിക്കുകയും ചെയ്യുന്നത് ആസ്വദിക്കുകയും ചെയ്യാം. പക്ഷേ, അവയുമായി താദാത്മ്യപ്പെടരുത്. നിങ്ങൾക്ക് ഒരു വ്യക്തിത്വബോധം നല്കാനായി നിങ്ങൾക്കവയുടെ ആവശ്യമില്ല. അവ നിങ്ങളുടെ ജീവിതമല്ല നിങ്ങളുടെ ജീവിതസന്ദർഭം മാത്രമാണ്.

നിങ്ങളുടെ ശാരീരികോർജ്ജവും സമയചക്രങ്ങൾക്ക് അധീനമാണ്. അതിന് എപ്പോഴും ഉയർന്ന ഒരു തലത്തിലായിരിക്കാൻ കഴിയില്ല. താഴ്ന്ന ഊർജ്ജത്തിന്റെയും ഉയർന്ന ഊർജ്ജത്തിന്റേതുമായ സമ യങ്ങളുണ്ടാവാം. നിങ്ങൾ അങ്ങേയറ്റം ഊർജ്ജസ്വലരും ക്രിയാത്മക തയുള്ളവരുമായിരിക്കുന്ന സമയങ്ങളുണ്ടാവാം. മറിച്ച് എല്ലാം നിഷ് ക്രിയമാണെന്നും നിങ്ങളെവിടേക്കും എത്തിച്ചേരുന്നില്ലെന്നും ഒന്നും നേടുന്നില്ലെന്നും തോന്നിക്കുന്ന സമയങ്ങളുമുണ്ടാവാം. ഒരു സമയ ചക്രം ഏതാനും മണിക്കൂറുകളിൽനിന്നു തുടങ്ങി ഏതാനും വർഷ ങ്ങൾ വരെ നീണ്ടുനിന്നേക്കാം. വലിയ സമയചക്രങ്ങളും വലിയവയു ടെയുള്ളിൽ ചെറിയ സമയചക്രങ്ങളുമുണ്ട്. പുനരുജ്ജീവനത്തിന് അത്യന്താപേക്ഷിതമായ താഴ്ന്ന ഊർജ്ജചക്രങ്ങളോടു പൊരുതുന്ന തിലൂടെയാണ് മിക്ക അസുഖങ്ങളും സൃഷ്ടിക്കപ്പെടുന്നത്. എപ്പോഴും പ്രവർത്തിച്ചുകൊണ്ടിരിക്കാനുള്ള പ്രേരണയും നിങ്ങൾ സ്വയം കല്പി ക്കുന്ന മൂല്യത്തെയും വ്യക്തിത്വബോധത്തെയും നേട്ടങ്ങൾ തുടങ്ങിയ

ബാഹ്യമായ ഘടകങ്ങളിൽനിന്ന് ഉണ്ടാക്കിയെടുക്കാനുള്ള പ്രവണതയും നിങ്ങൾ മനസ്സുമായി താദാത്മ്യപ്പെട്ടിരിക്കുന്ന കാലത്തോളം അനിവാര്യമായ ഒരു മിഥ്യയാണ്. ഇതു നിങ്ങളെ സംബന്ധിച്ചിടത്തോളം താഴ്ചയുടെ സമയചക്രങ്ങളെ അംഗീകരിക്കുന്നതും അവയെ ഉണ്ടാവാൻ അനുവദിക്കുന്നതും കഠിനമോ അസാദ്ധ്യമോ ആക്കി മാറ്റും. അങ്ങനെ ഒരു ആത്മസംരക്ഷണ നടപടിയെന്ന നിലയ്ക്ക് ജീവരൂപത്തിന്റെ ധിഷണതന്നെ കാര്യങ്ങൾ ഏറ്റെടുക്കുകയും നിങ്ങളുടെ നിരന്തരമായ പ്രവർത്തനങ്ങളെ തടയുന്ന തരത്തിൽ ഒരു രോഗത്തെ സൃഷ്ടിക്കുകയും ചെയ്യും. അങ്ങനെ ആവശ്യത്തിനു പുനരുജ്ജീവനം സംഭവിക്കാനുള്ള അവസരമുണ്ടാകും.

പ്രപഞ്ചത്തിന്റെ ചാക്രികമായ സ്വഭാവം സകല വസ്തുക്കളുടെയും സാഹചര്യങ്ങളുടെയും നശ്വരതയോട് അടുത്തു ബന്ധപ്പെട്ടിരിക്കുന്നു. ഈ സത്യത്തെ ബുദ്ധൻ തന്റെ പ്രബോധനങ്ങളുടെ പ്രധാനപ്പെട്ട ഭാഗമാക്കി മാറ്റി. എല്ലാ അവസ്ഥകളും അങ്ങേയറ്റം അസ്ഥിരവും നിരന്തരമായ മാറ്റത്തിനു വിധേയവുമാണ്. അല്ലെങ്കിൽ അദ്ദേഹം പറഞ്ഞതുപോലെ നിങ്ങൾ നിങ്ങളുടെ ജീവിതത്തിൽ അഭിമുഖീകരിക്കുന്ന ഓരോ അവസ്ഥയുടെയും സാഹചര്യത്തിന്റെയും പ്രത്യേകതയാണ് നശ്വരത. ഓരോ അവസ്ഥയും മാറുകയോ അപ്രത്യക്ഷമാവുകയോ നിങ്ങളെ തൃപ്തിപ്പെടുത്താതാവുകയോ ചെയ്യും. യേശുവിന്റെ പ്രബോധനങ്ങളിലും നശ്വരത വളരെ പ്രധാനപ്പെട്ട ഒരു ഭാഗമാണ്: "പാറ്റകളും തുരുമ്പും തിന്നു തീർക്കുകയും കള്ളന്മാർ കുത്തിത്തുറന്നു കവർച്ച നടത്തുകയും ചെയ്യുന്ന ഭൂമിയിലെ നിധികൾ നിങ്ങൾക്കുവേണ്ടി കൂട്ടിവയ്ക്കാതിരിക്കുക..."

ഏതെങ്കിലും ഒരവസ്ഥയെ നിങ്ങളുടെ മനസ്സ് 'നല്ലതെന്നു' വിലയിരുത്തിക്കഴിഞ്ഞാലുടനെ അതൊരു ബന്ധമോ സ്വത്തോ സാമൂഹികമായ ചുമതലയോ സ്ഥലമോ നിങ്ങളുടെ ശരീരമോ എന്തുമായിക്കൊള്ളട്ടെ, മനസ്സ് അതിനോട് ഒട്ടിപ്പിടിക്കുകയും അതുമായി താദാത്മ്യപ്പെടുകയും ചെയ്യുന്നു. അത് നിങ്ങളെ സന്തുഷ്ടനാക്കുന്നു. നിങ്ങൾക്കു നിങ്ങളെക്കുറിച്ചുതന്നെ മതിപ്പുണ്ടാകാൻ സഹായിക്കുന്നു. അതു നിങ്ങളാരാണെന്നതിന്റെ അല്ലെങ്കിൽ നിങ്ങളാരാണെന്നു നിങ്ങൾ വിചാരിക്കുന്നതിന്റെ ഭാഗമായിത്തീരുന്നു. പാറ്റയും തുരുമ്പും തിന്നുതീർക്കുന്ന ഈ മാനത്തിൽ ഒന്നും നിലനില്ക്കുന്നില്ല. അത് ഒന്നുകിൽ അവസാനിക്കുകയോ അല്ലെങ്കിൽ മാറുകയോ ചെയ്യും. അല്ലെങ്കിൽ അതിന്റെ ധ്രുവാഭിമുഖതയ്ക്കു മാറ്റം സംഭവിക്കും. ഇന്നലെയോ അല്ലെങ്കിൽ കഴിഞ്ഞ വർഷമോ നല്ലതായിരുന്ന അതേ അവസ്ഥ പെട്ടെന്നോ അല്ലെങ്കിൽ സാവധാനത്തിലോ മോശമായിത്തീരുന്നു. നിങ്ങളെ സന്തുഷ്ടനാക്കിയിരുന്ന അതേ അവസ്ഥതന്നെ നിങ്ങളെ അപ്പോൾ ദുഃഖിതനുമാക്കും. ഇന്നത്തെ ഐശ്വര്യം നാളത്തെ ശൂന്യമായ ഉപഭോഗസംസ്കാരമായി മാറുന്നു. സന്തുഷ്ടമായ വിവാഹവും മധുവിധുവും

അസന്തുഷ്ടമായ വിവാഹമോചനമോ അല്ലെങ്കിൽ അസന്തുഷ്ടമായ സഹജീവനമോ ആയിമാറുന്നു. അതല്ലെങ്കിൽ ഒരു സാഹചര്യം അപ്രത്യക്ഷമാകുമ്പോൾ അതിന്റെ അസാന്നിദ്ധ്യം നിങ്ങളെ അസന്തുഷ്ടനാക്കുന്നു. മനസ്സ് ഒട്ടിപ്പിടിച്ചിരിക്കുന്ന അല്ലെങ്കിൽ താദാത്മ്യപ്പെട്ടിരിക്കുന്ന ഒരു അവസ്ഥയോ സാഹചര്യമോ മാറുകയോ അപ്രത്യക്ഷമാവുകയോ ചെയ്യുമ്പോൾ മനസ്സിനത് അംഗീകരിക്കാനാവില്ല. അതു മാഞ്ഞുകൊണ്ടിരിക്കുന്ന ആ അവസ്ഥയോട് അള്ളിപ്പിടിക്കുകയും ആ മാറ്റത്തെ ചെറുക്കുകയും ചെയ്യും. ഏകദേശം നിങ്ങളുടെ ശരീരത്തിൽനിന്ന് ഒരവയവത്തെ പറിച്ചെടുക്കുന്നതുപോലെയാണത്.

തങ്ങളുടെ സമ്പാദ്യമെല്ലാം നഷ്ടപ്പെട്ട അല്ലെങ്കിൽ പ്രശസ്തിക്കു കളങ്കമേറ്റ ആളുകൾ ആത്മഹത്യ ചെയ്യുന്നതിനെക്കുറിച്ച് നാം ചിലപ്പോഴൊക്കെ കേൾക്കാറുണ്ട്. അതെല്ലാം അതിരുകടക്കുന്ന സംഭവങ്ങളാണ്. മറ്റുള്ള ആളുകൾ ഒരു തരത്തിൽ അല്ലെങ്കിൽ മറ്റൊരു തരത്തിലുള്ള പ്രധാനപ്പെട്ട നഷ്ടം സംഭവിക്കുമ്പോൾ ഗാഢമായ അസന്തുഷ്ടിയുള്ളവരാവുകയോ സ്വയം രോഗികളായിത്തീരുകയോ ചെയ്യും. തങ്ങളുടെ ജീവിതവും ജീവിതസന്ദർഭവും തമ്മിൽ വേർതിരിച്ചു കാണാൻ അവർക്കാവുന്നില്ല. തന്റെ എൺപതാമത്തെ വയസ്സിൽ മരിച്ചുപോയ വിഖ്യാതയായ ഒരു അഭിനേത്രിയെക്കുറിച്ച് ഈയിടെ ഞാൻ വായിക്കാനിടയായി. അവരുടെ സൗന്ദര്യം മാഞ്ഞുപോകാൻ തുടങ്ങുകയും വാർദ്ധക്യത്താൽ അപഹരിക്കപ്പെടുകയും ചെയ്തപ്പോൾ അവർ അത്യന്തം ദുഃഖിതയാവുകയും ഏകാന്തതയിൽ ജീവിക്കാൻ തുടങ്ങുകയും ചെയ്തു. അവരും തന്റെ ഒരവസ്ഥയോട്, അതായത് ബാഹ്യമായ ആകാരത്തോടു താദാത്മ്യപ്പെട്ടിരിക്കുകയായിരുന്നു. ആദ്യം ആ അവസ്ഥ അവർക്കു സന്തുഷ്ടമായ ഒരു വ്യക്തിത്വബോധത്തെ നല്കി. പിന്നീട് അതുതന്നെ അവർക്ക് അസന്തുഷ്ടമായ വ്യക്തിത്വബോധത്തെയും നല്കി. തന്റെയുള്ളിലെ ആകാരരഹിതവും രൂപരഹിതവുമായ ജീവനോടു ബന്ധമുണ്ടാക്കാൻ കഴിഞ്ഞിരുന്നുവെങ്കിൽ അവർക്കു തന്റെ ബാഹ്യമായ ആകാരത്തിന്റെ തിളക്കം മങ്ങുന്നത്, സമചിത്തതയുടെയും ശാന്തിയുടേതുമായ ഒരിടത്തിൽനിന്നു കാണുകയും അനുവദിക്കുകയും ചെയ്യാമായിരുന്നു. മാത്രമല്ല, ഒരിക്കലും പ്രായമാകാത്ത അവരുടെ യാഥാർത്ഥ പ്രകൃതിയിൽനിന്ന് പ്രസരിക്കുന്ന വെളിച്ചത്തെ പുറത്തേക്കു പ്രകാശിപ്പിക്കുന്ന രീതിയിൽ അവരുടെ ബാഹ്യരൂപം കൂടുതൽ സുതാര്യമാകുമായിരുന്നു. അവരുടെ സൗന്ദര്യം വാസ്തവത്തിൽ മാഞ്ഞുപോവുന്നതിനുപകരം ആത്മീയ സൗന്ദര്യമായി പരിവർത്തനം ചെയ്യപ്പെടുമായിരുന്നു. പക്ഷേ, ഇതു സാദ്ധ്യമാണെന്ന് ആരും അവർക്കു പറഞ്ഞുകൊടുത്തില്ല. ഏറ്റവും അത്യന്താപേക്ഷിതമായ ജ്ഞാനം ഇപ്പോഴും വ്യാപകമായി പ്രാപ്യമല്ല.

നിങ്ങളുടെ സന്തോഷംപോലും ദുഃഖമാണെന്ന് ബുദ്ധൻ പഠിപ്പിച്ചു. 'ദുഃഖ്'മെന്ന പാലി പദത്തിന് 'ദുരിത്'മെന്നോ 'അസംതൃപ്തി'യെന്നോ ആണ് അർത്ഥം. അത് അതിന്റെ വിപരീതത്തിൽനിന്നും അഭിന്നമാണ്. നിങ്ങളുടെ സന്തുഷ്ടിയും അസന്തുഷ്ടിയും വാസ്തവത്തിൽ ഒന്നാണെന്നാണ് ഇതിനർത്ഥം. സമയമാകുന്ന മിഥ്യ മാത്രമാണ് അവയെ വേർതിരിക്കുന്നത്.

നിഷേധാത്മകമായി ഇരിക്കുക എന്നല്ല ഇതുകൊണ്ട് ഉദ്ദേശിക്കുന്നത്. നിങ്ങളുടെ ജീവിതത്തിന്റെ ശിഷ്ടഭാഗം മുഴുവൻ ഒരു മിഥ്യയെ പിന്തുടരാതിരിക്കുവാനായി വസ്തുക്കളുടെ സ്വഭാവം തിരിച്ചറിയലാണത്. പ്രസന്നവും സൗന്ദര്യമുള്ളതുമായ വസ്തുക്കളെയോ അവസ്ഥകളെയോ നിങ്ങൾ ഇനി മുതൽ ആസ്വദിക്കരുത് എന്ന് അതിനർത്ഥവുമില്ല. പക്ഷേ, അവയ്ക്ക് നല്കാനാവാത്ത ഒന്നിനെ— ഒരു വ്യക്തിത്വത്തെയും സ്ഥിരതാബോധത്തെയും സംതൃപ്തിയെയും അവയിലൂടെ തേടുന്നതു നിരാശയിലും ദുരിതത്തിലുമേ അവസാനിക്കൂ. ആളുകൾ പ്രബുദ്ധരാവുകയും തങ്ങളുടെ വ്യക്തിത്വത്തെ വസ്തുക്കളിലൂടെ തേടുന്നത് അവസാനിപ്പിക്കുകയും ചെയ്താൽ മുഴുവൻ പരസ്യവ്യവസായവും ഉപഭോക്തൃസമൂഹവും തകർന്നടിയും. ഈ വഴിയിലൂടെ നിങ്ങൾ സന്തോഷത്തെ അന്വേഷിക്കുംതോറും, അതു നിങ്ങളിൽനിന്നും വഴുതിമാറും. അവിടെയുള്ള ഒന്നിനും താൽക്കാലികമായോ ഉപരിപ്ലവമായോ അല്ലാതെ നിങ്ങളെ തൃപ്തിപ്പെടുത്താനാവില്ല. പക്ഷേ, ആ സത്യം തിരിച്ചറിയുന്നതിനുമുമ്പ് ഒരുപാട് മോഹഭംഗങ്ങൾ നിങ്ങൾക്ക് അനുഭവിക്കേണ്ടതായി വന്നേക്കാം. നിങ്ങൾക്കു സുഖം നല്കാൻ വസ്തുക്കൾക്കും അവസ്ഥകൾക്കും കഴിയും. പക്ഷേ, അവ നിങ്ങൾക്കു ദുഃഖവും നല്കും. വസ്തുക്കൾക്കും അവസ്ഥകൾക്കും നിങ്ങൾക്കു സുഖം നല്കാനാവും. പക്ഷേ, അവയ്ക്ക് ആനന്ദം നല്കാനാവില്ല. നിങ്ങൾക്ക് ആനന്ദം നല്കാൻ ഒന്നിനുമാവില്ല. ആനന്ദം അകാരണവും ഉണ്മയുടെ ആനന്ദമായി ഉള്ളിൽനിന്നുയരുന്നതുമാണ്. ശാന്തിയുടെ ആന്തരികാവസ്ഥയുടെ അത്യന്താപേക്ഷിതമായ ഭാഗമാണത്. ഈ അവസ്ഥയെ ആണ് ഈശ്വരന്റെ പ്രശാന്തത എന്നു വിളിക്കുന്നത്. ഇതു നിങ്ങളുടെ സ്വാഭാവികമായ അവസ്ഥയാണ്. അതു നേടിയെടുക്കാൻ വേണ്ടി നിങ്ങൾ കഠിനമായി പ്രയത്നിക്കുകയോ പ്രയാസപ്പെടുകയോ ചെയ്യേണ്ട ആവശ്യമില്ല.

തങ്ങൾ ചെയ്യുന്ന, അധീനമാക്കുന്ന, അല്ലെങ്കിൽ നേടിയെടുക്കുന്ന 'ഒന്നിൽനിന്നും നിർവൃതി' ഉണ്ടാകില്ലെന്നു മിക്ക ആളുകളും ഒരിക്കലും തിരിച്ചറിയുന്നില്ല. തിരിച്ചറിയുന്നവരാകട്ടെ, മിക്കപ്പോഴും ലോകത്തോടു മുഷിപ്പുള്ളവരും വിഷാദവാന്മാരുമായിത്തീരുന്നു. നിങ്ങൾക്ക് യഥാർത്ഥ സംതൃപ്തി നല്കാൻ ഒന്നിനുമാവില്ലെങ്കിൽ പിന്നെ എന്തിനായി നിങ്ങൾ പ്രയത്നിക്കണം? ഏതു കാര്യത്തിനും പിന്നെ എന്തർത്ഥമാണുള്ളത്? "സൂര്യനു താഴെ ചെയ്യപ്പെടുന്ന എല്ലാ കാര്യങ്ങളും ഞാൻ കണ്ടു

കഴിഞ്ഞു. നോക്കൂ. എല്ലാം വെറും മേനികാട്ടലും കാറ്റിനു പിറകേ പായലുമാണ്" എന്നെഴുതിയപ്പോൾ പഴയ നിയമത്തിലെ പ്രവാചകൻ ഇത്തരമൊരു തിരിച്ചറിവിലേക്ക് എത്തിച്ചേർന്നിരിക്കണം. ഈ ഘട്ടത്തിലെത്തുമ്പോൾ നിങ്ങൾ ഇച്ഛാഭംഗത്തിൽനിന്ന് ഒരു ചുവടുമാത്രം അകലെയാണ്. അതുപോലെ പ്രബുദ്ധതയിൽനിന്നും ഒരു ചുവടു മാത്രം അകലെയാണ്.

ഒരിക്കൽ ഒരു ബുദ്ധസന്ന്യാസി എന്നോടു പറഞ്ഞു: "ഒരു സന്ന്യാസിയെന്ന നിലയ്ക്ക് കഴിഞ്ഞ ഇരുപതു വർഷങ്ങളിൽ ഞാൻ പഠിച്ച എല്ലാ കാര്യങ്ങളെയും ഒറ്റവാക്യത്തിൽ സംഗ്രഹിക്കാം: "ഉണ്ടാവുന്ന എല്ലാം നശിച്ചുപോകുന്നു. ഇത് എനിക്കറിയാം" എന്ന്. തീർച്ചയായും അദ്ദേഹം അർത്ഥമാക്കിയത് ഇതാണ്: നിലവിലുള്ളതിനെ പ്രതിരോധിക്കാതിരിക്കാൻ ഞാൻ പഠിച്ചിരിക്കുന്നു. വർത്തമാനനിമിഷത്തെ നിലനില്ക്കാനനുവദിക്കാനും എല്ലാ വസ്തുക്കളുടെയും സാഹചര്യങ്ങളുടെയും നശ്വരമായ പ്രകൃതിയെ അംഗീകരിക്കാനും ഞാൻ പഠിച്ചിരിക്കുന്നു. അങ്ങനെ ഞാൻ ശാന്തി കണ്ടെത്തിയിരിക്കുന്നു.

ജീവിതത്തെ പ്രതിരോധിക്കാതിരിക്കുക എന്നാൽ ഈശ്വരാനുഗ്രഹത്തിന്റെയും അനായാസതയുടെയും ലാഘവത്വത്തിന്റെയും അവസ്ഥയിലായിരിക്കുക എന്നാണ്. കാര്യങ്ങൾ ഒരു പ്രത്യേക രീതിയിലായിരിക്കുന്നതിനെ, അതായത് നല്ലതോ ചീത്തയോ ആയിരിക്കുന്നതിനെ ഈ അവസ്ഥ ആശ്രയിക്കുന്നില്ല. വിരോധാഭാസമാണിതെന്നു തോന്നാം — പക്ഷേ, ആകാരങ്ങളോടുള്ള നിങ്ങളുടെ ആന്തരികമായ വിധേയത്വം ഇല്ലാതാകുമ്പോൾ, നിങ്ങളുടെ ജീവിതത്തിന്റെ പൊതുവായ സാഹചര്യങ്ങൾ, ബാഹ്യമായ രൂപങ്ങൾ വളരെയധികം പുരോഗതി പ്രാപിക്കും. നിങ്ങളുടെ സന്തോഷത്തിന് ആവശ്യമാണെന്ന് നിങ്ങൾ കരുതിയിരുന്ന വസ്തുക്കളോ ആളുകളോ സാഹചര്യങ്ങളോ നിങ്ങളുടെ ഭാഗത്തുനിന്ന് യാതൊരുവിധ അദ്ധ്വാനമോ, പ്രയത്നമോ ഇല്ലാതെതന്നെ നിങ്ങളുടെ അരികിലേക്കു വരും. നിങ്ങൾക്കവയെ ആസ്വദിക്കാനും വിലമതിക്കാനുമാവും, അവ നീണ്ടുനില്ക്കുന്ന കാലത്തോളം. തീർച്ചയായും ആ കാര്യങ്ങളെല്ലാംതന്നെ നഷ്ടപ്പെട്ടുപോകും. സമയചക്രങ്ങൾ വരികയും പോവുകയും ചെയ്യും. പക്ഷേ, വിധേയത്വമില്ലാത്തതുകൊണ്ട് നഷ്ടപ്പെടുമെന്ന ഭീതിയില്ലാതാകുന്നു. ജീവിതം അനായാസതയോടെ ഒഴുകുന്നു.

ഏതെങ്കിലും ദ്വിതീതമായ ഉറവിടത്തിൽനിന്നു ലഭിക്കുന്ന സന്തോഷത്തിന് ഒരിക്കലും വലിയ ആഴമുണ്ടാവില്ല. ഉണ്മയുടെ ആനന്ദത്തിന്റെ പ്രതിരോധമില്ലാത്ത അവസ്ഥയിൽ പ്രവേശിക്കുമ്പോൾ നിങ്ങൾ കണ്ടെത്തുന്ന സചേതനമായ ശാന്തിയുടെ മങ്ങിയ പ്രതിഫലനം മാത്രമാണത്. ഉണ്മ നിങ്ങളെ മനസ്സിന്റെ ധ്രുവവൈരുദ്ധ്യങ്ങൾക്കപ്പുറം കൊണ്ടുപോവുകയും രൂപങ്ങളോടുള്ള വിധേയത്വത്തിൽനിന്ന് മോചിപ്പിക്കുകയും ചെയ്യുന്നു. നിങ്ങൾക്കുചുറ്റും എല്ലാം തകർന്നടിയുകയും

വിച്ഛിന്നമാവുകയും ചെയ്താലും, നിങ്ങളപ്പോഴും ഉള്ളിൽ അഗാധമായ ശാന്തി അനുഭവിച്ചുകൊണ്ടിരിക്കും. നിങ്ങൾ സന്തുഷ്ടനല്ലായിരിക്കാം. പക്ഷേ, നിങ്ങൾ ശാന്തി അനുഭവിക്കുകയായിരിക്കും.

നിഷേധാത്മകതയെ ഉപയോഗിക്കുകയും ഉപേക്ഷിക്കുകയും ചെയ്യുന്നതു സംബന്ധിച്ച്

എല്ലാ ആന്തരികപ്രതിരോധവും ഒരു തരത്തിലല്ലെങ്കിൽ മറ്റൊരു തരത്തിലുള്ള നിഷേധാത്മകതയാണ്. എല്ലാ നിഷേധാത്മകതയും പ്രതിരോധമാണ്. ഈ സന്ദർഭത്തിൽ ആ രണ്ടു വാക്കുകളും സമാനാർത്ഥപദങ്ങളാണ്. നിഷേധാത്മകതയെന്നാൽ പ്രകോപനത്തിനു വിധേയമാകലോ അക്ഷമയോ മുതൽ ഭയങ്കരമായ ദ്വേഷംവരെയാകാം. അല്ലെങ്കിൽ വിഷാദഭാവമോ മുഖം കറുപ്പിച്ചുള്ള നീരസമോ മുതൽ ആത്മഹത്യയ്ക്കു പ്രേരിപ്പിക്കുന്ന നൈരാശ്യംവരെയാകാം. ചിലപ്പോൾ പ്രതിരോധം വൈകാരികമായ വേദനാശരീരത്തെ ഉത്തേജിപ്പിക്കും. അങ്ങനെയാകുമ്പോൾ അപ്രധാനമായ ഒരു സഹചര്യംപോലും ദ്വേഷമോ വിഷാദമോ ഗാഢമായ വ്യസനമോപോലുള്ള തീക്ഷ്ണമായ നിഷേധഭാവത്തെ ഉണ്ടാക്കാം.

നിഷേധഭാവത്തിലൂടെ യാഥാർത്ഥ്യത്തെ കൈകാര്യം ചെയ്യാനും ആവശ്യമുള്ളതു നേടാനും കഴിയുമെന്നാണ് അഹന്ത വിശ്വസിക്കുന്നത്. അഭിലഷണീയമായ ഒരു സാഹചര്യത്തെ ആകർഷിക്കാനും അനഭിലഷണീയമായ ഒന്നിനെ അലിയിക്കാനും അതിലൂടെ സാധിക്കുമെന്നാണ് അഹന്തയുടെ വിശ്വാസം. നിങ്ങൾ അസന്തുഷ്ടരായിരിക്കുമ്പോഴൊക്കെ ആ അസന്തുഷ്ടി നിങ്ങളാഗ്രഹിക്കുന്നത് നിങ്ങൾക്കായി 'വാങ്ങിച്ചു തരുന്നു'വെന്ന അബോധപൂർവ്വമായ വിശ്വാസം നിലനില്ക്കുന്നുണ്ടെന്ന് 'എ കോഴ്സ് ഇൻ മിറക്കിൾസ്' എന്ന പുസ്തകം ശരിയായ രീതിയിൽ ചൂണ്ടിക്കാണിക്കുന്നു. അസന്തുഷ്ടിക്ക് ഫലമുണ്ടെന്ന് നിങ്ങൾ —അതായത് നിങ്ങളുടെ മനസ്സ് വിശ്വസിക്കുന്നില്ലെങ്കിൽ അതെന്തിന് അസന്തുഷ്ടിയെ സൃഷ്ടിക്കണം? നിഷേധഭാവം ഫലിക്കുകയില്ലെന്നതാണ് വാസ്തവം. അഭിലഷണീയമായ ഒരു സാഹചര്യത്തെ ആകർഷിക്കുന്നതിനുപകരം നിഷേധഭാവം അതുണ്ടാകുന്നതു തടയുന്നു. അനഭിലഷണീയമായ ഒരു സാഹചര്യത്തെ അലിയിക്കുന്നതിനുപകരം അത് അതിനെ തുടരാനനുവദിക്കുന്നു. അതിന്റെ ഒരേയൊരു ഉപകാരപ്രദമായ പ്രവർത്തനം, അഹന്തയെ ശക്തിപ്പെടുത്തലാണ്. അതുകൊണ്ടാണ് നിഷേധഭാവത്തെ അഹന്ത ഇഷ്ടപ്പെടുന്നത്.

ഏതെങ്കിലും തരത്തിലുള്ള നിഷേധഭാവവുമായി നിങ്ങൾ താദാത്മ്യപ്പെട്ടുകഴിഞ്ഞാൽ, നിങ്ങൾക്ക് അതിനെ ഉപേക്ഷിക്കണമെന്ന്

ആഗ്രഹമുണ്ടാവില്ല. അബോധത്തിന്റെ അഗാധമായ ഒരു തലത്തിൽ, ഗുണാത്മകമായ മാറ്റം വേണമെന്നു നിങ്ങൾ ആഗ്രഹിക്കുന്നുണ്ടാകില്ല. വിഷാദവാനും കോപിഷ്ഠനും മറ്റുള്ളവരാൽ അന്തസ്സില്ലാത്ത രീതിയിൽ കൈകാര്യം ചെയ്യപ്പെട്ടവനുമായ ഒരാളെന്ന നിലയ്ക്കുള്ള നിങ്ങളുടെ വ്യക്തിത്വത്തിന് അതു ഭീഷണിയാവും. അപ്പോൾ നിങ്ങൾ നിങ്ങളുടെ ജീവിതത്തിലെ ഗുണാത്മകമായ കാര്യങ്ങളെ അവഗണിക്കുകയോ നിഷേധിക്കുകയോ അട്ടിമറിക്കുകയോ ചെയ്യും. ഇതൊരു സാധാരണ പ്രതിഭാസമാണ്. അതേസമയം ഭ്രാന്തവുമാണ്.

നിഷേധാത്മകത തീർത്തും അസ്വാഭാവികമാണ്. അതു ചിത്തത്തെ മലിനീകരിക്കുന്നു. പ്രകൃതിയുടെ മലിനീകരണത്തിനും നാശത്തിനും മനുഷ്യന്റെ സമഷ്ടിചിത്തത്തിൽ കുമിഞ്ഞുകൂടിയിട്ടുള്ള വിസ്തൃതമായ നിഷേധാത്മകതയോട് ഗാഢമായ ബന്ധമുണ്ട്. മനുഷ്യരൊഴിച്ച് ഈ ഗ്രഹത്തിലെ വേറൊരു ജീവരൂപത്തിനും നിഷേധഭാവമെന്തെന്ന് അറിയില്ല. മറ്റൊരു ജീവരൂപവും അതിനെ നിലനിർത്തുന്ന ഭൂമിയെ ദുഷിപ്പിക്കുകയോ വിഷമയമാക്കുകയോ ചെയ്യുന്നില്ല. അസന്തുഷ്ടിയുള്ള ഒരു പൂവിനെയോ പിരിമുറുക്കമുള്ള ഒരു ഓക്കുമരത്തെയോ നിങ്ങൾ കണ്ടിട്ടുണ്ടോ? വിഷാദമുള്ള ഒരു ഡോൾഫിനെയോ ആത്മാഭിമാനത്തെ സംബന്ധിച്ചു പ്രശ്നമുള്ള ഒരു തവളയെയോ പിരിമുറുക്കം അയയ്ക്കാനാവാത്ത ഒരു പൂച്ചയെയോ വെറുപ്പും നീരസവും ഉള്ളിൽക്കൊണ്ടു നടക്കുന്ന ഒരു പക്ഷിയെയോ നിങ്ങൾ കണ്ടുമുട്ടിയിട്ടുണ്ടോ? മനുഷ്യരോട് അടുത്ത ബന്ധമുള്ളവരായി ജീവിക്കുകയും അങ്ങനെ മനുഷ്യമനസ്സുമായും അതിന്റെ ചിത്തഭ്രമവുമായും ബന്ധപ്പെടുകയും ചെയ്തിട്ടുള്ള മൃഗങ്ങൾ മാത്രമേ ചിലപ്പോഴെങ്കിലും നിഷേധാത്മകതയോടടുത്തു നില്ക്കുന്ന എന്തെങ്കിലും അനുഭവിക്കുകയോ നാഡീരോഗ സംബന്ധമായ പെരുമാറ്റരീതികൾ പ്രകടിപ്പിക്കുകയോ ചെയ്യുന്നുള്ളൂ.

ഏതെങ്കിലും ചെടിയെയോ മൃഗത്തെയോ നിരീക്ഷിക്കുക. നിലവിലുള്ളതിനെ സ്വീകരിക്കുന്നതെങ്ങനെയെന്ന്, വർത്തമാന നിമിഷത്തിന് സ്വയം സമർപ്പിക്കേണ്ടതെങ്ങനെയെന്ന് അതു നിങ്ങളെ പഠിപ്പിക്കട്ടെ. ഉണ്മയെന്തെന്നും അതു നിങ്ങളെ പഠിപ്പിക്കട്ടെ. സത്യനിഷ്ഠയെന്തെന്ന് —ഒന്നായിരിക്കുകയും നിങ്ങളുടെ സത്തയായിരിക്കുകയും വാസ്തവമായിരിക്കലുമാണ് അത്— അതു നിങ്ങളെ പഠിപ്പിക്കട്ടെ. എങ്ങനെ ജീവിക്കണമെന്നും എങ്ങനെ മരിക്കണമെന്നും ജീവിക്കുന്നതിനെയും മരിക്കുന്നതിനെയും എങ്ങനെ ഒരു പ്രശ്നമാക്കാതിരിക്കണമെന്നും അതു നിങ്ങളെ പഠിപ്പിക്കട്ടെ.

ഞാൻ ഒരുപാട് സെൻ ആചാര്യന്മാരോടൊപ്പം ജീവിച്ചിട്ടുണ്ട്. എല്ലാം പൂച്ചകളാണെന്നു മാത്രം. എന്തിന്, താറാവുകൾപോലും എന്നെ പ്രധാനപ്പെട്ട ആദ്ധ്യാത്മികപാഠങ്ങൾ പഠിപ്പിച്ചിട്ടുണ്ട്. അവയെ നിരീക്ഷിക്കുന്നതുതന്നെ ഒരു ധ്യാനമാണ്. എത്ര ശാന്തമായാണ് അവ ഒഴുകി നടക്കു

ന്നത്. അവരവരിൽത്തന്നെ സ്വസ്ഥതയുള്ളവരായി, വർത്തമാന നിമിഷത്തിൽ പൂർണ്ണമായും സന്നിഹിതരായി, മനസ്സില്ലാത്ത ഒരു ജീവിക്കുമാത്രം കഴിയുന്ന തരത്തിൽ അന്തസ്സും പൂർണ്ണതയുമുള്ളവരായി. എങ്കിലും ചിലപ്പോഴൊക്കെ രണ്ടു താറാവുകൾ തമ്മിൽ കലഹിക്കും — ചിലപ്പോൾ പ്രകടമായ ഒരു കാരണവുമില്ലാതെ. അല്ലെങ്കിൽ ഒരു താറാവ് മറ്റേ താറാവിന്റെ സ്വകാര്യമായ ഇടത്തിൽ അറിയാതെ കടന്നുചെന്നതുകൊണ്ട്. ഈ കലഹം ഏതാനും നിമിഷങ്ങൾ മാത്രമേ നീണ്ടുനില്ക്കുകയുള്ളൂ. പിന്നെ ഈ താറാവുകൾ വേർപെടുകയും വിപരീത ദിശകളിലേക്കു നീന്തിപ്പോവുകയും ഏതാനും പ്രാവശ്യം തങ്ങളുടെ ചിറകുകൾ ശക്തിയായി വീശിയടിക്കുകയും ചെയ്യും. ആ കലഹം ഒരിക്കലും സംഭവിച്ചിട്ടില്ലാത്തതുപോലെ അവർ ശാന്തരായി നീന്തുന്നതു തുടരുകയും ചെയ്യും. ഇത് ആദ്യം നിരീക്ഷിച്ചപ്പോൾ, ചിറകുകൾ ശക്തിയായി വീശുന്നതിലൂടെ കൂടുതലായുള്ള ഊർജ്ജത്തെ അവർ പുറത്തുകളയുകയാണെന്നും അങ്ങനെ അതു ശരീരത്തിനുള്ളിൽ കുടുങ്ങിക്കിടന്നു നിഷേധഗുണങ്ങളായി മാറുന്നതു തടയുകയാണെന്നും ഞാൻ പെട്ടെന്നു തിരിച്ചറിഞ്ഞു. ഇതു സ്വാഭാവികമായ ജ്ഞാനമാണ്— അവരെ സംബന്ധിച്ചിടത്തോളം ഇത് എളുപ്പമാണ്— കാരണം, അനാവശ്യമായി കഴിഞ്ഞകാലത്തെ ജീവനോടെ നിലനിർത്തുകയും പിന്നെ അതിനു ചുറ്റും ഒരു വ്യക്തിത്വബോധത്തെ ഉണ്ടാക്കിയെടുക്കുകയും ചെയ്യുന്ന ഒരു മനസ്സ് അവർക്കില്ലല്ലോ.

നിഷേധാത്മകമായ ഒരു വികാരത്തിനുള്ളിലും പ്രധാനപ്പെട്ട ഒരു സന്ദേശം ഉണ്ടായിക്കൂടെന്നുണ്ടോ? ഉദാഹരണത്തിന്, പലപ്പോഴും ഞാൻ വിഷാദം അനുഭവിക്കാറുണ്ട്. എന്റെ ജീവിതത്തിൽ എന്തോ കുഴപ്പമുണ്ട് എന്നുള്ളതിന്റെ സൂചനയാകാമത്. എന്റെ ജീവിതസന്ദർഭത്തെ നോക്കിക്കാണാനും ചില മാറ്റങ്ങൾ വരുത്താനും അതെന്നെ പ്രേരിപ്പിച്ചേക്കാം. അതുകൊണ്ട് ആ വികാരത്തെ 'നിഷേധാത്മകം' എന്നു പറഞ്ഞു തള്ളിക്കളയാതെ, ആ വികാരം എന്നോട് എന്താണ് പറയുന്നതെന്ന് ഞാൻ ശ്രദ്ധിക്കേണ്ടതായുണ്ട്.

അതെ. ആവർത്തിച്ചുവരുന്ന നിഷേധാത്മകമായ വികാരങ്ങളും അസുഖങ്ങളും ഒരു സന്ദേശത്തെ ഉൾക്കൊള്ളുന്നുണ്ട്. പക്ഷേ, നിങ്ങളുടെ ജോലിയിലോ ബന്ധങ്ങളിലോ ചുറ്റുപാടുകളിലോ നിങ്ങൾ വരുത്തുന്ന മാറ്റങ്ങൾ നിങ്ങളുടെ ബോധതലത്തിൽ വന്നിട്ടുള്ള മാറ്റത്തിൽനിന്നുയരുന്നതല്ലെങ്കിൽ, അന്തിമമായി അവ വെറും തൊലിപ്പുറമേയുള്ളതാകും. നിഷേധവികാരങ്ങളെ സംബന്ധിച്ചിടത്തോളം ഒരു കാര്യമേ അവ സൂചിപ്പിക്കാനിടയുള്ളൂ— കൂടുതൽ സന്നിഹിതനാവുക എന്നത്. സാന്നിദ്ധ്യത്തിന്റെ ഒരു തലത്തിലെത്തിക്കഴിഞ്ഞാൽ, നിങ്ങളുടെ ജീവിതസന്ദർഭത്തിൽ എന്താണാവശ്യം എന്ന് അറിയിക്കാനായി പിന്നെ

നിങ്ങൾക്കു നിഷേധവികാരങ്ങളുടെ ആവശ്യം വരില്ല. പക്ഷേ, നിഷേധാത്മകത അവിടെയുള്ള കാലത്തോളം അതിനെ ഉപയോഗിക്കുക. കൂടുതൽ സന്നിഹിതനാവാൻ നിങ്ങളെ ഓർമ്മിപ്പിക്കുന്ന, പ്രത്യേക തരത്തിലുള്ള ഒരു സൂചനയായി അതിനെ ഉപയോഗിക്കുക.

നിഷേധാത്മകത ഉയർന്നുവരുന്നത് എങ്ങനെ തടയാനാവും? അതവിടെ ഉണ്ടായിക്കഴിഞ്ഞാൽ അതിനെ എങ്ങനെ ഒഴിവാക്കാം?

ഞാൻ പറഞ്ഞതുപോലെ പൂർണ്ണമായും സന്നിഹിതനാവുന്നതിലൂടെ, നിഷേധവികാരങ്ങൾ ഉയർന്നുവരുന്നത് നിങ്ങൾക്കു തടയാനാവും. പക്ഷേ, നിരാശപ്പെടരുത്. നിരന്തരമായ സാന്നിദ്ധ്യത്തിന്റെ അവസ്ഥയെ നിലനിർത്താൻ കഴിയുന്ന ചുരുക്കം ചിലരേ ഇപ്പോൾ ഈ ഗ്രഹത്തിലുള്ളൂ, കുറച്ചുപേർകൂടി അതിനോടടുത്തുകൊണ്ടിരിക്കുന്നു എങ്കിലും. അടുത്തുതന്നെ കൂടുതൽപേർ ആ അവസ്ഥയിലേക്കെത്തുമെന്ന് ഞാൻ വിശ്വസിക്കുന്നു.

ഏതെങ്കിലും തരത്തിലുള്ള നിഷേധഭാവം നിങ്ങളുടെയുള്ളിൽ ഉയർന്നുവന്നിട്ടുണ്ടെന്നു നിങ്ങൾ നിരീക്ഷിക്കുമ്പോഴൊക്കെ അതിനെ ഒരു പരാജയമായി കാണാതിരിക്കുക. "ഉണരുക. നിങ്ങളുടെ മനസ്സിൽനിന്നു പുറത്തുകടക്കുക. സന്നിഹിതനാവുക" എന്ന് നിങ്ങളോടു പറയുന്ന സഹായകമായ ഒരു സൂചനയായി അതിനെ കണക്കാക്കുക.

ആൽഡസ് ഹക്സ്‌ലി (Aldes Huxley) എഴുതിയ 'ഐലൻഡ്' (Island) എന്ന നോവലുണ്ട്. ജീവിതത്തിന്റെ അവസാന വർഷങ്ങളിൽ, ആദ്ധ്യാത്മിക പ്രബോധനങ്ങളിൽ അദ്ദേഹത്തിനു വളരെയധികം താത്പര്യമുണ്ടായപ്പോളെഴുതിയ പുസ്തകമാണത്. താൻ സഞ്ചരിച്ചിരുന്ന കപ്പൽ തകർന്ന്, ബാക്കിയുള്ള ലോകത്തിൽനിന്ന് ഒറ്റപ്പെട്ട വിദൂരമായ ഒരു ദ്വീപിൽ എത്തിച്ചേരുന്ന ഒരു മനുഷ്യന്റെ കഥയാണതു പറയുന്നത്. ഈ ദ്വീപിൽ അനന്യമായ ഒരു സംസ്കാരമാണുള്ളത്. അതിനെ സംബന്ധിച്ച അസാധാരണമായ കാര്യമെന്താണെന്നുവച്ചാൽ ലോകത്തിലെ മറ്റു മനുഷ്യരിൽനിന്നു വ്യത്യസ്തരായി, അവിടെയുള്ളവർ ശരിക്കും മനസ്ഥിരതയുള്ളവരാണ്. ആ ദ്വീപിലെത്തിയപ്പോൾ അയാൾ ആദ്യം ശ്രദ്ധിച്ചതു വൃക്ഷങ്ങളിലിരിക്കുന്ന വർണ്ണശോഭയുള്ള തത്തകളെയാണ്. അവ സദാ ചിലച്ചുകൊണ്ടിരിക്കുന്നത് ഇതാണ്: "ശ്രദ്ധിക്കുക. ഇവിടെ. ഇപ്പോൾ. ശ്രദ്ധിക്കുക. ഇവിടെ. ഇപ്പോൾ." നിരന്തരമായി സന്നിഹിതരായിരിക്കണമെന്നു തങ്ങളെ ഓർമ്മിപ്പിക്കാനായി ആ ദ്വീപിലെ ആളുകൾതന്നെ തത്തകളെ പഠിപ്പിച്ചതാണ് ആ വാക്കുകൾ എന്ന് നാം പിന്നീടു മനസ്സിലാക്കുന്നു.

അതുകൊണ്ട്, ബാഹ്യമായ ഒരു കാരണത്താലോ ഒരു ചിന്തയാലോ നിങ്ങൾക്കറിവുള്ള പ്രത്യേകമായ ഒരു കാരണവുമില്ലാതെയോ നിങ്ങളുടെയുള്ളിൽ നിഷേധാത്മകത ഉയരുന്നത് അറിയുമ്പോഴൊക്കെ,

"ജാഗ്രത. ഇവിടെ. ഇപ്പോൾ. ഉണരുക." എന്ന് നിങ്ങളോടു പറയുന്ന ഒരു ശബ്ദമായി അതിനെ കണക്കാക്കുക. ഏറ്റവും ചെറിയ പ്രകോപനംപോലും പ്രാധാന്യമർഹിക്കുന്നതാണ്. അതിനെ അംഗീകരിക്കുകയും നിരീക്ഷിക്കുകയും ചെയ്യേണ്ട ആവശ്യമുണ്ട്. അല്ലെങ്കിൽ നിരീക്ഷിക്കപ്പെടാത്ത പ്രതികരണങ്ങളുടെ കുമിഞ്ഞുകൂടലുണ്ടാവും. ഞാൻ നേരത്തെ പറഞ്ഞതുപോലെ, നിങ്ങളുടെയുള്ളിൽ ഈ ഊർജ്ജക്ഷേത്രത്തിന്റെ ആവശ്യമില്ലെന്നും അതുകൊണ്ട് ഒരുപകാരവുമില്ലെന്നും തിരിച്ചറിയുമ്പോൾ നിങ്ങൾക്കതിനെ താഴെയിടാൻ സാധിച്ചേക്കാം. പക്ഷേ, അതിനെ പൂർണ്ണമായും വിട്ടുകളഞ്ഞെന്ന് ഉറപ്പാക്കണം. നിങ്ങൾക്കതിനെ താഴെയിടാൻ കഴിയുന്നില്ലെങ്കിൽ, അതവിടെ ഉണ്ടെന്നു വെറുതേ അംഗീകരിക്കുകയും ഞാൻ നേരത്തേ ചൂണ്ടിക്കാണിച്ചതുപോലെ ആ വികാരത്തിന്റെ ഉള്ളിലേക്കു നിങ്ങളുടെ ശ്രദ്ധയെ കൊണ്ടുപോവുകയും ചെയ്യുക.

നിഷേധപരമായ ഒരു പ്രതികരണത്തെ താഴെയിടുന്നതിനുപകരം ആ പ്രതികരണത്തിന്റെ ബാഹ്യമായ കാരണത്തോടു സുതാര്യത കൈവരിക്കുന്നതായി സങ്കല്പിക്കുന്നതിലൂടെയും നിങ്ങൾക്കതിനെ അപ്രത്യക്ഷമാക്കാനാവും. എന്റെ അഭിപ്രായത്തിൽ, ഇതു നിങ്ങൾ ആദ്യം ചെറിയ, നിസ്സാരമായ കാര്യങ്ങളിൽ പരിശീലിക്കണം. നിങ്ങൾ വീട്ടിൽ നിശ്ശബ്ദനായി ഇരിക്കുകയാണെന്നു വിചാരിക്കുക. പെട്ടെന്നു ചെവി തുളയ്ക്കുന്ന രീതിയിൽ ഒരു കാർ അലാറം തെരുവീഥിയിലൂടെ ശബ്ദിക്കുന്നു. പ്രകോപനമുണ്ടാകുന്നു. ആ പ്രകോപനത്തിന്റെ ഉദ്ദേശ്യമെന്താണ്? ഒന്നുമില്ലതന്നെ. നിങ്ങളെന്തിനാണ് അതു സൃഷ്ടിച്ചത്. നിങ്ങളല്ല അതു സൃഷ്ടിച്ചത്. നിങ്ങളുടെ മനസ്സാണ് അതു സൃഷ്ടിച്ചത്. അതു തീർത്തും സ്വയംപ്രേരിതവും പൂർണ്ണമായും അബോധപൂർവ്വവുമായിരുന്നു. എന്തിനാണ് മനസ്സ് അതു സൃഷ്ടിച്ചത്? കാരണം, ഏതെങ്കിലും തരത്തിലുള്ള നിഷേധഭാവമായോ അസന്തുഷ്ടിയായോ നിങ്ങളനുഭവിക്കുന്ന അതിന്റെ പ്രതിരോധം എങ്ങനെയെങ്കിലും ആ അനഭിലഷണീയമായ അവസ്ഥയെ അലിയിക്കുമെന്ന അബോധപൂർവ്വമായ വിശ്വാസത്തെ മനസ്സ് മുറുകെപ്പിടിക്കുന്നു. തീർച്ചയായും ഇതൊരു മിഥ്യയാണ്. മനസ്സ് അലിയിക്കാൻ ശ്രമിക്കുന്ന പ്രഥമമായ കാരണത്തേക്കാൾ വളരെയധികം അസഹ്യതയുണ്ടാക്കുന്നതാണ് അതു സൃഷ്ടിക്കുന്ന പ്രതിരോധം—ഈ സന്ദർഭത്തിൽ പ്രകോപനം അല്ലെങ്കിൽ ദ്വേഷം.

ഇക്കാര്യങ്ങളെയെല്ലാംതന്നെ ആദ്ധ്യാത്മിക അഭ്യാസമായി പരിവർത്തനം ചെയ്യാം. ഭൗതികശരീരത്തിന്റെ ദൃഢതയില്ലാതെ സ്വയം സുതാര്യമാകുന്നതായി സങ്കല്പിക്കുക. ആ ശബ്ദത്തെയോ അല്ലെങ്കിൽ നിഷേധാത്മകമായ പ്രതികരണത്തെ ഉണ്ടാക്കുന്ന കാര്യത്തെയോ നിങ്ങളിലൂടെ കടന്നുപോകാൻ അനുവദിക്കുക. നിങ്ങളുടെയുള്ളിലെ ദൃഢമായ ഒരു മതിലിന്മേൽ അതിപ്പോൾ വന്നിടിക്കുന്നില്ല. ഞാൻ പറഞ്ഞതുപോലെ ചെറിയ കാര്യങ്ങളിൽനിന്ന് ഈ അഭ്യാസം തുടങ്ങുക.

കാറിന്റെ അലാറം, പട്ടിയുടെ കുര, കുട്ടികളുടെ നിലവിളി, വാഹനക്കുരുക്ക് തുടങ്ങിയവയിൽനിന്ന്. "സംഭവിക്കാൻ പാടില്ലാത്ത കാര്യങ്ങളാ"ൽ നിരന്തരമായും വേദനാജനകമായും ഇടിക്കപ്പെടുന്ന പ്രതിരോധത്തിന്റേതായ ഒരു മതിൽ നിങ്ങളുടെയുള്ളിൽ ഉയർത്തുന്നതിനുപകരം, എല്ലാ കാര്യങ്ങളെയും നിങ്ങളിലൂടെ കടന്നുപോകാൻ അനുവദിക്കുക.

ആരെങ്കിലും നിങ്ങളോടു മര്യാദയില്ലാതെയോ നിങ്ങളെ വേദനിപ്പിക്കാൻ ഉദ്ദേശിച്ചുകൊണ്ടോ എന്തെങ്കിലും പറയുന്നു. ആക്രമണം, പ്രതിരോധം അല്ലെങ്കിൽ പിൻവാങ്ങൽ തുടങ്ങിയ അബോധപൂർവ്വമായ പ്രതികരണങ്ങളിലേക്കും നിഷേധഭാവത്തിലേക്കും പോകുന്നതിനു പകരം, നിങ്ങൾ അതിനെ നിങ്ങളിലൂടെ കടുന്നുപോകാൻ അനുവദിക്കുന്നു. ഒരു പ്രതിരോധവും ഉയർത്താതിരിക്കുക. വേദനിക്കാനായി അവിടെയാരും ഇല്ലാത്തതുപോലെയാണത്. ഇതാണു മാപ്പുനല്കൽ. ഈ രീതിയിൽ നിങ്ങൾ അഭേദ്യത്വം നേടുന്നു. അപ്പോഴും ആ വ്യക്തിയോട് അവന്റെ അല്ലെങ്കിൽ അവളുടെ പെരുമാറ്റം അംഗീകരിക്കാനാവാത്തതാണെന്നു നിങ്ങൾക്കു പറയാനാകും, ആ വഴിയാണ് നിങ്ങൾ തിരഞ്ഞെടുക്കുന്നതെങ്കിൽ. പക്ഷേ, നിങ്ങളുടെ ആന്തരികാവസ്ഥയെ നിയന്ത്രിക്കാനുള്ള ശക്തി ഇപ്പോൾ ആ വ്യക്തിക്കില്ല. നിങ്ങൾ നിങ്ങളുടേതായ അധികാരപരിധിക്കുള്ളിലാണ്. മറ്റൊരാളുടെ അധീനതയിലല്ല. നിങ്ങൾ നിങ്ങളുടെ മനസ്സിന്റെ നിയന്ത്രണത്തിലുമല്ല. ഒരു കാർ അലാറമായാലും മര്യാദയില്ലാതെ പെരുമാറുന്ന വ്യക്തിയായാലും വെള്ളപ്പൊക്കമായാലും ഭൂമികുലുക്കമായാലും നിങ്ങളുടെ എല്ലാ മുതലുകളുടെയും നഷ്ടമായാലും ശരി, പ്രതിരോധത്തിന്റെ പ്രവർത്തനരീതി ഒന്നുതന്നെയാണ്.

ഞാൻ ധ്യാനം പരിശീലിക്കുന്നുണ്ട്. ശില്പശാലകളിൽ പോകാറുണ്ട്. ഒരുപാട് ആദ്ധ്യാത്മിക പുസ്തകങ്ങൾ വായിച്ചിട്ടുണ്ട്. പ്രതിരോധമില്ലാത്ത അവസ്ഥയിലായിരിക്കാൻ ശ്രമിക്കാറുമുണ്ട്. പക്ഷേ, ഞാൻ യഥാർത്ഥമായ നീണ്ടുനില്ക്കുന്ന ആന്തരികശാന്തി കണ്ടെത്തിയിട്ടുണ്ടോ എന്നു ചോദിച്ചാൽ ഇല്ല എന്നായിരിക്കും എന്റെ സത്യസന്ധമായ ഉത്തരം. എന്തുകൊണ്ടാണ് ഞാനതു കണ്ടെത്താത്തത്? വേറെന്താണ് എനിക്കു ചെയ്യാൻ കഴിയുക?

നിങ്ങളിപ്പോഴും പുറത്താണ് അന്വേഷിക്കുന്നത്. അന്വേഷണത്തിന്റേതായ വൃത്തിയിൽനിന്നു നിങ്ങൾക്കു പുറത്തുകടക്കാനുമാവുന്നില്ല. ചിലപ്പോൾ അടുത്ത ശില്പശാല, അല്ലെങ്കിൽ ആ പുതിയ പരിശീലനരീതി അതിനുള്ള ഉത്തരം നല്കും എന്നാണ് നിങ്ങൾ ചിന്തിക്കുന്നത്. നിങ്ങളോട് ഞാൻ പറയും: ശാന്തിക്കായി അന്വേഷിക്കരുത്. നിങ്ങളിപ്പോൾ ഉള്ള അവസ്ഥയെ അല്ലാതെ മറ്റൊന്നിനെയും തേടരുത്. അത

ല്ലെങ്കിൽ നിങ്ങൾ ആന്തരിക സംഘർഷത്തെയും അബോധപൂർവ്വമായ പ്രതിരോധത്തെയുമുണ്ടാക്കും. ശാന്തിയോടെയല്ലാതെ ഇരിക്കുന്നതിനു സ്വയം മാപ്പുനല്കുക. നിങ്ങളുടെ അശാന്തിയെ നിങ്ങൾ പൂർണ്ണമായും അംഗീകരിക്കുന്ന നിമിഷത്തിൽ അതു ശാന്തിയായി പരിവർത്തനം ചെയ്യപ്പെടുന്നു. നിങ്ങൾ പൂർണ്ണമായും അംഗീകരിക്കുന്ന എന്തും നിങ്ങളെ അവിടേക്ക് എത്തിക്കും—ശാന്തിയിലേക്കു നയിക്കും. ഇതാണ് സമർപ്പണത്തിന്റെ ചമത്കാരം. രണ്ടായിരം വർഷങ്ങൾക്കുമുമ്പ് പ്രബുദ്ധത നേടിയ മഹാനായ ഒരു ഗുരു ഉപയോഗിച്ച, "മറ്റേ ചെകിടു കാണിച്ചു കൊടുക്കുക" എന്ന വചനം നിങ്ങൾ കേട്ടിട്ടുണ്ടായിരിക്കും. പ്രതിരോധമില്ലായ്മയുടെയും പ്രതികരണമില്ലായ്മയുടെയും രഹസ്യത്തെ പ്രതീകാത്മകമായി അറിയിക്കാൻ ശ്രമിക്കുകയായിരുന്നു അദ്ദേഹം. ഈ പ്രസ്താവനയിലും അദ്ദേഹത്തിന്റെ മറ്റെല്ലാ പ്രസ്താവനകളിലുമെന്നതുപോലെ നിങ്ങളുടെ ആന്തരിക യാഥാർത്ഥ്യത്തെക്കുറിച്ചു മാത്രമേ അദ്ദേഹം ഉദ്ദേശിച്ചിരുന്നുള്ളൂ. അല്ലാതെ നിങ്ങളുടെ ബാഹ്യമായ പെരുമാറ്റത്തെയല്ല അദ്ദേഹം ഉദ്ദേശിച്ചത്.

ബൻസാന്റെ (Bansan) കഥ നിങ്ങൾക്കറിയുമോ? മഹാനായ ഒരു സെൻ ആചാര്യനായി മാറുന്നതിനുമുമ്പ് അദ്ദേഹം വളരെയധികം വർഷങ്ങൾ പ്രബുദ്ധത തേടി നടന്നിരുന്നുവെങ്കിലും അതെപ്പോഴും വഴുതിമാറിക്കൊണ്ടിരുന്നു. ഒരു ദിവസം അങ്ങാടിയിലൂടെ നടന്നുകൊണ്ടിരിക്കുമ്പോൾ, ഒരു മാംസക്കച്ചവടക്കാരനും അയാളുടെ പതിവുകാരനും തമ്മിലുള്ള സംഭാഷണം അദ്ദേഹം കേൾക്കാനിടയായി. "നിങ്ങളുടെ കൈയിലുള്ള ഏറ്റവും നല്ല മാംസക്കഷണം എനിക്കു തരിക", എന്നു പതിവുകാരൻ പറഞ്ഞു. "എന്റെ കൈയിലുള്ള ഓരോ മാംസക്കഷണവും ഏറ്റവും നല്ലതാണ്. ഏറ്റവും നല്ലതല്ലാത്ത ഒരു മാംസക്കഷണവും ഇവിടെയില്ല" എന്നാണു മാംസക്കച്ചവടക്കാരൻ മറുപടി പറഞ്ഞത്. ഇതു കേട്ടതോടെ ബൻസാൻ പ്രബുദ്ധനായി.

ഒരു വിശദീകരണത്തിനായി നിങ്ങൾ കാത്തിരിക്കുകയാണെന്ന് എനിക്കു മനസ്സിലാവുന്നുണ്ട്. നിലവിലുള്ളതിനെ നിങ്ങൾ അംഗീകരിക്കുമ്പോൾ, ഓരോ മാംസക്കഷണവും— ഓരോ നിമിഷവും ഏറ്റവും നല്ലതാണ്. ഇതാണ് പ്രബുദ്ധത.

കാരുണ്യത്തിന്റെ സ്വഭാവം

മനോനിർമ്മിതമായ വൈരുദ്ധ്യങ്ങൾക്കപ്പുറം ചെന്നുകൊണ്ട്, നിങ്ങൾ അഗാധതയുള്ള ഒരു തടാകംപോലെയായിത്തീരുന്നു. നിങ്ങളുടെ ജീവിതത്തിന്റെ ബാഹ്യസാഹചര്യവും അവിടെ സംഭവിക്കുന്ന എന്തും ഈ തടാകത്തിന്റെ ഉപരിതലമാണ്. കാലചക്രങ്ങൾക്കും ഋതുക്കൾക്കുമനുസരിച്ച് അതു ചിലപ്പോൾ ശാന്തമാകുന്നു. ചിലപ്പോൾ കാറ്റിൽ ഇളകുന്നതും പരുപരുത്തതുമാകുന്നു. എങ്കിലും അതിന്റെ അഗാധതയിൽ

തടാകം എപ്പോഴും ശാന്തമാണ്. നിങ്ങൾ ആ മുഴുവൻ തടാകവുമാണ്. അല്ലാതെ അതിന്റെ ഉപരിതലം മാത്രമല്ല. പൂർണ്ണമായും നിശ്ചലമായിരിക്കുന്ന നിങ്ങളിലെ അഗാധതയോടു നിങ്ങൾ ബന്ധമുള്ളവനായിരിക്കുന്നു. ഏതെങ്കിലും സാഹചര്യത്തോടു മാനസികമായി അള്ളിപ്പിടിച്ചുകൊണ്ട് നിങ്ങൾ മാറ്റത്തെ ചെറുക്കുന്നില്ല. നിങ്ങളുടെ ഉള്ളിലെ ശാന്തി അതിനെ ആശ്രയിക്കുന്നില്ല. നിങ്ങൾ മാറ്റമില്ലാത്തതും സമയരഹിതവും മരണരഹിതവുമായ ഉണ്മയിൽ നിലകൊള്ളുന്നു. നിരന്തരമായി ചാഞ്ചാടിക്കൊണ്ടിരിക്കുന്ന രൂപങ്ങളുടേതായ ബാഹ്യലോകത്തെ സംതൃപ്തിക്കോ സന്തോഷത്തിനോവേണ്ടി നിങ്ങളിപ്പോൾ ആശ്രയിക്കുന്നില്ല. നിങ്ങൾക്ക് അവയെ ആസ്വദിക്കുകയും അവയുമൊത്ത് ഉല്ലസിക്കുകയും പുതിയ രൂപങ്ങളെ സൃഷ്ടിക്കുകയും അവയുടെയെല്ലാം സൗന്ദര്യത്തെ വിലമതിക്കുകയും ഒക്കെ ചെയ്യാനാകും. പക്ഷേ, അവയിൽ ഒന്നിനോടുപോലും മമതാബന്ധം ഉണ്ടാക്കേണ്ട ആവശ്യം നിങ്ങൾക്കുണ്ടാകില്ല.

നിങ്ങൾ ഇത്രയധികം നിസ്സംഗനായാൽ മറ്റു മനുഷ്യരിൽനിന്നുകൂടി നിങ്ങൾ അകന്നുപോകുമെന്ന് അർത്ഥമാകുന്നില്ലേ?

നേരേ തിരിച്ചാണ്. ഉണ്മയെക്കുറിച്ചു നിങ്ങൾക്ക് അവബോധമില്ലാത്ത കാലത്തോളം നിങ്ങൾ സ്വന്തം യാഥാർത്ഥ്യത്തെ കണ്ടെത്താത്തതിനാൽ, മറ്റുള്ള മനുഷ്യരുടെ യാഥാർത്ഥ്യവും നിങ്ങൾക്കു പിടിതരാതെ വഴുതിമാറും. അവരുടെ രൂപത്തെ നിങ്ങളുടെ മനസ്സ് ഇഷ്ടപ്പെടുകയോ ഇഷ്ടപ്പെടാതിരിക്കുകയോ ചെയ്യും. രൂപമെന്നാൽ ശരീരം മാത്രമല്ല, മനസ്സുകൂടി ഉൾക്കൊള്ളുന്നതാണ്. ഉണ്മയെക്കുറിച്ചുള്ള അവബോധമുണ്ടാകുമ്പോഴേ യഥാർത്ഥബന്ധം സാദ്ധ്യമാവുകയുള്ളൂ. ഉണ്മയിൽ നിന്നു വരുന്നതുകൊണ്ട്, മറ്റൊരാളുടെ ശരീരത്തെയും മനസ്സിനെയും വെറുമൊരു മറയായി നിങ്ങൾ ഗ്രഹിക്കും. നിങ്ങൾ നിങ്ങളുടെ യാഥാർത്ഥ്യത്തെ അനുഭവിക്കുന്നതുപോലെ ആ മറയ്ക്കു പിന്നിലുള്ള അവരുടെ യാഥാർത്ഥ്യത്തെയും നിങ്ങൾക്ക് അനുഭവിക്കാനാകും. അതുകൊണ്ട്, മറ്റൊരാളുടെ ദുരിതത്തെയോ അബോധപൂർവ്വമായ പെരുമാറ്റത്തെയോ അഭിമുഖീകരിക്കേണ്ടിവരുമ്പോൾ നിങ്ങൾ സന്നിഹിതനായും ഉണ്മയോടു ബന്ധമുള്ളവനായും ഇരിക്കുന്നു. അങ്ങനെ ആകാരത്തിനപ്പുറത്തേക്കു നോക്കാനും മറ്റേ വ്യക്തിയുടെ തേജോമയവും ശുദ്ധവുമായ ഉണ്മയെ നിങ്ങളുടെ സ്വന്തം ഉണ്മയിലൂടെ അനുഭവിക്കാനും നിങ്ങൾക്കു കഴിയുന്നു. ഉണ്മയുടെ തലത്തിൽ എല്ലാ ദുരിതങ്ങളും മിഥ്യയായി തിരിച്ചറിയപ്പെടുന്നു. രൂപവുമായുള്ള താദാത്മ്യം കൊണ്ടാണ് ദുരിതമുണ്ടാവുന്നത്. ഈ തിരിച്ചറിവിലൂടെ ചിലപ്പോൾ അതിശയകരമായ രോഗശാന്തി ഉണ്ടാകാറുണ്ട്. മറ്റുള്ളവ

രിലെ ഉണ്മയെക്കുറിച്ചുള്ള ബോധത്തെ ഉണർത്തിക്കൊണ്ടാണ് അതു സംഭവിക്കുന്നത്— അവർ അതിന് തയ്യാറായിട്ടുണ്ടെങ്കിൽ.

അതാണോ കാരുണ്യം?

അതെ. നിങ്ങൾക്കും എല്ലാ ജീവജാലങ്ങൾക്കും ഇടയിലുള്ള ഗാഢമായ ബന്ധത്തെക്കുറിച്ചുള്ള അവബോധമാണ് കാരുണ്യം. പക്ഷേ, കാരുണ്യത്തിനു രണ്ടു വശങ്ങളുണ്ട്. ഈ ബന്ധത്തിനും രണ്ടു വശങ്ങളുണ്ട്. ഒരു വശത്ത് നിങ്ങളിപ്പോഴും ഇവിടെ ഒരു ശരീരമായുള്ളതുകൊണ്ട് നിങ്ങളുടെ ഭൗതികരൂപത്തിന്റെ അരക്ഷിതത്വവും നശ്വരതയും ഓരോ മനുഷ്യനുമായും ഓരോ ജീവരൂപവുമായും നിങ്ങൾ പങ്കുവയ്ക്കുന്നു. "എനിക്കും ആ വ്യക്തിക്കുമിടയിൽ പൊതുവായൊന്നും തന്നെയില്ല" എന്ന് അടുത്ത പ്രാവശ്യം പറയുന്നതിനുമുമ്പ് ഓർക്കുക. നിങ്ങൾക്കിടയിൽ ഒരുപാടു കാര്യങ്ങൾ പൊതുവായുണ്ട്. കുറച്ചു വർഷങ്ങൾക്കുള്ളിൽ— രണ്ടു വർഷമോ എഴുപതു വർഷമോ ആയിക്കൊള്ളട്ടെ, വ്യത്യാസമൊന്നുമില്ല—നിങ്ങൾ രണ്ടുപേരും അഴുകുന്ന ജഡങ്ങളായിത്തീർന്നിരിക്കും. പിന്നെ പൊടിക്കൂനകൾ. പിന്നെ ഒന്നുമല്ലാതായിത്തീരും. ഇത് നമുക്കു സുബോധമുണ്ടാക്കുന്ന, നമ്മെ വിനയാന്വിതരാക്കുന്ന ഒരു തിരിച്ചറിവാണ്. ഇത് അഹന്തയ്ക്ക് ഒട്ടും ഇടമൊരുക്കുന്നില്ല. ഇതൊരു നിഷേധാത്മകമായ ചിന്തയാണോ? അല്ല. അതൊരു വാസ്തവമാണ്. അതിനെതിരെ എന്തിനു കണ്ണടയ്ക്കണം. ആ അർത്ഥത്തിൽ നിങ്ങൾക്കും മറ്റുള്ള ഓരോ ജീവിക്കുമിടയിൽ പൂർണ്ണമായ സമത്വം നിലനില്ക്കുന്നു.

ഭൗതികരൂപങ്ങളുടെ നശ്വരതയെക്കുറിച്ച് അഗാധമായി ധ്യാനിക്കുന്നത് ഏറ്റവും ശക്തമായ ആദ്ധ്യാത്മിക അഭ്യാസങ്ങളിലൊന്നാണ്. ഇതിനെയാണ് മരിക്കുന്നതിനുമുമ്പ് മരിക്കുക എന്നു പറയുന്നത്. അതിനുള്ളിലേക്ക് ആഴത്തിൽ കടന്നുചെല്ലുക. നിങ്ങളുടെ ഭൗതികരൂപം അലിയുകയാണ്. അതിപ്പോഴില്ല. പിന്നെ എല്ലാ മാനസികരൂപങ്ങളും അല്ലെങ്കിൽ ചിന്തകളും ഇല്ലാതാവുന്ന ഒരു നിമിഷം വരും. എന്നിട്ടും നിങ്ങളിപ്പോഴും അവിടെയുണ്ട്— നിങ്ങളാകുന്ന ദിവ്യസാന്നിദ്ധ്യമായി. തേജസ്സോടെ, മുഴുവനായും ഉണർന്നുകൊണ്ട്. ഒരിക്കലും വാസ്തവമായ ഒന്നുംതന്നെ നശിച്ചിട്ടില്ല. നശിച്ചിട്ടുള്ളതു നാമങ്ങളും രൂപങ്ങളും മിഥ്യകളും മാത്രമാണ്.

മരണമില്ലാത്ത ഈ മാനത്തിന്റെ, നിങ്ങളുടെ യഥാർത്ഥ പ്രകൃതിയുടെ സാക്ഷാത്കാരമാണു കാരുണ്യത്തിന്റെ മറുവശം. വികാരങ്ങളുടെ ഗാഢമായ ഒരു തലത്തിൽ, നിങ്ങൾ നിങ്ങളുടെ സ്വന്തം അനശ്വരതയെ

മാത്രമല്ല, അതിലൂടെ മറ്റുള്ള ഓരോ ജീവജാലത്തിന്റെയും അനശ്വരതയെയും കൂടി ഇപ്പോൾ തിരിച്ചറിയുന്നു. രൂപങ്ങളുടെ തലത്തിൽ, നിങ്ങൾ നശ്വരതയെയും നിലനില്പിന്റെ അനിശ്ചിതത്വത്തെയും പങ്കുവയ്ക്കുന്നു. ഉണ്മയുടെ തലത്തിൽ നിങ്ങൾ, നിത്യവും തേജോമയവുമായ ജീവിതത്തെ പങ്കുവയ്ക്കുന്നു. കാരുണ്യത്തിന്റെ രണ്ടു ഘടകങ്ങൾ ഇവയാണ്. കാരുണ്യത്തിൽ, പ്രത്യക്ഷത്തിൽ വിരുദ്ധവികാരങ്ങളായ ദുഃഖവും ആനന്ദവും ഒന്നായിത്തീരുകയും ഗാഢമായ ആന്തരികശാന്തിയായി പരിവർത്തനപ്പെടുകയും ചെയ്യുന്നു. ഇതാണ് ഈശ്വരന്റെ പ്രശാന്തത. മനുഷ്യർക്കു സാദ്ധ്യമായ ഏറ്റവും ഉത്കൃഷ്ടമായ വികാരങ്ങളിലൊന്നാണ് അത്. അതിനു രോഗശാന്തി വരുത്താനും പരിവർത്തനം ചെയ്യാനുമുള്ള മഹത്തായ ശക്തിയുണ്ട്. പക്ഷേ, ഞാൻ വിശദീകരിച്ചതു പോലെയുള്ള യഥാർത്ഥ കാരുണ്യം ഇപ്പോഴും വിരളമാണ്. മറ്റൊരു ജീവന്റെ ദുരിതത്തോടു ഗാഢമായ തന്മയീഭാവമുണ്ടാകണമെങ്കിൽ തീർച്ചയായും ഉയർന്നതലത്തിലുള്ള ബോധം ആവശ്യമാണ്. പക്ഷേ, കാരുണ്യത്തിന്റെ ഒരു വശത്തെ മാത്രമേ അതു പ്രതിനിധീകരിക്കുന്നുള്ളൂ. അതു പൂർണ്ണമല്ല. യഥാർത്ഥ കാരുണ്യം തന്മയീഭാവത്തെയും അനുതാപത്തെയും മറികടക്കുന്നു. ദുഃഖം ആനന്ദത്തിൽ, ആകാരങ്ങൾക്കപ്പുറമുള്ള ഉണ്മയുടെ ആനന്ദത്തിൽ ശാശ്വതമായ ജീവിതത്തിന്റെ ആനന്ദത്തിൽ അലിയുന്നതുവരെ അതു സംഭവിക്കുന്നില്ല.

വ്യത്യസ്തമായ ഒരു യാഥാർത്ഥ്യത്തിലേക്ക്

ശരീരം നശിക്കേണ്ട ആവശ്യമുണ്ടെന്ന് എനിക്കു തോന്നുന്നില്ല. ശാരീരികമായ അനശ്വരത നമുക്കു നേടാൻ കഴിയുമെന്ന് എനിക്കു ബോദ്ധ്യമുണ്ട്. നാം മരണത്തിൽ വിശ്വസിക്കുന്നു. അതുകൊണ്ടാണ് ശരീരം നശിക്കുന്നത്.

ശരീരം മരിക്കുന്നത് നിങ്ങൾ മരണത്തിൽ വിശ്വസിക്കുന്നതുകൊണ്ടല്ല. നിങ്ങൾ മരണത്തിൽ വിശ്വസിക്കുന്നതുകൊണ്ടാണ് ശരീരം നിലനില്ക്കുന്നത്. അല്ലെങ്കിൽ നിലനില്ക്കുന്നതായി തോന്നുന്നത്. ബോധത്തിന്റെ അഹന്താത്മകമായ വൃത്തിയാൽ സൃഷ്ടിക്കപ്പെടുന്ന ഒരേ മിഥ്യയുടെ ഭാഗങ്ങളാണ് ശരീരവും മരണവും. അഹന്താത്മകമായ വ്യക്തിക്കു ജീവന്റെ ഉത്ഭവത്തെക്കുറിച്ച് അവബോധമില്ല. അതു സ്വയം വിഭിന്നമായി കാണുകയും അതിന്റെ നിലനില്പിനു നിരന്തരമായ ഭീഷണിയുള്ളതായി കണക്കാകുകയും ചെയ്യുന്നു. അതുകൊണ്ട് നിങ്ങളൊരു ശരീരമാണെന്നും സ്വന്തം നിലനില്പിന് നിരന്തരമായ ഭീഷണിയെ നേരിടേണ്ടിവരുന്ന കട്ടിയുള്ള ഒരു ഭൗതികവാഹനമാണെന്നുമുള്ള മിഥ്യാബോധത്തെ അതു സൃഷ്ടിക്കുന്നു.

ജനിക്കുകയും കുറച്ചുകാലം കഴിഞ്ഞു മരിക്കുകയും ചെയ്യുന്ന അരക്ഷിതമായ ഒരു ശരീരമായി സ്വയം ഗ്രഹിക്കുക— അതാണ് മിഥ്യ. ശരീരവും മരണവും ഒരേ മിഥ്യതന്നെ. ഒന്നില്ലാതെ നിങ്ങൾക്കു മറ്റേതിനെ ലഭിക്കില്ല. മിഥ്യയുടെ ഒരു വശത്തെ നിങ്ങൾ കൈവശം വയ്ക്കാനാഗ്രഹിക്കുകയും മറ്റേവശത്തെ കളയാനാഗ്രഹിക്കുകയും ചെയ്യുന്നു. പക്ഷേ, അത് അസാദ്ധ്യമാണ്. ഒന്നുകിൽ നിങ്ങൾ അതു മുഴുവൻ കൈവശം വയ്ക്കുന്നു. അല്ലെങ്കിൽ അതു മുഴുവൻ നിങ്ങളുപേക്ഷിക്കുന്നു.

എങ്കിലും നിങ്ങൾക്കു നിങ്ങളുടെ ശരീരത്തിൽനിന്നു രക്ഷപ്പെടാനാവില്ല. അതിന്റെ ആവശ്യവുമില്ല. നിങ്ങളുടെ യഥാർത്ഥ പ്രകൃതിയെ അവിശ്വസനീയമായ രീതിയിൽ തെറ്റായി ഗ്രഹിക്കുന്നതാണ് ശരീരം. ആ മിഥ്യയ്ക്കുള്ളിലെവിടെയോ നിങ്ങളുടെ യഥാർത്ഥ പ്രകൃതി ഒളിഞ്ഞിരിപ്പുണ്ട്. പുറത്തല്ല അതുള്ളത്. അതുകൊണ്ട് അതിലേക്കു കടക്കാനുള്ള ഒരേയൊരു പ്രവേശനകവാടം നിങ്ങളുടെ ശരീരമാണ്.

നിങ്ങൾ ഒരു മാലാഖയെ കാണുകയും അതിനെ ഒരു കൽപ്രതിമയായി തെറ്റിദ്ധരിക്കുകയും ചെയ്തെങ്കിൽ നിങ്ങൾ മറ്റെവിടെയും നോക്കാതെ നിങ്ങളുടെ കാഴ്ചയെ ക്രമീകരിക്കുകയും കൽപ്രതിമയെ സൂക്ഷ്മമായി നിരീക്ഷിക്കുകയുമാണ് വേണ്ടത്. അപ്പോൾ അവിടെ കൽപ്രതിമയേ ഉണ്ടായിരുന്നില്ലെന്നു നിങ്ങൾ കണ്ടെത്തും.

മരണത്തിലുള്ള വിശ്വാസമാണ് ശരീരത്തെ സൃഷ്ടിക്കുന്നതെങ്കിൽ, ഒരു മൃഗത്തിന് ശരീരമുണ്ടാവുന്നതെങ്ങനെ? ഒരു മൃഗത്തിന് അഹന്തയില്ലല്ലോ. അതു മരണത്തിൽ വിശ്വസിക്കുകയും ചെയ്യുന്നില്ല...

പക്ഷേ, എന്നിട്ടും അതു മരിക്കുന്നു. അല്ലെങ്കിൽ മരിക്കുന്നതായി തോന്നുന്നു. നിങ്ങളുടെ ബോധാവസ്ഥയുടെ പ്രതിഫലനമാണ് ഈ ലോകത്തെക്കുറിച്ചുള്ള നിങ്ങളുടെ അറിവെന്ന് ഓർക്കുക. നിങ്ങളതിൽ നിന്നും ഭിന്നനല്ല. പുറത്ത് വസ്തുനിഷ്ഠമായ ലോകമേയില്ല. ഓരോ നിമിഷവും നിങ്ങളുടെ ബോധം നിങ്ങൾ അധിവസിക്കുന്ന ലോകത്തെ സൃഷ്ടിക്കുന്നു. നിരീക്ഷകനും നിരീക്ഷണവസ്തുവും തമ്മിലുള്ള ഐക്യമാണ് ആധുനിക ഭൗതികശാസ്ത്രത്തിൽനിന്നുയർന്നു വന്നിട്ടുള്ള ഏറ്റവും മഹനീയമായ ഉൾക്കാഴ്ചകളിലൊന്ന്. പരീക്ഷണം നടത്തുന്ന വ്യക്തിയെ— അതായത് നിരീക്ഷിക്കുന്ന ബോധത്തെ നിരീക്ഷിക്കപ്പെടുന്ന പ്രതിഭാസത്തിൽനിന്നു വേർപെടുത്താനാവില്ല. വ്യത്യസ്തമായി കാര്യങ്ങൾ കാണുന്നത്, നിരീക്ഷിക്കപ്പെടുന്ന പ്രതിഭാസം വ്യത്യസ്തമായി പെരുമാറുന്നതിനിടയാക്കും. ഗാഢമായ ഒരു തലത്തിൽ, വിഘടനത്തിലും നിലനില്പിനായുള്ള പോരാട്ടത്തിലും നിങ്ങൾ വിശ്വസിക്കുന്നുണ്ടെങ്കിൽ നിങ്ങൾക്കു ചുറ്റും ആ വിശ്വാസം പ്രതിഫലിപ്പിക്കപ്പെടുന്നതു നിങ്ങൾ കാണും. അപ്പോൾ നിങ്ങളുടെ നിരൂപണങ്ങളെ

നിയന്ത്രിക്കുന്നതു ഭീതിയായിരിക്കും. മരണത്തിന്റെയും പരസ്പരം യുദ്ധം ചെയ്യുകയും വധിക്കുകയും വിഴുങ്ങുകയും ചെയ്യുന്ന ശരീരങ്ങളുടെയും ലോകത്തിൽ നിങ്ങൾ അധിവസിക്കും.

ഒന്നും കാണുന്നതുപോലെയല്ല ഉള്ളത്. അഹന്താത്മകമായ മനസ്സിലൂടെ നിങ്ങൾ സൃഷ്ടിക്കുകയും കാണുകയും ചെയ്യുന്ന ലോകം വളരെ അപൂർണ്ണമായ ഒരു സ്ഥലമായി, കണ്ണീരിന്റെ താഴ്വരയായി കാണപ്പെടാം. പക്ഷേ, നിങ്ങൾ ഗ്രഹിക്കുന്ന എന്തും ഒരു പ്രതീകം മാത്രമേ ആകുന്നുള്ളൂ— സ്വപ്നത്തിലെ ഒരു പ്രതിരൂപംപോലെ. പ്രപഞ്ചത്തിലെ തന്മാത്രകളുടെ ഊർജ്ജനടനത്തെ നിങ്ങളുടെ ബോധം വ്യാഖ്യാനിക്കുന്നതും അതിനോടു സമ്പർക്കം പുലർത്തുന്നതും ഇങ്ങനെയാണ്. ഈ ഊർജ്ജമാണ് ഭൗതിക യാഥാർത്ഥ്യമെന്ന് അറിയപ്പെടുന്നതിന്റെ അസംസ്കൃതവസ്തു. ശരീരങ്ങളുടെയും ജനനമരണങ്ങളുടെയും അടിസ്ഥാനത്തിലാണ് നിങ്ങളതിനെ കാണുന്നത്. അതല്ലെങ്കിൽ നിലനില്പിനുള്ള ഒരു പോരാട്ടമായി. ഗ്രഹിക്കുന്ന ബോധത്തെ ആശ്രയിച്ചു പൂർണ്ണമായും വ്യത്യസ്തമായ അസംഖ്യം വ്യാഖ്യാനങ്ങളും ലോകങ്ങളും സാദ്ധ്യമാണ്. വാസ്തവത്തിൽ അവ നിലനില്ക്കുന്നുണ്ട്. ഓരോ അസ്തിത്വവും ബോധത്തിന്റെ ഒരു കേന്ദ്രബിന്ദുവാണ്. ഓരോ കേന്ദ്രബിന്ദുവും അതിന്റേതായ ലോകത്തെ സൃഷ്ടിക്കുന്നു. ആ ലോകങ്ങൾ പരസ്പരം ബന്ധിക്കപ്പെട്ടിട്ടുണ്ടെങ്കിൽക്കൂടി. അങ്ങനെ മനുഷ്യലോകവും ഉറുമ്പുകളുടെ ലോകവും ഡോൾഫിനുകളുടെ ലോകവുമൊക്കെയുണ്ട്. തങ്ങളുടെ ബോധത്തിന്റെ ആവൃത്തി നിങ്ങളുടേതിൽനിന്നും തികച്ചും വ്യത്യസ്തമായ അസംഖ്യം അസ്തിത്വങ്ങളുണ്ടാവും. മിക്കവാറും നിങ്ങളുടെ നിലനില്പിനെക്കുറിച്ച് അവർ അജ്ഞരായിരിക്കുന്നതുപോലെ അവരുടെ നിലനില്പിനെക്കുറിച്ച് നിങ്ങളും അജ്ഞരായിരിക്കും. ഉറവിടവുമായുള്ള ബന്ധത്തെക്കുറിച്ചും പരസ്പരമുള്ള ബന്ധത്തെക്കുറിച്ചും അവബോധമുള്ള ഉയർന്ന ബോധനിലവാരമുള്ള ആളുകൾ, നിങ്ങൾക്കു സ്വർഗ്ഗമണ്ഡലമെന്നു തോന്നാവുന്ന ഒരു ലോകത്തിൽ അധിവസിക്കുന്നുണ്ടാവും. എന്നിട്ടും എല്ലാ ലോകങ്ങളും അന്തിമമായി ഒന്നുതന്നെയാണ്.

മനസ്സെന്നു നാം വിളിക്കുന്ന ബോധതലത്തിലൂടെയാണ് നമ്മുടെ സമഗ്രമായ മനുഷ്യലോകം മിക്കവാറും സൃഷ്ടിക്കപ്പെട്ടിട്ടുള്ളത്. സമഗ്രമായ മനുഷ്യലോകത്തിനകത്തുപോലും സങ്കീർണ്ണമായ വ്യത്യാസങ്ങളുണ്ട്. ഓരോ ലോകത്തെയും അറിയുന്നവരെയോ സ്രഷ്ടാക്കളെയോ ആശ്രയിച്ച് പല വ്യത്യസ്തമായ ഉപലോകങ്ങളുമുണ്ട്. എല്ലാ ലോകങ്ങളും പരസ്പരം ബന്ധപ്പെട്ടിരിക്കുന്നതുകൊണ്ട് സമഗ്രമായ മനുഷ്യബോധം പരിവർത്തനം ചെയ്യപ്പെടുമ്പോൾ, പ്രകൃതിയും മൃഗലോകവും ആ പരിവർത്തനത്തെ പ്രതിഫലിപ്പിക്കും. അതുകൊണ്ടാണ് വരുന്ന യുഗത്തിൽ, "സിംഹം ആട്ടിൻകുട്ടിയോടൊപ്പം ശയിക്കും" എന്ന

വചനം ബൈബിളിലുള്ളത്. തീർത്തും വ്യത്യസ്തമായ ഒരു യാഥാർത്ഥ്യത്തിന്റെ സാദ്ധ്യതയിലേക്കാണ് ഇതു വിരൽ ചൂണ്ടുന്നത്.

നമുക്കു മുന്നിൽ കാണപ്പെടുന്ന ഈ ലോകം ഞാൻ പറഞ്ഞതുപോലെ കൂടുതലും അഹന്താത്മകമായ മനസ്സിന്റെ പ്രതിഫലനമാണ്. അഹന്താത്മകമായ മിഥ്യയുടെ ഒഴിവാക്കാനാവാത്ത പരിണതഫലമാണ് ഭീതി എന്നുള്ളതുകൊണ്ട്, ഭീതിയുടെ അത്യധികമായ സ്വാധീനമുള്ള ലോകമാണിത്. ഒരു സ്വപ്നത്തിലെ പ്രതിരൂപങ്ങൾ ആന്തരികാവസ്ഥകളുടെയും വികാരങ്ങളുടെയും പ്രതീകങ്ങളാണെന്നതുപോലെ, സമഗ്രമായ മനുഷ്യചിത്തത്തിൽ കുമിഞ്ഞു കൂടിയിട്ടുള്ള നിഷേധാത്മകതയുടെ കട്ടിയുള്ള പാളികളുടെയും ഭീതിയുടെയും പ്രതീകാത്മകമായ ആവിഷ്കാരമാണ് നമ്മുടെ സമഗ്രമായ യാഥാർത്ഥ്യം. നാം ഈ ലോകത്തിൽനിന്നും വിഭിന്നരല്ല. അതുകൊണ്ട് മനുഷ്യരിൽ ഭൂരിഭാഗവും അഹന്താത്മകമായ മിഥ്യയിൽനിന്നു മോചിതരാകുമ്പോൾ ആ ആന്തരികമാറ്റം സൃഷ്ടിയിലെ സകലതിനെയും ബാധിക്കും. അക്ഷരാർത്ഥത്തിൽ നിങ്ങൾ പുതിയൊരു ലോകത്തിലായിരിക്കും അധിവസിക്കുക. നമ്മുടെ ഗ്രഹത്തിന്റെ ബോധതലത്തിലുള്ള ഒരു സ്ഥാനചലനമാണത്. ഓരോ വൃക്ഷവും ഓരോ പുൽനാമ്പും കാലക്രമത്തിൽ പ്രബുദ്ധമാകും എന്ന ബുദ്ധമതാനുയായികളുടെ വിചിത്രമായ ചൊല്ല് ഇതേ സത്യത്തിലേക്കാണു വിരൽ ചൂണ്ടുന്നത്. വിശുദ്ധ പോളിന്റെ അഭിപ്രായമനുസരിച്ച്, സൃഷ്ടിയൊന്നടങ്കം മനുഷ്യർ പ്രബുദ്ധരാകുന്നതിനായി കാത്തിരിക്കുകയാണ്. “സൃഷ്ടിക്കപ്പെട്ട പ്രപഞ്ചം ആകെ ഔത്സുക്യമുള്ള പ്രതീക്ഷയോടെ ദൈവപുത്രന്റെ പ്രത്യക്ഷപ്പെടലിനായി കാത്തിരിക്കുകയാണ്” എന്ന അദ്ദേഹത്തിന്റെ വചനത്തെ ഞാനങ്ങനെയാണ് വ്യാഖ്യാനിക്കുന്നത്. സൃഷ്ടിയിലെ സകലതും ഇതിലൂടെ വീണ്ടെടുക്കപ്പെടുമെന്നും അദ്ദേഹം തുടർന്നു പറയുന്നു: “ഇതുവരെ... പ്രസവവേദനയിലെന്നതുപോലെ സൃഷ്ടിക്കപ്പെട്ട പ്രപഞ്ചത്തിലെ സകലതും അതിന്റെ എല്ലാ ഭാഗങ്ങളിലും ആർത്തനാദം പുറപ്പെടുവിക്കുന്നു.

പിറക്കുന്നതു പുതിയ ബോധമാണ്. അതിന്റെ അനിവാര്യമായ പ്രതിഫലനമായി പുതിയ ലോകവും. വെളിപാടിന്റെ പുതിയ നിയമത്തിൽ ഇതു പ്രവചിക്കപ്പെട്ടിട്ടുണ്ട്. പിന്നെ ഞാൻ പുതിയ സ്വർഗ്ഗത്തെയും പുതിയ ഭൂമിയെയും കണ്ടു. കാരണം, ആദ്യത്തെ സ്വർഗ്ഗവും ആദ്യത്തെ ഭൂമിയും അവസാനിച്ചിരുന്നു.”

പക്ഷേ, കാര്യകാരണങ്ങളെ കൂട്ടിക്കുഴയ്ക്കരുത്. കൂടുതൽ നല്ല ഒരു ലോകത്തെ സൃഷ്ടിക്കുന്നതിലൂടെ സാഫല്യത്തെ അന്വേഷിക്കലല്ല നിങ്ങളുടെ പ്രഥമമായ കർത്തവ്യം. മറിച്ച്, രൂപങ്ങളുമായുള്ള താദാത്മ്യത്തിൽനിന്ന് ഉണരലാണ്. അപ്പോൾപ്പിന്നെ ഈ ലോകത്തോട്, പരമാർത്ഥത്തിന്റെ ഈ തലത്തോടു നിങ്ങൾ ബന്ധിതനാകുന്നില്ല. നിങ്ങൾക്കു നിങ്ങളുടെ വേരുകളെ അനാവിഷ്കൃതമായതിൽ അനുഭവിക്കാനാവും.

അതുകൊണ്ട് ആവിഷ്കൃതമായ ലോകത്തോടുള്ള മമതയിൽനിന്നു നിങ്ങൾ സ്വതന്ത്രനായിരിക്കും. ഈ ലോകത്തിലെ ക്ഷണികമായ സുഖങ്ങളെ നിങ്ങൾക്ക് ആസ്വദിക്കാനാവും. പക്ഷേ, നഷ്ടപ്പെടുമെന്ന ഭീതി ഇപ്പോഴില്ലാത്തതിനാൽ നിങ്ങൾ അവരോട് അള്ളിപിടിക്കുന്നില്ല. ഇന്ദ്രിയസുഖങ്ങളെ നിങ്ങൾക്ക് ആസ്വദിക്കാനാവുമെങ്കിലും ഐന്ദ്രിക മായ അനുഭവങ്ങൾക്കുവേണ്ടിയുള്ള ആസക്തി ഇല്ലാതായിരിക്കുന്നു. അതുപോലെ അഹന്തയെ ഊട്ടുന്നതിലൂടെയും മാനസികമായ ചാരി താർത്ഥ്യം നേടുന്നതിലൂടെയും നിർവൃതിക്കായി നിങ്ങൾ നടത്തിയി രുന്ന നിരന്തരമായ അന്വേഷണവും ഇപ്പോൾ ഇല്ലാതായിരിക്കുന്നു. ഏതു സുഖത്തെക്കാളും ആവിഷ്കൃതമായ ഏതു വസ്തുവിനെ ക്കാളും അത്യന്തം മഹനീയമായ ഒന്നുമായി നിങ്ങളിപ്പോൾ ബന്ധപ്പെ ട്ടിരിക്കുന്നു.

ഒരർത്ഥത്തിൽ നിങ്ങൾക്കിനി ഈ ലോകത്തിന്റെ ആവശ്യമില്ല. ഈ ലോകം ഇപ്പോഴുള്ളതിൽനിന്നു വ്യത്യസ്തമാകണമെന്ന ആവശ്യംപോലും നിങ്ങൾക്കില്ല.

ഈ ഘട്ടത്തിൽ മാത്രമാണ്, കൂടുതൽ മികച്ച ഒരു ലോകത്തെ ഉണ്ടാ ക്കാൻ, വ്യത്യസ്തമായ ഒരു യാഥാർത്ഥ്യത്തെ സൃഷ്ടിക്കാനുള്ള ഉദ്യമ ത്തിൽ നിങ്ങൾ ശരിക്കു ഭാഗഭാക്കാവുന്നത്. ഈ ഘട്ടത്തിൽ മാത്രമാണ് കാരണത്തിന്റെ തലത്തിൽ യഥാർത്ഥ സഹാനുഭൂതി അനുഭവിക്കാനും മറ്റുള്ളവരെ സഹായിക്കാനും നിങ്ങൾക്കു കഴിയുന്നത്. ഈ ലോകത്തെ മറികടന്നവർക്കേ കൂടുതൽ മികച്ച ഒരു ലോകത്തെ കൊണ്ടുവരാ നാകൂ.

യഥാർത്ഥ സഹാനുഭൂതിയുടെ ദ്വൈതമായ സ്വഭാവത്തെക്കുറിച്ചു നാം സംസാരിച്ചത് നിങ്ങൾ ഓർക്കുന്നുണ്ടാകും. പങ്കുവയ്ക്കപ്പെടുന്ന നശ്വരതയുടെയും അമരത്വത്തിന്റെയും പൊതുവായ ബന്ധത്തെക്കു റിച്ചുള്ള അവബോധമാണത്. ഗാഢമായ ഈ തലത്തിൽ, സഹാനുഭൂതി വ്യാപകമായ അർത്ഥത്തിൽ സുഖപ്പെടുത്തലായിത്തീരുന്നു. ആ അവസ്ഥയിൽ രോഗശമനത്തിനുള്ള നിങ്ങളുടെ സ്വാധീനശക്തി പ്രഥ മമായി പ്രവർത്തനത്തെയല്ല, ഉണ്മയെയാണ് ആധാരമാക്കുക. നിങ്ങ ളോട് അടുത്തു ബന്ധപ്പെടുന്ന എല്ലാവരും നിങ്ങളുടെ സാന്നിദ്ധ്യത്താൽ സ്പർശിക്കപ്പെടും. നിങ്ങൾ പ്രസരിപ്പിക്കുന്ന ശാന്തിയാൽ സ്വാധീനി ക്കപ്പെടും—അവരതിനെക്കുറിച്ചു ബോധവാന്മാരാണെങ്കിലും അല്ലെ ങ്കിലും നിങ്ങൾ പൂർണ്ണമായും സന്നിഹിതനാവുകയും നിങ്ങൾക്കു ചുറ്റുമുള്ള ആളുകൾ അബോധപൂർവ്വമായ പെരുമാറ്റത്തെ ആവിഷ് കരിക്കുകയും ചെയ്യുമ്പോൾ അതിനോടു പ്രതികരിക്കേണ്ട ആവശ്യ മുണ്ടെന്ന് നിങ്ങൾക്കു തോന്നുകയില്ല. അതുകൊണ്ട് അതിന് യാതൊരു വാസ്തവികതയും നിങ്ങൾ നല്കില്ല. നിങ്ങളിലെ ശാന്തി അത്രമേൽ വിശാലവും അഗാധവുമായതിനാൽ അശാന്തമായ എന്തും അത് ഒരിക്കലും നിലനിന്നിട്ടില്ലാത്തതുപോലെ അതിനുള്ളിലേക്ക് അപ്രത്യ

ക്ഷമാകുന്നു. പ്രവർത്തനത്തിന്റെയും പ്രതിപ്രവർത്തനത്തിന്റെയും കർമ്മചക്രത്തെ അതു മുറിക്കുന്നു. മൃഗങ്ങളും വൃക്ഷങ്ങളും പൂക്കളുമെല്ലാം നിങ്ങളുടെ പ്രശാന്തതയെ അറിയുകയും അതിനോടു പ്രതികരിക്കുകയും ചെയ്യും. ഉണ്മയിലൂടെയും ഈശ്വരന്റെ ശാന്തിയെ പ്രകടിപ്പിക്കുന്നതിലൂടെയും നിങ്ങൾ മറ്റുള്ളവരെ പഠിപ്പിക്കുന്നു. നിങ്ങൾ 'ലോകത്തിന്റെ പ്രകാശ'മായിത്തീരുന്നു. ശുദ്ധബോധത്തിന്റെ പ്രസരണമാകുന്നു. അങ്ങനെ കാരണത്തിന്റെ തലത്തിലുള്ള ദുരിതത്തെ നിങ്ങൾ തുടച്ചുനീക്കുന്നു. ലോകത്തുനിന്നും അബോധത്തെ നിങ്ങൾ നിർദ്ധാരണം ചെയ്യുന്നു.

നിങ്ങൾ പ്രവൃത്തിയിലൂടെ പഠിപ്പിക്കരുതെന്ന് ഇതിനർത്ഥമില്ല. ഉദാഹരണത്തിന് എങ്ങനെ മനസ്സിൽനിന്നു താദാത്മ്യവിമുക്തി നേടണമെന്നും ഉള്ളിലെ അബോധപൂർവ്വമായ മാനസികക്രമങ്ങളെ എങ്ങനെ തിരിച്ചറിയണമെന്നും മറ്റും നിങ്ങൾക്കു ചൂണ്ടിക്കാണിക്കാം. പക്ഷേ, നിങ്ങൾ ആരാണെന്നുള്ളത് എപ്പോഴും നിങ്ങൾ പറയുന്നതിനെക്കാൾ കൂടുതൽ പ്രധാനമായ ബോധനരീതിയാണ്. കൂടാതെ, ലോകത്തെ പരിവർത്തനം ചെയ്യാനുള്ള കൂടുതൽ ശക്തമായ ഉപാധിയുമാണ്. മാത്രമല്ല, അതു നിങ്ങളുടെ പ്രവൃത്തിയെക്കാൾ അത്യന്താപേക്ഷിതവുമാണ്. ഉണ്മയുടെ വിശിഷ്ടമായ സ്ഥാനത്തെ തിരിച്ചറിയുന്നതും അങ്ങനെ കാരണത്തിന്റെ തലത്തിൽ പ്രവർത്തിക്കുന്നതും ദുരിതങ്ങളെ മുഖാമുഖം കാണുമ്പോഴൊക്കെ അവയെ ലഘൂകരിച്ചുകൊണ്ട് നിങ്ങളുടെ സഹാനുഭൂതി, പ്രവൃത്തിയുടെയും അതിന്റെ ഫലത്തിന്റെയും തലങ്ങളിൽ ഒരേസമയം ആവിഷ്കൃതമാകുന്നതിനുള്ള സാദ്ധ്യതയെ തള്ളിക്കളയുന്നില്ല. വിശക്കുന്ന ഒരു മനുഷ്യൻ നിങ്ങളോടു ഭക്ഷണം ചോദിക്കുമ്പോൾ, നിങ്ങളുടെ കൈയിൽ കുറച്ചു ഭക്ഷണമുള്ളതിനാൽ നിങ്ങളതു നല്കുന്നു. പക്ഷേ, നിങ്ങൾ ഭക്ഷണം നല്കുമ്പോൾ, നിങ്ങൾ തമ്മിലുള്ള ആശയവിനിമയം വളരെ ഹ്രസ്വമാണെങ്കിൽക്കൂടി പങ്കുവയ്ക്കപ്പെട്ട ഉണ്മയുടേതായ ആ നിമിഷമാണ് യഥാർത്ഥത്തിൽ സാരവത്തായുള്ളത്. നിങ്ങൾ നല്കിയ ഭക്ഷണം അതിന്റെ ഒരു പ്രതീകം മാത്രമാണ്. ആ നിമിഷത്തിൽ, ഗാഢമായ സുഖപ്പെടുത്തലുണ്ടാകുന്നു. ആ നിമിഷത്തിൽ കൊടുക്കുന്നവനോ വാങ്ങുന്നവനോ ഇല്ല.

പക്ഷേ, പ്രഥമമായി ഇവിടെ വിശപ്പോ ക്ഷാമമോ ഉണ്ടാകാൻ പാടില്ല. വിശപ്പ്, അക്രമം തുടങ്ങിയ തിന്മകളെ കൈകാര്യം ചെയ്യാതെ നമുക്കു കൂടുതൽ മികച്ച ഒരു ലോകത്തെ എങ്ങനെയാണ് സൃഷ്ടിക്കാനാവുക?

അബോധത്തിന്റെ ഫലമാണ് എല്ലാ തിന്മകളും. അബോധത്തിന്റെ ഫലങ്ങളെ നിങ്ങൾക്കു ലഘൂകരിക്കാനാവും. പക്ഷേ, അവയുടെ കാരണത്തെ ഉന്മൂലനം ചെയ്യാതെ അവയെ നിങ്ങൾക്ക് ഉന്മൂലനം ചെയ്യാൻ കഴിയില്ല. യഥാർത്ഥ മാറ്റം ഉള്ളിലാണ് സംഭവിക്കുന്നത്. പുറത്തല്ല. ലോകത്തിന്റെ ദുരിതത്തെ ലഘൂകരിക്കാനായി നിങ്ങൾ നിയോഗിക്കപ്പെട്ടിട്ടുണ്ടെന്നു നിങ്ങൾക്കു തോന്നുകയാണെങ്കിൽ അതു വളരെ ഉത്കൃഷ്ടമായ ഒരു പ്രവൃത്തിയായിരിക്കും. പക്ഷേ, മറ്റെല്ലാമുപേക്ഷിച്ചുകൊണ്ടു ബാഹ്യമായതിൽ മാത്രം ശ്രദ്ധ കേന്ദ്രീകരിക്കാതിരിക്കാൻ ഓർമ്മിക്കണം. അല്ലെങ്കിൽ നിങ്ങൾ മോഹഭംഗത്തെയും നിരാശയെയും അഭിമുഖീകരിക്കും. മനുഷ്യബോധത്തിൽ മഹത്തായ മാറ്റം സംഭവിച്ചില്ലെങ്കിൽ ലോകത്തിന്റെ ദുരിതം അന്തമില്ലാത്ത ഗർത്തമായിത്തീരും. അതുകൊണ്ട് നിങ്ങളുടെ സഹാനുഭൂതിയെ ഏകപക്ഷീയമാകാൻ അനുവദിക്കരുത്. മറ്റൊരാളുടെ വേദനയോടോ ഇല്ലായ്മയോടോ ഉള്ള തന്മയീഭാവത്തെയും സഹായിക്കാനുള്ള ആഗ്രഹത്തെയും എല്ലാ ജീവന്റെയും ശാശ്വതമായ പ്രകൃതത്തെക്കുറിച്ചും എല്ലാ വേദനകളുടെയും അന്തിമമായ മിഥ്യയെക്കുറിച്ചുമുള്ള ഗാഢമായ തിരിച്ചറിവിനോടു തുലനപ്പെടുത്തേണ്ടതായുണ്ട്. പിന്നെ നിങ്ങൾ ചെയ്യുന്ന ഏതു കാര്യത്തിലേക്കും നിങ്ങളിലെ ശാന്തി പ്രവഹിക്കട്ടെ. അപ്പോൾ നിങ്ങൾ കാര്യത്തിന്റെയും കാരണത്തിന്റെയും തലങ്ങളിൽ ഒരേസമയം പ്രവർത്തിക്കുകയായിരിക്കും.

ഗാഢമായ അബോധത്തിലാണ്ട മനുഷ്യരെ സ്വയമോ, പരസ്പരമോ അല്ലെങ്കിൽ ഈ ഭൂമിയെയോ നശിപ്പിക്കുന്നതിൽനിന്നും, ഇന്ദ്രിയ ബോധമുള്ള മറ്റു ജീവജാലങ്ങൾക്കുമേൽ ഭയാനകമായ ദുരിതങ്ങൾ അടിച്ചേല്പിക്കുന്നതിൽനിന്നും തടയാൻ ഉദ്ദേശിച്ചിട്ടുള്ള ഏതെങ്കിലും പ്രസ്ഥാനത്തെ നിങ്ങൾ പിന്താങ്ങുന്നുണ്ടെങ്കിലും ഇതു പ്രസക്തമാണ്. ഓർമ്മിക്കുക; അന്ധകാരത്തോട് നിങ്ങൾക്കു പൊരുതാനാകാത്തതുപോലെ അബോധത്തോടും പൊരുതാനാകില്ല. നിങ്ങളതിനു ശ്രമിക്കുകയാണെങ്കിൽ ധ്രുവവൈരുദ്ധ്യങ്ങൾ ശക്തിയാർജ്ജിക്കുകയും കൂടുതൽ അഗാധമായി നിലയുറപ്പിക്കുകയും ചെയ്യും. ഏതെങ്കിലും ഒരു ധ്രുവത്തോട് നിങ്ങൾ താദാത്മ്യപ്പെടുകയും അങ്ങനെ ഒരു 'ശത്രു'വിനെ സൃഷ്ടിക്കുകയും സ്വയം അബോധത്തിലേക്കു വലിച്ചെടുക്കപ്പെടുകയും ചെയ്യും. അറിവിനെ പ്രചരിപ്പിക്കുന്നതിലൂടെ അവബോധത്തെ ഉയർത്തുക. അല്ലെങ്കിൽ നിഷ്ക്രിയമായ പ്രതിരോധത്തെ അഭ്യസിക്കുകയെങ്കിലും ചെയ്യുക. പക്ഷേ, നിങ്ങൾ ഉള്ളിൽ പ്രതിരോധമോ വെറുപ്പോ നിഷേധമോ ചുമക്കുന്നില്ലെന്ന് ഉറപ്പുവരുത്തുക. "നിങ്ങളുടെ ശത്രുക്കളെ സ്നേഹിക്കുക" എന്ന് യേശു പറഞ്ഞു: തീർച്ചയായും അതിന്റെ അർത്ഥം. "നിങ്ങൾക്ക് ശത്രുക്കളുണ്ടാവരുത്" എന്നാണ്.

കാര്യത്തിന്റെ അല്ലെങ്കിൽ അനന്തരഫലത്തിന്റെ തലത്തിൽ പ്രവർത്തിക്കുന്നതിൽ നിങ്ങൾ ഏർപ്പെട്ടുകഴിഞ്ഞാൽ അതിൽ സ്വയം നഷ്

ടപ്പെടാൻ വളരെ എളുപ്പമാണ്. ജാഗ്രതയോടെയും വളരെവളരെ സന്നിഹിതനായും ഇരിക്കുക. 'കാരണത്തിന്റെ തലംതന്നെയായിരിക്കണം നിങ്ങളുടെ പ്രഥമമായ ശ്രദ്ധാകേന്ദ്രം. പ്രബുദ്ധത നേടേണ്ടതെങ്ങനെയെന്നു പഠിപ്പിക്കലായിരിക്കണം നിങ്ങളുടെ മുഖ്യ ഉദ്ദേശ്യം. സമാധാനമായിരിക്കണം ലോകത്തിനായുള്ള നിങ്ങളുടെ ഏറ്റവും അമൂല്യമായ സമ്മാനം.

വർത്തമാനനിമിഷത്തിന്റെ സ്വീകാരം

അങ്ങ് ഏതാനും പ്രാവശ്യം 'സമർപ്പണ'ത്തെക്കുറിച്ചു പരാമർശിച്ചു. ആ ആശയം എനിക്കിഷ്ടമല്ല. അത് ഏകദേശം അദൃഷ്ടവാദപരമായി (fatalistic) തോന്നുന്നു. കാര്യങ്ങൾ എങ്ങനെയാണോ അതുപോലെ തന്നെ നാം സ്വീകരിച്ചാൽ, അവയെ മെച്ചപ്പെടുത്താനായി നാം പരിശ്രമിക്കുകയില്ല. നമ്മുടെ വ്യക്തിപരമായ ജീവിതങ്ങളിലും കൂട്ടായ ജീവിതങ്ങളിലും വർത്തമാനനിമിഷത്തിന്റെ പരിമിതികളെ അംഗീകരിക്കാതെ, അവയ്ക്കപ്പുറംപോയി കൂടുതൽ മെച്ചപ്പെട്ട എന്തെങ്കിലും സൃഷ്ടിക്കാൻ ശ്രമിക്കുന്നതാണ്. പുരോഗതിയെന്നു ഞാൻ വിശ്വസിക്കുന്നു. ഇതു ചെയ്തിരുന്നില്ലെങ്കിൽ, നാം ഇപ്പോഴും ഗുഹകളിൽ ജീവിച്ചേനേ. സമർപ്പണത്തെ, വസ്തുക്കളെ പരിവർത്തനം ചെയ്യുന്നതിനോടും കാര്യങ്ങൾ ചെയ്തു തീർക്കുന്നതിനോടും എങ്ങനെയാണ് അനുരഞ്ജിപ്പിക്കുക?

ചില ആളുകളെ സംബന്ധിച്ചിടത്തോളം സമർപ്പണത്തിന് നിഷേധാത്മകമായ വാച്യാർത്ഥങ്ങളുണ്ടാവും. പരാജയം, മതിയാക്കൽ, ജീവിതത്തിലെ വെല്ലുവിളികളെ നേരിടാൻ കഴിയാതിരിക്കൽ, ഉദാസീനരാവൽ തുടങ്ങിയ കാര്യങ്ങളെ അതു സൂചിപ്പിക്കുന്നുണ്ടാവാം. പക്ഷേ, യഥാർത്ഥ സമർപ്പണം തികച്ചും വ്യത്യസ്തമായ ഒന്നാണ്. അതിന്റെ അർത്ഥം നിങ്ങൾ അകപ്പെടുന്ന ഏതെങ്കിലും സാഹചര്യത്തെ നിഷ്ക്രിയമായി സഹിക്കലും, അതിനെ സംബന്ധിച്ച് ഒന്നും ചെയ്യാതിരിക്കലുമല്ല. പദ്ധതികൾ ആസൂത്രണം ചെയ്യുന്നതോ ഗുണാത്മകമായ പ്രവർത്തനം ആരംഭിക്കുന്നതോ നിർത്തുക എന്നതുമല്ല അതിന്റെ അർത്ഥം.

ജീവിതത്തിന്റെ ഒഴുക്കിനെ എതിർക്കുന്നതിനുപകരം അതിനു വഴങ്ങിക്കൊടുക്കുക എന്ന ലളിതവും എന്നാൽ ഗഹനവുമായ ജ്ഞാനമാണ് സമർപ്പണം. ജീവിതത്തിന്റെ ഒഴുക്കിനെ നിങ്ങൾക്ക് അനുഭവിക്കാൻ കഴിയുന്ന ഒരേ ഒരിടം വർത്തമാനനിമിഷമാണ്. അതുകൊണ്ട് സമർപ്പണമെന്നാൽ വർത്തമാനനിമിഷത്തെ നിരുപാധികമായും വൈമനസ്യമില്ലാതെയും സ്വീകരിക്കലാണ്. നിലവിലുള്ളതിനോടുള്ള ആന്തരികമായ പ്രതിരോധത്തെ ഉപേക്ഷിക്കലാണത്. മാനസികമായ വില

യിരുത്തലിലൂടെയും വൈകാരികമായ നിഷേധഭാവത്തിലൂടെയും നിലവിലുള്ളതിനോട് 'ഇല്ല' എന്നു പറയുന്നതാണ് ആന്തരികമായ പ്രതിരോധം. കാര്യങ്ങൾ 'മോശമാകുമ്പോൾ' ഇതു പ്രത്യേകിച്ചും സ്പഷ്ടമാകും. നിങ്ങളുടെ മനസ്സിന്റെ ആവശ്യങ്ങൾക്കും അല്ലെങ്കിൽ ദൃഢമായ പ്രതീക്ഷകൾക്കും നിലവിലുള്ളതിനും തമ്മിൽ ഒരു വിടവുണ്ടെന്നാണ് ഇതിനർത്ഥം. ഇതാണ് വേദനയുടേതായ വിടവ്. നിങ്ങളുടെ ജീവിതത്തിന് ആവശ്യമായ ദൈർഘ്യം ഉണ്ടായിട്ടുണ്ടെങ്കിൽ, കാര്യങ്ങൾ ഇടയ്ക്കിടയ്ക്ക് 'മോശമാകു'മെന്നു നിങ്ങൾക്കറിയാനാകും. നിങ്ങളുടെ ജീവിതത്തിൽനിന്നു വേദനകളെയും ദുഃഖത്തെയും ഉന്മൂലനം ചെയ്യണമെന്നു നിങ്ങളാഗ്രഹിക്കുന്നുണ്ടെങ്കിൽ കാര്യങ്ങൾ മോശമാകുന്ന സമയങ്ങളിലാണ് കൃത്യമായും നിങ്ങൾ സമർപ്പണം അഭ്യസിക്കേണ്ടത്. നിലവിലുള്ളതിന്റെ സ്വീകാരം ഉടൻതന്നെ മനസ്സുമായുള്ള താദാത്മ്യത്തിൽനിന്നു നിങ്ങളെ മോചിപ്പിക്കുകയും ഉണ്മയുമായി വീണ്ടും ബന്ധിപ്പിക്കുകയും ചെയ്യുന്നു. മനസ്സാണ് പ്രതിരോധം.

സമർപ്പണം തീർത്തും ഒരു ആന്തരിക പ്രതിഭാസമാണ്. ബാഹ്യമായ തലത്തിൽ നടപടികളെടുത്ത് സാഹചര്യത്തെ മാറ്റരുത് എന്ന് അതിനർത്ഥമില്ല. വാസ്തവത്തിൽ നിങ്ങൾ സ്വയം സമർപ്പിക്കുമ്പോൾ മൊത്തത്തിലുള്ള സാഹചര്യത്തെയല്ല നിങ്ങൾ അംഗീകരിക്കേണ്ടത്. മറിച്ച് വർത്തമാനനിമിഷമെന്ന ചെറിയ ഖണ്ഡത്തെ മാത്രമാണ്.

ഉദാഹരണത്തിന്, നിങ്ങൾ എവിടെയെങ്കിലും ചെളിയിൽ പൂണ്ടുപോയിട്ടുണ്ടെങ്കിൽ, "ശരി, ചെളിയിൽ പൂണ്ടുപോയിട്ടുണ്ട് എന്ന വസ്തുതയെ ഞാൻ അംഗീകരിക്കുന്നു" എന്നു നിങ്ങൾ പറയില്ല. ഒഴിവാക്കാൻ വയ്യാത്ത ഒരവസ്ഥയെ സ്വീകരിക്കലല്ല സമർപ്പണം. അനഭിലഷണീയമോ അസുഖകരമോ ആയ ഒരു ജീവിതസന്ദർഭത്തെ നിങ്ങൾ സ്വീകരിക്കേണ്ട ആവശ്യമില്ല. അതുപോലെ, ചെളിയിൽ പൂണ്ടുപോയാൽ ഒരു കുഴപ്പവുമില്ലെന്നു പറഞ്ഞ് സ്വയം കബളിപ്പിക്കേണ്ട ആവശ്യവുമില്ല. അല്ല, നിങ്ങൾക്ക് അതിൽനിന്നു പുറത്തു കടക്കണമെന്നു നിങ്ങൾ പൂർണ്ണമായും തിരിച്ചറിയുന്നു. എന്നിട്ട് നിങ്ങൾ ശ്രദ്ധയെ വർത്തമാന നിമിഷത്തിലേക്കു ചുരുക്കിക്കൊണ്ടുവരുന്നു. അതിനെ ഒരുതരത്തിലും മാനസികമായി നാമകരണം ചെയ്യാതെ. വർത്തമാന നിമിഷത്തെ നിങ്ങൾ വിലയിരുത്തുന്നില്ല എന്നാണ് ഇതിനർത്ഥം. അതുകൊണ്ടുതന്നെ പ്രതിരോധമോ വൈകാരികമായ നിഷേധഭാവമോ ഉണ്ടാകുന്നില്ല. ഈ നിമിഷത്തിന്റെ 'ഉണ്ട്' എന്ന അവസ്ഥയെ നിങ്ങൾ അംഗീകരിക്കുന്നു. പിന്നെ നിങ്ങൾ നടപടികളെടുക്കുകയും ചെളിയിൽനിന്നു പുറത്തുകടക്കാൻ നിങ്ങൾക്കാവുന്നതെല്ലാം പ്രവർത്തിക്കുകയും ചെയ്യുന്നു. ഇത്തരം പ്രവൃത്തിയെ ഞാൻ ഗുണാത്മകമായ പ്രവൃത്തിയെന്നു വിളിക്കുന്നു. ദ്വേഷം, നിരാശ അല്ലെങ്കിൽ മോഹഭംഗം എന്നിവയിൽനിന്നുയരുന്ന നിഷേധാത്മകമായ പ്രവൃത്തിയെക്കാൾ കൂടുതൽ ഫലപ്രദമാണ് ഇത്. നിങ്ങൾ അഭിലഷിച്ച ഫലം നേടിയെടു

ക്കുന്നതുവരെ, വർത്തമാനനിമിഷത്തെ നാമകരണം ചെയ്യാതെ സമർ പ്പണം അഭ്യസിക്കുന്നതു നിങ്ങൾ തുടരുന്നു.

എന്റെ വാദഗതിയെ വിശദമാക്കാനായി, ഞാൻ നിങ്ങൾക്കു ദൃശ്യ പരമായ ഒരുപമാനം നല്കാം. രാത്രിയിൽ, കട്ടിയുള്ള മൂടൽമഞ്ഞി നാൽ ചൂഴപ്പെട്ട് നിങ്ങൾ ഒരു വീഥിയിലൂടെ സഞ്ചരിക്കുകയാണ്. പക്ഷേ, ആ മൂടൽമഞ്ഞിലൂടെ തുളച്ചുകയറുന്ന ശക്തമായ ഒരു മിന്നൽവെ ളിച്ചം നിങ്ങളുടെ കൈയിലുണ്ട്. അതു നിങ്ങൾക്കു മുന്നിൽ ഇടുങ്ങി യതും വ്യക്തവുമായ ഒരിടത്തെ സൃഷ്ടിക്കുന്നു. ആ മൂടൽമഞ്ഞ് ഭൂതവും ഭാവിയുമടങ്ങുന്ന നിങ്ങളുടെ ജീവിതസാഹചര്യമാണ്. ആ മിന്നൽവെളിച്ചമാകട്ടെ നിങ്ങളുടെ ബോധപൂർവ്വമായ സാന്നിദ്ധ്യവും. മുന്നിലുള്ള വ്യക്തമായ ഇടമാണ് വർത്തമാനനിമിഷം.

സമർപ്പിക്കാതിരിക്കുന്നത്, നിങ്ങളുടെ മാനസികരൂപത്തെ, നിങ്ങ ളുടെ അഹന്തയുടെ ബാഹ്യാവരണത്തെ ദൃഢമാക്കുകയും അങ്ങനെ ശക്തമായ വിഘടനബോധത്തെ സൃഷ്ടിക്കുകയും ചെയ്യുന്നു. ചുറ്റു മുള്ള ലോകത്തെ, പ്രത്യേകിച്ച് മറ്റുള്ള ആളുകളെ നിങ്ങളുടെ നിലനി ല്പിനെ ഭീഷണിപ്പെടുത്തുന്ന കാര്യങ്ങളായി നിങ്ങൾ കണക്കാക്കാൻ തുടങ്ങുന്നു. വിലയിരുത്തലിലൂടെ മറ്റുള്ളവരെ നശിപ്പിക്കാനുള്ള അബോധപൂർവ്വമായ പ്രേരണ ഉയർന്നുവരുന്നു. മത്സരിക്കാനും മറ്റു ള്ളവരുടെ മേൽ ആധിപത്യം സ്ഥാപിക്കാനുമുള്ള ആഗ്രഹവും ഉണ്ടാ കുന്നു. പ്രകൃതിപോലും നിങ്ങളുടെ ശത്രുവായി മാറുന്നു. നിങ്ങളുടെ കാഴ്ചകളും വ്യാഖ്യാനങ്ങളും ഭീതിയാൽ നിയന്ത്രിക്കപ്പെടുന്നു. ബോധ ത്തിന്റെ സാധാരണവും എന്നാൽ പ്രവർത്തനവൈകല്യമുള്ളതുമായ ഈ അവസ്ഥയുടെ തീക്ഷ്ണമായ രൂപമാണ് മനോവിഭ്രാന്തി (paranoia) എന്നു നാം വിളിക്കുന്ന മാനസികരോഗം.

നിങ്ങളുടെ മാനസികമായ ആകാരം മാത്രമല്ല, നിങ്ങളുടെ ശാരീരി കമായ ആകാരംപോലും പ്രതിരോധത്തിലൂടെ കഠിനവും അയവില്ലാ ത്തതുമായിത്തീരുന്നു. ശരീരത്തിന്റെ വിവിധ ഭാഗങ്ങളിൽ പിരിമുറു ക്കമുണ്ടാവുകയും ശരീരം മൊത്തത്തിൽ ചുരുങ്ങുകയും ചെയ്യുന്നു. ശരീരത്തിന്റെ ആരോഗ്യപരമായ പ്രവർത്തനത്തിന് അത്യാവശ്യമായ ജീവോർജ്ജത്തിന്റെ സ്വതന്ത്രമായ ഒഴുക്ക് വളരെയധികം നിയന്ത്രി ക്കപ്പെടുന്നു. വ്യായാമവും ചില രീതിയിലുള്ള ശാരീരിക ചികിത്സാരീ തികളും ഈ ഒഴുക്കിനെ പൂർവ്വാവസ്ഥയിലാക്കാൻ സഹായകമാണ്. പക്ഷേ, നിങ്ങളുടെ നിത്യജീവിതത്തിൽ നിങ്ങൾ സമർപ്പണം അഭ്യസി ച്ചില്ലെങ്കിൽ മൂലകാരണമായ പ്രതിരോധക്രമം ഇനിയും അലിയിക്ക പ്പെടാത്തതുകൊണ്ട്, മേൽപ്പറഞ്ഞ കാര്യങ്ങൾക്കു രോഗലക്ഷണങ്ങ ളിലുള്ള താത്കാലികമായ ആശ്വാസം മാത്രമേ നല്കാനാവൂ.

നിങ്ങളുടെ ജീവിതസന്ദർഭത്തെ സൃഷ്ടിക്കുന്ന നശ്വരമായ സാഹ ചര്യങ്ങളാൽ സ്വാധീനിക്കപ്പെടാത്ത എന്തോ ഒന്ന് നിങ്ങളുടെയുള്ളി ലുണ്ട്. സമർപ്പണത്തിലൂടെ മാത്രമമേ നിങ്ങൾക്കതിലേക്കു പ്രവേശി

ക്കാനാകൂ. വർത്തമാനകാലത്തിലെ സമയരഹിതമണ്ഡലത്തിൽ നിത്യമായി നിലകൊള്ളുന്ന നിങ്ങളുടെ ജീവിതമാണത്— നിങ്ങളുടെ ഉണ്മ. ഈ ജീവിതത്തെ കണ്ടെത്തലാണ് യേശു പറഞ്ഞതുപോലെ, “ആവശ്യമുള്ള ഒരേയൊരു കാര്യം.”

നിങ്ങളുടെ ജീവിതസാഹചര്യം തൃപ്തികരമല്ലാത്തതോ അസഹനീയ മായതോ ആണെന്ന് നിങ്ങൾക്കു തോന്നുന്നുവെങ്കിൽ, ആദ്യംതന്നെ സമർപ്പിക്കുന്നതിലൂടെ മാത്രമേ ആ സാഹചര്യത്തെ നിലനിർത്തുന്ന അബോധപൂർവ്വമായ പ്രതിരോധക്രമത്തെ നിങ്ങൾക്കു മുറിക്കാൻ കഴിയുകയുള്ളൂ.

സമർപ്പണം, കർമ്മങ്ങൾ ചെയ്യുന്നതിനോടും മാറ്റങ്ങൾക്കു തുടക്കം കുറിക്കുന്നതിനോടും അല്ലെങ്കിൽ ലക്ഷ്യങ്ങൾ നേടുന്നതിനോടും തീർത്തും അനുയോജ്യമാണ്. പക്ഷേ, സമർപ്പിതാവസ്ഥയിൽ തീർത്തും വ്യത്യസ്തമായ ഒരു ഊർജ്ജം വ്യത്യസ്തമായ ഒരു ഗുണം നിങ്ങളുടെ പ്രവൃത്തികളിൽ ഒഴുകിയെത്തുന്നു. സമർപ്പണം, ഉണ്മയുടെ ഉറവിട ത്തിന്റെ ഊർജ്ജത്തോടു നിങ്ങളെ വീണ്ടും ബന്ധിപ്പിക്കുന്നു. നിങ്ങ ളുടെ പ്രവൃത്തി ഉണ്മയാൽ പ്രചോദിതമാണെങ്കിൽ, നിങ്ങളെ വർത്ത മാനനിമിഷത്തിലേക്കു കൂടുതൽ അഗാധമായി കൊണ്ടുപോകുന്ന ജീവോർജ്ജത്തിന്റെ ആനന്ദം നിറഞ്ഞ ആഘോഷമായി അതു മാറുന്നു. അപ്രതിരോധത്തിലൂടെ നിങ്ങളുടെ ബോധത്തിന്റെ ഗുണനിലവാരവും അങ്ങനെ നിങ്ങൾ ചെയ്യുകയോ സൃഷ്ടിക്കുകയോ ചെയ്യുന്ന എന്തി ന്റെയും ഗുണനിലവാരവും അപരിമേയമായ രീതിയിൽ പരിപുഷ്ട മാകുന്നു. നിങ്ങളുടെ പ്രവൃത്തിയുടെ ഫലങ്ങൾ മികച്ചതും ആ ഗുണത്തെ പ്രതിഫലിപ്പിക്കുന്നതുമായിരിക്കും. ‘സമർപ്പിതമായ കർമ്മം’ എന്നു നമുക്കതിനെ വിളിക്കാം. ആയിരക്കണക്കിനു വർഷങ്ങളായി നാം അറിയുന്ന ‘ജോലി’യല്ല ഇത്. കൂടുതൽ മനുഷ്യർ ഉണരാൻ തുട ങ്ങുമ്പോൾ ‘ജോലി’ എന്ന വാക്ക് നമ്മുടെ പദാവലിയിൽനിന്ന് അപ്ര ത്യക്ഷ്യമാകും. അതിനുപകരം ചിലപ്പോൾ ഒരു പുതിയ പദം സൃഷ്ടി ക്കപ്പെട്ടേക്കാം.

ഈ നിമിഷത്തിലുള്ള നിങ്ങളുടെ ബോധത്തിന്റെ ഗുണനിലവാര മാണ് നിങ്ങൾ അനുഭവിക്കാൻ പോകുന്ന ഭാവിയെ നിർണ്ണയിക്കുന്ന മുഖ്യഘടകം. അതുകൊണ്ട് ഗുണാത്മകമായ മാറ്റം കൊണ്ടുവരാനായി നിങ്ങൾക്കു ചെയ്യാൻ കഴിയുന്ന ഏറ്റവും പ്രധാനപ്പെട്ട കാര്യം സമർ പ്പണമാണ്. നിങ്ങളെടുക്കുന്ന ഏതു നടപടിയും രണ്ടാമതേ വരുന്നുള്ളൂ. അസമർപ്പിതമായ ബോധാവസ്ഥയിൽനിന്ന് യഥാർത്ഥത്തിൽ ഗുണാ ത്മകമായ ഒരു പ്രവൃത്തിയും ഉണ്ടാകില്ല.

അസുഖകരമോ, തൃപ്തികരമല്ലാത്തതോ ആയ ഒരു സാഹചര്യത്തിൽ ഞാൻ അകപ്പെടുകയും ആ നിമിഷത്തെ ഞാൻ പൂർണ്ണമായി അംഗീ കരിക്കുകയും ചെയ്താൽ, ദുരിതമോ അസന്തുഷ്ടിയോ ഉണ്ടാവുക യില്ലെന്ന് ഞാൻ മനസ്സിലാക്കുന്നു. ഞാൻ ആ സാഹചര്യത്തിനു മുക ളിലായിരിക്കും. പക്ഷേ, ചെറിയ ഒരളവിലെങ്കിലുമുള്ള അസംതൃപ്തി യില്ലെങ്കിൽ നടപടിയെടുക്കാനും മാറ്റം കൊണ്ടുവരാനുമുള്ള ഊർ ജ്ജമോ പ്രചോദനമോ എവിടെനിന്നു വരുമെന്ന് എനിക്കു മനസ്സിലാ കുന്നില്ല.

സമർപ്പണത്തിന്റെ അവസ്ഥയിൽ ചെയ്യേണ്ടതെന്തെന്നു നിങ്ങൾ വളരെ വ്യക്തമായി കാണും. ഒരു സമയത്ത് ഒരു കാര്യംമാത്രം ചെയ് തുകൊണ്ട്, ഒരു സമയത്ത് ഒന്നിൽമാത്രം ശ്രദ്ധ കേന്ദ്രീകരിച്ചുകൊണ്ട് നിങ്ങൾ പ്രവർത്തിക്കുകയും ചെയ്യും. പ്രകൃതിയിൽനിന്നു പഠിക്കുക. അസംതൃപ്തിയോ അസന്തുഷ്ടിയോ ഇല്ലാതെ പ്രകൃതിയിൽ എല്ലാ കാര്യങ്ങളും എങ്ങനെ നിർവ്വഹിക്കപ്പെടുന്നു എന്നും ജീവിതമെന്ന അതിശയം എങ്ങനെ അനാവൃതമാകുന്നു എന്നും നോക്കിക്കാണുക. അതുകൊണ്ടാണ് യേശു പറഞ്ഞത്, "ലില്ലിപ്പൂക്കളെ നോക്കുക. അവ എങ്ങനെ വളരുന്നുവെന്നും. അവ അദ്ധ്വാനിക്കുകയോ നൂൽനൂക്കു കയോ ചെയ്യുന്നില്ല" എന്ന്.

നിങ്ങളുടെ ആകെയുള്ള സാഹചര്യം തൃപ്തികരമല്ലാത്തതോ അസു ഖകരമോ ആണെങ്കിൽ ഈ നിമിഷത്തെ മാത്രം വേർതിരിക്കുകയും നിലവിലുള്ളതിനു സ്വയം സമർപ്പിക്കുകയും ചെയ്യുക. മൂടൽമഞ്ഞി ലൂടെ തുളച്ചുകയറുന്ന മിന്നൽവെളിച്ചം അതാണ്. അപ്പോൾ നിങ്ങളുടെ ബോധാവസ്ഥ ബാഹ്യമായ സാഹചര്യങ്ങളാൽ നിയന്ത്രിക്കപ്പെടാ താകും. പ്രതികരണത്തിൽനിന്നോ പ്രതിരോധത്തിൽനിന്നോ അല്ല നിങ്ങളപ്പോൾ പ്രവർത്തിക്കുന്നത്.

എന്നിട്ട് ആ സാഹചര്യത്തിലെ സവിശേഷമായ ഘടകങ്ങളെ നോക്കുക. "ഈ സാഹചര്യത്തെ മാറ്റുവാനോ മെച്ചപ്പെടുത്താനോ, അതിൽനിന്നു സ്വയം മാറിപ്പോകാനോ എനിക്കെന്തെങ്കിലും ചെയ്യാൻ കഴിയുമോ?" എന്നു സ്വയം ചോദിക്കുക. അതു സാധിക്കുമെങ്കിൽ ഉചിതമായ നടപടിയെടുക്കുക. ഭാവിയിൽ നിങ്ങൾ ചെയ്യാൻപോകുന്ന, അല്ലെങ്കിൽ നിങ്ങൾക്കു ചെയ്യേണ്ടതായി വന്നേക്കാവുന്ന നൂറുകൂട്ടം കാര്യങ്ങളിൽ ശ്രദ്ധ ചെലുത്താതെ, ഇപ്പോൾ നിങ്ങൾക്കു ചെയ്യാൻ കഴിയുന്ന ഒരേയൊരു കാര്യത്തിൽ ശ്രദ്ധ കേന്ദ്രീകരിക്കുക. നിങ്ങൾ ഒരു പദ്ധതിയും ആസൂത്രണം ചെയ്യരുത് എന്ന് ഇതിനർത്ഥമില്ല. ഒരു പക്ഷേ, നിങ്ങൾക്കിപ്പോൾ ചെയ്യാൻ കഴിയുന്ന ഒരേയൊരു കാര്യം പദ്ധതി ഉണ്ടാക്കലായിരിക്കും. പക്ഷേ, നിങ്ങൾ 'മാനസികമായ ചലച്ചി ത്രങ്ങൾ' ഉണ്ടാ ക്കാൻ തുടങ്ങുകയും ഭാവിയിലേക്കു സ്വയം പ്രക്ഷേ പണം ചെയ്യുകയും അങ്ങനെ വർത്തമാനനിമിഷത്തെ നഷ്ടമാക്കു

കയും ചെയ്യുന്നില്ലെന്ന് ഉറപ്പുവരുത്തണം. നിങ്ങളുടെ കർമ്മത്തിന് ഉടനെ ഫലമുണ്ടാകണമെന്നില്ല. അതുണ്ടാകുന്നതുവരെ നിലവിലുള്ള തിനെ പ്രതിരോധിക്കാതിരിക്കുക. നിങ്ങൾക്ക് ഒരു കർമ്മവും ചെയ്യാ നില്ലെങ്കിൽ, ആ സാഹചര്യത്തിൽനിന്നു സ്വയം മാറി നില്ക്കാനും കഴി യുന്നില്ലെങ്കിൽ, സമർപ്പണത്തിലേക്കും വർത്തമാനനിമിഷത്തിലേക്കും ഉണ്മയിലേക്കും കൂടുതൽ ഗാഢമായി നിങ്ങളെ കൊണ്ടുപോകാനായി ആ സാഹചര്യത്തെ ഉപയോഗിക്കുക. വർത്തമാനകാലത്തിന്റെ സമ യരഹിതമായ ഈ മാനത്തിലേക്കു നിങ്ങൾ പ്രവേശിക്കുമ്പോൾ, നിങ്ങ ളുടെ ഭാഗത്തുനിന്നു വലിയ പ്രവർത്തനങ്ങളൊന്നും ഇല്ലാതെതന്നെ മിക്കപ്പോഴും വിചിത്രമായ രീതികളിൽ മാറ്റങ്ങളുണ്ടാകുന്നു. ജീവിതം നിങ്ങളെ സഹായിക്കുകയും നിങ്ങളോടു സഹകരിക്കുകയും ചെയ്യുന്നു. ആന്തരികഘടകങ്ങളായ ഭീതി, കുറ്റബോധം, മന്ദത മുത ലായവ കർമ്മം ചെയ്യുന്നതിൽനിന്നും നിങ്ങളെ തടയുന്നുവെങ്കിൽ നിങ്ങളുടെ ബോധപൂർവ്വമായ സാന്നിദ്ധ്യത്തിന്റെ വെളിച്ചത്തിൽ അവ അലിഞ്ഞില്ലാതാകുന്നു.

"ഇനി എനിക്കിതൊന്നും ബാധകമല്ല" എന്നോ "ഇനി എനിക്കിതി ലൊന്നും താത്പര്യമില്ല" എന്നോ ഉള്ള സമീപനത്തെ സമർപ്പണവുമായി കൂട്ടിക്കുഴയ്ക്കരുത്. സൂക്ഷ്മമായി നിരീക്ഷിച്ചാൽ, അത്തരം ഒരു സമീപനം ഒളിഞ്ഞുകിടക്കുന്ന നീരസത്തിന്റെ രൂപത്തിലുള്ള നിഷേധ ഭാവത്താൽ കളങ്കിതമാണ് എന്നും, അതു സമർപ്പണമല്ല, മറിച്ച് മുഖം മൂടിയിട്ട പ്രതിരോധമാണ് എന്നും നിങ്ങൾ കണ്ടെത്തും. നിങ്ങൾ സമർ പ്പിക്കുമ്പോൾ, നിങ്ങളുടെ ഉള്ളിൽ പ്രതിരോധത്തിന്റെ ഒരംശമെങ്കിലും അവശേഷിക്കുന്നുണ്ടോ എന്നു പരിശോധിക്കാനായി നിങ്ങളുടെ ശ്രദ്ധയെ ഉള്ളിലേക്കു തിരിക്കുക. നിങ്ങൾ അങ്ങനെ ചെയ്യുമ്പോൾ വളരെയധികം ജാഗ്രത പാലിക്കണം. അല്ലെങ്കിൽ, ഒരു ചിന്തയുടെയോ അംഗീകരിക്കപ്പെടാത്ത ഒരു വികാരത്തിന്റെയോ രൂപത്തിൽ പ്രതി രോധത്തിന്റെ പ്രത്യേകമായ ഒരിടം മനസ്സിന്റെ ഏതെങ്കിലും ഇരുണ്ട മൂലയിൽ ഒളിഞ്ഞുകിടക്കുന്നതു തുടരും.

മാനസികമായ ഊർജ്ജത്തിൽനിന്ന് ആത്മീയോർജ്ജത്തിലേക്ക്

പ്രതിരോധത്തെ വിട്ടുകളയുക എന്നു പറയാനെളുപ്പമാണ്. എങ്ങനെ യാണ് വിട്ടുകളയേണ്ടത് എന്ന് എനിക്കിപ്പോഴും വ്യക്തമായി മനസ്സി ലായിട്ടില്ല. സമർപ്പണത്തിലൂടെയാണ് അതു ചെയ്യേണ്ടത് എന്ന് അങ്ങു പറയുമ്പോൾ, 'എങ്ങനെ?' എന്ന ചോദ്യം അവശേഷിക്കുന്നു.

പ്രതിരോധമുണ്ട് എന്ന് അംഗീകരിക്കുന്നതിലൂടെ തുടങ്ങുക. അതു സംഭവിക്കുമ്പോൾ, പ്രതിരോധം ഉയർന്നുവരുമ്പോൾ, അവിടെ ഉണ്ടാ

യിരിക്കുക. മനസ്സ് അതിനെ എങ്ങനെ സൃഷ്ടിക്കുന്നുവെന്നും ആ സാഹചര്യത്തെയും നിങ്ങളെയും അല്ലെങ്കിൽ മറ്റുള്ളവരെയും അതെങ്ങനെ നാമകരണം ചെയ്യുന്നുവെന്നും നിരീക്ഷിക്കുക. ആ സാഹചര്യത്തോടു ബന്ധപ്പെട്ട ചിന്താപ്രക്രിയയെ നോക്കിക്കാണുക. ആ വികാരത്തിന്റെ ഊർജ്ജത്തെ അനുഭവിക്കുക. പ്രതിരോധത്തിനു സാക്ഷിയാവുമ്പോൾ, അതുകൊണ്ട് ഒരു പ്രയോജനവുമില്ലെന്നു നിങ്ങൾക്കു മനസ്സിലാവും. നിങ്ങളുടെ മുഴുവൻ ശ്രദ്ധയെയും വർത്തമാന നിമിഷത്തിൽ കേന്ദ്രീകരിക്കുന്നതിലൂടെ അബോധപൂർവ്വമായ പ്രതിരോധം ബോധപൂർവ്വമായിത്തീരുന്നു. അതോടെ അത് അവസാനിക്കുന്നു. നിങ്ങൾക്ക് ഒരേസമയം ബോധത്തോടെ ഇരിക്കാനും അസന്തുഷ്ടനാവാനും കഴിയില്ല. ഒരേസമയം ബോധവാനാകാനും നിഷേധഭാവത്തിലിരിക്കാനും കഴിയില്ല. ഏതെങ്കിലും തരത്തിലുള്ള നിഷേധാത്മകതയോ അസന്തുഷ്ടിയോ ദുരിതമോ ഉണ്ടെങ്കിൽ പ്രതിരോധമുണ്ടെന്നാണ് അർത്ഥം. പ്രതിരോധം എപ്പോഴും അബോധപൂർവ്വമാണ്.

തീർച്ചയായും എനിക്കെന്റെ അസന്തുഷ്ടമായ വികാരങ്ങളെക്കുറിച്ചു ബോധവാനാകാൻ കഴിയുമല്ലോ.

നിങ്ങൾ അസന്തുഷ്ടി തിരഞ്ഞെടുക്കുമോ? നിങ്ങളതു തിരഞ്ഞെടുത്തിട്ടില്ലെങ്കിൽ അതെങ്ങനെ ഉണ്ടായി? എന്താണതിന്റെ ഉദ്ദേശ്യം? അതിനെ ആരാണ് ജീവനോടെ നിലനിർത്തുന്നത്? അസന്തുഷ്ടമായ വികാരങ്ങളെക്കുറിച്ചു നിങ്ങൾ ബോധവാനാണെന്നു നിങ്ങൾ പറയുന്നു. പക്ഷേ, നിങ്ങൾ അവയുമായി താദാത്മ്യപ്പെട്ടിരിക്കുന്നുവെന്നും നിർബന്ധിതചിന്തയിലൂടെ ആ പ്രക്രിയയെ ജീവനോടെ നിലനിർത്തുന്നുവെന്നുമുള്ളതാണ് സത്യം. അതെല്ലാം അബോധപൂർവ്വമാണ്. നിങ്ങൾ ബോധവാനായിരുന്നെങ്കിൽ, അതായത് വർത്തമാനനിമിഷത്തിൽ പൂർണ്ണമായും സന്നിഹിതനായിരുന്നുവെങ്കിൽ എല്ലാ നിഷേധഭാവവും ക്ഷണനേരംകൊണ്ട് അലിഞ്ഞില്ലാതാകുമായിരുന്നു. നിങ്ങളുടെ സാന്നിദ്ധ്യത്തിൽ അതിന് നിലനില്ക്കാനാകുമായിരുന്നില്ല. നിങ്ങളുടെ അസാന്നിദ്ധ്യത്തിലേ അതിനു നിലനില്ക്കാനാകൂ. വേദനാശരീരത്തിനുപോലും നിങ്ങളുടെ സാന്നിദ്ധ്യത്തിൽ അധികനേരം നിലനില്ക്കാനാവില്ല. സമയത്തെ നല്കിയിട്ടാണ് നിങ്ങൾ നിങ്ങളുടെ അസന്തുഷ്ടിയെ ജീവനോടെ നിലനിർത്തുന്നത്. അതാണ് അതിന്റെ ജീവരക്തം. വർത്തമാനനിമിഷത്തിന്റെ തീവ്രമായ അവബോധത്തിലൂടെ സമയത്തെ നീക്കം ചെയ്താൽ, അതു മരിക്കുന്നു. പക്ഷേ, അസന്തുഷ്ടി ഇല്ലാതാകണമെന്നു നിങ്ങൾ ആഗ്രഹിക്കുന്നുണ്ടോ? നിങ്ങൾക്കു ശരിക്കും മതിയായിട്ടുണ്ടോ? അതില്ലെങ്കിൽപ്പിന്നെ നിങ്ങളാരാണ്?

നിങ്ങൾ സമർപ്പണം അഭ്യസിക്കുന്നതുവരെ ആത്മീയമാനമെന്നതു നിങ്ങൾ വായിക്കുകയും സംസാരിക്കുകയും ആവേശഭരിതരാകു

കയും പുസ്തകങ്ങളെഴുതുകയും ചിന്തിക്കുകയും വിശ്വസിക്കുകയും അല്ലെങ്കിൽ മറ്റു ചിലപ്പോൾ അങ്ങനെയൊന്നും ചെയ്യാതിരിക്കുകയും ചെയ്യുന്ന ഒന്നാണ്. അത് യാതൊരു വ്യത്യാസവും ഉണ്ടാക്കുന്നില്ല. നിങ്ങൾ സമർപ്പണം ചെയ്യുന്നതുവരെ അതു നിങ്ങളുടെ ജീവിതത്തിലെ ജീവിക്കുന്ന യാഥാർത്ഥ്യമായി മാറുന്നില്ല. നിങ്ങൾ സമർപ്പിക്കുമ്പോൾ നിങ്ങൾ പ്രസരിപ്പിക്കുകയും അപ്പോൾ നിങ്ങളുടെ ജീവിതത്തെ നിയന്ത്രിക്കുകയും ചെയ്യുന്ന ഊർജ്ജം, നമ്മുടെ ലോകത്തെ നയിക്കുന്ന മാനസികോർജ്ജത്തെക്കാൾ വളരെക്കൂടുതൽ കമ്പനാവൃത്തിയുള്ളതായിരിക്കും. മാനസികോർജ്ജമാണ് നമ്മുടെ സംസ്കാരത്തിന്റെ നിലനില്ക്കുന്ന സാമൂഹിക, രാഷ്ട്രീയ, സാമ്പത്തിക ഘടനകളെ സൃഷ്ടിച്ചത്. അതുതന്നെയാണ് നമ്മുടെ വിദ്യാഭ്യാസ സമ്പ്രദായങ്ങളിലൂടെയും മാദ്ധ്യമങ്ങളിലൂടെയും അനുസ്യൂതമായി സ്വയം നിലനിർത്തിപ്പോരികയും ചെയ്യുന്നത്. സമർപ്പണത്തിലൂടെ ആത്മീയോർജ്ജം ഈ ലോകത്തിലേക്കു കടന്നുവരുന്നു. അതു നിങ്ങൾക്കോ മറ്റുള്ള മനുഷ്യർക്കോ ഈ ഗ്രഹത്തിലെ ഏതെങ്കിലും ജീവരൂപത്തിനോ ഒരു ദുരിതവും സൃഷ്ടിക്കുന്നില്ല. മാനസികോർജ്ജത്തെപ്പോലെ അതു ഭൂമിയെ മലീമസമാക്കുന്നില്ല. വിപരീതങ്ങളില്ലാതെ ഒന്നിനും നിലനില്ക്കാനാകില്ലെന്നും തിന്മയില്ലാതെ നന്മയുണ്ടാകില്ലെന്നും ആജ്ഞാപിക്കുന്ന ധ്രുവാഭിമുഖതയുടെ നിയമത്തിനധീനമല്ല അത്. മാനസികോർജ്ജത്താൽ നിയന്ത്രിക്കപ്പെടുന്നവർ. ഭൂമിയുടെ ജനസംഖ്യയിലെ ബഹുഭൂരിഭാഗം ആളുകളും—ആത്മീയോർജ്ജത്തിന്റെ നിലനില്പിനെക്കുറിച്ച് അജ്ഞരാണ്. യാഥാർത്ഥ്യത്തിന്റെ വേറൊരു തലത്തിലാണ് അതുള്ളത്. ആവശ്യത്തിന് മനുഷ്യർ സമർപ്പിതാവസ്ഥയിലേക്കു പ്രവേശിക്കുകയും അങ്ങനെ നിഷേധാത്മകതയിൽനിന്നു പൂർണ്ണമായും മുക്തരാവുകയും ചെയ്യുമ്പോൾ ആത്മീയോർജ്ജം വ്യത്യസ്തമായൊരു ലോകത്തെ സൃഷ്ടിക്കും. ഭൂമി നിലനില്ക്കണമെങ്കിൽ അതിൽ അധിവസിക്കുന്ന ആളുകളുടെ ഊർജ്ജം ആത്മീയോർജ്ജമായിരിക്കണം.

ഗിരിപ്രഭാഷണത്തിൽ (Sermon on the mount) തന്റെ വിഖ്യാതമായ പ്രവചനം നടത്തിയപ്പോൾ യേശുദേവൻ പരാമർശിച്ചത് ഈ ഊർജ്ജത്തെയാണ്.

"സൗമ്യതയുള്ളവർ അനുഗൃഹീതരാണ്. ഈ ഭൂമി അവർക്കുള്ളതാണ്."

"Blessed are the gentle; they shall have the earth for their possession" നിശ്ശബ്ദവും എന്നാൽ തീക്ഷ്ണവുമായ സാന്നിദ്ധ്യമാണ് മനസ്സിന്റെ അബോധപൂർവ്വവുമായ ക്രമങ്ങളെ അലിയിക്കുന്നത്. ആ മാനസിക ക്രമങ്ങൾ കുറച്ചുകാലത്തേക്കു പ്രവർത്തിച്ചേക്കാം. പക്ഷേ, മേലിൽ

അവ നിങ്ങളുടെ ജീവിതത്തെ നിയന്ത്രിക്കുകയില്ല. പ്രതിരോധിക്കപ്പെട്ടിരുന്ന ബാഹ്യസാഹചര്യങ്ങളും സമർപ്പണത്തിലൂടെ മാറിപ്പോവുകയോ അല്ലെങ്കിൽ പെട്ടെന്നുതന്നെ അലിഞ്ഞില്ലാതാവുകയോ ചെയ്യും. സാഹചര്യങ്ങളെയും വ്യക്തികളെയും പരിവർത്തനം ചെയ്യുന്ന ശക്തമായ ഒരുപാധിയാണത്. സാഹചര്യങ്ങൾ ഉടൻതന്നെ മാറിപ്പോവുന്നില്ലെങ്കിൽത്തന്നെ, വർത്തമാനനിമിഷത്തിന്റെ സ്വീകാരം അവയ്ക്കു മുകളിലുയരാൻ നിങ്ങളെ സഹായിക്കും. ഏതു രീതിയിലായാലും നിങ്ങൾ സ്വതന്ത്രരാണ്.

വ്യക്തിബന്ധങ്ങളിലെ സമർപ്പണം

എന്നെ ഉപയോഗിക്കാനും തന്ത്രപൂർവ്വം എന്നിലൂടെ കാര്യങ്ങൾ സാധിക്കാനും എന്നെ നിയന്ത്രിക്കാനും ആഗ്രഹിക്കുന്ന ആളുകളോ? ഞാൻ അവർക്കു സ്വയം സമർപ്പിക്കണമോ?

അവർക്ക് ഉണ്മയിലേക്കുള്ള പ്രവേശനം തടസ്സപ്പെട്ടിട്ടുള്ളതിനാൽ, ഊർജ്ജവും ശക്തിയും നിങ്ങളിൽ നിന്നെടുക്കാനായി അവർ അബോധപൂർവ്വം പരിശ്രമിക്കും. അബോധത്തിലാഴ്ന്ന ഒരു വ്യക്തി മാത്രമേ മറ്റുള്ളവരെ ഉപയോഗിക്കാനോ തന്ത്രപൂർവ്വം സ്വാധീനിക്കാനോ ശ്രമിക്കുകയുള്ളൂ എന്നതു സത്യമാണ്. പക്ഷേ, അബോധത്തിലാഴ്ന്ന ഒരു വ്യക്തിയെ മാത്രമേ ഉപയോഗിക്കുവാനും സ്വാധീനിക്കുവാനും കഴിയുകയുള്ളൂ എന്നതും അതുപോലെ സത്യമാണ്. മറ്റുള്ളവരിലെ അബോധപൂർവ്വമായ പെരുമാറ്റത്തെ നിങ്ങൾ ചെറുക്കുകയോ അതിനെതിരേ പൊരുതുകയോ ചെയ്യുകയാണെങ്കിൽ നിങ്ങൾ സ്വയം അബോധത്തിലാണ്ടുപോകും. പക്ഷേ, അബോധത്തിലാണ്ട വ്യക്തികളാൽ സ്വയം ഉപയോഗിക്കപ്പെടാൻ അനുവദിക്കുക എന്നല്ല സമർപ്പണത്തിന്റെ അർത്ഥം. അല്ലേയല്ല. ഒരു വ്യക്തിയോട് 'ഇല്ല' എന്നു ദൃഢമായും വ്യക്തമായും പറയുന്നതും അല്ലെങ്കിൽ ഒരു സാഹചര്യത്തിൽനിന്നു വിട്ടുപോവുന്നതും അതേസമയം പൂർണ്ണമായും ആന്തരികമായ അപ്രതിരോധത്തിന്റെ അവസ്ഥയിൽ കഴിയുന്നതും തീർത്തും സാദ്ധ്യമായ കാര്യമാണ്. ഒരു വ്യക്തിയോടോ സാഹചര്യത്തോടോ നിങ്ങൾ 'ഇല്ല' എന്നു പറയുമ്പോൾ അതു പ്രതികരണത്തിൽനിന്നല്ലാതെ ഉൾക്കാഴ്ചയിൽനിന്ന്, നിങ്ങളെ സംബന്ധിച്ചിടത്തോളം ആ നിമിഷത്തിലുള്ള ശരിയേത് തെറ്റേത് എന്നുള്ള വ്യക്തമായ തിരിച്ചറിവിൽനിന്ന് ഉണ്ടാകട്ടെ. അതു പ്രതികരണപരമല്ലത്തതും; ഉയർന്ന ഗുണനിലവാരമുള്ളതും എല്ലാ നിഷേധഭാവങ്ങളിൽനിന്നും മുക്തമായതുകൊണ്ടു കൂടുതൽ ദുരിതത്തെ സൃഷ്ടിക്കാത്തതുമായ 'ഇല്ല' ആകട്ടെ.

എന്റെ ജോലിസ്ഥലത്ത് അസുഖകരമായ ഒരു സാഹചര്യത്തിൽ ഞാനകപ്പെട്ടിരിക്കുന്നു. അതിനോടു സമർപ്പണം ചെയ്യാൻ ഞാൻ ശ്രമിച്ചി

ട്ടുണ്ട്. പക്ഷേ, അത് അസാദ്ധ്യമായി ഞാൻ കാണുന്നു. ഒരുപാട് പ്രതിരോധം ഉയർന്നുകൊണ്ടിരിക്കുന്നു.

നിങ്ങൾക്കു സമർപ്പിക്കാൻ കഴിയുന്നില്ലെങ്കിൽ ഉടൻതന്നെ നടപടിയെടുക്കും. തുറന്നു സംസാരിക്കുകയോ ആ സാഹചര്യത്തിൽ ഒരു മാറ്റം കൊണ്ടുവരാനായി എന്തെങ്കിലും പ്രവർത്തിക്കുകയോ ചെയ്യുക. അല്ലെങ്കിൽ അതിൽനിന്നു സ്വയം മാറിപ്പോവുക. നിങ്ങളുടെ ജീവിതത്തിന്റെ ചുമതല ഏറ്റെടുക്കുക. നിങ്ങളുടെ സുന്ദരവും തേജോമയവുമായ ആന്തരികമായ ഉണ്മയെയോ ഈ ഭൂമിയെയോ നിഷേധഭാവം കൊണ്ടു മലിനപ്പെടുത്താതിരിക്കുക. ഏതെങ്കിലും തരത്തിലുള്ള അസന്തുഷ്ടിക്കു നിങ്ങളുടെയുള്ളിൽ ഇടം കൊടുക്കാതിരിക്കുക.

നിങ്ങൾക്കു നടപടിയൊന്നും എടുക്കാൻ കഴിയുന്നില്ലെങ്കിൽ, ഉദാഹരണത്തിന് നിങ്ങൾ ജയിലിലാണെങ്കിൽ നിങ്ങൾക്കു രണ്ടു കാര്യങ്ങളിലൊന്നേ തിരഞ്ഞെടുക്കാനാവൂ. പ്രതിരോധം അല്ലെങ്കിൽ സമർപ്പണം. ബന്ധനം അല്ലെങ്കിൽ ബാഹ്യസാഹചര്യങ്ങളിൽനിന്നുള്ള ആന്തരികമായ സ്വാതന്ത്ര്യം. ദുരിതം അല്ലെങ്കിൽ ആന്തരികമായ ശാന്തി.

നമ്മുടെ ജീവിതങ്ങളിലെ ബാഹ്യമായ പെരുമാറ്റങ്ങളിലും അപ്രതിരോധം പരിശീലിക്കേണമോ? അക്രമത്തിനെതിരേ പ്രതിരോധമുയർത്താതിരിക്കുക തുടങ്ങിയവയായി? അതോ അതു നമ്മുടെ ആന്തരിക ജീവിതത്തെമാത്രം ബാധിക്കുന്ന ഒന്നാണോ?

ആന്തരികമായ ഘടകത്തെ മാത്രമേ നിങ്ങൾ ശ്രദ്ധിക്കേണ്ടതായുള്ളൂ. അതാണു പ്രഥമമായത്. തീർച്ചയായും നിങ്ങളുടെ ബാഹ്യജീവിതത്തിലെ പെരുമാറ്റരീതികളെയും നിങ്ങളുടെ ബന്ധങ്ങൾ തുടങ്ങിയവയെയും അതു പരിവർത്തനം ചെയ്യും.

സമർപ്പണത്തിലൂടെ നിങ്ങളുടെ ബന്ധങ്ങൾ അഗാധമായി പരിവർത്തനം ചെയ്യപ്പെടും. നിലവിലുള്ളതിനെ നിങ്ങൾക്കൊരിക്കലും സ്വീകരിക്കാനാവുന്നില്ലെങ്കിൽ, മറ്റുള്ളവരെയും അവർ എങ്ങനെയാണോ അതുപോലെ സ്വീകരിക്കാനാവില്ല എന്നാണു വിവക്ഷിക്കപ്പെടുന്നത്. നിങ്ങൾ ആളുകളെ വിലയിരുത്തുകയും വിമർശിക്കുകയും തരംതിരിക്കുകയും നിരസിക്കുകയും ചെയ്യുകയോ അല്ലെങ്കിൽ അവരെ മാറ്റാൻ ശ്രമിക്കുകയോ ചെയ്യും. കൂടാതെ, ഭാവിയിലെ ഏതെങ്കിലും ഒരു ലക്ഷ്യം നേടാനുള്ള മാർഗ്ഗമായി നിങ്ങൾ വർത്തമാനനിമിഷത്തെ മാറ്റുകയാണെങ്കിൽ, നിങ്ങൾ അഭിമുഖീകരിക്കുകയോ ബന്ധപ്പെടുകയോ ചെയ്യുന്ന ഓരോ വ്യക്തിയെയും നിങ്ങൾ ലക്ഷ്യത്തിലേക്കുള്ള മാർഗ്ഗമായിത്തന്നെ കാണും. അപ്പോൾ ആ ബന്ധത്തിന്—ആ മനുഷ്യന്—നിങ്ങൾ ദ്വിതീയമായ പ്രാധാന്യമേ നല്കുകയുള്ളൂ. അല്ലെങ്കിൽ ഒരു പ്രാധാന്യവും നല്കുകയില്ല. ആ ബന്ധത്തിൽനിന്നു നിങ്ങൾക്കു ലഭിക്കാവുന്ന എന്തും —അത് ഭൗതികമായ നേട്ടമോ, അധികാരബോധമോ

ശാരീരികമായ സുഖമോ, അഹന്തയ്ക്കു ലഭിക്കുന്ന ഏതെങ്കിലും തരത്തിലുള്ള സംതൃപ്തിയോ — ആയിക്കൊള്ളട്ടെ, പ്രഥമമായി പ്രാധാന്യമുള്ളതാകും.

സമർപ്പണം ബന്ധങ്ങളിൽ എങ്ങനെ ഫലപ്രദമാകുന്നുവെന്ന് ഞാൻ വിശദമാക്കാം. നിങ്ങളുടെ പങ്കാളിയുമായോ അല്ലെങ്കിൽ നിങ്ങൾക്ക് അടുത്ത ബന്ധമുള്ള ആരെങ്കിലുമായോ ഒരു വാഗ്വാദത്തിലോ സംഘർഷം നിറഞ്ഞ ഒരു സന്ദർഭത്തിലോ നിങ്ങൾ അകപ്പെട്ടു എന്നു വിചാരിക്കുക. നിങ്ങളുടെ സ്വന്തം നിലപാട് ആക്രമിക്കപ്പെടുമ്പോൾ നിങ്ങൾ അതിനെ എത്രമാത്രം ന്യായീകരിക്കുന്നു എന്ന് നിരീക്ഷിച്ചുകൊണ്ടു തുടങ്ങുക. അല്ലെങ്കിൽ മറ്റേ വ്യക്തിയുടെ നിലപാടിനെ നിങ്ങൾ ആക്രമിക്കുമ്പോൾ നിങ്ങളുടെ സ്വന്തം ആക്രമണോത്സുകതയുടെ ശക്തിയെ അനുഭവിച്ചറിയുക. സ്വന്തം വീക്ഷണങ്ങളോടും അഭിപ്രായങ്ങളോടുമുള്ള നിങ്ങളുടെ മമതയെ നിരീക്ഷിക്കുക. നിങ്ങൾ പറയുന്നതു ശരിയാകണമെന്നും, അങ്ങനെ മറ്റേ വ്യക്തിയുടെ നിലപാട് തെറ്റാക്കി മാറ്റണമെന്നുമുള്ള നിങ്ങളുടെ ആവശ്യത്തിന്റെ പിറകിലുള്ള മാനസികവും വൈകാരികവുമായ ഊർജ്ജത്തെ അനുഭവിക്കുക. അതാണ് അഹന്താത്മകമായ മനസ്സിന്റെ ഊർജ്ജം. അതിനെ അംഗീകരിക്കുന്നതിലൂടെയും നിങ്ങൾക്കു കഴിയുന്നത്ര പൂർണ്ണമായി അതിനെ അനുഭവിക്കുന്നതിലൂടെയും നിങ്ങളതിനെ ബോധതലത്തിലേക്കു കൊണ്ടുവരുന്നു. പിന്നെ ഒരു ദിവസം, വാഗ്വാദത്തിന്റെ മദ്ധ്യത്തിൽ നിങ്ങൾക്കൊരു തിരഞ്ഞെടുപ്പ് നടത്താൻ കഴിയുമെന്നു നിങ്ങൾ പൊടുന്നനെ തിരിച്ചറിയും. എന്താണ് സംഭവിക്കുന്നതെന്ന് അറിയാൻവേണ്ടി മാത്രം നിങ്ങളുടെ സ്വന്തം പ്രതികരണത്തെ വിട്ടുകളയാൻ നിങ്ങൾ തീരുമാനിച്ചേക്കാം. നിങ്ങൾ സമർപ്പിക്കുന്നു. "ശരി, നിങ്ങൾ പറയുന്നതാണ് ശരി." എന്ന് വാക്കാൽ പറഞ്ഞുകൊണ്ടു പ്രതികരണത്തെ വിട്ടുകളയുകയും, എന്നാൽ "ശിശുസഹജമായ ഈ അബോധത്തിനു മുകളിലാണ് ഞാൻ," എന്ന മുഖഭാവത്തോടെ അതു പറയുകയും ചെയ്യുന്നതിനെക്കുറിച്ചല്ല ഞാൻ പറയുന്നത്. അതു പ്രതിരോധത്തെ വേറൊരു തരത്തിലേക്കു മാറ്റിവയ്ക്കുന്നതിനു തുല്യമാണ്. അപ്പോഴും അധീശത്വം അവകാശപ്പെട്ടുകൊണ്ട് അഹന്താത്മകമായ മനസ്സു തന്നെയായിരിക്കും കാര്യങ്ങൾ നിയന്ത്രിക്കുന്നത്. അധികാരത്തിനുവേണ്ടി പൊരുതുന്ന നിങ്ങളുടെയുള്ളിലെ മാനസിക വൈകാരിക ഊർജ്ജക്ഷേത്രത്തെ മുഴുവൻ വിട്ടുകളയുന്നതിനെക്കുറിച്ചാണ് ഞാൻ സംസാരിക്കുന്നത്.

അഹന്ത വളരെയധികം കുടിലതയുള്ള ഒന്നാണ്. അതുകൊണ്ട്, മാനസികമായ ഒരു നിലപാടിനോടുള്ള താദാത്മ്യം നിങ്ങൾ യഥാർത്ഥത്തിൽ ഉപേക്ഷിച്ചിട്ടുണ്ടോ എന്നും അങ്ങനെ മനസ്സിൽനിന്നും സ്വതന്ത്രനായിട്ടുണ്ടോ എന്നും അറിയണമെങ്കിൽ നിങ്ങൾ വളരെയധികം ജാഗരൂകനായും സന്നിഹിതനായും ഇരിക്കുകയും നിങ്ങളോടുതന്നെ

സത്യസന്ധത പുലർത്തുകയും ചെയ്യണം. നിങ്ങൾക്കു പെട്ടെന്നു വളരെയധികം ലാഘവത്വവും വ്യക്തതയും ഗാഢമായ ശാന്തിയും അനുഭവപ്പെടുന്നുണ്ടെങ്കിൽ നിങ്ങൾ യഥാർത്ഥത്തിൽ സമർപ്പണം ചെയ്തിരിക്കുന്നു എന്നതിന്റെ വ്യക്തമായ സൂചനയാണത്. മറ്റൊരാളുടെ മാനസിക നിലപാടിന് ഇപ്പോൾ നിങ്ങൾ ഊർജ്ജം നല്കാത്തതിനാൽ, ആ വ്യക്തിയുടെ മാനസികനിലപാടിന് എന്തു സംഭവിക്കുന്നു എന്നു നിരീക്ഷിക്കുക. മാനസികമായ നിലപാടുകളുമായുള്ള താദാത്മ്യം നീങ്ങിക്കഴിഞ്ഞാൽ യഥാർത്ഥ ആശയവിനിമയം തുടങ്ങുകയായി.

അക്രമം, ശത്രുതാപരമായ പെരുമാറ്റം തുടങ്ങിയവയെ അഭിമുഖീകരിക്കുമ്പോൾ അപ്രതിരോധം അഭ്യസിക്കുന്നതെങ്ങനെ?

അപ്രതിരോധത്തിന് ഒന്നും ചെയ്യാതിരിക്കുക എന്നു തീർത്തും അർത്ഥമില്ല. ഏതു 'പ്രവൃത്തി'യും പ്രതികരണപരമല്ലാത്തതായിത്തീരുന്നു എന്നു മാത്രമേ അതിനർത്ഥമുള്ളൂ. പൗരസ്ത്യരുടെ ആയുധമില്ലാത്ത യുദ്ധമുറകളിൽ അന്തർലീനമായ ഗാഢമായ ജ്ഞാനത്തെ ഓർക്കുക. എതിരാളിയുടെ ശക്തിയെ ചെറുക്കാതിരിക്കുക. മറികടക്കാനായി വഴങ്ങിക്കൊടുക്കുക.

നിങ്ങൾ തീവ്രമായ സാന്നിദ്ധ്യത്തിന്റെ അവസ്ഥയിലായിരിക്കുമ്പോൾ, 'ഒന്നും ചെയ്യാതിരിക്കുന്നത്' സാഹചര്യങ്ങളെയും വ്യക്തികളെയും പരിവർത്തനം ചെയ്യാനും അവരെ സുഖപ്പെടുത്തുവാനുമുള്ള ശക്തമായ ഉപാധിയാണ്. ടാവോയിസത്തിൽ, വു വെയ് (Wu wei) എന്ന ഒരു സംജ്ഞയുണ്ട്. 'പ്രവൃത്തിയില്ലാത്ത പ്രവർത്തനമെന്നോ", 'ഒന്നും ചെയ്യാതെ വെറുതെ ഇരിക്കലെന്നോ', അതിനെ സാധാരണയായി പരിഭാഷപ്പെടുത്താറുണ്ട്. പുരാതന ചൈനയിൽ, ഏറ്റവും ഉത്കൃഷ്ടമായ നേട്ടങ്ങളിലൊന്നായോ അല്ലെങ്കിൽ ഗുണങ്ങളിലൊന്നായോ ആണ് അതിനെ കണക്കാക്കിയിരുന്നത്. സാധാരണ ബോധത്തിന്റെ അല്ലെങ്കിൽ അബോധത്തിന്റെ അവസ്ഥയിലെ പ്രവൃത്തിമാന്ദ്യത്തിൽനിന്ന് ഇതു മൗലികമായി വ്യത്യാസപ്പെട്ടിരിക്കുന്നു. ആ പ്രവൃത്തിമാന്ദ്യം ഭീതിയിൽനിന്നും, മന്ദതയിൽനിന്നും സന്ദേഹത്തിൽനിന്നുമാണ് ഉടലെടുക്കുന്നത്. ശരിയായ 'ഒന്നും ചെയ്യാതിരിക്കൽ' ആന്തരികമായ അപ്രതിരോധത്തെയും തീക്ഷ്ണമായ ജാഗ്രതയെയും ധ്വനിപ്പിക്കുന്നു.

മറുവശത്ത് പ്രവൃത്തി ആവശ്യമുള്ളപ്പോൾ നിങ്ങളുടെ ക്രമീകരിക്കപ്പെട്ട മനസ്സിൽനിന്ന് ഇനി നിങ്ങൾ പ്രതികരിക്കുകയില്ല. മറിച്ച്, നിങ്ങളുടെ ബോധപൂർവ്വമായ സാന്നിദ്ധ്യത്തിൽനിന്നാണ് നിങ്ങൾ ആ സാഹചര്യത്തോടു പ്രതികരിക്കുക. ആ അവസ്ഥയിൽ അഹിംസ ഉൾപ്പെടെയുള്ള സങ്കല്പങ്ങളിൽനിന്ന് നിങ്ങളുടെ മനസ്സ് മുക്തമായിരിക്കും. അപ്പോൾ നിങ്ങൾ എന്തു ചെയ്യുമെന്ന് ആർക്കു പ്രവചിക്കാനാവും?

നിങ്ങളുടെ പ്രതിരോധത്തിലാണ് നിങ്ങളുടെ ശക്തിയെന്ന് അഹന്ത വിശ്വസിക്കുന്നു. പക്ഷേ, വാസ്തവത്തിൽ പ്രതിരോധം— യഥാർത്ഥ ശക്തിയുടെ ഒരേ ഒരിടത്തിൽനിന്ന്, അതായത് ഉണ്മയിൽനിന്നു നിങ്ങളെ മുറിച്ചുമാറ്റുന്നു. പ്രതിരോധം ദൗർബല്യമാണ്. ശക്തിയുടെ കപടവേഷം ധരിച്ചെത്തുന്ന ഭീതിയാണത്. അഹന്ത ദൗർബല്യമായി കാണുന്നത് സ്വന്തം പവിത്രതയിലും നിഷ്കളങ്കതയിലും ശക്തിയിലും നില കൊള്ളുന്ന നിങ്ങളുടെ ഉണ്മയെയാണ്. ദൗർബല്യത്തെയാണ് അതു ശക്തിയായി കണക്കാക്കുന്നത്. അതുകൊണ്ട് അഹന്ത നിരന്തരമായ പ്രതിരോധത്തിന്റെ വൃത്തിയിൽ നിലകൊള്ളുകയും വാസ്തവത്തിൽ ശക്തിയായ നിങ്ങളുടെ 'ദൗർബല്യ'ത്തെ മൂടിവയ്ക്കാനായി കപടവേഷ ങ്ങളാടുകയും ചെയ്യുന്നു.

സമർപ്പണമുണ്ടാകുന്നതുവരെ അബോധപൂർവ്വമായി വിവിധ വേഷ ങ്ങളാടുന്നത്, മനുഷ്യർ തമ്മിലുള്ള പാരസ്പര്യത്തിന്റെ മുഖ്യമായൊരു ഘടകമായിരിക്കും. സമർപ്പണത്തിൽ നിങ്ങൾക്ക് അഹന്തയുടെ പ്രതി രോധങ്ങളുടെയോ അവാസ്തവമായ മുഖംമൂടികളുടെയോ ആവശ്യ മുണ്ടാകുന്നില്ല. നിങ്ങൾ വളരെയധികം ലാളിത്യവും വാസ്തവികതയും ഉള്ള ആളായിത്തീരുന്നു. "അത് അപകടമാണ്" എന്ന് അഹന്ത പറയുന്നു. "നിങ്ങൾക്ക് മുറിവു പറ്റും. നിങ്ങൾക്ക് അരക്ഷിതത്വമുണ്ടാകും." പക്ഷേ, അഹന്തയ്ക്ക് തീർച്ചയായും അറിയാത്ത ഒരു കാര്യമിതാണ്. പ്രതി രോധത്തെ ഉപേക്ഷിക്കുന്നതിലൂടെ മാത്രമേ 'അരക്ഷിതത്വ'മുള്ള വ്യക്തി യായിത്തീരുന്നതിലൂടെ മാത്രമേ നിങ്ങൾക്ക് നിങ്ങളുടെ യഥാർത്ഥവും അത്യന്താപേക്ഷിതവുമായ 'അഭേദ്യത്വ'ത്തെ കണ്ടെത്താനാവൂ എന്ന വസ്തുത.

രോഗത്തെ പ്രബുദ്ധതയായി പരിവർത്തനം ചെയ്യൽ

ഒരാൾക്ക് ഗൗരവതരമായ ഒരസുഖമുണ്ടാവുകയും അയാൾ ആ അവ സ്ഥയെ പൂർണ്ണമായി അംഗീകരിക്കുകയും ആ അസുഖത്തിനു സ്വയം സമർപ്പിക്കുകയും ചെയ്താൽ, ആരോഗ്യം വീണ്ടെടുക്കാനുള്ള മനഃ ശക്തിയെ അയാൾ വിട്ടുകളഞ്ഞിട്ടുണ്ടാവുകയില്ലേ? ആ അസുഖ ത്തോടു പൊരുതാനുള്ള ദൃഢനിശ്ചയം പിന്നെ ഉണ്ടാവുകയില്ല. ഉവ്വോ?

നിലവിലുള്ളതിന്റെ നിരുപാധികമായ ആന്തരിക സ്വീകാരമാണ് സമർപ്പണം. നിങ്ങളുടെ ജീവിതത്തെക്കുറിച്ച് —ഈ നിമിഷത്തെക്കു റിച്ചാണ് നാം സംസാരിക്കുന്നത്. അല്ലാതെ നിങ്ങളുടെ ജീവിതസന്ദർ ഭമെന്നു ഞാൻ വിളിക്കുന്ന നിങ്ങളുടെ ജീവിതത്തിന്റെ അവസ്ഥകളെ ക്കുറിച്ചോ സാഹചര്യങ്ങളെക്കുറിച്ചോ അല്ല. ഇതിനെക്കുറിച്ചു നാം നേരത്തേ സംസാരിച്ചു കഴിഞ്ഞു.

അസുഖത്തെ സംബന്ധിച്ചാണെങ്കിൽ, ഇതാണ് അതിന്റെ അർത്ഥം. രോഗം നിങ്ങളുടെ ജീവിതസന്ദർഭത്തിന്റെ ഒരു ഭാഗമാണ്. അതിന്

ഒരു ഭൂതകാലവും ഭാവിയുമുണ്ട്. നിങ്ങളുടെ ബോധപൂർവ്വമായ സാന്നിദ്ധ്യത്തിലൂടെ, വർത്തമാനകാലത്തിന്റെ വീണ്ടെടുക്കാനുള്ള ശക്തിയെ പ്രവർത്തനക്ഷമമാക്കിയില്ലെങ്കിൽ, ഭൂത, ഭാവികാലങ്ങൾ അനുസ്യൂതമായ ഒരു തുടർച്ചയായി മാറും. നിങ്ങൾക്ക് അറിയാവുന്നതുപോലെ, സമയത്തിൽ നിലനില്ക്കുന്ന നിങ്ങളുടെ ജീവിതസാഹചര്യത്തെ സൃഷ്ടിക്കുന്ന വിവിധ അവസ്ഥകളുടെ താഴെയായി, കൂടുതൽ ഗഹനവും അത്യന്താപേക്ഷിതവുമായ എന്തോ ഉണ്ട്. നിങ്ങളുടെ ജീവൻ സമയരഹിതമായ വർത്തമാനനിമിഷത്തിൽ നിലകൊള്ളുന്ന നിങ്ങളുടെ സ്വന്തം ഉണ്മ.

വർത്തമാനനിമിഷത്തിൽ പ്രശ്നങ്ങളൊന്നും ഇല്ലാത്തതുകൊണ്ട്, അസുഖവും ഇല്ല. നിങ്ങളുടെ അവസ്ഥയ്ക്കു വേറൊരാൾ ആരോപിക്കുന്ന ലേബലിലുള്ള വിശ്വാസം ആ അവസ്ഥയെ നിലനിർത്തുകയും അതിനു ശക്തി പകരുകയും താൽക്കാലികം മാത്രമായ അന്തുലനത്തിൽനിന്നു പ്രത്യക്ഷത്തിൽ ത്രിമാനരൂപമുള്ള യാഥാർത്ഥ്യത്തെ സൃഷ്ടിക്കുകയും ചെയ്യുന്നു. അത് ആ അസുഖത്തിനു വാസ്തവികതയും ദൃഢതയും മാത്രമല്ല, നേരത്തേ അതിന് ഇല്ലാതിരുന്ന സമയത്തിന്റെ നൈരന്തര്യം കൂടി പ്രദാനം ചെയ്യുന്നു. ഈ നിമിഷത്തിൽ ശ്രദ്ധ കേന്ദ്രീകരിക്കുന്നതിലൂടെയും ആ അവസ്ഥയെ മാനസികമായി നാമകരണം ചെയ്യുന്നതിൽനിന്നു മാറി നില്ക്കുന്നതിലൂടെയും ആ അസുഖം ഇനി പറയുന്ന ഘടകങ്ങളിൽ ഒന്നോ അല്ലെങ്കിൽ അതിൽക്കൂടുതലോ ആയി ചുരുങ്ങുന്നു. ശാരീരികവേദന, തളർച്ച, അസ്വാസ്ഥ്യം, അല്ലെങ്കിൽ ശാരീരികമായ ബലഹീനത. അതിനോടാണ് നിങ്ങൾ സമർപ്പണം ചെയ്യുന്നത്. വർത്തമാനനിമിഷത്തിനോട്. അല്ലാതെ 'രോഗം' എന്ന ആശയത്തോടല്ല, നിങ്ങൾ സമർപ്പണം ചെയ്യുന്നത്. വർത്തമാനനിമിഷത്തിലേക്ക്, തീവ്രവും ബോധപൂർവ്വവുമായ സാന്നിദ്ധ്യത്തിന്റെ അവസ്ഥയിലേക്ക് നിർബന്ധപൂർവ്വം നിങ്ങളെ കൊണ്ടുപോകാനായി ആ ദുരിതത്തെ അനുവദിക്കുക. പ്രബുദ്ധത നേടാനായി അതിനെ ഉപയോഗിക്കുക.

സമർപ്പണം നിലവിലുള്ളതിനെ നേരിട്ടു പരിവർത്തനം ചെയ്യുന്നില്ല. സമർപ്പണം നിങ്ങളെയാണ് പരിവർത്തനം ചെയ്യുന്നത്. 'നിങ്ങൾ' പരിവർത്തനം ചെയ്യപ്പെടുമ്പോൾ നിങ്ങളുടെ മുഴുവൻ പ്രപഞ്ചവും പരിവർത്തനം ചെയ്യപ്പെടുന്നു. കാരണം പ്രപഞ്ചം ഒരു പ്രതിഫലനം മാത്രമാണ്. ഇതിനെക്കുറിച്ച് നാം നേരത്തേ സംസാരിച്ചു കഴിഞ്ഞു.

നിങ്ങൾ കണ്ണാടിയിലേക്കു നോക്കുകയും അവിടെ കണ്ടതിനെ ഇഷ്ടപ്പെടാതിരിക്കുകയും ചെയ്തുവെന്നിരിക്കട്ടെ. കണ്ണാടിയിലെ പ്രതിരൂപത്തെ ആക്രമിക്കണമെങ്കിൽ നിങ്ങൾക്കു ചിത്തഭ്രമമുണ്ടായിരിക്കണം. നിങ്ങൾ അസ്വീകാരത്തിന്റെ അവസ്ഥയിലാണെങ്കിൽ കൃത്യമായും അതുതന്നെയായിരിക്കും നിങ്ങൾ ചെയ്യുക. തീർച്ചയായും നിങ്ങൾ പ്രതിരൂപത്തെ ആക്രമിക്കുകയാണെങ്കിൽ അതു തിരിച്ചു

നിങ്ങളെയും ആക്രമിക്കുന്നു. നിങ്ങൾ ആ പ്രതിരൂപത്തെ, അതെന്തോ ആയിക്കൊള്ളട്ടെ, അംഗീകരിക്കുകയും അതിനോടു സൗഹൃദഭാവം കൈക്കൊള്ളുകയും ചെയ്യുകയാണെങ്കിൽ നിങ്ങളോടും സൗഹൃദ ഭാവത്തിലാവാതിരിക്കാൻ അതിനു കഴിയില്ല. ഇങ്ങനെയാണ് നിങ്ങൾ ലോകത്തെ പരിവർത്തനം ചെയ്യുന്നത്.

അസുഖമല്ല പ്രശ്നം. അഹന്താത്മകമായ മനസ്സ് കാര്യങ്ങൾ നിയ ന്ത്രിക്കുന്ന കാലത്തോളം നിങ്ങളാണ് പ്രശ്നം. നിങ്ങൾക്കു സുഖമില്ലാ തിരിക്കുകയോ ബലഹീനത അനുഭവപ്പെടുകയോ ചെയ്യുമ്പോൾ, നിങ്ങൾ ഏതോ രീതിയിൽ പരാജയപ്പെട്ടു എന്നു കരുതാതിരിക്കുക. കുറ്റബോധം അനുഭവിക്കാതിരിക്കുക. നിങ്ങളോട് അന്യായമായ രീതിയിൽ പെരുമാറിയതിനു ജീവിതത്തെ കുറ്റപ്പെടുത്താതിരിക്കുക. പക്ഷേ, നിങ്ങൾ സ്വയം പഴിചാരുകയുമരുത്. അതെല്ലാം പ്രതിരോധ മാണ്. നിങ്ങൾക്കു ഗൗരവമുള്ള ഒരസുഖമുണ്ടെങ്കിൽ, പ്രബുദ്ധതയ് ക്കായി അതിനെ ഉപയോഗിക്കുക. നിങ്ങളുടെ ജീവിതത്തിൽ സംഭവി ക്കുന്ന ഏതു മോശമായ കാര്യത്തെയും പ്രബുദ്ധതയ്ക്കായി ഉപ യോഗിക്കുക. ആ അസുഖത്തിൽനിന്നു സമയത്തെ പിൻവലിക്കുക. അതിനു ഭൂതഭാവികാലങ്ങളെ നല്കരുത്. തീവ്രമായ വർത്തമാന നിമി ഷാവബോധത്തിലേക്ക് അതു നിങ്ങളെ നിർബന്ധപൂർവ്വം കൊണ്ടു വരട്ടെ. എന്നിട്ട് എന്തു സംഭവിക്കുന്നു എന്നു നോക്കുക.

ഒരു രസവാദിയായിത്തീരുക (alchemist). താണതരം ലോഹത്തെ സ്വർണ്ണമാക്കിത്തീർക്കുക. ദുരിതത്തെ ബോധമായും ദുരന്തത്തെ പ്രബുദ്ധതയായും പരിവർത്തനം ചെയ്യുക.

നിങ്ങൾക്കു ഗൗരവമുള്ള അസുഖമുള്ളതുകൊണ്ട് ഞാനിപ്പോൾ പറഞ്ഞ കാര്യങ്ങൾ നിങ്ങളെ കോപിഷ്ഠനാക്കുന്നുണ്ടോ? ഉണ്ടെങ്കിൽ, ആ അസുഖം നിങ്ങളുടെ വ്യക്തിത്വബോധത്തിന്റെ ഭാഗമായി മാറിയി ട്ടുണ്ടെന്നും നിങ്ങളിപ്പോൾ നിങ്ങളുടെ വ്യക്തിത്വത്തെയും നിങ്ങൾ ക്കുള്ള അസുഖത്തെയും സംരക്ഷിക്കുകയാണെന്നുമുള്ളതിന്റെ വ്യക്ത മായ സൂചനയാണത്. 'അസുഖം' എന്നു വിളിക്കപ്പെടുന്ന അവസ്ഥയ്ക്കു നിങ്ങൾ യഥാർത്ഥത്തിൽ ആരാണെന്നുള്ളതുമായി യാതൊരു ബന്ധ വുമില്ല.

ദുരന്തം സംഭവിക്കുമ്പോൾ

ജനസംഖ്യയിലെ ഇപ്പോഴും അബോധാവാന്മാരായ ബഹുഭൂരിപക്ഷം ആളുകളെ സംബന്ധിച്ചു പറയുകയാണെങ്കിൽ, ഗുരുതരമായ പരിധി യുടെ അവസ്ഥയ്ക്കേ അവരുടെ അഹന്തയുടെ ദൃഢമായ പുറന്തോടു പൊട്ടിക്കാനും സമർപ്പണം ചെയ്ത് അങ്ങനെ പ്രബുദ്ധമായ അവസ്ഥ യിലേക്കു പ്രവേശിക്കാൻ അവരെ പ്രേരിപ്പിക്കാനുമുള്ള ശക്തിയുള്ളൂ. ഏതെങ്കിലും തരത്തിലുള്ള അത്യാഹിതത്തിലൂടെയോ ഭയങ്കരമായ

അട്ടിമറിയിലൂടെയോ ഗാഢമായ നഷ്ടത്തിലൂടെയോ ദുരിതത്തിലൂടെയോ നിങ്ങളുടെ മുഴുവൻ ലോകവും തകർന്നടിയുകയും എല്ലാം അർത്ഥരഹിതമായിത്തീരുകയും ചെയ്യുമ്പോഴാണ് പരിധിസന്ദർഭം (limit-situation) ഉണ്ടാകുന്നത്. അതു മരണവുമായുള്ള മുഖാമുഖമാണ് — ശാരീരികമായാലും മാനസികമായാലും ഈ പ്രപഞ്ചത്തിന്റെ സ്രഷ്ടാവായ അഹന്താത്മകമായ മനസ്സ് തകർന്നടിയുന്നു. പഴയ ലോകത്തിന്റെ ചാരത്തിൽനിന്ന് അപ്പോൾ പുതിയ ഒരു ലോകത്തിന് നിലവിൽ വരാനാകും.

തീർച്ചയായും ഒരു പരിധി സന്ദർഭം അതു ചെയ്യുമെന്ന് ഉറപ്പൊന്നുമില്ല. പക്ഷേ, അതിനുള്ള സാദ്ധ്യത എപ്പോഴുമുണ്ട്. അത്തരമൊരു സന്ദർഭത്തിൽ നിലവിലുള്ളതിനോടുള്ള ചില ആളുകളുടെ പ്രതിരോധം കൂടുതൽ തീക്ഷ്ണമാവുകപോലും ചെയ്യും. അങ്ങനെ അതു നരകത്തിലേക്കുള്ള ഒരവരോഹണമായിത്തീരും. ചില ആളുകളിൽ ഭാഗികമായ സമർപ്പണം മാത്രമേ ഉണ്ടാകൂ. പക്ഷേ, അതുപോലും അവർക്കു നേരത്തേ ഇല്ലാതിരുന്ന ചെറിയ തോതിലുള്ള ആഴവും സമചിത്തതയും നല്കും. അഹന്തയാകുന്ന പുറംതോടിന്റെ കുറച്ചുഭാഗങ്ങൾ മുറിഞ്ഞുപോകുന്നു. ഇതു മനസ്സിനപ്പുറം ചെറിയ അളവുകളിൽ നിലനില്ക്കുന്ന തേജസ്സിനെയും പ്രശാന്തതയെയും പുറത്തേക്കു പ്രകാശിക്കാൻ അനുവദിക്കുന്നു.

പരിധിസന്ദർഭങ്ങൾ പല ചമത്കാരങ്ങളെയും സൃഷ്ടിച്ചിട്ടുണ്ട്. വധശിക്ഷ അനുഭവിക്കാനായി മരണനിരയിൽ കാത്തുനില്ക്കുമ്പോൾ, തങ്ങളുടെ ജീവിതത്തിന്റെ അവസാന മണിക്കൂറുകളിൽ, അഹന്താരഹിതമായ അവസ്ഥയെയും അതിനോടൊപ്പം ലഭിക്കുന്ന ഗാഢമായ ശാന്തിയെയും അനുഭവിച്ചിട്ടുള്ള കൊലയാളികളുണ്ട്. അവരകപ്പെട്ടിരുന്ന സാഹചര്യങ്ങളോടുള്ള ആന്തരികമായ പ്രതിരോധം അസഹനീയമായ ദുരിതത്തെ സൃഷ്ടിക്കുന്ന തരത്തിൽ തീക്ഷ്ണമാവുകയും അവർക്ക് ഓടിയൊളിക്കാൻ ഒരിടമോ അതിൽനിന്നു രക്ഷപ്പെടാൻ ഒരു മാർഗ്ഗമോ —മനസ്സിനാൽ പ്രക്ഷേപിക്കപ്പെട്ട ഒരു ഭാവിപോലും— ഇല്ലാതിരിക്കുകയും ചെയ്തപ്പോൾ, അസ്വീകാര്യമായതിനെ പൂർണ്ണമായും സ്വീകരിക്കാൻ അവർ നിർബന്ധിതരായി. സമർപ്പണം ചെയ്യാൻ അവർ നിർബന്ധിതരായി. ഈ രീതിയിൽ, അവർക്ക് ഈശ്വരകൃപയുടെ അവസ്ഥയിലേക്കു പ്രവേശിക്കാൻ കഴിഞ്ഞു. ആ അവസ്ഥയിലാണ് വീണ്ടെടുക്കലുണ്ടാകുന്നത്. ഭൂതകാലത്തിൽനിന്നുള്ള പൂർണ്ണമായ മോചനം തീർച്ചയായും കൃപയുടെയും വീണ്ടെടുക്കലിന്റെയും ചമത്കാരത്തിനു വഴിയൊരുക്കുന്നത് വാസ്തവത്തിൽ പരിധിസന്ദർഭമല്ല. മറിച്ച് സമർപ്പണമെന്ന കർമ്മമാണ്.

അതുകൊണ്ട്, ഏതെങ്കിലും തരത്തിലുള്ള ദുരന്തം സംഭവിക്കുമ്പോൾ, അല്ലെങ്കിൽ ഗുരുതരമായ രീതിയിൽ കാര്യങ്ങൾ 'മോശ്'മാകുമ്പോൾ— അസുഖം, വൈകല്യം, സ്വന്തം വീട്, സമ്പത്ത്, സാമൂഹിക

മായി നിർവ്വചിക്കപ്പെട്ട വ്യക്തിത്വം തുടങ്ങിയവയുടെ നഷ്ടം. ഗാഢമായ ഒരു ബന്ധത്തിന്റെ തകർച്ച, നിങ്ങൾ സ്നേഹിക്കുന്ന ഒരാളുടെ മരണം അല്ലെങ്കിൽ വേദന, അടുത്തുവരുന്ന സ്വന്തം മരണം മുതലായവയൊക്കെ ഇതിൽപ്പെടുന്നു— അതിനു മറ്റൊരു വശമുണ്ടെന്ന്, അവിശ്വസനീയമായ എന്തോ ഒന്നിൽനിന്നു നിങ്ങൾ ഒരു ചുവടുമാത്രം അകലെയാണെന്ന് അറിയുക. വേദനയും ദുരിതവുമാകുന്ന താണതരം ലോഹത്തെ സ്വർണ്ണമാക്കിത്തീർക്കുന്ന രസവാദപരമായ പൂർണ്ണ പരിവർത്തനമാണത്. ആ ഒരു ചുവടിനെയാണ് സമർപ്പണം എന്നു വിളിക്കുന്നത്.

അത്തരം ഒരു സാഹചര്യത്തിൽ നിങ്ങൾ സന്തുഷ്ടനായിരിക്കുമെന്നു പറയാൻ ഞാനുദ്ദേശിക്കുന്നില്ല. നിങ്ങൾ സന്തുഷ്ടനായിരിക്കില്ല. പക്ഷേ, ഭീതിയും വേദനയും വളരെ ആഴമുള്ള ഒരിടത്തിൽനിന്ന് അതായത് അനാവിഷ്കൃതമായ സത്തയിൽനിന്ന് —ഉയരുന്ന ആന്തരികശാന്തിയായും സമചിത്തതയായും പരിവർത്തനം ചെയ്യപ്പെടും. അതാണ് “എല്ലാ മനസ്സിലാക്കലുകളെയും മറികടക്കുന്ന ഈശ്വരന്റെ ശാന്തി” അതിനോടു താരതമ്യപ്പെടുത്തുമ്പോൾ സന്തോഷം തീർത്തും ആഴം കുറഞ്ഞ ഒന്നാണ്. ഉജ്ജ്വലമായ ഈ ശാന്തിയോടൊപ്പംതന്നെ, നിങ്ങൾ അനശ്വരനും അമരത്വമുള്ളവനുമാണെന്ന തിരിച്ചറിവുണ്ടാകുന്നു. മനസ്സിന്റെ തലത്തിലല്ല, മറിച്ച് നിങ്ങളുടെ ഉണ്മയുടെ അഗാധതയിലാണ് ഈ തിരിച്ചറിവുണ്ടാകുക. ഇതൊരു വിശ്വാസമല്ല. ബാഹ്യമായ തെളിവോ, ദ്വിതീയമായ ഏതെങ്കിലും ഉറവിടത്തിൽനിന്നുള്ള പ്രമാണമോ ആവശ്യമില്ലാത്ത അന്തിമമായ ഉറപ്പാണത്.

ദുരിതത്തെ ശാന്തിയായി പരിവർത്തനം ചെയ്യൽ

സ്വന്തം മകൻ ഒരപകടത്തിൽ മരിച്ചത് അറിയിച്ചപ്പോൾ “അവൻ അമരനല്ലെന്ന് എനിക്കറിയാമായിരുന്നു.” എന്നു മറുപടി പറഞ്ഞ പ്രാചീന ഗ്രീസിലെ വൈരാഗിയായ ഒരു തത്ത്വജ്ഞാനിയെക്കുറിച്ച് ഞാൻ വായിച്ചു. അതു സമർപ്പണമാണോ? ആണെങ്കിൽ എനിക്കത് ആവശ്യമില്ല. സമർപ്പണം അസ്വാഭാവികവും മനുഷ്യത്വരഹിതവുമായും തോന്നുന്ന ചില സന്ദർഭങ്ങളുണ്ട്.

നിങ്ങളുടെ വികാരങ്ങളിൽനിന്നു വേറിട്ടു നില്ക്കുന്നതു സമർപ്പണമല്ല. പക്ഷേ, അദ്ദേഹം ആ വാക്കുകൾ പറഞ്ഞപ്പോൾ അദ്ദേഹത്തിന്റെ ആന്തരികാവസ്ഥ എന്തായിരുന്നുവെന്നു നമുക്കറിയില്ല. തീവ്രമായ ചില സന്ദർഭങ്ങളിൽ വർത്തമാനനിമിഷത്തെ അംഗീകരിക്കുന്നതു നിങ്ങൾക്ക് അസാദ്ധ്യമായെന്നു വരാം. പക്ഷേ, സമർപ്പണം ചെയ്യാൻ നിങ്ങക്കെപ്പോഴും രണ്ടാമതൊരവസരംകൂടി ലഭിക്കും.

ആദ്യത്തെ അവസരത്തിൽ ഓരോ നിമിഷവും ആ നിമിഷത്തിന്റെ യാഥാർത്ഥ്യത്തിനു സ്വയം സമർപ്പിക്കുക എന്നതാണ് നിങ്ങൾക്കു ചെയ്യാനുള്ളത്. നിലവിലുള്ളതിനെ അസാധുവാക്കാൻ സാധിക്കില്ലെന്നു —കാരണം അത് ഇപ്പോൾത്തന്നെ ഉള്ളതുകൊണ്ട് —അറിയാവുന്നതിനാൽ, നിലവിലുള്ളതിനോട് നിങ്ങൾ 'ശരി' എന്നു പറയുകയും, ഇല്ലാത്തതിനെ അംഗീകരിക്കുകയും ചെയ്യുന്നു. പിന്നെ നിങ്ങൾ ചെയ്യേണ്ടതായ കാര്യം നിങ്ങൾ ചെയ്യുന്നു. ആ സാഹചര്യംആവശ്യപ്പെടുന്നതെന്താണോ അത്. നിങ്ങൾ സ്വീകാരത്തിന്റെ ഈ അവസ്ഥയിൽ വസിക്കുകയാണെങ്കിൽ പിന്നെ നിഷേധഭാവത്തെയോ ദുരിതത്തെയോ അസന്തുഷ്ടിയെയോ നിങ്ങൾ സൃഷ്ടിക്കുന്നില്ല. നിങ്ങൾ പിന്നെ അപ്രതിരോധത്തിന്റെ അവസ്ഥയിൽ ജീവിക്കുന്നു. സംഘർഷമില്ലാത്ത, ഈശ്വരകൃപയുടെയും ലാഘവത്വത്തിന്റെയും അവസ്ഥയാണത്.

ആ അവസരം നിങ്ങൾക്കു നഷ്ടപ്പെടമ്പോഴൊക്കെ—സ്വാഭാവികവുംമായും അബോധപൂർവ്വവുമായ പ്രതിരോധക്രമത്തെ ഉയർന്നുവരുന്നതിൽനിന്ന് തടയാൻ ആവശ്യമായ ബോധപൂർവ്വമായ സാന്നിദ്ധ്യത്തെ നിങ്ങൾ ഉത്പാദിപ്പിക്കാത്തതുകൊണ്ടോ, അല്ലെങ്കിൽ ആ സാഹചര്യം അങ്ങേയറ്റം തീവ്രമായതിനാൽ അതു നിങ്ങൾക്കു തീർത്തും അസ്വീകാര്യമായതുകൊണ്ടോ— നിങ്ങൾ ഏതെങ്കിലും തരത്തിലുള്ള വേദനയോ ദുരിതമോ സൃഷ്ടിക്കുകയാണ്. ആ സാഹചര്യമാണ് ദുരിതത്തെ സൃഷ്ടിക്കുന്നതെന്നു തോന്നാം. പക്ഷേ, അന്തിമമായി ആ സാഹചര്യമല്ല, നിങ്ങളുടെ പ്രതിരോധമാണു ദുരിതത്തെ സൃഷ്ടിക്കുന്നത്.

ഇതാ സമർപ്പണം ചെയ്യാനുള്ള രണ്ടാമത്തെ അവസരം. പുറമേയുള്ളതിനെ നിങ്ങൾക്ക് അംഗീകരിക്കാൻ കഴിയുന്നില്ലെങ്കിൽ അകത്തുള്ളതിനെ അംഗീകരിക്കുക. ബാഹ്യമായ സാഹചര്യത്തെ നിങ്ങൾക്ക് അംഗീകരിക്കാൻ കഴിയുന്നില്ലെങ്കിൽ, ആന്തരികമായ സാഹചര്യത്തെ അംഗീകരിക്കുക. ഇതിന്റെ അർത്ഥമിതാണ്: വേദനയെ ചെറുക്കാതിരിക്കുക. അതിനെ അവിടെയുണ്ടാകാൻ അനുവദിക്കുക. വ്യസനം, നിരാശ, ഭീതി, ഏകാന്തത തുടങ്ങി ആ ദുരിതം കൈക്കൊള്ളുന്ന ഏതു രൂപത്തിനും സ്വയം സമർപ്പിക്കുക. മാനസികമായി അതിനെ നാമകരണം ചെയ്യാതെ അതിനു സാക്ഷിയാവുക. അതിനെ ആശ്ലേഷിക്കുക. എന്നിട്ടു സമർപ്പണമെന്ന ചമത്കാരം ഗാഢമായ ദുരിതത്തെ എങ്ങനെ ഗാഢമായ ശാന്തിയായി പരിവർത്തനം ചെയ്യുന്നുവെന്നു കാണുക. ഇതാണ് നിങ്ങളുടെ ക്രൂശീകരണം. അതു നിങ്ങളുടെ ഉയിർത്തെഴുന്നേല്പും സ്വർഗ്ഗാരോഹണവുമായി മാറട്ടെ.

ഒരാൾക്കു സ്വയം ദുരിതത്തിനു സമർപ്പിക്കാനാവുന്നതെങ്ങനെയെന്ന് എനിക്കു മനസ്സിലാകുന്നില്ല. അങ്ങു ചൂണ്ടിക്കാണിച്ചതുപോലെ ദുരിതമെന്നാൽ സമർപ്പണമില്ലായ്മയാണ്. എങ്ങനെയാണ് സമർപ്പണമില്ലായ്മയ്ക്കു സ്വയം സമർപ്പിക്കുക?

സമർപ്പണത്തെക്കുറിച്ച് ഒരു നിമിഷം മറക്കുക. നിങ്ങളുടെ വേദന ആഴമുള്ളതാകുമ്പോൾ മിക്കവാറും സമർപ്പണത്തെക്കുറിച്ചുള്ള സംസാരമെല്ലാം വ്യർത്ഥവും അർത്ഥരഹിതവുമാണെന്നു തോന്നിയേക്കാം. നിങ്ങളുടെ വേദന ആഴമുള്ളതാകുമ്പോൾ, അതിനു സ്വയം സമർപ്പിക്കുന്നതിനെക്കാൾ അതിൽനിന്നു രക്ഷപ്പെടാനുള്ള ശക്തമായ പ്രേരണ ഉണ്ടാകാനാണു കൂടുതൽ സാദ്ധ്യത. നിങ്ങൾക്കപ്പോൾ തോന്നുന്നത് യഥാർത്ഥത്തിൽ തോന്നണമെന്നു നിങ്ങൾക്കാഗ്രഹമില്ല. ഇതിൽപ്പരം സാധാരണമായി വേറെന്താണുള്ളത്? പക്ഷേ, ഇതിൽനിന്ന് ഒരു രക്ഷാമാർഗ്ഗവുമില്ല. ഇതിൽനിന്നു പുറത്തുകടക്കാനാവില്ല. കപടമായ കുറെ രക്ഷാമാർഗ്ഗങ്ങളുണ്ട്. ജോലി, മദ്യം, മയക്കുമരുന്ന്, ദ്വേഷം, പ്രക്ഷേപണം, അടിച്ചമർത്തൽ മുതലായവ. പക്ഷേ, അവയൊന്നുംതന്നെ നിങ്ങളെ വേദനയിൽനിന്നു സ്വതന്ത്രരാക്കില്ല. ദുരിതത്തെ നിങ്ങൾ അബോധത്തിലാഴ്ത്തിയാൽ അതിന്റെ തീവ്രത കുറയുന്നില്ല. നിങ്ങൾ വൈകാരികവേദനയെ നിഷേധിക്കുമ്പോൾ നിങ്ങൾ ചെയ്യുന്ന ഓരോ കാര്യവും നിങ്ങളുടെ ബന്ധങ്ങളും അതിനാൽ കളങ്കിതമാക്കപ്പെടും. നിങ്ങൾ പ്രസരിപ്പിക്കുന്ന ഊർജ്ജമായി നിങ്ങളതു പ്രക്ഷേപണം ചെയ്യുകയും മറ്റുള്ളവർ അബോധപൂർവ്വം അതു സ്വീകരിക്കുകയും ചെയ്യുന്നു. അവർ അബോധത്തിലാണെങ്കിൽ ഏതെങ്കിലും തരത്തിൽ നിങ്ങളെ ആക്രമിക്കാനോ വേദനിപ്പിക്കാനോപോലും അവർ നിർബന്ധിതരാക്കപ്പെട്ടേക്കാം. അല്ലെങ്കിൽ നിങ്ങളുടെ വേദനയുടെ അബോധപൂർവ്വമായ പ്രക്ഷേപണത്തിലൂടെ നിങ്ങളവരെ വേദനിപ്പിച്ചേക്കാം. നിങ്ങളുടെ ആന്തരികാവസ്ഥയ്ക്ക് അനുരൂപമായതിനെയാണ് നിങ്ങൾ ആകർഷിക്കുകയും ആവിഷ്കരിക്കുകയും ചെയ്യുക.

പുറത്തേക്ക് ഒരു വഴിയുമില്ലാത്തപ്പോൾ, ഉള്ളിലൂടെ വഴിയുണ്ടാകും. അതുകൊണ്ട് വേദനയിൽനിന്നു മുഖം തിരിക്കാതിരിക്കുക. അതിനെ അഭിമുഖീകരിക്കുക. അതിനെ പൂർണ്ണമായും അനുഭവിക്കുക. അതനുഭവിക്കുക—അതിനെക്കുറിച്ചു ചിന്തിക്കരുത്. ആവശ്യമെങ്കിൽ അതു പ്രകടിപ്പിക്കുക. പക്ഷേ, അതിനെ ചൂഴ്ന്നുകൊണ്ടു മനസ്സിൽ ഒരു തിരക്കഥ സൃഷ്ടിക്കാതിരിക്കുക. നിങ്ങളുടെ മുഴുവൻ ശ്രദ്ധയും ആ വികാരത്തിനു നല്കുക. അതിനു കാരണമായി തോന്നുന്ന വ്യക്തിക്കോ സംഭവത്തിനോ സാഹചര്യത്തിനോ ശ്രദ്ധ നല്കരുത്. ആ വേദനയിൽനിന്ന് ഇരയുടേതായ ഒരു വ്യക്തിത്വം നിങ്ങൾക്കായി സൃഷ്ടിക്കാൻ മനസ്സിനെ അനുവദിക്കരുത്. അവനവനോടുതന്നെ സഹതാപം തോന്നുന്നതും നിങ്ങളുടെ കഥ മറ്റുള്ളവരോടു പറയുന്നതും നിങ്ങളെ ദുരിതത്തിൽത്തന്നെ ഉറപ്പിച്ചുനിർത്തും. ആ വികാരത്തിൽനിന്നു മാറിപ്പോവുക അസാദ്ധ്യമായതുകൊണ്ട്, അതിനുള്ളിലേക്കു നീങ്ങുന്നതാണ് മാറ്റത്തിനുള്ള ഒരേയൊരു സാദ്ധ്യത നല്കുന്നത്. അല്ലെങ്കിൽ ഒന്നിനും സ്ഥാനചലനം ഉണ്ടാവുകയില്ല. അതുകൊണ്ട് നിങ്ങളുടെ വികാരത്തിന് പൂർണ്ണമായ ശ്രദ്ധ നല്കുകയും അതിനെ മാനസികമായി നാമകരണം

ചെയ്യുന്നത് ഒഴിവാക്കുകയും ചെയ്യുക. നിങ്ങൾ ആ വികാരത്തിനുള്ളിലേക്കു പോകുമ്പോൾ തീക്ഷ്ണമായ ജാഗ്രതയുള്ളവനായിരിക്കുക. ആദ്യം അതൊരു ഇരുണ്ടതും ഭയാനകവുമായ ഇടമായി തോന്നാം. പക്ഷേ, അതിൽനിന്ന് മുഖം തിരിക്കാനുള്ള പ്രേരണയുണ്ടാകുമ്പോൾ അതിനെ നിരീക്ഷിക്കുക. പക്ഷേ, അതിന്മേൽ ഒരു നടപടിയും എടുക്കാതിരിക്കുക. ആ വേദനയ്ക്കു ശ്രദ്ധ കൊടുക്കുന്നത് തുടരുക. വ്യസനമോ ഭീതിയോ ഭയമോ ഏകാന്തതയോ എന്തായാലും അതനുഭവിക്കുന്നതു തുടരുക. ജാഗരൂകനായിരിക്കുക. സന്നിഹിതനായിരിക്കുക. നിങ്ങളുടെ മുഴുവൻ സ്വത്വത്തോടും നിങ്ങളുടെ ശരീരത്തിലെ ഓരോ കോശത്തോടുംകൂടി സന്നിഹിതനാവുക. നിങ്ങളങ്ങനെ ചെയ്യുമ്പോൾ ആ ഇരുളിലേക്ക് നിങ്ങൾ പ്രകാശത്തെ കൊണ്ടുവരികയാണ്. ഇതാണ് നിങ്ങളുടെ ബോധത്തിന്റെ നാളം.

ഈ ഘട്ടത്തിൽ സമർപ്പണത്തെക്കുറിച്ചു നിങ്ങൾ വേവലാതിപ്പെടേണ്ട ആവശ്യമില്ല. അതു സംഭവിച്ചു കഴിഞ്ഞിരിക്കുന്നു. എങ്ങനെ? പൂർണ്ണ ശ്രദ്ധ എന്നാൽ പൂർണ്ണമായ സ്വീകാരമാണ്. സമർപ്പണമാണ്. പൂർണ്ണമായ ശ്രദ്ധ നല്കുന്നതിലൂടെ നിങ്ങൾ വർത്തമാനനിമിഷത്തിന്റെ ശക്തിയെ, അതായത് നിങ്ങളുടെ സാന്നിദ്ധ്യത്തിന്റെ ശക്തിയെ വിനിയോഗിക്കുകയാണ്. ഒളിഞ്ഞിരിക്കുന്ന പ്രതിരോധത്തിന്റെ ഒരിടത്തിനും അതിനുള്ളിൽ നിലനില്ക്കാനാവില്ല. സാന്നിദ്ധ്യം സമയത്തെ നീക്കം ചെയ്യുന്നു. സമയമില്ലാതെ, ദുരിതത്തിനോ നിഷേധാത്മകതയ്ക്കോ നിലനില്ക്കാനാവില്ല.

ദുരിതത്തിന്റെ സ്വീകാരം മരണത്തിലേക്കുള്ള ഒരു യാത്രയാണ്. ഗാഢമായ വേദനയെ അഭിമുഖീകരിക്കുന്നതും അതിനെ നിലനില്ക്കാൻ അനുവദിക്കുന്നതും അതിനുള്ളിലേക്കു നിങ്ങളുടെ ശ്രദ്ധയെ കൊണ്ടുപോകുന്നതും ബോധപൂർവ്വം മരണത്തിലേക്കു പ്രവേശിക്കുന്നതിനു തുല്യമാണ്. ഈ മരണം നിങ്ങൾ അനുഭവിച്ചുകഴിഞ്ഞാൽ പിന്നെ മരണമില്ലെന്നു നിങ്ങൾ തിരിച്ചറിയുന്നു. പേടിക്കാനായി ഒന്നുമില്ലെന്നു നിങ്ങൾ മനസ്സിലാക്കുന്നു. അഹന്ത മാത്രമേ മരിക്കുന്നുള്ളൂ. സൂര്യപ്രകാശത്തിന്റെ ഒരു കിരണത്തെ സങ്കല്പിക്കുക. അത്, സൂര്യന്റെ അഭിന്നമായ ഭാഗമാണ് താനെന്നുള്ളത് മറന്നുപോവുകയും അതിജീവനത്തിനായി പൊരുതേണ്ടതുണ്ടെന്നു സ്വയം വിശ്വസിപ്പിക്കുകയും സൂര്യനുപരിയായ ഒരു വ്യക്തിത്വത്തെ സൃഷ്ടിക്കുകയും അതിനോട് അള്ളിപ്പിടിക്കുകയും ചെയ്യുന്നു. ഈ മിഥ്യയുടെ മരണം അവിശ്വസനീയമായ തരത്തിൽ മുക്തിദായകമായിരിക്കില്ലേ?

നിങ്ങൾക്ക് അനായാസമായ മരണം വേണമെന്നുണ്ടോ? ദുരിതവും കഠിനമായ വേദനയുമില്ലാതെ മരിക്കാനോ നിങ്ങൾക്കിഷ്ടം? അങ്ങനെയെങ്കിൽ ഓരോ നിമിഷവും ഭൂതകാലത്തോടു വിട ചൊല്ലുക. നിങ്ങൾ ഇതുവരെ 'നിങ്ങളാണെന്നു' വിശ്വസിച്ചിരുന്ന ഭാരമേറിയ, സമയബന്ധിതമായ സ്വത്വത്തെ നിങ്ങളുടെ സാന്നിദ്ധ്യത്തിന്റെ പ്രകാശം അലിയിച്ചുകളയട്ടെ.

കുരിശിന്റെ വഴി

തങ്ങളുടെ അഗാധമായ ദുരിതങ്ങളിലൂടെ ഈശ്വരനെ കണ്ടെത്തി യെന്നു പറയുന്ന അനേകം ആളുകളുടെ വിവരണങ്ങളുണ്ട്. 'കുരി ശിന്റെ വഴി' എന്ന ക്രിസ്തീയ വചനവുമുണ്ട്. അത് അതേ കാര്യം തന്നെയാണ് ചൂണ്ടിക്കാണിക്കുന്നതെന്ന് ഞാൻ വിചാരിക്കുന്നു.

വേറൊന്നുംതന്നെ നമുക്കിവിടെ ബാധകമല്ല.

കൃത്യമായി പറയുകയാണെങ്കിൽ, അവരുടെ ദുരിതങ്ങളിലൂടെയല്ല അവർ ഈശ്വരനെ കണ്ടെത്തിയത്. കാരണം ദുരിതം പ്രതിരോധത്തെ സൂചിപ്പിക്കുന്നു. അവർ ഈശ്വരനെ കണ്ടെത്തിയതു സമർപ്പണത്തി ലൂടെയാണ്. തീവ്രമായ ദുരിതം മൂലം അവർ നിർബന്ധിതമായി എത്തി ച്ചേർന്ന നിലനില്ക്കുന്ന അവസ്ഥയുടെ പൂർണ്ണമായ സ്വീകാരത്തിലൂ ടെയാണ്. തങ്ങളുടെ ദുരിതം തങ്ങൾ സ്വയം സൃഷ്ടിച്ചതാണെന്ന് ഏതെങ്കിലുമൊരു തലത്തിൽ അവർ തിരിച്ചറിഞ്ഞിരിക്കണം.

സമർപ്പണത്തെ ഈശ്വരനെ കണ്ടെത്തുന്നതുമായി എങ്ങനെ തുലന പ്പെടുത്തും?

പ്രതിരോധം മനസ്സിൽനിന്ന് അഭിന്നമായതുകൊണ്ട് പ്രതിരോധത്തെ ഉപേക്ഷിക്കൽ—അതായത് സമർപ്പണം, നിങ്ങളുടെ യജമാനനായ, 'നിങ്ങളായി' അഭിനയിക്കുന്ന ആൾമാറാട്ടക്കാരനായ, കപടദൈവമായ മനസ്സിന്റെ അവസാനമാണ്. എല്ലാ വിലയിരുത്തലുകളും എല്ലാം നിഷേ ധഭാവങ്ങളും അലിഞ്ഞില്ലാതാകുന്നു. മനസ്സിനാൽ മറയ്ക്കപ്പെട്ടിരുന്ന ഉണ്മയുടെ മണ്ഡലം അപ്പോൾ തുറക്കുന്നു. പെട്ടെന്ന് മഹത്തായ ഒരു നിശ്ചലതയും അഗ്രാഹ്യമായ ശാന്തിയുടെ ബോധവും നിങ്ങളുടെയു ള്ളിൽ ഉയരുന്നു. ആ ശാന്തിക്കുള്ളിൽ ഉത്കൃഷ്ടമായ ആനന്ദമുണ്ട്. ആ ആനന്ദത്തിനുള്ളിൽ സ്നേഹവുമുണ്ട്. ഏറ്റവും ആഴത്തിൽ ഹൃദ യഭാഗത്ത് പവിത്രമായതും അപരിമേയവുമായത് നിലകൊള്ളുന്നു. പേരുചൊല്ലി വിളിക്കാനാവാത്ത ഒന്ന്.

ഈശ്വരനെ കണ്ടെത്തൽ എന്ന് ഞാനതിനെ വിളിക്കില്ല. കാരണം ഒരിക്കലും നഷ്ടപ്പെടാത്ത ഒന്നിനെ നിങ്ങൾതന്നെയായിരിക്കുന്ന ജീവനെ, നിങ്ങളെങ്ങനെ കണ്ടെത്താനാണ്? ഈശ്വരൻ എന്ന പദംതന്നെ പരിമിതികളുള്ളതാണ്. ആയിരക്കണക്കിനു വർഷങ്ങളായുള്ള തെറ്റി ദ്ധാരണകൊണ്ടും ദുരുപയോഗംകൊണ്ടും മാത്രമല്ല, നിങ്ങളല്ലാത്ത ഒരു അസ്തിത്വത്തെ അതു സൂചിപ്പിക്കുന്നു എന്നുള്ളതുകൊണ്ടു കൂടി. ഈശ്വരൻ ഉണ്മതന്നെയാണ്. അല്ലാതെ വേറിട്ട ഒരസ്തിത്വമല്ല.

വസ്തുവും പൊരുളും തമ്മിലുള്ള ബന്ധം ഇവിടെ ഉണ്ടാവുക അസാദ്ധ്യമാണ്. ദ്വൈതഭാവം, നിങ്ങളും ഈശ്വരനും എന്ന ഭാവം ഇവിടെ ഉണ്ടാവുകയില്ല. ഈശ്വര സാക്ഷാത്കാരമാണ് ഈ ലോകത്തുള്ളതിൽ വച്ച് ഏറ്റവും സ്വാഭാവികമായ കാര്യം. നിങ്ങൾക്ക് ഈശ്വരനെക്കുറിച്ച് അവബോധമുള്ളവനാകാം എന്നുള്ളതല്ല അതിശയകരവും ദുർഗ്രാഹ്യവുമായ കാര്യം. നിങ്ങൾക്ക് ഈശ്വരനെക്കുറിച്ച് അവബോധമില്ല എന്നുള്ളതാണ്.

നിങ്ങൾ പരാമർശിച്ച കുരിശിന്റെ വഴിയാണ് പ്രബുദ്ധത നേടാനുള്ള പണ്ടത്തെ വഴി. അടുത്ത കാലംവരെ അതു മാത്രമായിരുന്നു ഒരേയൊരു വഴി. പക്ഷേ, അതിനെ തള്ളിക്കളയുകയോ അതിന്റെ ഫലസിദ്ധിയെ വിലകുറച്ചു കാണുകയോ അരുത്. അതിപ്പോഴും ഫലപ്രദമാണ്.

കുരിശിന്റെ വഴി പൂർണ്ണമായും ഒരു തിരിഞ്ഞുപോക്കാണ്. നിങ്ങളുടെ ജീവിതത്തിലെ ഏറ്റവും മോശമായ കാര്യം, അതായത് നിങ്ങളുടെ കുരിശ്, നിങ്ങൾക്കിതുവരെ സംഭവിച്ചിട്ടുള്ള ഏറ്റവും നല്ല കാര്യമായി മാറുകയും നിങ്ങളെ സമർപ്പണം ചെയ്യാനും, 'മരിക്കാനും', ഒന്നുമില്ലാതാകാനും അങ്ങനെ ഈശ്വരൻ തുല്യനാകാനും പ്രേരിപ്പിക്കുകയും ചെയ്യുന്നു എന്നാണ് അതിനർത്ഥം. കാരണം, ഈശ്വരനും ഒന്നുമില്ലായ്മയാണ്.

ഈ കാലഘട്ടത്തിൽ, അബോധത്തിലാഴ്ന്നിട്ടുള്ള ഭൂരിപക്ഷം മനുഷ്യരെയും സംബന്ധിച്ചിടത്തോളം കുരിശിന്റെ വഴിയാണ് ഒരേയൊരു വഴി. കൂടുതൽ ദുരിതത്തിലൂടെ മാത്രമേ അവർ ഉണരുകയുള്ളൂ. സമഗ്രമായ ഒരു പ്രതിഭാസമെന്ന നിലയ്ക്ക് പ്രബുദ്ധത ഉണ്ടാവുന്നതിനു മുമ്പ് പ്രവചനീയമായ തരത്തിൽ ഭയങ്കരമായ സംക്ഷോഭങ്ങളുണ്ടാവും. ബോധത്തിന്റെ വളർച്ചയെ നിയന്ത്രിക്കുന്ന ചില പ്രാപഞ്ചിക തത്ത്വങ്ങളുടെ പ്രവർത്തനങ്ങളെ ഈ പ്രക്രിയ പ്രതിഫലിപ്പിക്കുന്നു. ചില പ്രവാചകന്മാർ ഇതു മുൻകൂട്ടി കണ്ടിരുന്നു. അസ്പഷ്ടവും ചിലപ്പോൾ അഭേദ്യവുമായ പ്രതീകാത്മക ഭാഷയാൽ പൊതിഞ്ഞിട്ടാണെങ്കിലും ഇതു വെളിപാടിന്റെ പുസ്തകത്തിൽ വിശദീകരിക്കപ്പെടുന്നുണ്ട്. ഈ ദുരിതം ഈശ്വരൻ അടിച്ചേല്പിക്കുന്നതല്ല. മനുഷ്യർ സ്വയം അല്ലെങ്കിൽ പരസ്പരം അടിച്ചേല്പിക്കുന്നതാണ് ഈ ദുരിതം. കൂടാതെ, ജീവനും ബുദ്ധിയുമുള്ള ജീവരൂപമായ ഭൂമി, മനുഷ്യന്റെ ചിത്തഭ്രമത്തിന്റെ ആക്രമണത്തിൽനിന്നു സ്വയം സംരക്ഷിക്കാനായി എടുക്കുന്ന ചില പ്രതിരോധ മുറകളാലും ദുരിതങ്ങളുണ്ടാകുന്നു.

എങ്കിലും പ്രബുദ്ധത, സാക്ഷാത്കരിക്കുന്നതിനുമുമ്പ്, ദുരിതങ്ങളുടെ ആവശ്യമില്ലാത്ത വിധത്തിൽ ബോധാവസ്ഥയ്ക്ക് ആവശ്യത്തിനു പരിണാമം സംഭവിച്ചിട്ടുള്ള മനുഷ്യരുടെ എണ്ണം ഇന്നു വർദ്ധിച്ചുകൊണ്ടിരിക്കുകയാണ്. നിങ്ങൾ അവരിൽ ഒരാളായിരിക്കാം.

ദുരിതത്തിലൂടെയുള്ള പ്രബുദ്ധത—കുരിശിന്റെ വഴി— എന്നാൽ സ്വർഗ്ഗരാജ്യത്തിലേക്കു കുതറിക്കൊണ്ടും നിലവിളിച്ചുകൊണ്ടും നിർ

ബന്ധിതമായി പ്രവേശിക്കലാണ്. നിങ്ങൾക്ക് ഇനിമേൽ വേദന താങ്ങാനാവാത്തതുകൊണ്ട്, നിങ്ങൾ ഒടുവിൽ സമർപ്പണം ചെയ്യുന്നു. പക്ഷേ, ഇതു സംഭവിക്കുന്നതിനുമുമ്പ് ആ വേദന ഒരുപാടു കാലം നീണ്ടുനിന്നേക്കാം. ഭൂത, ഭാവികാലങ്ങളോടുള്ള നിങ്ങളുടെ മമതയെ ഉപേക്ഷിക്കുകയും വർത്തമാനനിമിഷത്തെ നിങ്ങളുടെ ജീവിതത്തിന്റെ പ്രധാനപ്പെട്ട ശ്രദ്ധാകേന്ദ്രമാക്കുകയും ചെയ്യലാണ് ബോധപൂർവ്വം തിരഞ്ഞെടുക്കപ്പെടുന്ന പ്രബുദ്ധത. സമയത്തിൽ നിലകൊള്ളുന്നതിനുപകരും സാന്നിദ്ധ്യത്തിന്റെ അവസ്ഥയിൽ വസിക്കുന്നത് നിങ്ങൾ തിരഞ്ഞെടുക്കുന്നു എന്നാണ് അതിനർത്ഥം. നിലവിലുള്ളതിനോട് 'ശരി' എന്നു പറയലാണത്. അപ്പോൾ നിങ്ങൾക്കു വേദനയുടെ ആവശ്യം വരുന്നില്ല. "ഞാനിനി കൂടുതൽ വേദനയും ദുരിതവും സൃഷ്ടിക്കുകയില്ല" എന്ന് പറയാൻ കഴിയുന്നതിനുമുമ്പ് നിങ്ങൾക്ക് എത്ര സമയം ആവശ്യമുണ്ടാകുമെന്നാണ് നിങ്ങൾ കരുതുന്നത്? ആ തിരഞ്ഞെടുപ്പ് നടത്താൻ കഴിയുന്നതിനുമുമ്പ് നിങ്ങൾക്ക് എത്രമാത്രം വേദന ആവശ്യമുണ്ട്?

നിങ്ങൾക്കു കൂടുതൽ സമയം ആവശ്യമുണ്ടെന്നു നിങ്ങൾ വിചാരിക്കുന്നുണ്ടെങ്കിൽ നിങ്ങൾക്കു കൂടുതൽ സമയം ലഭിക്കും— കൂടുതൽ വേദനയും. സമയവും വേദനയും വേർതിരിക്കാനാവാത്തവയാണ്.

തിരഞ്ഞെടുക്കാനുള്ള ശക്തി

യഥാർത്ഥത്തിൽ ദുരിതമനുഭവിക്കണമെന്ന് ആഗ്രഹിക്കുന്നുണ്ടെന്നു തോന്നുന്ന ആളുകളെക്കുറിച്ച് എന്തു പറയുന്നു? എന്റെ ഒരു സ്നേഹിതയുടെ പങ്കാളി അവളെ ശാരീരികമായി അവഹേളിക്കാറുണ്ട്. അവളുടെ നേരത്തേയുള്ള പങ്കാളിയും ഇതുപോലെയായിരുന്നു. അത്തരം പുരുഷന്മാരെ അവൾ എന്തുകൊണ്ടാണ് തിരഞ്ഞെടുക്കുന്നത്? ഇപ്പോൾ ആ സാഹചര്യത്തിൽനിന്നു പുറത്തുകടക്കാൻ അവൾ വിസമ്മതിക്കുന്നതെന്തുകൊണ്ട്? ഇത്രയധികം ആളുകൾ എന്തുകൊണ്ടാണ് യാഥാർത്ഥത്തിൽ വേദനതന്നെ തിരഞ്ഞെടുക്കുന്നത്?

'തിരഞ്ഞെടുക്കുക' എന്നത് പുതുയുഗത്തിലെ എല്ലാവർക്കും പ്രിയപ്പെട്ട പദമാണെന്നെനിക്കറിയാം. പക്ഷേ, ഈ സന്ദർഭത്തിൽ അതു പൂർണ്ണമായും അനുയോജ്യമല്ല. ഒരാൾ പ്രവർത്തനവൈകല്യമുള്ള ഒരു ബന്ധത്തെയോ അല്ലെങ്കിൽ ഏതെങ്കിലും നിഷേധാത്മകമായ സാഹചര്യത്തെയോ അവന്റെ അല്ലെങ്കിൽ അവളുടെ ജീവിതത്തിൽ 'തിരഞ്ഞെടുത്തു' എന്നു പറയുന്നത് ഒരുതരം വഴിതെറ്റിക്കലാണ്. തിരഞ്ഞെടുപ്പ് ബോധത്തെ ധ്വനിപ്പിക്കുന്നു—ഉയർന്ന തലത്തിലുള്ള ബോധത്തെ. അതില്ലാതെ നിങ്ങൾക്കു തിരഞ്ഞെടുപ്പു നടത്താനാവില്ല. നിങ്ങൾ നിങ്ങളുടെ മനസ്സിൽനിന്നും അതിന്റെ ക്രമീകരിക്കപ്പെട്ട സമ്പ്ര

ദായങ്ങളിൽനിന്നും താദാത്മ്യവിമുക്തി നേടുന്ന നിമിഷത്തിൽ, നിങ്ങൾ സന്നിഹിതനാവുന്ന നിമിഷത്തിൽ, 'തിരഞ്ഞെടുക്കലും' തുടങ്ങുന്നു. നിങ്ങൾ ആ ഘട്ടത്തിലെത്തുന്നതുവരെ, ആത്മീയമായി പറയുകയാണെങ്കിൽ നിങ്ങൾ അബോധത്തിലാണ്. നിങ്ങളുടെ മനസ്സിന്റെ ക്രമീകരണമനുസരിച്ചു ചില പ്രത്യേക രീതികളിൽ ചിന്തിക്കാനും വികാരങ്ങളനുഭവിക്കാനും പ്രവർത്തിക്കാനും നിങ്ങൾ നിർബന്ധിക്കപ്പെടുന്നു എന്നാണ് ഇതിനർത്ഥം. അതുകൊണ്ടാണ് യേശു പറഞ്ഞത്, "അവരോട് പൊറുക്കുക—അവർ ചെയ്യുന്നതെന്തെന്ന് അവരറിയുന്നില്ല" എന്ന്. 'ബുദ്ധി' എന്ന വാക്കിന്റെ പൊതുവായുള്ള അർത്ഥത്തിനോട് ഇതിനു ബന്ധമില്ല. അങ്ങേയറ്റം ബുദ്ധിമാന്മാരും ഉയർന്ന വിദ്യാഭ്യാസം നേടിയവരും എന്നാൽ പൂർണ്ണമായും അബോധത്തിലാഴ്ന്നവരുമായ എത്രയോ ആളുകളെ ഞാൻ കണ്ടുമുട്ടിയിട്ടുണ്ട്. അവർ അവരുടെ മനസ്സുമായി പൂർണ്ണമായി താദാത്മ്യപ്പെട്ടിട്ടുള്ളവരാണ് എന്നാണതിന്റെ അർത്ഥം. സത്യത്തിൽ, മാനസികമായ വളർച്ചയെയും വർദ്ധിതമായ അറിവിനെയും അതിനോട് അനുരൂപമായ തരത്തിലുള്ള ബോധത്തിന്റെ വളർച്ചയുമായി സന്തുലനപ്പെടുത്തിയില്ലെങ്കിൽ, അസന്തുഷ്ടിക്കും ദുരന്തത്തിനുമുള്ള സാദ്ധ്യത വളരെയധികം വർദ്ധിക്കും.

നിങ്ങളുടെ സ്നേഹിത അവരെ പീഡിപ്പിക്കുന്ന ഒരു പങ്കാളിയുമായുള്ള ബന്ധത്തിൽ കുടുങ്ങിക്കിടക്കുകയാണ്. ഇത് ആദ്യത്തെ തവണയുമല്ല. എന്തുകൊണ്ട്? അവർക്ക് തിരഞ്ഞെടുപ്പു നടത്താനാവുന്നില്ല. ഭൂതകാലത്താൽ ക്രമീകരിക്കപ്പെട്ട മനസ്സ്, അതിന് അറിയാവുന്നതിനെയും അതിനു പരിചിതമായതിനെയും പുനഃസൃഷ്ടിക്കാൻ ശ്രമിക്കും. അതു വേദനാജനകമാണെങ്കിലും പരിചിതമെങ്കിലുമാണല്ലോ. മനസ്സ് അതിനെ അറിയാവുന്ന കാര്യങ്ങളിൽ എപ്പോഴും പറ്റിപ്പിടിക്കും. അറിയാത്തത് എപ്പോഴും അപകടകരമാണ്. കാരണം മനസ്സിന് അതിനുമേൽ ഒരു നിയന്ത്രണവുമുണ്ടാകില്ല. അതുകൊണ്ടാണ് മനസ്സ് എപ്പോഴും വർത്തമാന നിമിഷത്തെ ഇഷ്ടപ്പെടാത്തതും അതിനെ അവഗണിക്കുന്നതും. വർത്തമാന നിമിഷത്തക്കുറിച്ചുള്ള അവബോധം മാനസിക പ്രവാഹത്തിൽ മാത്രമല്ല, ഭൂതകാലത്തിന്റെയും ഭാവിയുടെയും നൈരന്തര്യത്തിലും ഒരു വിടവു സൃഷ്ടിക്കും. ആ വിടവിലൂടെയല്ലാതെ അനന്തസാദ്ധ്യതകളുടെ സുവ്യക്തമായ ആ ഇടത്തിലൂടെയല്ലാതെ, യഥാർത്ഥത്തിൽ നവീനവും ക്രിയാത്മകവുമായ ഒന്നിനും ഈ ലോകത്തിലേക്കു കടന്നുവരാനാവില്ല.

അതുകൊണ്ട് നിങ്ങളുടെ സ്നേഹിത, മനസ്സുമായുള്ള താദാത്മ്യം മൂലം ഗാഢമായ ബന്ധവും പീഡനവും അഭിന്നമായി ചേർന്നിരിക്കുന്ന, കഴിഞ്ഞകാലത്തിൽനിന്നു പഠിച്ച ഒരു ക്രമത്തെ പുനഃസൃഷ്ടിക്കുകയായിരിക്കും. മറ്റൊരു രീതിയിലാണെങ്കിൽ, താൻ മൂല്യമില്ലാത്തവളാണെന്നും ശിക്ഷയർഹിക്കുന്നവളാണെന്നും മറ്റും ശൈശവത്തിന്റെ ആദ്യകാലങ്ങളിൽ പഠിച്ച ഒരു മാനസികക്രമത്തെ അവർ അഭിനയിച്ചു

തീർക്കുകയായിരിക്കും. അവർ തന്റെ ജീവിതത്തിന്റെ വലിയൊരു ഭാഗം വേദനാശരീരത്തിലൂടെ ജീവിച്ചുതീർക്കുകയാണെന്നും വരാം. വേദനാശരീരമാകട്ടെ, ആഹരിക്കാനായി എപ്പോഴും കൂടുതൽ വേദനയെ അന്വേഷിക്കുന്ന ഒന്നാണ്. അവരുടെ പങ്കാളിക്ക് അദ്ദേഹത്തിന്റേതായ അബോധപൂർവ്വമായ മാനസികക്രമങ്ങളുണ്ടാവും. രണ്ടുപേരുടെയും മാനസികക്രമങ്ങൾ പരസ്പരം പൂരകങ്ങളായിരിക്കും. തീർച്ചയായും നിങ്ങളുടെ സ്നേഹിതയുടെ സാഹചര്യം അവർ സ്വയം സൃഷ്ടിച്ചതാണ്. പക്ഷേ, ആ സാഹചര്യം സൃഷ്ടിക്കുന്ന ആ സ്വത്വം ആരാണ്? അല്ലെങ്കിൽ എന്താണ്? അതു കഴിഞ്ഞകാലത്തിൽനിന്നുള്ള ഒരു മാനസിക വൈകാരിക ക്രമമല്ലാതെ മറ്റൊന്നുമല്ല. അതിൽനിന്ന് ഒരു വ്യക്തിത്വത്തെ എന്തിനുണ്ടാക്കിയെടുക്കണം? തന്റെ അവസ്ഥയെയോ സാഹചര്യത്തെയോ അവർ സ്വയം തിരഞ്ഞെടുത്തതാണെന്നു നിങ്ങൾ അവരോടു പറയുകയാണെങ്കിൽ അവരുടെ മനസ്സുമായുള്ള താദാത്മ്യത്തിന്റെ അവസ്ഥയെ നിങ്ങൾ ഒന്നുകൂടി ഊട്ടിയുറപ്പിക്കുകയാണ്. പക്ഷേ, അവരെന്നാൽ അവരുടെ മാനസികക്രമമാണോ? അതാണോ അവരുടെ സ്വത്വം? അവരുടെ യഥാർത്ഥ വ്യക്തിത്വം കഴിഞ്ഞകാലത്തിൽനിന്നു ലഭിക്കുന്നതാണോ? തന്റെ ചിന്തകളുടെയും വികാരങ്ങളുടെയും പിറകിലുള്ള നിരീക്ഷിക്കുന്ന സാന്നിദ്ധ്യമായിരിക്കേണ്ടതെങ്ങനെയെന്ന് നിങ്ങളുടെ സ്നേഹിതയ്ക്കു കാണിച്ചുകൊടുക്കുക. വേദനാശരീരത്തെക്കുറിച്ചും അതിൽനിന്നു മുക്തയാകേണ്ടതെങ്ങനെയെന്നതിനെക്കുറിച്ചും അവർക്കു പറഞ്ഞുകൊടുക്കുക. ആന്തരിക ശരീരാവബോധമെന്ന കല അവർക്കു പഠിപ്പിച്ചു കൊടുക്കുക. സാന്നിദ്ധ്യത്തിന്റെ അർത്ഥമെന്തെന്ന് അവർക്കു വിശദമാക്കിക്കൊടുക്കുക. വർത്തമാനനിമിഷത്തിന്റെ ശക്തിയെ വിനിയോഗിക്കാനും അങ്ങനെ ക്രമീകരിക്കപ്പെട്ട ഭൂതകാലത്തെ ഭേദിച്ചു കടക്കുവാനും അവർക്കു കഴിഞ്ഞാലുടൻ, അവർക്ക് ഒരു തിരഞ്ഞെടുപ്പു നടത്താനാവും.

ആരും പ്രവർത്തനവൈകല്യത്തെയോ സംഘർഷത്തെയോ വേദനയെയോ തിരഞ്ഞെടുക്കുന്നില്ല. ആരും ചിത്തഭ്രമത്തെയും തിരഞ്ഞെടുക്കുന്നില്ല. ഇതു സംഭവിക്കുന്നത്, കഴിഞ്ഞകാലത്തെ അലിയിക്കാൻ ആവശ്യമായ സാന്നിദ്ധ്യവും അന്ധകാരത്തെ ദൂരീകരിക്കാൻ ആവശ്യമായ പ്രകാശവും നിങ്ങളുടെയുള്ളിൽ ഇല്ലാത്തതുകൊണ്ടാണ്. നിങ്ങൾ പൂർണ്ണമായി ഇവിടെയില്ല. ഇപ്പോഴും നിങ്ങൾ പൂർണ്ണമായി ഉണർന്നിട്ടില്ല. അതിനിടെ നിങ്ങളുടെ ജീവിതത്തെ നിയന്ത്രിക്കുന്നതു ക്രമീകരിക്കപ്പെട്ട മനസ്സാണ്.

അതുപോലെ മാതാപിതാക്കളുമായി എന്തെങ്കിലും പ്രശ്നമുള്ള ആളുകളിൽ ഒരാളാണ് നിങ്ങളെങ്കിൽ അവർ ചെയ്യുകയോ ചെയ്യാതിരിക്കുകയോ ചെയ്ത എന്തിനെയെങ്കിലും കുറിച്ചു നിങ്ങൾക്ക് ഇപ്പോഴും അവരോടു നീരസമുണ്ടെങ്കിൽ അവർക്ക് ഒരു തിരഞ്ഞെടുപ്പ് നടത്താ

മായിരുന്നുവെന്ന്, അവർക്ക് വ്യത്യസ്തമായ രീതിയിൽ പ്രവർത്തിക്കാമായിരുന്നെന്ന് നിങ്ങൾ ഇപ്പോഴും വിശ്വസിക്കുന്നുണ്ട് എന്നാണർത്ഥം. ആളുകൾക്ക് ഒരു തിരഞ്ഞെടുപ്പു നടത്താമായിരുന്നെന്നു നമുക്കെപ്പോഴും തോന്നും. പക്ഷേ, അതൊരു മിഥ്യയാണ്. മനസ്സ് അതിന്റെ ക്രമീകരിക്കപ്പെട്ട രീതികളുമായി നിങ്ങളുടെ ജീവിതത്തെ നിയന്ത്രിക്കുന്ന കാലത്തോളം, നിങ്ങൾ നിങ്ങളുടെ മനസ്സായിരിക്കുന്ന കാലത്തോളം, നിങ്ങൾക്ക് എന്ത് തിരഞ്ഞെടുപ്പു നടത്താനാണ് കഴിയുക? ഒന്നിനും കഴിയില്ല. നിങ്ങൾ അവിടെ എത്തിയിട്ടുപോലുമില്ല. മനസ്സുമായി താദാത്മ്യപ്പെട്ട അവസ്ഥ അങ്ങേയറ്റം പ്രവർത്തന വൈകല്യമുള്ളതാണ്. അതൊരുതരത്തിലുള്ള ചിത്തഭ്രമമാണ്. ഏകദേശം എല്ലാവരും വ്യത്യസ്ത അളവുകളിൽ ഈ രോഗത്തിന്റെ ദുരിതം അനുഭവിക്കുന്നവരാണ്. ഇതു തിരിച്ചറിയുന്ന നിമിഷത്തിൽ നീരസമുണ്ടാവുക അസാദ്ധ്യമാവും. മറ്റൊരാളുടെ അസുഖത്തെ നാം എങ്ങനെയാണ് വെറുക്കുക? അതിനുള്ള ഉചിതമായ ഒരേയൊരു പ്രതികരണം സഹാനുഭൂതിയാണ്.

അവരവർ ചെയ്യുന്നതിന് ആർക്കും ഉത്തരവാദിത്വമില്ലെന്നാണോ അതിനർത്ഥം? എനിക്ക് ആ ആശയം ഇഷ്ടമാകുന്നില്ല.

നിങ്ങളുടെ മനസ്സാണ് നിങ്ങളെ നിയന്ത്രിക്കുന്നതെങ്കിൽ, നിങ്ങൾക്കു തിരഞ്ഞെടുപ്പു നടത്താനാവുന്നില്ലെങ്കിൽക്കൂടി നിങ്ങളുടെ അബോധത്തിന്റെ അനന്തരഫലം നിങ്ങൾക്ക് അനുഭവിക്കേണ്ടിവരും. നിങ്ങൾ കൂടുതൽ ദുരിതങ്ങൾ സൃഷ്ടിക്കുകയും ചെയ്യും. ഭീതിയുടെയും സംഘർഷത്തിന്റെയും പ്രശ്നങ്ങളുടെയും വേദനയുടെയും ഭാരം നിങ്ങൾ ചുമക്കേണ്ടതായും വരും. അങ്ങനെ സൃഷ്ടിക്കപ്പെടുന്ന ദുരിതം കാലക്രമേണ നിങ്ങളെ നിങ്ങളുടെ അബോധാവസ്ഥയിൽനിന്നു നിർബന്ധിതമായി പുറത്തേക്കു കൊണ്ടുവരും.

അങ്ങു തിരഞ്ഞെടുപ്പിനെക്കുറിച്ചു പറയുന്നത് മാപ്പു നല്കുന്നതിനു കൂടി ബാധകമാണെന്ന് ഞാൻ വിചാരിക്കുന്നു. നിങ്ങൾക്ക് പൊറുക്കാൻ കഴിയുന്നതിനുമുമ്പ് നിങ്ങൾ പൂർണ്ണമായി ബോധമുള്ളവനും സമർപ്പിതനുമായിരിക്കും.

'മാപ്പു നല്കൽ' എന്ന പദം 2000 വർഷങ്ങളായി ഉപയോഗത്തിലുണ്ടെങ്കിലും അതുകൊണ്ട് എന്താണർത്ഥമാക്കുന്നത് എന്നതിനെക്കുറിച്ചു മിക്ക ആളുകൾക്കും വളരെ പരിമിതമായ കാഴ്ചപ്പാടാണുള്ളത്. നിങ്ങൾ നിങ്ങളുടെ വ്യക്തിത്വബോധത്തെ ഭൂതകാലത്തിൽനിന്ന് ഉണ്ടാക്കിയെടുക്കുന്ന കാലത്തോളം, നിങ്ങൾക്ക് നിങ്ങളോടോ മറ്റുള്ളവരോടോ യഥാർത്ഥത്തിൽ പൊറുക്കാൻ കഴിയില്ല. നിങ്ങളുടെ സ്വന്തം

ശക്തിയായ വർത്തമാനനിമിഷത്തിന്റെ ശക്തിയെ വിനിയോഗിക്കുന്നതിലൂടെ മാത്രമേ യഥാർത്ഥത്തിലുള്ള മാപ്പുനല്കൽ ഉണ്ടാവുകയുള്ളൂ. ഇതു ഭൂതകാലത്തെ അശക്തമാക്കും. നിങ്ങൾ ഇതുവരെ ചെയ്തതോ നിങ്ങൾ മറ്റുള്ളവരോടു ചെയ്തതോ ആയ ഒരു കാര്യത്തിനും നിങ്ങളുടെ യഥാർത്ഥ സ്വരൂപമായ ആ തേജോമയമായ സത്തയെ സ്പർശിക്കാനാവില്ലെന്ന് നിങ്ങൾ ഗാഢമായി തിരിച്ചറിയും. മാപ്പു നല്കൽ എന്ന മുഴുവൻ സങ്കല്പവും അപ്പോൾ അനാവശ്യമായിത്തീരുന്നു.

സാക്ഷാത്കാരത്തിന്റെ ആ ബിന്ദുവിലേക്കു ഞാൻ എങ്ങനെ എത്തിച്ചേരും?

നിലവിലുള്ളതിന് നിങ്ങൾ സ്വയം സമർപ്പിക്കുകയും പൂർണ്ണമായും സന്നിഹിതനാവുകയും ചെയ്യുമ്പോൾ ഭൂതകാലത്തിന് ഒരു ശക്തിയുമില്ലാതാവുന്നു. സാന്നിദ്ധ്യമാണ് താക്കോൽ. വർത്തമാനനിമിഷമാണ് താക്കോൽ.

ഞാൻ സമർപ്പണം ചെയ്തിരിക്കുന്നു എന്ന് ഞാനെങ്ങനെ അറിയും?

ഈ ചോദ്യം ചോദിക്കേണ്ട ആവശ്യം നിങ്ങൾക്കില്ലാതാവുമ്പോൾ.

NOTES

1. A Koestler, *The Ghost in the Machine* (Arkana, London 1989) p. 180.
2. Z. Brzezinski, *The Grand Failure* (Charles Scribner's Sons, New York 1989) pp.239-40.
3. *A Course in Miracles* (Foundation for Inner Peace, 1990), Introduction.
4. R.L. Sivard, *World Military and Social Expenditures 1996*, 16th Edition (World Priorities, Washington D. C., 1996). p. 7.